கவிக்கோ கவிதைகள்
இரண்டாம் பாகம்

கவிக்கோ அப்துல் ரகுமான்

நேஷனல் பப்ளிஷர்ஸ்
2, வடக்கு உஸ்மான் சாலை, முதல் மாடி,
(கோடம்பாக்கம் மேம்பாலம் அருகில்)
தியாகராய நகர், சென்னை - 600 017.
☏ : 2834 3385
E-mail: national_publishers@yahoo.com
Website : www.universalpublishers.co.in

கவிக்கோ கவிதைகள் (இரண்டாம் பாகம்)
கவிக்கோ அப்துல் ரகுமான்
முதற் பதிப்பு - நவம்பர், 2018
இரண்டாம் பதிப்பு - செப்டம்பர் 2022
உரிமை © S. வஹிதா

வெளியிடுபவர்
எஸ்.எஸ். ஷாஜஹான்
நேஷனல் பப்ளிஷர்ஸ்
2, வடக்கு உஸ்மான் சாலை,
(கோடம்பாக்கம் மேம்பாலம் அருகில்)
முதல் மாடி, தியாகராயர் நகர், சென்னை-600 017.
தொலைபேசி : 044 - 28343385

ஒளி அச்சு
விக்னேஷ்வரா கிராபிக்ஸ், சென்னை-600 005.

அச்சிட்டோர்
நொவினோ ஆப்செட் பிரிண்டிங் கம்பெனி
சென்னை-600 005.

பக்கங்கள் : 720 (டெம்மி)
விலை : ரூ. **750.00**

ISBN : 978-93-87854-18-5

Kavikko Kavithaigal (Part - II)
Author : **Kavikko Abdul Rahman**
First Edition - November 2018
Second Edition - September 2022
Copy right © S. Wahida

Publisher :
S.S. Sajahan
National Publishers
2, North Usman Road,
(Near Kodambakkam Overbridge)
T. Nagar, Chennai - 600 017.
✆ : 044 - 28343385

Typeset by :
Vigneshwara Graphics, Chennai - 600 005.

Printed by :
Noveno Offset Printing Company
Chennai - 600 005.

No. of Pages : 720 (Demmy)
Price : Rs. 750.00

தோரண வாயில்!

பேராசிரியர் டாக்டர் **சேமுமு. முகமதலி**
தலைவர், இஸ்லாமிய இலக்கியக் கழகம்

தனித்துவம் மிக்க அருமை அண்ணன் கவிக்கோ அப்துல் ரகுமான் அவர்களின் பால்வீதி, நேயர் விருப்பம், சுட்டுவிரல், சொந்தச் சிறைகள், ஆலாபனை, பித்தன், மின்மினிகளால் ஒரு கடிதம், ரகசியப் பூ, பறவையின் பாதை, தேவகானம், கண்ணீர்த் துளிகளுக்கு முகவரி இல்லை ஆகிய 11 கவிதை நூல்களைத் தொகுத்து ஒரே நூலாகக் ''கவிக்கோ கவிதைகள்'' என்ற பெயரில் அவனிக்கு அளித்து உதவிய பெருமை நேஷனல் பப்ளிஷர்ஸ் அன்புச் சகோதரர் அல்ஹாஜ் எஸ்.எஸ். ஷாஜஹான் அவர்களைச் சாரும்.

தமிழ்கூறு நல்லுலகில் அந்த நூலுக்குக் கிடைத்த பெரும் வரவேற்பு சகோதரர் ஷாஜஹான் அவர்களை கவிக்கோ அவர்களின் விதைபோல் விழுந்தவன், முத்தமிழின் முகவரி, இறந்ததால் பிறந்தவன், கவிதை ஓர் ஆராதனை, ராப்பிச்சை ஆகிய 5 கவியரங்கக் கவிதை நூல்களையும் தொகுத்து ஒரே நூலாகத் தரும் சிறப்புக்குச் சொந்தக்காரராக்கியுள்ளது. கவிக்கோ அவர்களின் கவிதைப் புதையல்கள் அனைத்தும் இந்த இரு தொகுதிகளுக்குள் அடக்கப் பெற்றிருப்பது கவித்தேனீகளுக்கு மிகப் பெரிய கொண்டாட்டமே ஆகும். இப்பெரும் பணியைச் சாதித்திட்ட ஷாஜஹான் என்றென்றும் பாராட்டுக் குரியவராகத் திகழ்வார்.

கவியரங்கம் என்பது முத்தமிழ் வளர்த்த தமிழ் மண்ணுக்குப் புதியதன்று; அரங்கம் ஏறி ஒருவர் தமது திறமையைக் காட்டுவது அரங்கேற்றமாயிற்று. சீர்மிகு சிலப்பதிகாரத்தில் அணிமிகு 'அரங்கேற்று காதை' அமைவதைக் காணலாம். புலவர்கள் ஓரிடத்தில் கூடித் தங்கள் பாடல்களைப் பாடித் திளைத்த காட்சியை,

'நிலன் நாவில் திரிதருஉம் நீள்மாடக் கூடலார்,
புலன் நாவில் பிறந்த சொல் புதிதுண்ணும் பொழுது'

என்று இளவேனிலைப் பாடும் பாலைக் கலிப்பாடலில் காண முடிகிறது.

'புலன் நா உழவர் புதுமொழி கூட்டுண்ணும்,
புரிசை சூழ் புலன் ஊர்'

என மதுரை மாநகரில் புலவர்கள் தம் பாடல்களைக் கூடி அரங்கேற்றிய செய்தியை மருதக்கலிப்பாடல் பகரும். சங்கம் ஏறிப் பாடிய அந்தக் காலமே கவியரங்கத்தின் தோற்றம் பெற்ற காலமாக உணர முடிகிறது. தமிழ் மண்ணில் அச்சுப்பொறி அறிமுகமாகும் வரை கவிதை வாசிப்பாகவே இயல்பாகக் கோலோச்சி வந்துள்ளதெனலாம்.

கவிதை எழுத்து வடிவில் வாசிக்கப்படுவதைவிட, அந்தக் கவிதையைப் படைத்தவனின் ஒலிப்பில் பிரசவிக்கப்படும்போதே மிகுந்த உயிர்ப்பையும் உணர்ச்சியையும் பிரதிபலிக்கும். கவியரங்குகளில் கவிஞர்கள் தத்தமது கவிதைகளை அவரவர் வாசித்து அரங்கேற்றம் செய்தது ஆரம்ப முறையாகவே தெரிகிறது. இதில் கொஞ்சம் மாற்றம் நிகழ்ந்து பல கவிஞர்கள் ஒன்று கூடி ஒரு தலைப்பில் பாடும் நிலை உருவானது. இம்முறைக்குக் கங்கணம் கட்டிய பெருமை திருச்சி வானொலி நிலையத்திற்கு உண்டெனக் கூறலாம். தமிழ்ப் புத்தாண்டைக் கொண்டாடும் வகையில் திருச்சி வானொலி நிலையம் 13.04.1944 அன்று 'எழில்' என்ற தலைப்பில் ஒரு கவியரங்கத்தினை நடத்தியது. டி.கே. சிதம்பரநாத முதலியார் தலைமையில் ராய. சொக்கலிங்கம், எஸ்.டி.எஸ். யோகி, ந. பிச்சமூர்த்தி உள்படப் பல கவிஞர்கள் தந்த கவிதைகளை வானொலி நிலையப் பணியாளர்கள் அவையினராக அமர்ந்து கேட்டு மகிழ்ந்தனர். இன்றையக் கவியரங்குகளின் ஊற்றுக் கண்ணாக வானொலி நிலையங்கள் அமைந்திருந்தன.

காரைக்குடியில் 1938இல் தொடங்கப் பெற்ற கம்பன் கழகம் கவியரங்கை விசாலப்படுத்தியதெனக் கூறலாம். 1949இல் 'யாமறிந்த கம்பன்' என்ற தலைப்பில் தொடக்கம் பெற்ற கவியரங்கம் இன்று வரை ஆண்டுதோறும் தொடர்ந்து வருவதனைக் கம்பன் கழகச் சாதனையாக மட்டுமல்ல, கவியரங்கச் சாதனையாகவும் பெருமை பாராட்டலாம். 1971ஆம் ஆண்டு முதல் சென்னை மெரினா கடற்கரையில் வள்ளுவர் சிலைக்குப் பின்புறம் மாதந்தோறும் முதல் ஞாயிறு மாலை நடைபெற்று வரும் கடற்கரைக் கவியரங்கமும் குறிப்பிடுவதற்குரியது. தமிழகத்தில் செயல்பட்டு வந்த, இன்றும் செயல்பட்டு வருகிற நூற்றுக்கணக்கான இலக்கிய அமைப்புகள் தங்கள் நிகழ்வுகளின் முக்கிய அங்கமாகக் கவியரங்குகளை நடத்தியமையும், நடத்தி வருகின்றமையும் மக்கள் மத்தியில் கவியரங்கின் செல்வாக்கினைப் பறைசாற்றவல்லவையாகும். இதற்குச் சான்றாக 1950களில் மதுரை எழுத்தாளர் மன்றம் தாங்கள் நடத்திய கவியரங்குகளுக்கு நுழைவுக் கட்டணம் வசூலித்ததைக் குறிப்பிடலாம். கல்வி நிறுவனங்களிலும், அரசு விழாக்களிலும், அரசியல் மாநாடுகளிலும் கவியரங்குகள் குறிப்பிடத்தக்க இடத்தினைப் பெற்றிருப்பதையும் நம்மால் காண முடிகிறது.

கவியரங்கம் இன்றைக்கும் உரிய ஆளுமை பெற்றுத் திகழ்வதற்குக் காலத்திற்கேற்பக் கவியரங்க நோக்கும் போக்கும் மாறுதல் பெற்றுச் சிறப்பதைக் காரணமாகக் கூறிடலாம். மரபுக் கவிதைகள் ஆட்சி செய்து வந்த கவியரங்கங்களில் புதுக் கவிதைகளைப் புகுத்திய பெருமை 1970இல் கோவையில் தோன்றிய வானம்பாடி இயக்கத்திற்கும் உண்டு. காலம் தன்னைத் தானே புதுப்பித்துக் கொண்டே அன்றன்று புதுமையாக இருப்பதைப் போன்று கவியரங்கக் கவிதைகளும் தங்களைத் தாங்களே புதுப்பித்துக் கொண்டு பூத்துள்ளன என்பதனை மறுதலிக்க முடியாது. உயர்ந்தது, உன்னதமானது எனத் தேர்ந்தெடுக்கப்பட்ட கவிதைகளின் போக்கும் மாறியே வந்திருக்கிறது.

மீமெய்மையியம், முப்பரிமாணயியம், மனப்பதிவுஇயம், மனவெளிப்பாட்டியம் எனக் கவிதைகளின் போக்குகள் நவீனத்துவத்தை நோக்கி நகர்ந்து வந்துகொண்டே இருக்கின்றன. பாரதியாரிடம் வெளிப்பட்ட நவீனத்துவம் கு.ப. ராஜகோபாலன், ந. பிச்சமூர்த்தி போன்றோரால் வளர்த்தெடுக்கப்பட்டது. சமூகப் பிரக்ஞை இல்லாமல் கவிதை எழுதத் தொடங்குவதும் செத்த பிணத்தைக் கட்டி மகிழ்வதும் ஒன்றாகும் என்பதனை அக்னிபுத்திரன், மு. மேத்தா, சிற்பி, ஞானி, புவியரசு, முல்லை ஆதவன் போன்ற வானம்பாடிக் கவிஞர்கள் உரக்க உணர்த்தினார்கள். மரபில் திளைத்திருந்த கவிக்கோ அப்துல் ரகுமான், நா. காமராசு, மீரா, ஈரோடு தமிழன்பன் முதலானோர் புதுக்கவிதைக் குழந்தையைத் தங்கள் கரங்களில் எடுத்தபோது இலக்கியவுலகம் குதூகலத்தில் திளைத்தது. அதிலும் கவிக்கோ கவியரங்கம் ஏறிய பிறகு கவியரங்கச் சோலைகளில் புத்தம் புதிதான - புதுமையான - இதுவரை அனுபவித்திராத நறுமண மலர்க் கவிதைகள் நாளும் பிரவாகமெடுத்தன.

சடங்குகள், சம்பிரதாயங்கள், மரபுகள் என ஒரு வகையான கட்டுக்கோப்புக்குள் இருந்த கவியரங்கம் கவிக்கோ் வரவினால் தனது சோம்பல் முறித்துப் புது உற்சாகத்தைப் பெற்றது. அவரது வருகை, அமைதியால் மூடப்பெற்றிருந்த கவியரங்கத்தை ஆரவாரமிட்டு ஆர்ப்பரிக்க வைத்தது. அண்ணாவைப் பற்றிய கவியரங்குகளில் முதன் முதலாகப் புதுக்கவிதையைப் பூக்க வைத்த பெருமை கவிக்கோ அவர்களையே சாரும். கவிக்கோ எழுதிய 'மண்' என்ற முதல் வசன கவிதையை அண்ணா பன்முறை படிக்கச் சொல்லிக் கேட்டு மகிழ்ந்து பாராட்டியுள்ளார். 1967ல் மதுரையில் அண்ணாவின் முன்னிலையில் நடந்த 'கணக்கு' எனும் தலைப்பில் நடந்த கவியரங்கில் 'வகுத்தல்' குறித்துக் கவிதை படைத்து அண்ணாவின் பாராட்டைப் பெற்றவர் கவிக்கோ.

மதுரை எழுத்தாளர் மன்றக் கவியரங்கில் வகுத்தல் கணக்கைப் பாடிய கவிக்கோ, அப்போது சிறப்புரையாற்ற வந்திருந்த கலைஞர் அவர்களால் பாராட்டப்பட்டது மட்டுமல்ல; அதற்குப் பின் கலைஞரால் ஏற்பாடு செய்யப்பட்ட அண்ணா கவியரங்குகள் முதல் அனைத்துக் கவியரங்குகளிலும் கவிக்கோ அழைக்கப் பெற்றுச் சிறப்பிக்கவும் பட்டார். 'அப்துல் ரகுமான் என் சபையின் ஆஸ்தானக் கவிஞர்' எனவும் கலைஞரால் குறிப்பிடப்பட்டார். 1967இல் சென்னையில் நடைபெற்ற அண்ணா கவியரங்கில் கவிக்கோ அண்ணாவைக் குறித்து 'விழுகின்ற போதும் விதையைப் போல் விழுந்தவன் நீ' எனப் பாடியது கலைஞருக்கு மிகவும் பிடித்துவிட பலமுறை இதனைத் தனது பேச்சிலும் எழுத்திலும் எடுத்துக் கூறிப் பாராட்டியுமுள்ளார். கலைஞரும் கவிக்கோவும் இணைந்தது கவிதையால்! ஒருவரை ஒருவர் நேசித்துக் கொண்டதும் கவிதையால்! அதனால்தான் 'வெற்றி பல கண்டு நான் விருது பெற வரும்போது வெகுமானம் என்ன வேண்டுமெனக் கேட்டால் அப்துல் ரகுமானைத் தருக என்பேன்' என்றார் கலைஞர். அந்த வெகுமானத்திற்கு வெகுமானமாக அமைந்தது, அண்ணாவைப் பற்றிய 'விதைபோல் விழுந்தவன்' கவிதைத் தொகுதியை அடுத்து வந்த கலைஞரைப் பற்றிய 'முத்தமிழின் முகவரி' ஆகும்.

இயற்கைப் பொருட்கள் சங்கப் பாடல்களில் வெற்று வருணனை களாக அமையாமல் அகத்திணை மாந்தரின் அக உணர்வுகளைக் குறிப்பால் உணர்த்தும் குறியீடுகளாகவே அமைந்தமையைக் கவிக்கோ உள்வாங்கியவராக அந்தக் குறியீடுகளைத் தனது கவியரங்கக் கவிதை களில் இலகுவாக அமைத்துச் சாதனை படைத்தவர். இலக்கியத் தொன்மங்களைச் சிறப்பாகத் தமது கவிதைகளில் இயல்பாக வெளிவரச் செய்தவர் கவிக்கோ. சிலேடைகளால் கவியரங்க அவையினரைச் சிலிர்க்கச் செய்த பெருமைக்குரியவரும் கவிக்கோ ஆவார். 'இறந்ததால் பிறந்தவன்' கவியரங்கக் கவிதைகள் இவற்றுக்கெல்லாம் தக்க சாட்சிகளாக நிலைபெற்றுள்ளன.

பாரசீக மொழியின் கவிதை மரபு அழுத்தமாகத் தடம் பதித்திருக்கும் உருது மொழியின் பெரும்பான்மைப் படைப்புகளான கஜல், மஸ்னவி, கசாயித், ருபாயியாத் போன்றவற்றில் நீந்திச் சுகம் கண்டவர் கவிக்கோ. அதிலும் கஜல்களில் திமிறிய கவிதை வெறி அவரது நெஞ்சில் விஞ்சி நின்றது. அதனாலேயே கஜல் பூங்காவைத் தமிழில் உருவாக்கி அதன் புத்தம் புது வகையான பல்வகை மலர்களின் நறுமணத்தைத் தமிழர்கள் நுகர கவிக்கோ நெறிகாட்டியமை காலத்தை வென்று அவருக்கு நிலைத்த புகழ் தருவதில் ஒன்றாகும்.

உருது மொழியின் முஷாய்ராவைத் தமிழில் 'கவிராத்திரி'யாகத் தந்த பெருமை கவிக்கோவிற்கே உரியது. வாணியம்பாடியின் வானம்பாடிகளாகக் கவிஞர்கள் நாஞ்சில் ஆரிது, தி.மு. அப்துல் காதர், நை.மு. இக்பால் போன்ற எண்ணற்ற பெரும் கவிஞர் படை திகழக் கவியரங்க உலகில் முடிசூடா மன்னராக வலம் வந்தவர் கவிக்கோ. 'கவிதைகளை உருவாக்குவதைவிடக் கவிஞர்களையே உருவாக்குவது இனிமை மிகு செயல்' எனக் கருதியவர் கவிக்கோ. அதனால்தான் இன்றைய தினம் அவரது பட்டறையில் தீட்டப் பெற்ற பல வைரங் களை நம்மால் காண முடிகிறது. வாணியம்பாடியின் கவிராத்திரியில் அரங்கநாதன் எனும் மாணவன் பூத்திட்ட 'சுதந்திரம் இரவிலேதான் வாங்கினோம் - இன்னும் விடியவே இல்லை' என்ற கவிதை, உலகளவில் இன்றும் பேசப்பட கவிக்கோவே காரணமல்லவா!

புதுக்கவிதையை 'மகா உரை' என்ற பாப்லோ நெருடா, வால்ட் விட்மன், ஷேக்ஸ்பியர், எலியட் போன்ற மேலைநாட்டுக் கவிஞர் களை அகத்துள் நிறுத்திக் கொண்டவர் கவிக்கோ. சங்க இலக் கியங்கள், இதிகாசங்கள், புராணங்கள், நாட்டுப்புறக் கதைகள் அவருக்கு அத்துபடி. நஸ்ருல் இஸ்லாம், ஷைகு ஃபைஜி, நிஜாமி, ஃபரீதுத்தீன் அத்தார், இமாம் சாஅதி, உமர் கய்யாம், அல்லாமா இக்பால், மௌலானா ரூமி, ஹஸன் பஸ்ரீ, ஜுனைதுல் பகுதாதி, ராபியத்துல் பஸ்ரிய்யா முதலான கவிஞர்களும், சூஃபி ஞானிகளும் கவிக்கோவின் உள்ளத்தில் ஆழமாகத் தடம் பதித்தவர்கள். இவை அனைத்தும் உள்வாங்கப் பெற்றுக் கவிக்கோவின் ஆறாம் விரல் வழியே வெளிவந்தபோது இதுவரை உணர்ந்திடா இனிமை மிகு கவிதைக் கனி களைத் தமிழகம் சுவைத்தது. 'கவிதை ஓர் ஆராதனை'யில் இக்கனி களின் சாறு ததும்பக் காணலாம். அதனால் அவரால் 'கவியரங்கம் என்னை மாற்றியது; நான் கவியரங்கத்தை மாற்றினேன்' என்றும், 'கவியரங்கங்களே என்னை மக்களுக்கு அறிமுகப்படுத்தின; மக்களுக்கு நான் நல்ல கவிதையை அறிமுகப்படுத்தினேன்' என்றும் கூற முடிந்தது.

'பெரிய நூல்களை எழுதுவதைவிட ஒரு நல்ல படிமம் உருவாக்குவது உயர்வானது' என்று எஸ்ரா பவுண்ட் கூறுவார். 'அறிவும் உணர்வும் ஒருங்கே உள்ளடக்கப்பெற்ற மனஉணர்வைக் காட்சிப் படுத்துவது படிமம்' என்பதும் அவரது கருத்தாகும். படிமங்களைப் போகிற போக்கில் அள்ளித் தெளிப்பது கவிக்கோவிற்குக் கைவந்த கலை. தேவனிடத்திலிருந்த 'வார்த்தை' மாமிசமாகி இயேசு வடிவில் வந்ததை விவிலியத்தில் படித்திருக்கிறோம். கவிக்கோ 'என் மாமிசம் வார்த்தை ஆகிறது' என்று கூறியவர். அதனால்தான் சுயஞானத்தால் தறுகண்மை மிகுந்த அவரது வார்த்தைகள் பூமியின் எல்லைகளை

யெல்லாம் தாண்டிப் பிரபஞ்சத்தின் கூரையையே கிழித்துக் கொண்டு கிரகங்களுக்கெல்லாம் மேலாகச் செல்லுகின்ற சக்தி உடையனவாகத் திகழ்ந்தன. ‘ஐந்து, ஏழு, ஐந்து என்று அதன் மூன்று அடிகளுக்கான பதினேழு அசை வரையறையைக் கடைப்பிடிக்க வேண்டியதில்லை; புறவடிவத்திற்கு முக்கியத்துவம் கொடுக்காமல் அதன் உள்ளடக்கத் திற்கும் வெளிப்பாட்டு முறைக்கும் மட்டுமே முக்கியத்துவம் தருவோம்’ எனப் பரிந்துரைத்துத் தமிழில் ஹைகூ இயக்கத்திற்குத் தலைமை தாங்கும் சக்தியை அவரது வார்த்தைகள் பெற்றிருந்தன.

‘முதல் வரியிலேயே அவையைக் கவர்தல், கவியரங்கத் தலைப்புக்கும் கவியரங்கம் நடத்தும் இடத்திற்கும் காலத்திற்கும் பொருத்தம் காட்டுதல், கவியரங்கத் தலைப்புகளுக்கும் பாடும் கவிஞர் களுக்கும் பொருத்தம் காட்டுதல், மற்றவர்களின் தலைப்பைவிடத் தனது தலைப்பே உயர்ந்தது என நளினமாக வாதாடுதல், தலைப்பைப் பல்வேறு கோணங்களில் அணுகுதல், எதையும் சுவையாகச் சொல் லுதல், கூடிய வரை சோர்வு தட்டும் கருத்துகளைத் தவிர்த்தல் அல்லது அவற்றை மிகவும் சமத்காரமாகச் சொல்லுதல் என கவிக்கோ தனது கவியரங்கக் கவிதைகளுக்கு ஓர் இலக்கண அமைப்பைத் தனக்குத் தானே வகுத்துக் கொண்டதால் அவர் கலந்து கொண்ட யாவும் வெற்றிக் கவியரங்குகளாகத் திகழ்ந்தன. கவிதையின் சிறப்புக்காக ஊளைச் சதைகளை வெட்டிவிடும் வித்தை மிகத் தெரிந்தவர் கவிக்கோ. இதனைக் கவியரங்கக் கவிதைகளின் இரண்டாம் தொகுதியாக வந்த ‘ராப்பிச்சை’யில் நிறையவே நாம் காணலாம். புண்படுத்தப்பட்ட இதயங்களின் மரத்துப்போன கவலைகளுக்குக் கவிமருந்து தந்து ஆற்றிய மகா கவிஞர் கவிக்கோ என்பதற்கு அவரது கவியரங்கக் கவிதைகள் நிலைத்த சாட்சிகளாகும்.

பொய்மையை வெட்டிச் சாய்க்கிற, கயமையைக் கருவறுக்கிற அணையாத காட்டுத் தீயை, அகல விரிந்த பூமிப்பரப்பில் பொங்கும் எரிமலையை, புல்லாங்குழல் வார்த்தைகளில் புகுத்தித் தரும் வல்லமை பெற்றவர் கவிக்கோ. அவரது கவியரங்கக் கவிதைகள் போகிற போக்கில் ஏனோ தானோ எனப் பாடிவிட்டுப் போனவை அன்று; ஒவ்வொரு கவியரங்கக் கவிதையும் அவருக்கு ஒவ்வொரு பிரசவம்; பிரசவிப்பிற்கு முன்னால் சில நேரங்களில் சாந்தமாக, சில நேரங்களில் அமைதியில்லாமல், சில நேரங்களில் நடந்த வண்ணமாக, சில நேரங்களில் தியானத்தில் ஈடுபட்டவரைப் போல், துள்ளும் சுட்டு விரலோடு, கர்ப்பிணிப் பெண்ணின் பிரசவ வலியைப் பெற்றவராக அவர் இருந்த கோலத்தை நேரில் கண்டவர்களுள் நானும் ஒருவன். ஒரு கவிஞரின் கற்பனைத் திறத்தோடு உருவாக்கப்பட்ட வார்த்தைகளாக

அல்லாமல் பேரருளாளனும் பெருங்கருணைப் பேரன்பினனுமான ஏகனின் உவப்பில் திளைக்கும் ஒரு ஞானியின் வெளிப்பாடுகளாக அப்போது அவரது வார்த்தைகள் அமைவதைக் கண்டு மலைத்தும் போனவன் நான். ஆதார சக்தியை விழித்தெழச் செய்யும் சுயஞானப் பிரக்ஞையின் ஊற்றாக அவரது வார்த்தைகள் வெளிப்பட்ட காரணத்தால் தாம் அவரைச் சுகித்து வந்த காற்றைச் சுவாசித்தே தமிழகத்தில் கவிஞர்கள் ஆனவர்களின் எண்ணிக்கை மிக அதிகம். ஆடிக் கொண்டே இருந்த அவரது சுட்டுவிரலில் ஒரு மாயவித்தை இருந்தது. அந்த வித்தைதான் அவரது பள்ளியெழுச்சிப் பாடல்களைச் செவியோடு விடைகொடுத்துவிடாமல் ஆன்மாவின் ஆழத்திற்குள் ஊடுருவிச் செல்ல வைத்தது. கதவு முழுவதுமாகத் திறந்திருந்தும் சிறைக்குள் இருந்தவர்களை - வானில் பறப்பதாக எண்ணி வறண்ட பாலையில் திரிந்தவர்களை - அவரால் உணர்த்தி விடுதலை தர முனைந்தது.

ஆயிரக்கணக்கான ரோஜாத் தோட்டங்களை உருவாக்கிய ஒரு ரோஜாவாக - ஒரு பெரும் காட்டையே உருவாக்கும் ஒரு விதையாக - ஆயிரமாயிரம் விளக்குகளை ஒளியேற்றும் ஒரு விளக்காக - அண்ணன் கவிக்கோ தனித்துவம் பெற்றுக் கவி உலகில் வெற்றி உலா வந்தவர். அவரது கவியரங்கக் கவிதை நூல்களையெல்லாம் தொகுத்து ஒரே நூலாக "கவிக்கோ கவிதைகள்" (இரண்டாம் பாகம்) என்ற தலைப்பில் வெளிக்கொணர்ந்துள்ளார் அன்புச் சகோதரர் எஸ்.எஸ். ஷாஜஹான். இந்த அரிய பணியைத் தமிழ்கூறு நல்லுலகம் அரவணைத்து ஆதரித்து உரிய வகையில் வரவேற்றுப் பாராட்டும் என்பது திண்ணம். கவிதை உலகில் கவிக்கோவின் கவியரங்கக் கவிதைகளை ஒட்டு மொத்தமாக ஒரே தொகுப்பு நூலில் சுவைத்திடக் கிடைக்கச் செய்திருப்பது ஒரு சாதனையே ஆகும். அவ்வகையில் நேஷனல் பப்ளிஷர்ஸ் நிறுவனம் நன்றி பாராட்டுதலுக்குரியதாகும்.

வல்ல இறையோன் மறைந்த கவிக்கோ அவர்களுக்கு மறுமை சுவன நல்வாழ்வை நல்கியருள இறைஞ்சிடுவதும் நமது கடமை.

- சேமுமு. முகமதலி

27/53, நரசிம்மபுரம்
மயிலை, சென்னை-600 004
போன் : 9444165153

பதிப்புரை

தொகுப்புகள் வெளிவரும் காலமிது. ஒரு படைப்பாளியின் பரிணாமத்தையும், பரிமாணத்தையும் முழுமையாகக் காண இத்தகைய தொகுப்புகள் உதவும்.

புகழ்பெற்ற தமிழ்க் கவிஞர்கள் பலருடைய தொகுப்புகள் முழுமையாக வெளிவந்துள்ளன. கவிக்கோ அப்துல் ரகுமான் அவர்களுடைய கவிதை நூல்களின் தொகுப்பு வெளிவர வேண்டும் என்பது நேயர்களின் நெடுங்கால விருப்பம். அதை நிறைவேற்றும் வகையில் **'கவிக்கோ கவிதைகள்'** என்ற கவிதைத் தொகுப்பினை ஏற்கனவே வெளியிட்டுள்ளோம்.

அதில் கவிக்கோ அவர்களின் பால்வீதி, நேயர் விருப்பம், சுட்டு விரல், சொந்தச் சிறைகள், ஆலாபனை, பித்தன், மின்மினிகளால் ஒரு கடிதம், ரகசியப் பூ, பறவையின் பாதை, தேவகானம், கண்ணீர்த் துளிகளுக்கு முகவரி இல்லை ஆகிய 11 கவிதை நூல்கள் இடம் பெற்றுள்ளன. எஞ்சிய கவிதை நூல்களான முத்தமிழின் முகவரி, விதைபோல் விழுந்தவன், இறந்ததால் பிறந்தவன், ராப்பிச்சை, கவிதை ஓர் ஆராதனை ஆகிய 5 கவிதை நூல்களைத் தொகுத்து **''கவிக்கோ கவிதைகள் - இரண்டாம் பாகம்''** என்ற இந்நூலை வாசகர்களுக்கு

அளிக்கின்றோம். இதன் மூலம் கவிக்கோ அவர்களின் மொத்த கவிதை நூல்களும் இந்த இரண்டு தொகுதிகளில் இடம் பெற்றுள்ளன.

இதன் மூலம் கவிக்கோ அவர்களின் அவாவையும் நிறைவேற்றியுள்ளோம். மேலும் அவர்களது விருப்பமான, கட்டுரை நூல்கள் அனைத்தையும் தொகுத்து மூன்று தொகுதிகளாக வெளியிட உள்ளோம். இறைவன் நாடினால் அந்தத் தொகுப்புகள் விரைவில் வெளிவரும்.

கவிக்கோ அவர்களின் மறைவிற்குப் பிறகு வெளி வரும் முதல் தொகுப்பாகும் இந்த நூல்.

கவிக்கோ அவர்களின் அனைத்து நூல்களையும் வெளியிட்டு வரும் எங்களது 'நேஷனல் பப்ளிஷர்ஸ்' மூலம் இத்தொகுப்பை வெளியிட அனுமதி அளித்திட்ட கவிக்கோ அவர்களின் மகன் டாக்டர் ஷேக் அஷ்ரப், மகள் வஹிதா மற்றும் மருமகன் அயாஸ் பாஷா ஆகியோர்களுக்கு எங்களது நன்றியைத் தெரிவித்துக் கொள்கின்றோம்.

இந்நூலுக்கு மிகச் சிறந்த முறையில் அணிந்துரை வழங்கிய கவிக்கோ அவர்களின் பேரன்பைப் பெற்ற இஸ்லாமிய இலக்கியக் கழகத்தின் தலைவர், பேராசிரியர் முனைவர் சேமுமு. முகமதலி அவர்களுக்கும் எங்கள் நன்றிகள்.

இந்நூலுக்கு மிகச் சிறந்த முறையில் ஒளி அச்சு செய்த விக்னேஷ்வர் கிராபிக்ஸ் முரளி, முகப்பு அட்டை வடிவமைத்த ஓவியர் ஜாநி, மெய்ப்புத் திருத்திய இயல் இளங்கோ, சிறந்த முறையில் அச்சிட்டுத் தந்த நொவினோ ஆப்செட் பிரிண்டிங் கம்பெனி, அழகிய முறையில் கட்டுமானம் செய்து தந்த ஸ்ரீ வெங்கடேஸ்வரா பைண்டிங் ஆகியோர்களுக்கு எங்களது நெஞ்சார்ந்த நன்றிகள்.

சென்னை - 17 — **- எஸ்.எஸ். ஷாஜஹான்**
19.10.2018 — நேஷனல் பப்ளிஷர்ஸ்

உள்ளே...

★ விதைபோல் விழுந்தவன் 13

★ முத்தமிழின் முகவரி 79

★ இறந்ததால் பிறந்தவன் 163

★ ராப்பிச்சை 393

★ கவிதை ஓர் ஆராதனை 649

விதைபோல்
விழுந்தவன்
அப்துல் ரகுமான்

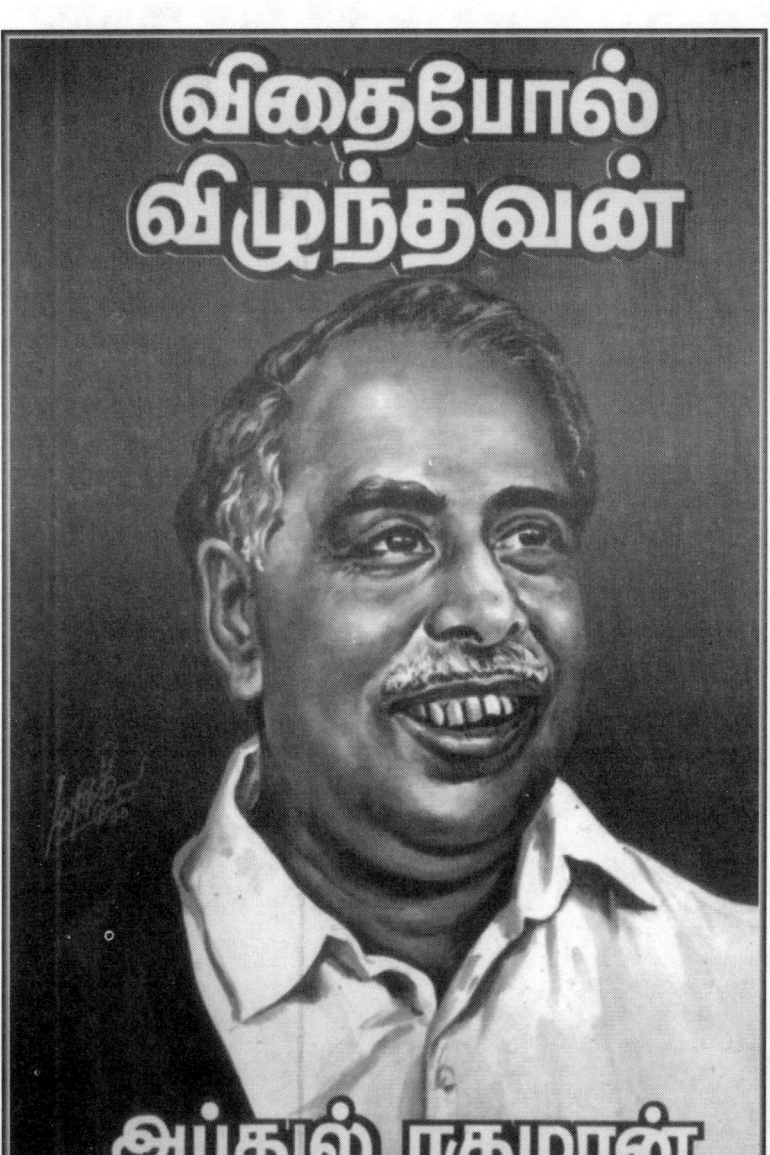

அணிந்துரை

மாண்புமிகு முதல்வர் கலைஞர்
மு. கருணாநிதி

கவிக்கோ அப்துல் ரகுமான் அவர்களை அறியாத தமிழர்கள் இருக்க முடியாது. மேடைகளில், கவியரங்கு களில், வானொலியில், தொலைக்காட்சிகளில் அடிக்கடி அவரது கவிக்குறள் ஒலித்துக் கொண்டேயிருக்கிறது. என் தலைமையில் நடைபெறும் கவியரங்குகள் எதுவும் அப்துல் ரகுமான் பங்கு பெறாமல் நடந்ததில்லை. சொற்சித்திரங்கள் அற்புதமாக வரையக் கூடியவர். வார்த்தைகளின் சித்து விளையாட்டு என்பது அவர் கடுந்தவம் இயற்றாமலே தமிழன்னை அவருக்கு வழங்கியுள்ள வரம். கவியரங்கு களில் அவர் கம்பீரமாக நின்று கொண்டு கண முரசு முழங் குவது போலவும், மங்கல முரசு ஆர்த்திடுவது போலவும் கவிதை மணியாரம் கோத்திடும்போது அவையின் ஆரவாரம் அலை கடலாகும்.

அவர் தொட்டெழுதாத பொருள் இல்லை என்கிற அளவுக்கு அத்துணை கவிதைகளை, கதராடைகளாக, கைத்தறி ஆடைகளாக, அதுவும் கண் கவரும் கவினுறு பட்டாடை களாக நெசவு செய்து கொடுத்து மனிதரின் மானங்காக்கும் தேவையை நிறைவு செய்து வருகிற நிறைகுடக் கவியரசர் அவர்.

பத்துபேர் பதினைந்து பேர் என்று கூடியமர்ந்து கவியரங்கங்கள் நடத்திய நிலை மாற்றி - என் தலைமையில் அப்துல் ரகுமான் போன்றவர்கள் கலந்துகொண்ட கவியரங்குகள் ஆயிரக்கணக்கான மக்கள் மத்தியில் நடக்கத்

தொடங்கிய அந்தக் காலகட்டத்தை, வரலாறு தன் கண்களை விரித்துப் பார்த்துக் கொண்டுதானிருக்கிறது.

எண்ணற்ற தலைப்புகளில் கவியரங்குகள் நடை பெற்றுள்ளன எனினும் அவற்றில் அண்ணா பற்றிய கவியரங்குகள் என்றாலே அவற்றுக்கு ஒரு தனிக் கவர்ச்சி உண்டு.

அந்தக் கவியரங்கில்தான் "விதைபோல் விழுந்தவன்" என்ற சொற்றொடரைப் பயன்படுத்தி என்னை மயக்கத்தில் ஆழ்த்தினார் ரகுமான்!

அண்ணா மறைந்த துக்கத்தையே ஒரு மின்னலடிக்கும் நேரம் ஒதுக்கி வைத்துவிட்டு - "விதைபோல் விழுந்தவன்" எனும் கவிக்கோவின் சொற்களிலே சொக்கிப் போயிருக்கிறேன் நான்.

அந்தச் சொல்லாரத்தையே தலைப்பாகக் கொண்டு எனக்கினியவரான அப்துல் ரகுமானின் மணி விழாவின் போது இந்நூல் வெளிவருவது கண்டு பெரிதும் மகிழ்கிறேன். மணி விழா நாயகனை மனம் குளிர வாழ்த்துகிறேன்.

அன்புள்ள,

முன்னுரை

தமிழ் இலக்கிய வரலாற்றில் 'அண்ணா கவியரங்க'த்திற்குத் தனி இடம் உண்டு.

கவியரங்கம் தமிழகத்திற்குப் புதியதல்ல என்றாலும் இலட்சக் கணக்கில் மக்கள் கூடிச் சுவைத்த பெருமை 'அண்ணா கவியரங்க'த் திற்கு மட்டுமே உரியது.

உலகில் வேறு எந்தக் கவியரங்கத்திற்கும் இவ்வளவு பெரிய அவை கிடைத்ததில்லை.

அரசியல் கேட்க வந்தவர்களைக் கவிதைச் சுவைஞர்களாக ஆக்கியதும் 'அண்ணா கவியரங்கம்' தான்.

எனக்குத் தெரிந்து, உலகில் எந்த ஓர் அரசியல் தலைவருக்கும் அவருடைய பிறந்த நாள் விழாவில் கவியாரம் சூட்டும் அழகிய நடைமுறை இருந்ததில்லை.

'அண்ணா கவியரங்க'க் கவிதைகள் ஒரு புதிய சிற்றிலக்கிய வகையாகவே மலர்ந்திருக்கின்றன.

'அண்ணா கவியரங்க'த்தின் இந்த இலக்கியச் சாதனைக்குக் கழகத்தின் இலக்கிய ஈடுபாடு ஒரு காரணம் என்றாலும், இந்தக் கவி யரங்கத்தின் பெருமைக்கும் வெற்றிக்கும் பெரிதும் காரணமாக இருந் தவர் மாண்புமிகு முதல்வர், முத்தமிழறி அறிஞர் கலைஞர் அவர்களே.

அண்ணாவின் மீது அவர் கொண்டிருக்கும் அளவிட முடியாத அன்பும், அவருடைய கவிதை ஆர்வமுமே இந்தச் சாதனையை நிகழ்த்திக் காட்டின.

கலைஞரின் புகழ் மகுடத்தில் இது மற்றுமொரு மாணிக்கம்.

என் கவிதை வரலாற்றிலும் 'அண்ணா கவியரங்க'த்திற்கு ஒரு தனி இடம் உண்டு.

ஏற்கனவே நான் பல கவியரங்கங்களில் கலந்து கொண்டிருக்கிறேன் என்றாலும் 'அண்ணா கவியரங்கம்' மூலம்தான் நான் நாடறிந்த கவிஞன் ஆனேன்.

பம்பாயில் நடந்த (8.12.68) 'பாரதிதாசன் கவியரங்க'த்தில்,

குடமிட்ட தீபம் இவர்
இனிமேல்
குன்றிலிட்ட தீபம்தான்

என்று கலைஞர் பாடினார். அந்தத் தீர்க்கதரிசனம் உண்மையாகி விட்டது.

கலைஞருக்கும் எனக்கும் இடையே கலையாத நட்பும் உறவும் ஏற்பட்டதற்கும் 'அண்ணா கவியரங்கம்'தான் காரணம்.

முதல் 'அண்ணா கவியரங்கம்' 17.9.67 அன்று சென்னை தர்மப்பிரகாஷ் அரங்கில் நிகழ்ந்தது.

அந்தக் கவியரங்கத்தில் கலந்து கொள்ள கலைஞர் எனக்கு அழைப்பு விடுத்திருந்தார்.

அந்தக் கவியரங்கத்தில், அண்ணாவைப் பற்றி,

அழுகின்ற போதும்
மேகம்போல் அழுதவன்நீ
விழுகின்ற போதும்
விதையைப் போல் விழுந்தவன்நீ

என்று பாடினேன்.

'விதையைப் போல் விழுந்தவன்' என்ற என் சிந்தனை கலைஞரை மிகவும் கவர்ந்துவிட்டது. இதை அவருடைய பேச்சிலும், எழுத்திலும் பலமுறை பாராட்டியிருக்கிறார்.

இந்தச் சிந்தனை மூலமாகவே கலைஞருடைய இதயத்தில் நான் விதையைப் போல் விழுந்துவிட்டேன்.

அந்த விதை இன்று ஆலமரமாகி உயர்ந்து விரிந்து விழுதூன்றி நிற்கிறது.

இந்தச் சிந்தனையைப் பின்னர் பலர் பல்வேறு வகையில் எடுத்துக் கையாண்டுள்ளனர்.

புகழ் பெற்ற இந்தத் தொடரையே இந்நூலுக்குத் தலைப்பாக்கி விட்டேன்.

மாணவப் பருவத்திலிருந்தே அண்ணாவின் மீதும், திராவிட முன்னேற்றக் கழகக் கொள்கைகளின் மீதும் எனக்கு ஈடுபாடு உண்டு.

அண்ணாவின் எழுத்தும் பேச்சும் என்னைச் செதுக்கியிருக்கின்றன.

என் தந்தை சையத் அஹமத் (மஹதி) அண்ணாவின் நண்பர். அவர் காஞ்சிபுரத்தில் பணி புரிந்தபோது அண்ணாவின் 'திராவிட நாடு' ஏட்டுப் பணிகளில் உதவியிருக்கிறார்.

நான் சிறு பிள்ளையாக இருந்தபோது அண்ணா என்னைத் தன் மடியில் வைத்துக் கொஞ்சியதாக என் தந்தை சொல்லக் கேட்டுப் புளகாங்கிதம் அடைந்திருக்கிறேன்.

'மண்' என்ற என் முதல் வசன கவிதையை அண்ணா பல முறை திரும்பத் திரும்பப் படிக்கச் சொல்லிக் கேட்டு மகிழ்ந்து பாராட்டி யிருக்கிறார்.

அண்ணாவின் முன்னிலையிலேயே கவிதை படிக்கும் பேறும் எனக்குக் கிடைத்தது. மதுரையில் நிகழ்ந்த 'கணக்கு'க் கவியரங்கத்தில் நான் படித்த 'வகுத்தல்' கவிதையைக் கேட்டு அண்ணா என்னைப் பாராட்டினார்.

தமிழகம் எங்கும் நிகழ்ந்த 'அண்ணா கவியரங்கம்' அனைத்திலும் நான் கலந்து கொண்டிருக்கிறேன்.

இந்தக் கவியரங்கங்கள் பெரும்பாலும் கலைஞர் தலைமை யிலேயே நிகழ்ந்தன. முத்தமிழ்க் காவலர் கி.ஆ.பெ. விசுவநாதம், கவியரசு கண்ணதாசன், உவமைக் கவிஞர் சுரதா, பாவலர் முத்துச்சாமி ஆகியோரும் அவ்வப்போது தலைமை ஏற்றதுண்டு. ஒன்றிரண்டு கவியரங்கங்கள் என் தலைமையில் நிகழ்ந்தன.

'அண்ணா கவியரங்க'ங்களில் நான் அரங்கேற்றிய கவிதை களையும், அவ்வப்போது வெளிவந்த அண்ணா மலர்கள், 'முரசொலி' அண்ணா மலர்கள் ஆகியவற்றில் வெளிவந்த என் கவிதைகளையும் இப்போது ஒரு நூலாகத் தொகுத்துத் தந்திருக்கிறேன்.

நூலாகத் தொகுத்தபோது என் கவிதைகளில் பல வரிகளை நீக்கிவிட்டேன். சில வரிகளைத் திருத்திச் செப்பனிட்டிருக்கிறேன். சில வரிகளைப் புதிதாக எழுதிச் சேர்த்திருக்கிறேன்.

'முகம் மழித்த உவமைகள்', 'அண்ணன் எங்கள் கண்ணன்', 'உன்னைக் கல்லாக்கினோம்' ஆகிய கவிதைகளை இந்தத் தொகுதிக் காகப் புதிதாக எழுதிச் சேர்த்திருக்கிறேன்.

பல்வேறு தலைப்புகளில் அரங்கேற்றப்பட்ட என் கவிதைகளை வரலாற்று வரிசையில் தொகுத்தால் நன்றாக இருக்கும் என்ற எண்ணம் தோன்றியது. அப்படியே தொகுத்தேன். இதற்காக ஏற்கெனவே இருந்த இடங்களிலிருந்து பல வரிகளை அவற்றிற்குரிய பொருத்தமான இடங்களில் மாற்றி வைத்திருக்கிறேன்.

இப்படி வகுத்துத் தொகுத்ததால் கவியரங்கத்தில் தரப்பட்ட தலைப்புகளைத் தராமல் புதிய தலைப்புகளைச் சூட்டியிருக்கிறேன்.

கவிதைகள் அரங்கேறிய காலம், இடம் பற்றிய குறிப்புகள் நூலின் இறுதியில் தரப்பட்டிருக்கின்றன.

O

வரலாற்று வரிசையில் கவிதைகளைத் தொகுத்துப் பார்த்தபோது இந்நூல் ஒரு நவீன சிறு காவியமாக உருப்பெற்றிருப்பதைக் கண்டேன். இது எனக்கு மகிழ்ச்சியை அளித்தது.

'அண்ணா கவியரங்க'ங்களில் நான்தான் புதுக்கவிதையை முதன் முதலாக அரங்கேற்றினேன்.

'அண்ணா பேச்சாளர்' என்ற தலைப்பில் நான் அரங்கேற்றிய புதுக்கவிதையை (இந்தத் தொகுப்பில் இந்தக் கவிதை 'ஊமைகளின் நாவு' என்ற தலைப்பில் இடம் பெற்றுள்ளது) கேட்ட போதுதான், அந்த அரங்கத்தின் தலைமை ஏற்றிருந்த கவியரசு கண்ணதாசன்,

'நான் கலீல் ஜிப்ரானைப் படிக்கும்
போதெல்லாம் தமிழில் இப்படி
எழுத யாருமில்லையே என்று
ஏங்குவேன். அந்த ஏக்கம்
இப்போது இல்லை. இதோ!
அப்துல் ரகுமான் வந்து விட்டார்.
இவருடைய கவிதைகளை
ஆங்கிலத்தில் மொழி பெயர்த்து
வெளியிட்டால், 'யார் இந்தக்

கவிஞன்?' என்று உலகம்
நிச்சயம் விசாரிக்கும்.'

என்று மனம் நெகிழ்ந்து பாராட்டினார்.

இந்த நூலில் மரபுக் கவிதையும், புதுக் கவிதையும் காதலோடு கலந்திருப்பதைக் காணலாம். அந்த வகையில் இது ஒரு புதிய ‘கலம்பகம்’.

மரபுக் கவிதை விரும்பிகளுக்கு ஒரு மகிழ்ச்சியான செய்தி. இதில் உள்ள புதுக் கவிதைகளைக் கூட ஔவையாரின் ‘சிறிய கட்பெறினே’ என்ற புறநானூற்றுக் கவிதையைப் போல் ‘இருசீர் அடியும் முச்சீரடியும் இடையிடை வந்த இணைக்குறள் ஆசிரியப்பா’வாகவே எழுதியிருக்கிறேன். ஆனால் அழுத்தத்திற்காக (Stress) அடிகளைப் பிரித்து அமைத்திருக்கிறேன். யாப்பறிந்தோர் பிரித்துப் படித்துக் கொள்ளலாம்.

‘கடலானவன்’ என்ற கவிதை சிற்றிலக்கிய பாணியில் புனையப்பட்டது. இதில் மரபுக் கவிதை அழகுகளில் ஒன்றான சிலேடையை அவசியம் கருதிப் பயன்படுத்தியிருக்கிறேன்.

மேடைக்காக எழுதப்பட்ட கவிதைகள் ஆதலின் அதற்கான ‘சொற்பொழிவுச் சந்த’த்தில் எழுதியிருக்கிறேன். எனவே இவற்றை வாய்விட்டு உரக்கப் படியுங்கள். அப்போதுதான் கவிதைகளின் வீரியமும், ஓசை நயமும் வெளிப்படும்.

○

இது வெறும் அரசியல் காவியம் அல்ல; ஒரு குறிப்பிட்ட காலகட்டத்தின் சமூகப் பண்பாட்டுச் சரித்திரம்; ஓர் இனத்தின் எழுச்சி வரலாறு.

இந்நூலில் உள்ள ஒரு கவிதையில் குறிப்பிட்டிருப்பதுபோல் என் காலத்தில் வாழ்ந்த ஒரு வரலாற்று நாயகனுக்கு இந்தக் காவியத்தின் மூலம் ‘சலவைச் சொற்களால் ஒரு தாஜ்மகால்’ கட்டியிருக்கிறேன்.

மாண்புமிகு முதல்வர் கலைஞர் அவர்கள், காவிய மாளிகைக் கோர் தோரண வாயிலைப் போல் இந்நூலுக்கு அழகிய அணிந்துரை அளித்திருக்கிறார். அவருக்கு நன்றி சொல்ல வார்த்தை இல்லை.

- அப்துல் ரகுமான்

அரசியலில் ஓர் அதிசயம்

அண்ணா!
அரசியலில் நீயோர்
அதிசயம்.

கூவத்தில் மலர்ந்த
குங்குமத் தாமரை.

சந்தையில் ஒலித்த
சங்கீதம்.

ஒரு
ரத்த நதிக் கரைக்குப்
பூ விதைகளோடு
வந்தவன் நீ.

நீயோர் இசைத்தட்டு;
ஊசிகள் உன்னைக்
கீறிய போதும்
இசை பாடியவன் நீ.

நீ
பாம்பின் பல்லிலும்
பாலைக் கறந்தாய்;
வேம்பின் கிளையிலும்
தேன்கூடு கட்டினாய்.

வசந்தமாக நீ
வந்த போது
கொடிமரக் காட்டிலும்
பூக்கள் மலர்ந்தன.

பொன் பிறப்பால் வளம் பிறக்கும்
மின் பிறப்பால் மழை பிறக்கும்
உன் பிறப்பால் நாம் பிறந்தோம்.

இறந்த காலத்தை
எழுத்தினால் எழுப்பினாய்;
நிகழ் காலத்தின்
நிசங்களைப் படம் பிடித்தாய்;
வருங்காலப் பூக்களுக்கு
வார்த்தை விதை தூவினாய்;
மூன்று வகைக் காலத்தை
முடிச்சிட்டு வைத்திருந்த
வினைத் தொகை நீ!

காற்றில் அலைக்கழியும்
காகிதமாய் நாமிருந்தோம்
நீதான் எங்களைப்
பட்டமாய்ப் பறக்கவிட்டாய்.

அண்ணா!
உன் பெயரிலேயே நீ
உறவுகொண்டு வந்தாய்.

அதை
உச்சரித்தவர்கள் உன்
உடன் பிறப்பாய் ஆயினர்.

இடுகுறிப் பேரை நீ
காரணப்பேர் ஆக்கினாய்.
உன்னைப்
பேர்சொல்லி அழைத்தோம்.
எங்கள்
மரியாதை கூடியது.

ஏடுபல படித்து நீ
அறிஞன் ஆனாய்.
உன்னைப் படித்து நாம்
அறிஞர்கள் ஆகிவிட்டோம்.

அழுகின்ற போதும்
மேகம்போல் அழுதவன் நீ!
விழுகின்ற போதும்
விதையைப் போல் விழுந்தவன் நீ!

காஞ்சிப் புதினம்

புராதனக் காஞ்சிக்குப்
புராணமுண்டு; நீயோ
புதிய காஞ்சியைப்
புதினமாய் எழுதவந்தாய்.

எங்களுக்கும்
புகழ்படைத்த காஞ்சி
புனித இடமாயிற்று;
நிலா, இரவில் பிறந்ததுபோல்
நீ பிறந்த காரணத்தால்.

காஞ்சித் திணையென்றால்
நிலையாமை என்றது
புறப் பொருள் இலக்கணம்.

காஞ்சித் துரை நீயோ
காஞ்சிதான் நிலைக்குமென்று
காட்டினாய்.

புரட்சிசெய்ய வந்த
புதியவனே! புறத்தில்
'காஞ்சி' என்றால் இறப்பு;
உனக்கோ அது பிறப்பு.

ஆம்
இறப்பிலே உனக்குப்
பிறப்பு!

நங்கையர் அணியும்
நகைகளிலே 'காஞ்சி'யென்றால்
உடுக்கை இடையிலுள்ள
உடுக்கை குலையாமல்
தடுக்கின்ற நகை என்பார்.
அதுவோ, உன்னால்
தமிழகத்தின் இடைவுடையைக்
காக்கும் நகை ஆயிற்று.

காயாமல் கனிந்தவன் நீ.
காஞ்சியிலே பிறந்தாலும்
காஞ்சிரங்காய் காய்க்காத

கனிமரம் நீ; தோப்பான
தனிமரம் நீ.

மதப்பித்துக் கொண்டவரை
மாற்றினாய்; காஞ்சியைப்
புதுப்பித்து அறிவுக்கோர்
புதுக்கோயில் எழுப்பினாய்.

எரிமலையில் ஓர் ஈரநீர் அருவி

ஈரோட்டில் உதித்ததோ
எரிக்கின்ற சூரியன்;
நீயோ, அதன்
சுடர் நெருப்பை வாங்கிச்
சூடாற்றிக்
குளிர் ஒளியாய் மாற்றிக்
கொடுத்த நிலா.

பெரியாரோ காட்டுத்தீ;
நீயோ அந்தத்
தீயினில் ஏற்றிய
திரு விளக்கு.

அதிசயம்தான்;
ஓர் எரிமலையில்
ஈரநீர் அருவி
எப்படிப் பிறந்தது?

கரடு முரடான
முள் தோலுக்குள்
கனிந்த பலாச் சுளை நீ.

முகத்தையும்
முகவரியையும்
தொலைத்த தமிழன்
மூட நம்பிக்கைகளில்
உறங்கிக் கொண்டிருந்தான்.
அவனைத்
தட்டி எழுப்பினார்
தந்தை; தனயனோ

'வெட்டிவா! பகையை' என
வீரவாள் அவன் கையில்
கொடுத்து வரலாற்றின்
கொள்கைப் போர் தொடங்கிவைத்தான்.

விழியிலிருந்து
நீர்த் துளியாய்
வெளியேறி வந்தோம்;
அண்ணா! நீ அந்தக்
'கண்ணீர்த் துளி'களை
மகாநதி ஆக்கினாய்

அவர் ஒரு கரை
நீ யொரு கரை
நடுவிலே, வற்றாத
நதியாக நாம்நடந்தோம்.

சூரியனைப் பெற்றவன்

ஆங்கிலேயன் அன்று
'எங்கள் அரசில்
என்றும் சூரியன்
மறைவதே இல்லை' என
மார்தட்டிக் கொண்டான்.

நீயோ, நமக்காகப்
புதிய சூரியனைக்
கொண்டு வந்தாய்; அதுவோ
உதய சூரியன்; அது
மதிய சூரியனாய்
எரிப்பதுமில்லை;
முதிய சூரியனாய்
முடிவதுமில்லை.

எங்கள்
விடியலுக்காய் வந்த அதன்
வேதியல் வெளிச்சத்தில்
கூம்பிய மனங்கள் மலர்ந்தன;
சோம்பிய சிறகுகள் துடித்தன;
சாம்பிய இமைகள் திறந்தன.

நீயோர் அதிசயம்
நிகழ்த்தினாய்
கூவலால், உதய
சூரியனை வரவழைத்த
சேவல் நீ!
சிந்தூரச் சூரியனால்
செந்தாமரை மலரும்;
நீயோ, உன் நாவென்ற
ஒற்றையிதழ்த் தாமரையால்
சூரியனை மலரவைத்தாய்!

கிழக்காக நீ இருந்தாய்;
கிழட்டு இருட்டோடு
வழக்காடும் சூரியன் உன்
மடியிலே வந்துதித்தான்.

உன்
உதய சூரியன்
உலா வந்த போது
இதயங்கள் சூரிய
காந்திப்பூ ஆயின.

உன் கொடி பறக்கிறது

வைகறைப் பொழுதில்
மேலே
அடக்கிய இரவின் கறுப்பும்
கீழே
கோபத்தோடு எழுகின்ற
சூரிய ஒளியின் சிவப்புமாய்
வானத்தில்
உன் கொடி ஏறுகிறது.

ஒடுக்கி வைத்திருந்த
இருளை
புரட்சி நெருப்பு
எரிக்கிறது.

இருட்டுக்கு
அபாய அறிவிப்பு.

இருட்டை எதிர்க்கும்
எங்கள் போரில்
சிவப்பு ரத்தம்
சிந்துகிறது.

கிழக்குக் கிளையில்
எங்கள்
வசந்தத்தை அறிவிக்கும்
இரு வண்ணப் பூ
மலருகிறது.

★

இரு வண்ணக் கொடி
எங்கள்
கண்ணீர் துடைக்க
நீ தந்த கைக்குட்டை.

எங்கள்
காயங்களுக்குக்
கட்டுப் போட
நீ தந்த காரச் சீலை.

எங்கள்
இன மானம் காக்க
நீ தந்த ஆடை.

முகம் மழித்த உவமைகள்

அண்ணா! உனக்கான
அழகிய உவமைகளைத்
தயாரிக்கிறேன்;

படிய வாரிய உவமைகள்,
முகம் மழித்த உவமைகள்,
சலவை உடுத்திய உவமைகள்.

திடீரென்று நீ
தோன்றுகிறாய்.

கலைந்த முடி,
மழிக்காத முகம்,
கசங்கிய சட்டை.

என் உவமைகள்
அவமானத்தால்
தலை குனிகின்றன.

தமிழின் இமைகள்

மண்ணுக்கும் பெண்ணுக்கும்
பொன்னுக்கும் போர் தொடுப்பார்.
போர்களின் வேர்கள்
இவையன்றி வேறென்ன?

மொழிக்காகப் போர்தொடுத்த
முதல் வீரன் நீ அண்ணா!

இத்தகைய புதுப் போரை
எந்தச் சரித்திரமும்
இதுவரையில் கண்டதில்லை.

அண்ணா! உன்னால்தான்
நாம் தெரிந்துகொண்டோம்.

மொழி என்பது வெறும்
காகிதத்தின் முகத்தில்
எழுதும் வரி அல்ல;
அது ஒரு
சமூகத்தின் முகவரி!

மொழி என்பது
வெறும் சப்தக் காற்று அல்ல;
அது ஒரு
பண்பாட்டின் மூச்சு!

மொழி என்பது வெறும்
அர்த்தங்களின் ஆடை அல்ல;
அது ஓர்
இனத்தின் மான ஆடை!

விழியிழந்தவன்
காட்சியைத்தான் இழக்கின்றான்.
வழியிழந்தவன்
வீட்டைத்தான் இழக்கின்றான்
மொழியிழந்தவனோ தன்
முகத்தையே இழந்துவிடுகிறான்.

தாய்மொழி என்பது
வெறும் சத்தமல்ல;
அது
சத்த வடிவான
தாயின் ரத்தம்!

என்மொழி எனக்கிருக்க
உன்மொழியால் பேசு! என
உரைப்பவனே!
உனக்குத் தெரியாதா?
மொழி என்பது விழி!
உன் விழியால்
நான் எப்படிப் பார்க்க முடியும்?

செப்பு மொழி
பதினெட்டுடையாள் எனில்
சிந்தனை ஒன்றுடையாள் என்ற
பாரதி பாட்டை
செப்பு மொழி
ஒன்றுடையாள் என்று
நீ திருத்தினால்
சிந்தனை
பலவுடையாள் என்று
நாம் திருத்திக் கொள்வோம்.

தேசிய மொழி என்பதென்ன?
தேசிய விலங்குதானே!
வெள்ளையனிடமிருந்து
விடுதலை பெற்றது
உன்னிடம்
அடிமை ஆகவா? என்று
நெருப்புக் குரலில்
நீ கேட்டாய்.

அன்று
அகரமாய் நின்றவனின்
ஆணையை ஏற்றுப்
போர்க் களம் நோக்கிப்
புறப்பட்ட மறவர்களே!
புகழ்மிக்க வரலாற்றின்
பொன்னெழுத்துக்கள் நீங்கள்.

அன்று நீங்கள்
பாடசாலைகளை விட்டு
வெளியே வந்தீர்கள்;
அப்போதுதான் நீங்கள்
பாடம் ஆனீர்கள்.

அந்த
யுத்தத்தில் நீங்கள் உங்கள்
ரத்தத்தைச் சொரிந்தீர்கள்;
அப்போதுதான்
வாடிய தமிழ்ப் பயிருக்குப்
பாசனம் கிடைத்தது.

அன்று
சிறையில் அடைபட்டீர்கள்;
அப்போதுதான்
சுதந்திரம் உங்களுக்கு
சுயம்வர மாலை
சூட்டியது.

அன்று
இறந்து விழுந்தீர்கள்;
அப்போதுதான் நீங்கள்
உயிர்பெற்றெழுந்தீர்கள்.

அன்று
தேகங்களையே
திரிகளாக்கி
தீபங்களாக எரிந்தீர்கள்;
அப்போதுதான்
தமிழன்னை ஆலயத்தில்
தீபாராதனை நடந்தது.

மெழுகுத் திரிகூட
எரியும்போது
கண்ணீர் வடிக்கும்.
நீங்களோ
சிரித்துக் கொண்டல்லவா
எரிந்தீர்கள்!

தமிழின் இமைகளே!
உங்களை என்
கண்ணீரால்
கௌரவிக்கிறேன்.

திரியாசனத்தில் ஒரு சுடர்

திரியாசனத்தில் ஒரு
சுடர் வந்து அமர்ந்ததுபோல்
அரியாசனத்தில் நீ
அமர்ந்தாய்! ஒளிபெற்றோம்.

காதலித்தவனையே
கரம்பிடித்த பெண்ணைப்போல்
அன்றைக்கு நாம் மகிழ்ந்தோம்;
அந்நாள் திருமணநாள்.

பாட்டைப்போல் இனிப்பவனே!
பட்டாபி ஷேகம் அன்று
உனக்கல்ல; எங்கள்
உயிரான தமிழுக்கு.

நீ மகுடம் புனைந்தாயா?
இல்லை; அன்று அந்தப்
பதவி உனை மகுடமாய்ப்
புனைந்து கொண்டது.

ஆட்சியிலே நீ அமர்ந்த
அந்நாள்தான் நாங்களும்
இந்நாட்டு மன்னரெனும்
எண்ணமே உதித்தது.

முதலமைச்சராக
முன்னால் பலரிருந்தார்;

ஆனாலும்
முதன்முதலாய்த் 'தமிழ்நாட்'டின்
முதலமைச்சன் ஆனவன் நீ!

முன்னால் இருந்தவர்நம்
'முத'லை விழுங்கியவர்;
நீயோ நம்
'முத'லாக இருந்ததால்
முதலமைச்சன் நீதான்.

முதுகெலும்பு வணங்கியே
முறிந்த தமிழனுக்கு
முதலுதவி செய்த
முதலமைச்சன் நீதான்.

தேசியம் என்று
பேசிஎம் நலம்கெடுத்தார்;
கூசிஎம் உரிமைகளைக்
கொண்டுபோய் அடகுவைத்தார்.

'அங்கங்களில்
சில பெருத்தும்
சில சிறுத்தும் இருந்தால்,
பெண்ணின்
தேகத்திற்கது
அழகாயிருக்கலாம்;
தேசத்திற்கது
அழகாயிருக்காது.

வடக்கு நன்றாக
வாழ்வதற்கு எங்கள்
தெற்கை நீங்கள்
தேய்த்தால் விடமாட்டேன்'
என்று
முதலில் முழங்கிய
முதலமைச்சன் நீதான்.

'ஏழைகளின் இடுப்பில்
அரைக்கம்பக் கொடிகளாய்க்
கந்தல் கோவணம்
பறக்கின்ற தென்றால்

தேசத்தின் மானம்
செத்துவிட்ட தென்றுபொருள்.

கம்பங்களுக்காகத்
துணிநெய்யும் கையை விட
மனிதர்களுக்காக
உடை நெய்யும் கையையே
நான் மதிப்பேன்' என்று
மக்கள் நலத்தை
முதன்முதலாய் இந்நாட்டில்
முதன்மைப் படுத்திய
முதலமைச்சன் நீதான்.

'கோயில் உண்டியலில்
கொட்டுகின்ற ஆளை விடப்
பசித்த வயிற்றில்
பருக்கைகளைப் போடுபவன்
எவனோ அவனே
மிகவுயர்ந்த பக்தன்' என்று
ஏழைகளின் வயிற்றில்
எரிகின்ற நெருப்பை
முதன்முதலாய் அணைக்கவந்த
முதலமைச்சன் நீதான்.

'ஆண்டவன் படியளப்பான்'
என்றே பலகாலம்
ஏழைகளை ஏமாற்றும்
எத்தர்களே!
ஆள்வோ ன்ல்லவா
படியளக்க வேண்டுமென்று
முதன்முதலாய்ப் படியளந்த
முதலமைச்சன் நீதான்.

சன்மானப் பதவியென்றால்
தன்மானம் அடகுவைக்கத்
தயங்காத மனிதரிடைப்
'பதவி எனக்குத்
தோளில் போடும் துண்டு;
கொள்கை எனக்கு
இடுப்பில் கட்டும் வேட்டி' என்று

முதன்முதலாய்ச் சொன்ன
முதலமைச்சன் நீதான்.

இந்திரர்கள் பலராம்; அவர்
எத்தனைபேர் என்றாலும்
'இந்தி'ராணி மட்டும்
எல்லோர்க்கும் பொதுமகளாம்.
இந்தப்
பரத்தமையை ஆதரிக்கும்
பண்பாடு நமக்கில்லை.
ஒருத்தியுடன் வாழும்
ஒழுக்கம் உடையவர்நாம்.

என் நாவால் பேசாமல்
இன்னொருவன் நாவாலா
நான்பேச முடியும்?
நாட்டில்பல மொழியிருக்க
இந்தியா பொதுமொழி?
இதை நீங்கள் திணித்தால்
இந்தியா ஒருநாடாய்
இருக்காது, என்றே
முதன்முதலாய் முழங்கிய
முதலமைச்சன் நீதான்.

மது
அமுத வேஷத்தில் இருக்கும்
விஷம்.
தேகத்தை உயிரோடு எரிக்கும்
திரவ நெருப்பு.
தவணை முறையில்
மரணத்தை விநியோகிக்கும்
எமன்.
வருமானத்துக்காக
மரணத்தை நான்
விற்கமாட்டேன் என்று
முதன்முதலில் கூறிய
முதலமைச்சன் நீதான்.

கோவை நூலில்
சிக்கல் என்றால்

உரையால் தீர்ப்பது
புலவர் வழக்கம்.

'கோவை' நூலாலைச்
சிக்கலை உரையால்
முதன்முதலில் தீர்த்த
முதலமைச்சன் நீதான்.

பரவும் ஒளிப்பகலில்
பவனி வரும் 'சூரிய'னும்
இரவில் உலாவரும்
இளம்'பிறை'யும் 'தாரகை'யும்
ஒன்றாகக் கைகோத்து
உலாவந்த அதிசயத்தை
நின்ற புகழுடையாய்!
நீயலவோ நிகழ்த்தினாய்.

வடக்கு வாடையில்
வாடிய தமிழ் மயில்
நடுக்கம் களைய, உன்
வேர்வையில் நெய்த
போர்வையைப் போர்த்திய
பேகன்நீ!

பற்றிப் படர ஒரு
கொழுகொம் பின்றிப்
பாதையில் கிடந்த
முல்லைக் கொடிகளாய்
வருந்திய நமக்கு, உன்
கொள்கைத் தேரைக்
கொடுத்த பாரிநீ!

பகுத்தறிவுச் சிகரத்தில்
பறித்து வந்த
அருநெல்லிக் கனியைநம்
பண்பாட்டுக்கு அளித்த
அதியன் நீ!

காட்சியில் குறில்நீ;
மாட்சியில் நெடில்நீ;
ஆட்சியிலோ புகழின்
அளபெடைநீ!

அறிஞனே! உன்
ஆட்சியிலே
நீரில்லை கண்களிலே;
நிழலில்லை ஊழலுக்கு;
ஊரில்லை பசிவசிக்க;
உடையில்லை உண்மைக்கு!

மக்களை
எண்களாய் எண்ணிய
தலைவர்களிடையே
எழுத்துக்களாக
மதித்தவன் நீதான்.

வெறும்
தலைகளை எண்ணிய
தலைவர்களிடையே
இதயங்களையே
எண்ணியவன் நீ.

அரசியலில்
கடிகார முட்களைத்தான்
கண்டோம் நாம்;
திசைகாட்டி முள்ளாய்த்
திகழ்ந்தவன் நீதான்.

குழல்கற்றை நெற்றியிலே
விழுந்து விழுந்து
விலகுதல் போலப்
பதவியிலே அமரப்
பலர் வந்தார்; சென்றார்.
நீ அமர்ந்து சென்றபின்தான்
அது
திலகம் இழந்த
நெற்றியாய் ஆனது.

அண்ணன் எங்கள் கண்ணன்

எங்கள்
பாரதக் கதையில், நீ
கண்ணனாய் இருந்தாய்.

உன் ஒரு கையில்
புல்லாங்குழல்
ஒரு கையில்
போர்ச் சங்கு.

நீ
குழலூதிய போது
கோபியர்களானோம்;
சங்கொலித்தபோது
அர்ச்சுனர்களானோம்.

துச்சாதனர்கள்
தமிழகத்தின்
துகிலுரிந்த போது
சேலை கொடுத்து, அவள்
மானம் காத்தவன்
நீதான்.

சூதாடி எங்களைத்
தோற்கடித்தவரிடம்
வாதாடி நாட்டைக்
கேட்டவன் நீதான்.

அன்று எங்கள்
தலைக்குக் குறிவைத்து
நாகக் கணை ஒன்று
சீறிவந்த போது
தேரைக் கொஞ்சம்
தரையிலே அழுத்தி
எங்களைக் காத்தவன் நீ.

மதியையே படையாக்கிச்
சாதித்தாய்; எங்களுக்குப்
புதிய கீதையையும்
போதித்தாய்.

ஊமைகளின் நாவு

ஊமைகளின் நாவாக
வந்தவன் நீ.

நீ பேசுகிறாய்;
வார்த்தைகள்
பூப்படைகின்றன.

நீ பேசுகிறாய்;
திடீரென்று
தீபங்கள் எரிகின்றன.

உன் பேச்சு
போர்க்களத்து வாள்வீச்சோ?
பொன்மழையின் தூறலோ?
பூவொன்று வாய்திறந்து
போருக்கு அழைக்கிறதோ?

கிழக்கின் புன்னகையோ?
கேள்விகளின் சுயம்வரமோ?
வழக்குகளின் புதுத்தீர்ப்போ?
வார்த்தைகளின் படையெடுப்போ?

நீ
இரவுகளில் பேசுவாய்;
இரவு நேரத்தில்
சூரியன் உதிக்கும்
அதிசயம் நடக்கும்.
உன் வாய்
தோகை விரித்தபோதுதான்
வான்கோழிகள் தங்கள்
வாலை மடக்கின.

உதய கிரணங்களாய்
உன் உச்சரிப்புகள்
உலாவந்த போதுதான்
இருட்டு வானத்தின்
நட்சத்திர உளறல்கள்
காணாமல் போயின.

சிலர் சொற்களையே
எச்சிலாய்த் துப்பினர்;
நீ துப்பிய எச்சிலிலும்
அர்த்தம் இருந்தது.

சிலருடைய வாய்கள்
திருவோடு;
உன் வாயோ
அமுத சுரபி.

நீ மட்டும்
மணிமேகலையாய்
வந்திராவிட்டால்
எங்கள் இதயங்கள்
பட்டினியால் செத்திருக்கும்.

பகல் வேளையிலும்
நீலாம்பரிகளைப்
பாடியவர் இடையே
நீ ஒருவன்தான்
அந்தியிலும் பூபாளம்
இசைத்துக் கொண்டிருந்தாய்.

நாவினால் கூட
விளக்கேற்ற முடியும் என்பதை
உன்னிடம்தான் நாம் கண்டோம்.

சப்தங்கள்
மௌனத்தின் ரணங்கள்
ஆனால் உன்
சொற்களை மட்டும் அது
ஆபரணங்களாய்
அணிந்து கொண்டது.

ஒட்டுப் போட்ட கந்தையை
உடுத்திக் கொண்டிருந்த
எங்கள் அன்னைக்கு
உன் உதட்டுத் தறிதான்
பட்டுப் புடவைகள்
நெய்து தந்தது.

உன் பேச்சே
இசையாக இருந்தது;
உன் நாவென்ன
வீணையோ?

உன் வசனமே
கவிதையாக இருந்தது;
உன் வாயென்ன
யாப்போ?

உன் வாய்
எண்ண நர்த்தகிகளின்
ஒப்பனை அறை;

சப்தங்களை
ஆயுதங்களாக வடித்த
பட்டறை.

உன் வாய்
வாயல்ல;
அது எங்கள்
உணர்வுச் சிசுக்களுக்குப்
பாலூட்டிய தாய்முலை.

உன் சொற்கள்
சொற்கள் அல்ல;
அவை எங்கள்
நிர்வாணத்தை
மறைத்த ஆடைகள்.

உன் வினாக் குறிகள்
எதிரிகளின் விடைகளுக்குச்
சுருக்குக் கயிறாய்
இருந்தன.

உன் விடைகளின் முன்னால்
பகைவர்களின் வினாக்கள்
நாணித்
தலைகுனிந்து நின்றன.

உன் வாதங்கள்
மாற்றாரையும்

மதம் மாற்றும்
ஞானநீராட்டாகவே
இருந்தன.

உன் சொற்கள்
அர்த்தங்களைச் சுமந்த
கர்ப்பிணிகளாக இருந்தும்
அவற்றின் நடை
தள்ளாடியதே இல்லை.

நீ நாவினால்
நாணயங்கள் இட்டாய்;
நாம் உண்டியல்களாகிச்
சேமித்துக் கொண்டோம்.

சொல்லாலே சொல்ல
முடியாத ரகசியத்தைக்
கல்லால மரத்தடியில்
கைவிரலின் முத்திரையால்
காட்டினார் தட்சிணா
மூர்த்தி என்பார்.

நீ பொடி போடும் சைகையும்
சின்முத்திரை எமக்கு;
கட்டை விரல் நான்; நீங்கள்
சுட்டுவிரல்; இரண்டும்
ஒட்டுவிரல் ஆனால்
உலகத்து எதிர்ப்பையெல்லாம்
பொடியாக்கி உறிஞ்சலாம்
புத்தூக்கம் பெறலாம் என்று
போதிப்பதன்றோ உன்
பொடி முத்திரை.

பொடிவைத்துப் பேசுவாய்;
அதிலே
பொடியாகிப் போகும்
புல்லர்கள் கூட்டம்.

பொடிபோட்டுப் பேசுவாய்;
அதுவோ
சொக்குப் பொடியாகச்
சொக்கிநிற்போம் நாமெல்லாம்.

பரத நாட்டியத்தில்
ஆடுவோர் உடலாடும்;
ஆனால் உன்
நாவின் நடனத்தில்
பரதநாடே ஆடியது.

உண்ணும் வாயாலேயே
எங்கள்
பசிக்கான உணவைப்
பரிமாறியவன் நீ.

நீ நாவினால் சுட்ட
வடுக்களைப் பகைவர்கள்
விழுப்புண்களாகவே
விரும்பி அணிந்தனர்.

நீ பேச வரும் வரை
மனித வாயை
அகர முதல எழுத்துக்களின்
பிரசவ விடுதியாய்,
ஆகாரத்தின் வாசலாய்,
முத்தம் என்ற
மோக முத்திரைக்
கருவியாய் மட்டுமே
அறிந்துவைத்திருந்தோம்.

நீ பேசிய பிறகுதான்
அது
இறந்து போன
இனத்தையே எழுப்பும்
மந்திரக் கோலாய்
ஆக முடியும்
என்பதை அறிந்தோம்.

உன் பேச்சு
நதியாக இருந்தது;
அதன் கரையில்
எங்கள்
நாகரிகம் வளர்ந்தது.

உன் விரல்கள் மெழுகுத் திரிகள்

அது ஓர்
இளவேனிற் காலம்.
உன் ‘கைக்கிளை’களில்
காதல் மலர்களின் பூப்பு.

உன் எழுதுகோல்
தலை குனியும்போதெல்லாம்
தமிழ் தலைநிமிர்ந்தது.

உன் பேனா
மகுடம் கழற்றும் போதெல்லாம்
தமிழ் மகுடம் தரித்தது.

நாம் வெறும்
கடித உறைகளாய்
இருந்தோம்.
உன் எழுதுகோல்தான்
எங்கள் மீது
முகவரியை எழுதியது.

உன் விரல்கள்
வெளிச்சம் தூவிய
மெழுகுத் திரிகள்.

இயேசுவின்
விரல் பட்டதும்
தண்ணீர்
திராட்சை ரசமானது.
உன் விரல் பட்டதும்
சாக்கடை அரசியல்
சந்தனமானது.

நாம்
துளைக்கப்பட்ட
மூங்கிலாய் இருந்தோம்.
உன் விரல்களோ
எங்கள்
காயங்களிலிருந்தே
கானங்கள் இசைத்தன.

உன் எழுதுகோல்
எழுதுகோல் அல்ல;
ஊன்றுகோல்.
அதனால்
தன்மானப் பாதையில்
தடுமாறாமல்
நடந்துசென்றோம்நாம்.

உன் எழுதுகோல்
எழுதுகோல் அல்ல;
திறவுகோல்.
அதனால் எங்கள்
இருட்டுச் சிறைக்கதவு
திறக்கப்பட்டது.

உன் எழுதுகோல்
எழுதுகோல் அல்ல;
மந்திரக்கோல்.

அதனால் எங்கள்
கண்ணீர்
வேர்வையாய் மாறியது.

உன் வாக்கியங்கள்
எங்கள் வயல்களுக்காக
ஓடி வந்த நதிகள்.

நாட்டில்
மதுவைத் தடைசெய்தாய்;
ஆனால் உன்
பேனாவில் மட்டும்
மது நிரப்பிக்கொண்டாய்.

உன் மையோ
மந்திர மை.
அந்த
மைபோட்டுப் பார்த்தால்
எங்கள் பையில்
கைபோட்டுத் திருடியவரின்
முகமெல்லாம் தெரிகிறது.

நீ மை தெளித்தாய்;
மரண மயக்கத்திலிருந்து
உயிர்பெற் றெழுந்தோம்நாம்.

உன் பேனாவின்
அடிச் சுவட்டில்
எங்கள்
இதயங்கள் நடந்தன.

ஏகலைவர் நாம்; நீயோ
எங்களது கட்டைவிரல்.
துரோக மரணத்
துரோணன், உன்னைத்தன்
காணிக்கை என்று
களவாடிக் கொண்டுவிட்டான்.
காலப்போர்க் களத்தில்நாம்
கைப்பிசைந்து நிற்கின்றோம்.

உன்னால் எழுதப்பட்ட
உயிர்மெய் எழுத்துகள்நாம்.
ஏட்டில் படுத்திருக்கும்
எழுத்துகள் அல்ல;
நாட்டில் உயிரோடு
நடமாடும் எழுத்துகள்.

இலக்குவனக் கோடு
கிழித்ததுஉன் எழுதுகோல்.
அதன்
உள்ளே இருந்தவர்
தப்பித்துக் கொண்டார்.
தாண்டிச் சென்றவரோ
போலிச் சந்நியாசிகளிடம்
அகப்பட்டுக் கொண்டார்.

கடலானவன்

கண்ணீர்த் துளிகளையே
கடலாக்கி வைத்தவனைக்
கவிதைரச வாதத்தால்
கடலாக்கிப் பாடவந்தேன்.

நீச்சடிக்கும் கலையறியேன்
நெடுங்கடலில் இறங்குகிறேன்;
மூச்சடக்கும் முறையறியேன்
முத்தெடுக்க மூழ்குகிறேன்.

★

நிலத்தில் வசிக்கும்
நீர்எனும் ஈரக்
குலத்தில் மூத்தது
குளிர்கடல் அல்லவோ?

பேரள வாலும்
பிறப்பத னாலும்
நீர்க்கெலாம் 'அண்ணன்'
நெடுங்கடல் அல்லவோ?

'பேர்' அளவாலும்
பேரன்பி னாலும்
எமக்கெலாம் 'அண்ண'னாய்
இருந்தவன் நீயன்றோ?

ஆற்றுநீர் ஊற்றுநீர்
வேற்றுநீர் என்றே
முந்நீர் கொண்டதால்
மூத்த கடலை
'முந்நீர்' என்றே
முத்தமிழ் அழைத்தது.

கடமை, கண்ணியம்
கட்டுப் பாடெனும்
முந்நீர்மை கொண்டதால்
'முந்நீர்'தான் நீயும்.

உணர்ந்த தமிழோடு
உள்ளம் உருகப்
புணர்ந்த 'புணரி' நீ.

ஆழம் அறியாமல்
காலை விட்டவர்
மூச்சுத் திணறி
மூழ்கிட, அளவிலா

ஆழம் கொண்ட
'ஆழி' நீ.

வேலை எறிந்த
வீணர்க்கும் நலந்தரும்
வேலையே செய்த
'வேலை' நீ.

பாரியைப் போலப்
பாவலர்க் கெல்லாம்
வாரி வழங்கிய
'வாரி' நீ.
தொய்தல் அறியாத்
தூய்தமிழ் ஆடை
நெய்தலைச் செய்த
'நெய்தல்' நீ.

சப்பென் றிருந்த
சமுதா யத்தில்
உப்புச் சுவையை
ஊட்டிய 'உவரி' நீ.

பரந்த அறிவால்
பரந்த மனத்தால்
'பரவை'தான் நீயும்.

'குட்டை'யென் றெண்ணிக்
குடிக்க நினைத்த
அகத்தியர்க் கெல்லாம்
அகப்படாக் கடல்நீ.

'உதய சூரியன்'
ஒளியினால் எழுந்து,
வான்வரை உயர்ந்து, இம்
மண்வளம் பெற்றிட
ஈரப் பணிகள்
இயற்றிய வள்ளலே!
'ஆவி' விடினும்
அழியா தவன்நீ.

உமிழ்நீர் ஊறி
உண்ட கடல்போல்

தமிழ்மேல் உனக்கும்
தணியாத பசிதான்.

அதனால் அந்த
அலைகடல் போலவே
கலைநூல் பலவும்
கரைத்துக் குடித்தாய்.

'சங்க' நிதிகள்
சகலமும் உடையநீ
எங்களுக் களித்த
செல்வங்கள் எத்தனை!

அருணோ தயத்தின்
அழகுபோல் சுடரும்உன்
'கருணா நிதி'யைக்
காலம் மறக்குமோ?

மது'மதி யழ'கில்
மயங்கிக் களித்துப்
பொங்கி எழுந்து
பூரித் தவன் நீ.

நாம்
சொத்தென மதிக்குமோர்
'முத்'தளித்தவன் நீ.

பழைய 'மாதவன்'
'பள்ளி' யறை நீ.
ஆரவார மற்ற
'அமைதிக் கடல்' நீ.

திகட்டாத உனது
'திரை' உரை யாடலில்
மனம்பறி கொடுக்காத
மனிதரும் உண்டோ?

ஆணையால் யாரும்
அடக்க முடியாத
குரலுடை யவன் நீ.

'இராம சாமி'
இடத்திலிருந்து ஏகி,

'திரு'வினைத் தேடும்
ஒரு வினைக் காகச்
'சொல்லின் செல்வன்'
தன்வா லாட்டி
உன்னைத் 'தாண்டி'ச்
சென்றதும் அறிவோம்.

நீயோ
'தீ'விடம் எனினும்
சிரித்தே ஏற்பவன்.

தரமிலாத் 'திட்'டையும்
தாங்கும் பண்பினன்.

'கண்டங்கள்' உனக்கே
உண்டென் றாலும்
அவற்றால் உனக்கோர்
ஆபத்தும் இல்லை;
உன்னால் தான்அவை
உருக்குலைந்து போயின.

தரைப்'பிரி வினை'யைச்
செய்பவன் நீயென
உரைப்பவர் உண்மையை
உணராத மூடர்.

நீயோ
தனித்தி ருக்கும்
தரைகளை யெல்லாம்
இணைத்து வைக்கும்
ஈரப் பாதை.

நீ
நயஞ்சரக் குள்ள
'நாவாய்' உடையவன்.

அண்ணா!
உப்புக் கடலுனக்கு
ஒப்பெனச் சொன்னேன்.
ஒப்புக் கொள்கிறேன்;
ஒப்புக்குச் சொன்னேன்.

ஆர வார
அலைகடல் எங்கே?
அமைதியே உருவாய்
அமைந்தநீ எங்கே?
தமிழை அழித்த
தடங்கடல் எங்கே
தமிழைக் காத்தவுன்
தனிப்புகழ் எங்கே?

வற்றாத பெருநீர்
வைத்திருந் தாலும்
தாக மெடுத்தால்
தணிப் பதற்கே
உப்புக் கடலிடம்
ஒருதுளி உண்டோ?

எங்கள் தாகம்
தணிப்பதற் கென்றே
பேனாவும் தேனாவும்
பெற்றிருந் தவன்நீ.

கரையை அழிக்கும்
கடலெங்கே? எங்கள்
கறையை அழிக்கும்உன்
கருணை எங்கே?

தீர்க்கதரிசி
தலைவர்: கண்ணதாசன்

காதலில் கலந்த
கடலிலிருந்து
'வெப்ப'த்தால் பிரிந்து
மேகமாய்த் திரிந்து
மண்ணில் மீண்டும்
மழையென இறங்கி
நாட்டிலும் காட்டிலும்
நதியென ஓடி
அங்கும் இங்கும்
அலைந்து திரிந்தபின்
வரவேற்ற 'தாய்க் கடல்'

மடியை நோக்கித்
தவழ்ந்து வந்த
தண்ணீரே! அன்றொருநாள்

பூவிட மிருந்து மணம்
புறப்பட்டுப் போவதுபோல்
'போய் வருகிறேன்' என்று
புறப்பட்டாய்; சொன்னதுபோல்
வந்துவிட்டாய் உன்னை
வரவேற்று மகிழ்கின்றேன்.

போதையில் பாட்டுவரும்
உனக்கு; நமக்கோஉன்
பாட்டிலே போதைவரும்.

விசுவாமித்திரன்
இன்றிருந்தால் அவன்
தவத்தைக் கலைக்க
மின்மேனி மேனகை
வேண்டியதில்லை;
கானச் சலங்கை
கட்டிவரும் உன்னுடைய
பாட்டொன்றை அனுப்பினால்
போதும்.

காற்றுத்தேர் ஏறிஉன்
கானம் பவனிவந்தால்
மனங்களெல்லாம் பெண்ணாகி
மாலையிடும்.

★

அண்ணா!
உன் பேரிலும்
நீ பிறந்த ஊரிலும் கூடத்
தீர்க்கதரிசனங்கள்!

தொண்டைப் புரிவதற்கே
தோன்றியவன் என்பதற்கோ
தொண்டைநாடு உன்னுடைய
தொட்டில்நாடு ஆக்கிவந்தாய்?

அன்று
பார்புகழ் நாளந்தா
பல்கலைக் கழகமே
காஞ்சி புரத்திடம்தான்
கையேந்தி நின்றது.

இன்று
தேசத்தில் அந்தத்
தேவைவரும் எனத்தெரிந்தோ
காஞ்சியிலே நீபிறந்தாய்?

காலத்தால் கிழிந்த
கந்தல் அணிந்துநின்ற
வாலைத் தமிழுக்குச்
சேலைநெய்ய வேண்டுமென்றோ
நெசவூரில் நீபிறந்தாய்?

பாவுத் தறிநெய்த
பட்டென்றால், சாயம்போய்க்
கெட்டுவிடும், நாள்பட்டால்
கிழிந்துவிடும் என்றோ
நாவுத் தறியில்நீ
நயமான பட்டு நெய்தாய்?

உனக்குத்
தேர்ந்தெடுத்த பெயரினிலும்
தீர்க்கதரி சனம்உண்டு.

பகுத்தறிவுக் கர்ப்பத்தில்
புதுப்பிறவி நாம்எடுக்கத்
'தந்தை'என ஒருவர்
தமிழகத்தில் பிறப்பெடுப்பார்.
அந்தக் குடும்பத்தை
ஆதரிக்கும் மூத்தவனாய்
அவதரித்த மகன்என்று

அறிவிப்பதற்கோ
'அண்ணா' என்பதோர்
அன்புறவுப் பெயர்கொண்டாய்?

தரைத்தனமாய் வளம்கொழிக்கும்
தமிழகத்தின் மன்னவனாய்த்

துரைத்தனம் செய்வதற்குத்
தோன்றியவன் என்பதற்கோ
'துரை'யென்னும் பெயரோடு
தோன்றினாய்?

மார்க்க தரிசுகளில்
மழைநீர்போல் வருகைதந்த
தீர்க்க தரிசிகளோ
தெய்வத்தின் கடிதங்கள்;
இறைவனுக்கே நாங்கள்
எழுதிய கடிதம்நீ!

தொலைநோக்கும் ஆடியைப்போல்
தூரத்தில் இருந்தவற்றைக்
கலைநோக்கும் பார்வையினால்
காட்டிய விஞ் ஞானிநீ.

நம்பிக்கை ஊட்டும்
நட்சத் திரம்கூடக்
கறுத்துப்போய் உதிர்ந்துவிட்ட
காரிருட்டுக் காலத்தில்
புதிய விடியல்
புலரும் என அறிவிக்க
உதயசூ ரியன்தன்னை
உண்டாக்கித் தந்தவன்நீ.

நீ
குயிலின் குரலெடுத்துக்
கூவினாய்; நமக்காக
வருகிறது பூக்கால
வசந்தமென அறிந்துகொண்டோம்.

உன் மனக்கூட்டி லிருந்துவந்த
வார்த்தைக் கிளிகளன்றோ
எங்கள் வருங்காலம்
இதுவென் றெடுத்துரைக்கும்
சீட்டெடுத்துத் தந்து எங்கள்
சிந்தையை மலர்த்தின?

கைரேகை பார்த்தோநாம்
காலத்தை அறிந்தோம்? உன்

மைரேகை பார்த்தலவோ
வருவதெலாம் நாமறிந்தோம்.

வெள்ளை வானத்தில்
கறுப்புநட் சத்திரமாய்
உதித்தஉன் எழுத்திலன்றோ
நட்சத்திரப் பலனை
நாம் கணித்தோம்?

வர்ணவில்லைப் போலவுன்
வர்ணனைகள் முகம்காட்டும்;
மின்னலைப் போலவுன்
வெளிச்சவரி வெட்டிவரும்;
உடனே
மழை வரும் என்றுநம்
மனவயல்கள் கூத்தாடும்.

தொற்று வியாதிகள்
தூத்தில் வரும்போதே
தடுப்பு மருந்துகள் நீ
தயாரித்து வைத்திருந்தாய்.

நீ
தொட்டில் தயாரிக்கத்
தொடங்கிய பின்னால்தான்
மலட்டு அரசியல்
கர்ப்பம் தரித்தது.

போர்க்களம் நோக்கிநாம்
புறப்படும் பொழுதே
வாகை மலர்பறித்து
மாலைகளை நீதொடுத்தாய்.

எங்களுக் கென்றே
இருந்த நாள் காட்டியே!
நோயின் கரங்கள் உனைக்
கிழித்து வந்த போதிலும்
காலங்களை எமக்குக்
காட்டிக்கொண் டிருந்தாய் நீ.

பற்று மிகுந்தவுன்
பாசப் பே ரேட்டில்

வரும் பொருளை எல்லாம்
வரவுவைத்துக் கொடுத்துவிட்டாய்;
இருப்பான உன்னைத்தான்
இழந்துநாம் தவிக்கின்றோம்.

மாற்றான் தோட்டத்து மல்லிகை

எங்கள் தோட்டத்துப்
பூக்களைக் கூட
முள் என்று இகழ்ந்தனர்
மூடப் பகைவர்.

நீயோ
மாற்றான் தோட்டத்து
மல்லிகைக்கும்
மணம் உண்டு என்றாய்.

அரசியல் வாதிகளில்
உனக்கு மட்டும்தான்
நடுநிலையான
நாசி இருந்தது.

மாற்றான் தோட்டத்தில்
மல்லிகையை
இனம் கண்டு கொண்டது
மட்டுமல்ல,
அவனுக்கே அதை
அடையாளம் காட்டியவன் நீ.

பகைவர்களை
ஆயுதங்களால் அல்ல,
பூக்களாலேயே
வென்றவன் நீ.
வேலிகளால் பூக்கள்
வித்தியாசப் படுவதில்லை என்ற
ஞானம்
உனக்கிருந்தது.

எந்தப் பூ
எந்தத் தோட்டத்தில்
இருந்தாலும்

உனக்கது தெரிந்துவிடும்;
ஏனெனில்
நீ தேனீயாக இருந்தாய்.

தேடித் தேடிக்
கோடிப் பூக்களில்
தேன் திரட்டியவன் நீ.
ஆயினும் நீ
கூட்டைக் கட்டி
வைத்தது மட்டும்
எங்கள் தோட்டத்தில்தான்.

நீ ஓர்
அதிசயத் தேனீ;
உன் கொடுக்கிலும்
தேன் இருந்தது.

மாற்றான் தோட்டத்துப்
பூக்களிலும் உன்
மகரந்தச் சேர்க்கை உண்டு.

நீ
மாற்றான் தோட்டத்து
மல்லிகைகளுக்கு மட்டுமா
மணமுண்டு என்றாய்?
வெள்ளை உடையணிந்த
விதவைப் பூக்களுக்கும் அல்லவா
'மணம்' உண்டு என்றாய்?

நீ
மாற்றான் தோட்டத்து
மல்லிகைக்கும்
மணமுண்டு என்றாய்.

இப்போதோ சிலர்
மாற்றான் தோட்டத்து
மல்லிகைக்குத்தான்
மணமுண்டு என்கிறார்கள்.
நம் தோட்டத்து மல்லிகைக்கு
மணம் இல்லை என்கிறார்கள்.

இன்னும் சிலர்
மாற்றானின்

காகிதப் பூவுக்கும்
மணமுண்டு என்கிறார்கள்.

உன்னால் வளர்ந்த சிலர்
உன்னை விட வளர்ந்துவிட்டார்.
அவர்களோ
மாற்றான் வீட்டுச்
சாக்கடையும்
மணக்கிறது என்கிறார்.
அதில் போய்க்
குளிக்கவும்
தொடங்கிவிட்டார்.

இன்னும் சிலர்
மாற்றான் தோட்டத்து
மல்லிகையில் மயங்கி
அங்கேயே போய்க்
குடியேறி விட்டார்கள்.

மாற்றான் தோட்டத்து
மல்லிகைக்கும்
மணமுண்டு என்றவனே!
இப்போது
நம் தோட்டத்து
மல்லிகைகளில்
துர்நாற்றம் வீசத்
தொடங்கிவிட்டது.

சில மல்லிகைகள்
பாத பூசையாக
மற்றான் காலில்
விழத் தொடங்கிவிட்டன.

மாற்றான் தோட்டத்து
மல்லிகைகளில்
மயங்கிக் கிடப்பவர்களே!
எச்சரிக்கை
இதோ, நம்
தோட்டத்துப் பூக்களை மேய
சமயம் பார்த்திருக்கின்றன
மாடுகள்.

ஏழையின் சிரிப்பில் இறைவனைக் காண்போம்

'எங்கே இருக்கிறான்
இறைவன்?' எனத்தேடி
எங்கெங்கோ அலைந்தது
இந்த உலகம்.

'அங்கிங் கெனாதபடி
எங்கும்பிர காசமாய்'த்
தங்கி இருப்பவனைத்
தங்கள் இருட்டினால்
மூடி மறைத்தனர்
மூடர் சிலர்.

'இல்லை'யிலும் இருப்பவனை
'உண்டி'னால் இல்லையென
ஆக்கினார் சில மூடர்.

சதைக்கோயில் எங்கும்
தரிசனம் தருபவனை
சுதைக்கோயில் கட்டிச்
சுருக்கினார் சிலமூடர்.

அருவமாய் இருப்பவனை
அறிவுக்கெட் டாதவனை
உருவச் சிறைகட்டி
உள்ளடைத்தார் சிலமூடர்.

உள்ளே இருப்பவனை
உள்ள விளக்கானவனை
வெளியிலே தேடி
வீணானார் சிலமூடர்.

ஒன்றாய் இருப்பவனை
உலகமெலாம் படைத்தவனைப்
பலவாகக் கண்டு
பாழானார் சிலமூடர்.

பேரில்லாப் பெரியவனைப்
பேர்களுக்குள் குடிவைத்துப்
போரெல்லாம் செய்து
புதையுண்டார் சிலமூடர்.

'இது'வென்று சொல்ல
இயலாத பரம்பொருளை
'இது'வென்று காட்டி
இடர்விளைத்தார் சிலமூடர்.

'எங்கேயும் காண
இயலாத இறைவனை
இங்கே காணலாம்'
எனக்கூறி, அண்ணா! நீ
புதியதோர் இடத்தைக்
காட்டினாய்.

'ஏழையின் சிரிப்பில்
இறைவனைக் காண்போம்'
என்றாய் நீ. உன்சொல்லால்
வீண்மதம் பிடித்தோரை
வென்றாய். நீ.

ஆனந்த மானவன்
ஆண்டவன்
கண்ணீரிலா அவன்
காட்சி தருவான்?

இருப்பவன் உதட்டில்
மலரும் சிரிப்போ
இல்லாதவன் கண்ணீரில்
மலர்ந்த புஷ்பம்.

ஏழையின் சிரிப்பே
இறைவனின் கோயில்
என்பதோர் உண்மையை
அறிவித்த ஞானிநீ.

கண்ணீர் மதங்களைக்
கண்டவர் இடையே
புன்னகை மதத்தைப்
போதித்த குருநீ.

கல்லால் கோயில்
கட்டுவோர் இடையே
பூவால் கோயில்
புனைந்த சிற்பிநீ.

அண்ணா! உன்
வார்த்தையை நம்பி
இறைவனைக் காண
ஏழையிடம் சென்றேன்.

அவனோ
சிரிக்கவே இல்லை.
ஏழை எப்படிச்
சிரிப்பான்?

சிரிப்போ, ஆனந்த
விளக்கின் வெளிச்சம்.
எண்ணெய் இல்லாமல்
விளக்கு
எப்படி எரியும்?

எரியும் நெருப்பில்
பூக்கள் மலருமா?

ஏழையின் உதட்டில்
சிரிப்பை வரவழைக்க
இந்நாட்டுக் கோமாளிகள்
ஏதேதோ செய்தார்.

அவனுக்கோ சிரிப்பு
வரவே இல்லை.

கையில் கப்பரை
வைத்துக் கொண்டிருந்த
ஏழையைப் பார்த்து,
'நீதான் இந்நாட்டு
மன்னன்' என்றோர்
நகைச்சுவைத் துணுக்கைச்
சொல்லிப் பார்த்தார்.

அவனுக்கோ சிரிப்பு
வரவே இல்லை.

சோஷலிசம் என்று
வேஷங்கள் போட்டோர்
ஹாஸ்ய நாடகம்
ஆடிக் காட்டினார்.
அவனுக்கோ சிரிப்பு
வரவே இல்லை.

தேறாத இலவசத்
திட்டங்க ளாலே
கிச்சு கிச்சு
மூட்டிப் பார்த்தார்.

அவனுக்கோ சிரிப்பு
வரவே இல்லை.

'வறுமையே வெளியேறு'
என்று சிலர் நின்று
விரட்டிப் பார்த்தார்.
வறுமை என்ன வெள்ளையனா?
இல்லை, நம்மை
ஆள வந்த அந்நியனா?
'வெளியேறு' என்றதும்
வெளியேற?
அதுவோ இந்த
மண்ணின் மைந்தன்!

எரியும் விளக்குகள்
ஏற்றிவைக் காமல்
'இருளே போ' என்றால்
எப்படிப் போகும்?

சுரண்டல் புயலுக்கு
சுதந்திரம் தந்து,
சிம்னி இல்லாத
சின்ன விளக்கை
எத்தனை முறைதான்
ஏற்றினால் என்ன?
அரக்கப் புயலில்
அணைந்துதான் போகும்.

'எல்லோரையும் படைத்தவன்
இறைவன் என்றால்

என்னை மட்டும் ஏன்
ஏழையாய்ப் படைத்தான்?'
என்றோர் ஏழை
எரிந்துபோய்க் கேட்டான்.

மதமென்ற மயக்க
மருந்துவிற் பவனோ
'இது உன் தலைவிதி;
போன ஜன்மத்துப்
பாவத்தின் அறுவடை;
இதிலிருந்து நீ
தப்பிக்க வேண்டுமென்றால்
தட்சணை கொடு' என
இருந்தசில் லறையையும்
பறித்துச் சென்றான்.

'ஏழைகள் உலகில்
இல்லாமல் போனால்
இரக்கமும் ஈகையும்
இல்லாமல் போகுமே;

புண்ணியம் எப்படிப்
புரிவது?' என்று சில
முடக்கு வாதிகள்
முணு முணுத்தனர்.

ஒருவன்
வள்ளல் எனப்பெயர்
வாங்குவதற் காக
ஏழைகள் எப்போதும்
இருக்க வேண்டுமோ?

மருத்துவன் வயிற்றுப்
பிழைப்புக் காக
எப்போதும் நோய்கள்
இருக்க வேண்டுமோ?

இரண்டு வர்க்கம்
இருக்கும் வரைக்கும்
ஏழை இங்கே
எப்படிச் சிரிப்பான்?

மனிதனை மட்டுமே
மகேசன் படைத்தான்.
ஏழையைப் படைத்ததோ
எங்கள் சாதனை.

தீக்குச்சிகளின்மேல்
தண்ணீர் தெளிக்கும்
இருட்டு மதங்கள்
இருக்கும் வரைக்கும்
புரட்சி எப்படி வெடிக்கும்?
புதுயுகம் எப்படிப் பிறக்கும்?

சிரிப்பு
பணத் தோட்டத்துப் பூ
அது
பஞ்சையிடம் எப்படிப்
பூக்கும்?

ஏழை என்ன
பூச்சாடியா?
சிரிப்பைப் பறித்துச்
செருகி வைக்க.

ஏழை ஏழையாய்
இருக்கும் வரைக்கும்
சிரிக்க மாட்டான்.

அப்படி ஒருவேளை
அவன் சிரித்தாலும்
அது
சமூகத்தைப் பார்த்துச்
சிரிப்பதாய் இருக்கும்.

வேண்டாம்;
ஏழை அப்படிச்
சிரிக்க வேண்டாம்.

அவன்
அப்படிச் சிரித்தால்
எல்லாக் கோயிலும்
இடிந்து போகும்

அண்ணா! நீ
'ஏழையின் சிரிப்பில்
இறைவனைக் காண்போம்'
என்று சொன்னதன் பொருள்

இப்போது எனக்குப்
புரிந்து விட்டது.

'இறைவனை யாரும்
காண முடியாது'
என்பதைத் தானே
அப்படிச் சொன்னாய்.

நாம்
இறைவனைக் காண
முடியாமல் போனாலும்
போகட்டும்.
ஏழைகள் இல்லாததோர்
உலகத்தைப் படைப்போம்.

புன்னகைக்கு ஒரு சிலை

உண்மையில் இன்றுதான்
வள்ளுவர் கோட்டத்துத்
திறப்பு விழா.

முன்பு நடந்ததோ
கள்வர்களின்
கதவுடைப்பு.

இது அண்ணாவின்
சிலை திறப்பல்ல;
வள்ளுவர் கோட்டத்து
வாசலின் திறப்பு.

ஆம்.. அண்ணா
வள்ளுவத்தின் வாசல்!

இன்றுதான்
கட்டியவன் திறந்துவைக்க
ஒட்டிய உறவினர்கள்

மனைபுகுந்து மகிழ்கின்ற
மங்கல நாள்.

இன்று
வள்ளுவர் கோட்டத்தின் முன்
ஒரு குறளுக்குச் சிலைதிறப்பு.

ஆம்.. நம் அண்ணன்
வடிவில் மட்டுமல்ல
வாழ்விலும் ஓர்
குறளல்லவா?

ஆம்.. அவன்
ஆயிரத்து முந்நூற்று
முப்பத்தோராவது குறள்!

அவன்
கடமை கண்ணியம்
கட்டுப் பாடெனும்
புதியமுப் பாலைப்
போதித்த குறள்.

இங்கே
சூரியக் கோயிலின் முன்
அவன்
சுடர் கொண்டு ஒளிதந்த
நிலவுக்குச் சிலைதிறப்பு.

இலக்கணத்தின் முன்
ஓர் இலக்கியத்தின்
சிலை திறப்பு.

வள்ளுவன் இதழில்
புன்னகையைச் செதுக்குமுன்
உளி பறிக்கப்பட்டதற்கு
உளம் வருந்தி நின்றவனே!
அதிசயச் சிற்பி நீ.

அந்தப்
புன்னகையை மட்டும்
தனிச் சிலையாய் வடித்துவிட்டாய்!

உன்னைக் கல்லாக்கினோம்

எங்களைச் செதுக்கிய
சிற்பியே! இன்று
உன்னை நாம் செதுக்குகிறோம்!

நாம் சபிக்கப்பட்டுக்
கல்லாய்க் கிடந்தோம்
உன் உளியின் பாத
தூளி பட்டதும்
புதிய அழகோடு
உயிர்த் தெழுந்தோம்

இன்றோ, நாம் உன்னைக்
கல்லில் வடிக்கின்றோம்!

உன் வாயைச் செதுக்குகிறோம்;
வசந்தத்தின் அழகாய்
வருஷித்த உன்
வார்த்தைகளை எப்படிச்
செதுக்குவது?

உன் கண்களைச் செதுக்குகிறோம்;
எங்கள்
பகல் ஒளியாய்ப் பிரகாசித்த உன்
பார்வை ஒளியை
எப்படிச் செதுக்குவது?

உன் கைகளைச் செதுக்குகிறோம்;
எங்கள் தலைவிதியை எழுதிய
உன் எழுத்துக்களை
எப்படிச் செதுக்குவது?

உன் உருவத்தைச் செதுக்குகிறோம்;
உன் பூப்போன்ற இதயத்தைக்
கல்லில் எப்படி வடிப்பது?

முன்பு உன் உயிர்த் தோளில்
கிளிகள் தொற்றிக் கொண்டிருந்தன;
இப்போது உன் சிலைகளில்
காக்கைகள் கூட்டம்!

இதோ உன் சிலைக்கு முன்
சூடம் கொளுத்தி
தேங்காய் உடைத்து
மயிர் இறக்கி...
ஓ.. இது எங்கள்
பரம்பரைத் 'தொழு' நோய்!
எந்த நோய்க்கு
மருந்தாக வந்தாயோ
அந்த நோயாலேயே
உனக்கு ஆராதனை!

எங்கள் தெய்வக் கொலுவில்
நீயொரு புதுப் பொம்மை.

சலவைச் சொற்களால்
ஒரு தாஜ்மகல்

உன் மரணம்
என்னை மீட்டியது;
நான் பாடுகிறேன்.

வார்த்தைகளாய் என்
கண்ணீர்த் துளிகள்;
இது என்
இமை பாடும்
ஈர ராகம்.

★

இது கண்ணீர் அல்ல;
உன்னைப் பாடம் செய்ய
என் கண் சொரியும்
தைலம்.

இவை
சொற்கள் அல்ல;
சப்தக் கற்கள்.

இது
கவிதை அல்ல;

உனக்காக
நான் கட்டும்
அழியாத தாஜ்மகல்.

★

அன்று
ஈவு இரக்கமற்ற
மரணத்தின்
குருட்டுக் கணை
பாய்ந்தது உன் மீது;
ஆனால்
ரத்தம் வடிந்ததோ
எங்கள் கண்களிலிருந்து!

அன்று
இறந்ததோ நாம்;
புதைத்ததோ உன்னை!

நம்மைப் போல்
பைத்தியக்காரர்கள் யார்?
உடல்களைப் புதைக்கும்
உலகத்தில்
அன்று நாம் ஓர்
உயிரைப் புதைத்தோம்!

எங்கள் விடியலுக்காக
விடிய விடிய எரிந்த
தீபம்
காலைக் கிரணங்கள்
கண்விழித்த நேரத்தில்
அணைந்து போனதே!

ஏழைகள் நாம்
காலத்தின் தெருவில்
ஒரு தங்க நாணயத்தைக்
கண்டெடுத்தோம்.

உலோபிச் சாவு
அதைத் தன்
உண்டியலில்
சேமித்துக் கொண்டதே!

எங்கள் கணக்கில்
இலாபம் வரும் நேரத்தில்
மூல தனத்தையே
இழந்து விட்டோம்.

மருந்துக்கே நோய்

சுதிசேர்த்துப் புதுப்பாட்டுத்
தொடங்குகின்ற வேளையிலே
விதிசேர்த்த வேதனையோ
வீணை உடைந்ததம்மா!

நஞ்சு தணிப்பதற்கு
நாம் வளர்த்து வைத்திருந்த
சஞ்சீவி மூலிகையே
சருகாகிப் போனதம்மா!

வாய்தீர்த்து வைக்காத
வழக்குண்டோ? எங்கள் இன
நோய்தீர்த்த மருந்துக்கே
நோய்வந்த கொடுமை என்ன?

துன்புற்றுத் துடித்தவர்க்குத்
துணையாகித் துயர்துடைத்து
அன்புற்று வாழ்ந்தமகன்
அரும்'புற்று' கொண்டானோ?

பற்றிருந்த தமிழுக்குப்
பதவி அளித்தவனைப்
புற்றிருந்து பாம்பாகப்
புலைச்சாவு தீண்டியதோ?

கண்மூடி வழக்கத்தைக்
கண்டித்த கண்ணியன், எம்
கண்திறந்து விட்டுவிட்டுக்
கண்மூடிக் கொண்டதென்ன?

பொன்னடக்கப் புத்தகத்தின்
பொருளடக்கம் ஆனமகன்
தன்னடக்கம் காட்டத்
தரையடக்கம் ஆகிவிட்டான்.

வரவெல்லாம் நம் கணக்கில்
வைப்பதற்கே, விளக்கைப்போல்
இரவெல்லாம் விழித்திருந்தோன்
இமைமூடித் தூங்கிவிட்டான்.

கடற்கரையில் பேசுவான்;
கடலலையில் மீனாவோம்.
கடற்கரையில் தூங்கிவிட்டான்
கடற்கரையில் மீனானோம்.

தமிழே! அழு; உனக்குத்
தவிசளித்துப் போற்றியவன்
குமிழியைப்போல் உடைந்துவிட்டான்
குலையோடு சாய்ந்துவிட்டான்.

அரசியலே! அழு; இனிமேல்
அமங்கலிநீ; உன்னுடைய
சிரசுக்குப் பூவிழந்தாய்
சிந்தூரப் பொட்டிழந்தாய்.

ஏடுகளே! விம்முங்கள்;
எழுத்தினால் உங்களைத்தேன்
கூடுகளாய் ஆக்கியவன்
கூடாகிப் போய்விட்டான்.

மேடைகளே! புலம்புங்கள்;
மேலான சொற்களுக்கு
ஆடைகட்டிச் சதங்கையிட்டு
ஆடவைத்தோன் அடங்கிவிட்டான்.

திரைப்பாட்டே! உறங்குகின்ற
தென்னவனைத் தாலாட்டு;
நுரைப்பூவைத் தூவு; மெல்ல
நோகாமல் விசிறிவிடு.

கரையில் மூழ்கிய படகு

தமிழ்ப் பகைவன் என்று
கடலோடு கலக்காமல்
கரையிலேயே நின்றுவிட்ட

வைகை நதியோ
நீயும்?

அலைகளால் மாரடித்து
அழுகின்ற கடலே!
அழு, நீ காலமெல்லாம்;
இந்த இழப்புக்கு
எங்கள் அழுகை
போதாது.

ஓ.. எங்கள் படகு
கரையில் மூழ்கிவிட்டது!

நம்மைப் போன்ற
பைத்தியக்காரர்கள்
உண்டா?
நம் கலங்கரை விளக்கைக்
கடற்கரையில் புதைத்துவிட்டோம்.

இதோ, நம் படகுகள்
திசை தெரியாமல்
தடுமாறுகின்றன.

கண்ணிலாதவனின் கண்ணீர்

வாசலில்
யானைத் தந்தங்கள்;
கல்லறையில் ஒரு
யானை!
இப்போதும் கூட
அதன் விலை
ஆயிரம் பொன்தான்.

இங்கே புதைக்கப்பட்டது
வெறும் மனித உடலல்ல;
எங்கள்
வரலாற்றுப் பேழை.

குருடர்கள் நாம்;
எங்களுக்குக் கிடைத்த

புதையலை
மறுபடியும் புதைத்துவிட்டோம்.

மரணப் புயலில்
சாய்ந்த மரமே!
உன்னைச் சுற்றிக்
கூடிழந்த பறவைகள்
புலம்புகின்றன.

மரணக் கூடையில்
கடிதத்தை எறிந்துவிட்டு
நிற்கும்
வெற்றுக் கூடுகள் நாம்.

நீ இல்லாத போதும்
நாம் இருக்கிறோம்;
கண்ணிலாதவனின்
கண்ணீர் போல.

எங்களுக்காகப் பேசி
ஓய்ந்துவிட்ட நாவு
இங்கே உறங்குகிறது.

எங்களை எழுதிய
எழுதுகோல்
இங்கே உறங்குகிறது.

மூடிய இமைக்குள்
கண்ணைப் போல்
மண்ணுக்குள் நீ;
வெளியே
உன் கனவுகளாய்
நாம்
விசித்தபடி.

உன் கல்லறையில்
நான்
இப்படித்தான் எழுதுவேன்;

எங்கள் விழிப்பு
இங்கே உறங்குகிறது.

மயானமல்ல... வயல்

எங்கள் திருவிளக்கே!
மரணம் உன்னிடம்
தோற்றுவிட்டது;
உன்னை
அணைக்க நினைத்துப்
பிரகாசப்படுத்திவிட்டது.

எங்கள்
கண்கள் சிந்தும்
ஒவ்வொரு துளியிலும்
நீ
உயிர்பெற்றெழுகிறாய்.

அதிசயச் சூரியன் நீ;
மரண இருளில் நீ
மறைந்தாலும்
உன் கிரணங்களை
நமக்காக
விட்டுவிட்டுச் சென்றுள்ளாய்.

உன் இலட்சிய மாளிகையின்
அடிப்படைக் கல் ஆகத்தான்
பூமியில் நீ புதைந்தாயா?

நீ மண்ணுக்குள் சென்றாலும்
வேராகத்தான் சென்றாய்;
அதனால்தான்
எங்கள் கிளைகளில்
இன்னும் பூக்கள்
மலர்கின்றன.

கருகிய திரிகள் நாம்;
என்றாலும்
கண்ணீர் நெய்
இருக்கிறது எங்களிடம்;
உன் நினைவே
எங்கள் மீது
சுடர் ஏற்றி விடுகிறது.

மனமே! இது
மயானமல்ல;
வயல்.

புதைத்துவிட்டோம் என்று
புலம்பாதே
விதைத்துவிட்டோம் என்றுநினை;
விளைச்சலுக்கு வேர்வைவடி.

அண்ணா சாலை

பெரியாரோ
ஏறுவதற்குச் சிரமமான
மலைப் பாதை.

'மலைப் பாதை'தான்
'அண்ணா சாலை'
ஆனது.

பெயரில்தான் வேற்றுமை;
இலட்சியம் ஒன்றுதான்.

அண்ணா சாலை
அகலச் சாலை;
இந்தச் சாலையில்
இணைந்த தெருக்கள்
பெயர்களைத் துறந்து
பெருமை பெற்றன.

பிரிந்து சென்ற
பேதைத் தெருக்களோ
மயங்கித் தள்ளாடி
மயானம் அடைந்தன.

அண்ணா சாலையில்
ஊர்கள் நடந்தன.

சாலையிலே நாம்
நடந்தபோது
கால்களைக் கடித்த

செருப்புகளை நாம்
கழற்றி எறிந்தோம்.

வார் அறுந்துபோன
செருப்புகள் சிலவோ
தாமே கழன்று
வழியில் விழுந்தன.

சாலையின் ஓரம்
கூத்தாடிகள் சிலர்ஒரு
கூட்டத்தைக் கவர்ந்து
வித்தைகள் காட்டி
வியாபாரம் செய்தனர்.

விளம்பர மதிப்புக்காகச்
சில வியாபார வீதிகளும்
சில விபசாரத் தெருக்களும்
அண்ணாவின் பெயரைச்
சூட்டிக் கொண்டன.

'அண்ணா சாலை'யில்
நடப்பவன் எல்லாம்
அண்ணா வழியில்
நடப்பவனா?

மறையானவன்

எழுத்தான வன்நல்ல
எண்ணானவன்-எனின்
ஏமாற்றி வாழ்வதற்கோ
எண்ணானவன்
பழுத்த சுவைத்தமிழின்
பண்ணானவன்-எனின்
பழிக்கின்ற இழிசெயல்கள்
பண்ணானவன்ன

அறியாமை வெள்ளத்தின்
அணையானவன்-எனின்
அறிவுச் சுடர்விளக்கை
அணையானவன்

குறையாத கடலுக்கே
    ஒப்பானவன்-எனின்
    கொள்கைகளை விற்பதற்கோ
    ஒப்பானவன்

எண்ணப் பயிர்வளர்க்கும்
    செய்யானவன்-எனின்
    எதிர்ப்போர்க்கும் ஒருதீமை
    செய்யானவன்
வண்ணத் தமிழ்நெய்யும்
    இழையானவன்-எனின்
    வஞ்சகர்க்கும் வஞ்சகத்தை
    இழையானவன்

தமிழ்வானை அழகுசெயும்
    மதியானவன்-எனின்
    தடைக்கற்கள் தமைஎன்றும்
    மதியானவன்
அமிழ்தான கலைஉலகின்
    ஒளியானவன்-எனின்
    அச்சத்தால் தன்கருத்தை
    ஒளியானவன்

அண்ணா எனஉலகில்
    பேரானவன்-எனின்
    ஆகாயம் பேர்ந்தாலும்
    பேரானவன்
வண்ணக் குறள்போன்ற
    மறையானவன்-எனின்
    மண்ணுலகம் உள்ளமட்டும்
    மறையானவன்.

கால இடக் குறிப்பு

1.	அரசியலில் ஓர் அதிசயம்	தொகுப்பு
2.	காஞ்சிப் புதினம்	தொகுப்பு
3.	எரிமலையில் ஓர் ஈர அருவி	தொகுப்பு
4.	சூரியனைப் பெற்றவன்	தொகுப்பு
5.	உன் கொடி பறக்கிறது	தொகுப்பு
6.	முகம் மழித்த உவமைகள்	புதிது
7.	தமிழின் இமைகள்	சென்னை 15.9.92
8.	திரியாசனத்தில் ஒரு சுடர்	சென்னை 17.9.67
9.	அண்ணன் எங்கள் கண்ணன்	புதிது
10.	ஊமைகளின் நாவு	சென்னை 4.2.73
11.	உன் விரல்கள் மெழுகுத் திரிகள்	சேலம் 4.2.68
12.	கடலானவன்	சென்னை 15.9.69
13.	தீர்க்கதரிசி	சென்னை 15.9.71
14.	மாற்றான் தோட்டத்து மல்லிகை	சென்னை 16.9.94
15.	ஏழையின் சிரிப்பில் இறைவனைக் காண்போம்	சென்னை 15.9.75
16.	புன்னகைக்கு ஒரு சிலை	சென்னை 3.2.78
17.	உன்னைக் கல்லாக்கினோம்	புதிது
18.	சலவைச் சொற்களால் ஒரு தாஜ்மகல்	தொகுப்பு
19.	மருந்துக்கே நோய்	சேலம் 9.2.69
20.	கரையில் மூழ்கிய படகு	தொகுப்பு
21.	கண்ணிலாதவனின் கண்ணீர்	தொகுப்பு
22.	மயானமல்ல; வயல்	தொகுப்பு
23.	அண்ணா சாலை	தொகுப்பு
24.	மறையானவன்	'முரசொலி' அண்ணா மலர்...

முத்தமிழின் முகவரி

அப்துல் ரகுமான்

வெகுமானத்தின் வெகுமானம்

கலைஞர் எப்போதுமே எனக்கொரு வியப்புக் குறியாகவே தெரிகிறார்.

அவர் பேனாவைக் கண்டு பிரமித்திருக்கிறேன். அவர் ஆளுமை கண்டு அதிசயித்திருக்கிறேன்.

வசன கவிதை ஓர் இயக்கமாகத் தோன்றி வளர்வதற்கு முன்பே அவர் வசன கவிதை எழுதியிருக்கிறார்.

அவருடைய வசன கவிதை வடிவம் அவரே சுயமாக உருவாக்கிக் கொண்ட ஒரு தனி வடிவம். அதை வசன கவிதை என்பதை விடக் கவி வசனம் என்று சொல்வதுதான் சரியாக இருக்கும்.

இந்தக் கவி வசன வடிவத்தில் அவர் மட்டுமே எழுதிக் கொண்டிருக்கிறார்.

திரைப்படத் துறையில் அண்ணாவின் 'வேலைக்காரி' ஒரு புரட்சி என்றால், கலைஞரின் 'பராசக்தி' ஒரு பூகம்பம்.

'பராசக்தி', 'மனோகரா' படங்களுக்கு அவர் எழுதிய வசனத்தைப் போல் வேறு யாராலும் எழுத முடியாது.

அவருடைய 'சங்கத் தமி'ழும், 'குறளோவிய'மும் கூடப் புதுமையான இலக்கிய வடிவங்களே.

இசைப் பாடல், சிறுகதை, புதினம், கவிதை, கட்டுரை என்று அவர் தொடாத இலக்கிய வகையே இல்லை என்று சொல்லலாம்.

சில அருவருப்பான காரணங்களால் அவருடைய இலக்கிய மேதைமை திறனாய்வாளர்களால் சரியாக மதிக்கப்படாதது கண்டு நான் வருந்துவதுண்டு.

அரசியல் களத்திலும் அவரைப் போன்ற ஆற்றலும் திறமையும் படைத்த ஒரு தலைவரைக் காண்பது அரிது.

இது அவருடைய பகைவர்களும் கூட அந்தரங்கத்தில் ஒப்புக் கொள்ளும் உண்மை.

திராவிட முன்னேற்றக் கழகம் சந்தித்தது போன்ற சோதனை களை வேறு எந்தக் கட்சியாவது சந்தித்திருந்தால் சரித்திரத்தில் அது தடயம் கூட இல்லாமல் காணாமல் போயிருக்கும்.

பதின்மூன்று ஆண்டுகள் பதவி இல்லாமல் இருந்து பல சோதனைகளைச் சந்தித்த ஒரு கட்சி மீண்டும் ஆட்சியைப் பிடித்த சாதனை, வரலாற்றில் காணமுடியாத அதிசயம்.

கலைஞர் மட்டும் மாலுமியாக இல்லாதிருந்தால் கழகக் கப்பல் அடித்த புயல்களில் அடியோடு அழிந்திருக்கும்.

ஒரு காலத்தில் 'மாலுமி' என்ற புனைபெயரில் எழுதியவர் அவர். அவருடைய ஆற்றல் புனைபெயரைக் காரணப் பெயர் ஆக்கி விட்டது.

தமிழுக்கு இமையாகவும், தமிழினத்துக்கு அரணும் அகழி யாகவும் அவர் இருந்து கொண்டிருக்கிறார்.

தமிழகத்தின் நலம் காப்பதில் அவருக்கு இணையான அல்லது மாற்றான மற்றொரு தலைவனை என்னால் காண முடியவில்லை.

கலைஞரின் மீது நான் கொண்டிருக்கும் அன்புக்கும் மதிப் புக்கும் இதுதான் காரணம்.

கலைஞருக்கும் எனக்கும் உறவேற்படுத்தி வைத்தது கவிதை தான்.

மதுரை எழுத்தாளர் மன்றம் 11.6.1967 அன்று நடத்திய 'கணக்கு' கவியரங்கத்தில் நான் 'வகுத்தல்' பற்றிப் பாடினேன்.

அந்த விழாவுக்குக் கலைஞர் சிறப்புரை ஆற்ற வந்திருந்தார்.

கலைஞர் அப்போதுதான் என் கவிதையை முதன் முதலாக நேரில் இருந்து கேட்டார்.

நான் கவிதை படித்து முடித்ததும் என்னை அருகில் அழைத்துப் பாராட்டினார். நோபல் பரிசு கிடைத்ததுபோல் நான் புளகாங்கிதம் அடைந்தேன்.

இந்த அறிமுகத்திற்குப் பிறகு மூன்று மாதம் கழித்து 17.9.1967 அன்று சென்னையில் முதல் அண்ணா கவியரங்கம் நிகழ்ந்தது. அந்தக் கவியரங்கத்தில் அவசியம் நான் கலந்து கொள்ள வேண்டும் என்று கலைஞர் அழைப்பு விடுத்தார்.

அந்த அரங்கத்தில் நான் படித்த கவிதை பெருத்த வரவேற்பையும், பாராட்டையும் பெற்றது. அதற்குப் பிறகு நடந்த 'அண்ணா கவியரங்கம்' எதுவும் நான் இல்லாமல் நடந்ததில்லை.

'அண்ணா கவியரங்க'க் கவிஞர்கள் காலத்திற்குக் காலம் மாறிக்கொண்டிருப்பார்கள். மாறாமல் இருந்தது நான் மட்டும்தான்.

கலைஞர் தம் தலைமையில் நிகழும் கவியரங்கம் என்றால் முதலில் என் பெயரைத்தான் எழுதுவார்.

அவரே ஒரு முறை மேடையில் 'அப்துல் ரகுமான் என் சபையின் ஆஸ்தானக் கவிஞர்' என்று குறிப்பிட்டார். இதை ஒரு பெரிய கௌரவமாகவே நான் மதிக்கிறேன்.

தமிழில் 'யாப்பு' என்றால் கட்டுதல், செய்யுள், உறுதி, சம்பந்தம், அன்பு என்று பொருள்.

கலைஞருடைய கவிதையை நான் நேசித்தேன். என் கவிதையை அவர் நேசித்தார்.

கவிதைதான் எங்களுக்கிடையே சம்பந்தம் ஏற்படுத்தியது.

கவிதைதான் எங்களிடம் அன்பை வளர்த்தது.

கவிதைதான் எங்களைக் கட்டிப் போட்டது.

கவிதைதான் எங்கள் நட்பில் உறுதியை ஏற்படுத்தியது.

நாம் இருவரும் கவிதைத் 'தளை'களால் கட்டப்பட்ட சீர்களாகி விட்டோம்.

வயதிலே அவர் மூத்தவர் என்றாலும் என்னை நண்பர் என்று தான் சொல்வார்.

எங்கள் இருவருக்கும் இடையே இருக்கும் நட்பு கோப்பெருஞ் சோழனுக்கும், பிசிராந்தையாருக்கும் இடையே இருந்த நட்பைப் போன்றது.

கலைஞரே ஒருமுறை மேடையில் குறிப்பிட்டதுபோல் அந்த நட்பு 'பட்டைப் போன்றது; ஆனால், பட்டுப் போகாதது'.

நான் நெகிழ்ந்துருகிய ஒரு நிகழ்ச்சியை இங்கே குறிப்பிட்டாக வேண்டும்.

என் மகனின் திருமண வரவேற்பிற்கு கலைஞர் வருவதாகச் சொல்லியிருந்தார்.

தவிர்க்க முடியாத காரணங்களால் நாங்கள் குறிப்பிட்ட நேரத்தில் திருமண மண்டபத்துக்குச் செல்ல இயலவில்லை.

கலைஞர் குறித்த நேரத்தில் வந்துவிட்டார்.

கலைஞர் வருகிறார் என்றால் அவர் வரவை எதிர்பார்த்து இலட்சக்கணக்கான மக்கள் மணிக்கணக்காகக் காத்துக் கிடப்பார்கள்.

ஆனால், என் மகனை வாழ்த்த அவர் மண்டபத்துக்கு வந்த போது அவரை வரவேற்று உபசரிக்க அங்கே ஈ, காக்கை கூட இல்லை.

ஆனால், கலைஞரோ சிறிதும் வருத்தப்படாமல் நேரே என் இல்லத்திற்கே வந்துவிட்டார்.

நான் ஆடிப்போய்விட்டேன்.

மண்டபத்தில் அவரை வரவேற்க ஒருவர் கூட இல்லாமற் போனது பற்றி ஒரு வார்த்தையும் கூறாமல், மணமக்களை வாழ்த்தி விட்டு, என்னிடமும் மகிழ்ச்சியாகப் பேசிவிட்டுச் சென்றார்.

நான் நெகிழ்ந்துருகிப் போனேன்.

முரசு கட்டில் என்பதை அறியாமல் அதில் ஏறி உறங்கிக் கொண் டிருந்த மோசி கீரனாரைத் தண்டிக்காதது மட்டுமன்றி, அவர் துயி லெழும் வரை அருகிலிருந்து தன் கையாலேயே கவரி வீசிய சேரமான் பெருஞ்சேரல் இரும்பொறை மீண்டும் கலைஞர் வடிவில் பிறந்து வந்திருக்கிறான் என்பதை அன்று நான் அறிந்தேன்.

இராமனை ஏக பத்தினி விரதன் என்று பாராட்டுகிறார்கள். இதில் வியப்பதற்கு ஏதுமில்லை.

சீதையைப் போல் இன்னொருத்தி இல்லை. அதனால்தான் இராமன் ஏக பத்தினி விரதனாக இருந்தான்.

நான் இராமனாக இருக்கிறேன். கலைஞர் சீதையாக இருக்கிறார்.

கலைஞரிடமிருந்து என்னைப் பிரிப்பதற்குப் பல முயற்சிகள் நடந்தன.

பல அரசியல் வலைகள் வீசப்பட்டன. நான் சிக்கவில்லை.

என்னை மயக்க முயன்ற சூர்ப்பணகைகள்தாம் மூக்கறுபட்டுப் போயினர்.

நீர் நிரம்பியிருக்கும்போது குளத்தோடு உறவு கொண்டாடி, நீர் வற்றும்போது பறந்து போகும் கொக்காக நான் இருந்ததில்லை. மீனாகவே இருந்திருக்கிறேன்.

○

கலைஞர் தலைமை ஏற்றிருந்த கவியரங்கங்களிலும் அவருடைய பிறந்த நாள் கவியரங்கங்களிலும் நான் அவரைப் பற்றிப் பாடிய கவிதைகளையும், 'முரசொலி' சிறப்பு மலர்களில் வெளிவந்த என் கவிதைகளையும் இந்த நூலில் தொகுத்துத் தந்திருக்கிறேன்.

இந்தக் கவிதைகள் அரியாசன அரசனுக்கு நான் விசிறிய சாமரைகள் அல்ல; என் இதயத்தில் இயற்கையாகப் பூத்த தாமரைகள்.

கலைஞர் கோட்டையில் கொலுவீற்றிருக்கும் போது நான் அவரைப் போய் பார்த்ததில்லை. ஆனால், அவர் வீட்டுப் பக்கம் போனாலே ஆபத்து என்று எல்லோரும் அஞ்சிய நேரத்தில் நான் அவரைச் சிறையில் சென்று சந்தித்திருக்கிறேன்.

இவை பரிசிலுக்காகப் பாடிய பாடல்கள் அல்ல; பரிசாகப் பாடிய பாடல்கள்.

என் கவிதை என்றுமே பிச்சைப் பாத்திரமாக இருந்ததில்லை.

வெற்றி பல கண்டு நான்
விருது பெற வரும்போது

வெகுமானம் என்ன
வேண்டும் எனக்கேட்டால்
அப்துல்
ரகுமானைத் தருக என்பேன்

என்று என்னையே வெகுமானமாகக் கேட்டவர் கலைஞர்.

இந்த நூல் அவருடைய 'வெகுமான'த்தின் வெகுமானம்.

இது ஒரு புதிய புறநானூறு. இதில் தமிழினத்திற்காகப் போராடிய ஒரு மாவீரனின் வீரம் மட்டுமல்ல, தமிழக வரலாற்றின் சாரமும் இருக்கிறது.

- அப்துல் ரகுமான்

ஈரோட்டு ஒற்றடைக் கோல்

தந்தை என்றால்
செல்வத்தை
உயிலெழுதி வைப்பார்.

எங்கள் தந்தை
எழுதி வைத்ததோ
அழிகின்ற செல்வமல்ல;
அழியாத சிந்தனைகள்.

அந்தச்
சிந்தனைகளே என்றும்
சேமிப்பு நிதி நமக்கு.

உட்கார்ந்து தின்றாலும்
ஒழியாத சொத்து அது.

அதை
'எண்ணி'ப் பார்க்கும்போதே
நாம்
செல்வர்கள் ஆகின்றோம்.

பெரியார்-அவர்
கண்பட்ட இருளுக்கும்
கண்திறக்கத் தொடங்கியது.

கால்பட்ட புழுதியும்
கனல்பூவாய் மலர்ந்தது.
கைபட்ட திரிகளிலே
கதிரவனே வந்தமர்ந்தான்.

பிறர் புற்றில் குடியேறிப்
பிழைக்கின்ற நாகங்கள்
எங்கள்
நறுமணப்பூ வனத்திலும்
நடமாடி வந்தன.

பயங்கரமானவை இப்
பாம்புகள், இவையோ
மகுடியையும் ஊதி
மனிதர்களை ஆடவைக்கும்.

இடியாகப் பெரியார்
இறங்காதிருந்திருந்தால்
அடியோடு ஒழிந்திருப்போம்;
எங்கள்
அடிச்சுவடும் அழிந்திருக்கும்.

மதம்பிடித்தால் யானைக்கு
வலிமை அதிகரிக்கும்;
ஆனால்
மதம்பிடிக்க வைத்தே எம்
வலிமையெலாம் அழித்துவிட்ட
பாதகரைப் பெரியார்
படையன்றோ ஒழித்தது.

எங்களை
நீராட்ட வந்த
நீரே அழுக்குநீர்;
அந்தக்
களங்க நீரையும்
கழுவியவர் பெரியார்.

கோயில் திருவிழாக்
கூட்டத்தில்
காணாமல் போய்விட்ட நம்மைக்
கண்டு பிடித்தவர் அவர்தான்.

காலம் ஈரோட்டிலிருந்து ஓர்
ஒற்றடைக் கோலைக்
கையிலேந்தி வந்தது.

எங்கள்
மூளைகளின் இருட்டு
மூலைகளில் இருந்த
'நூலாம்படை'யை
அந்தக் கோல்தான்
அழித்தது.

வானம்
கருஞ்சட்டை
அணியும்போது
வர்ணங்கள் மறைவதுபோல்
பெரியார்
கருஞ்சட்டை அணிந்தார்
நால்வர்ணச் சாதிகள்
நாசமாய்ப் போயின.

நம் விளக்குகளிலும் இருந்த
இருட்டுக் கறையை
அவர்தான்
பகுத்தறிவால் சலவைசெய்தார்.

அவர்
வீரியக் கதிர்களின்
கலவியில்
கருக்கிருட்டும் கருக்கொண்டு
கதிரவனைப் பெற்றது.

நம் ஆடையிலிருந்த
சலவைக் குறியையும்
அழுக்கென்று சொன்னவர்
அவர்தான்.

அவர்
தன்மானம் என்ற
முதுகெலும்பைத்
தந்திராவிட்டால்
நிமிர்ந்து தமிழினம்
நின்றிருக்க முடியாது.

அவரால்தான்
'காலில் பிறந்தவன்'
தலைமைக்கு வந்தான்.

அவரால்தான் நாம்
மனிதர்கள் என்ற
மரியாதை பெற்றோம்.

★

திருவாரூர்த் தேரே!
உன்னையும்
ஓடாமல் முடக்கிவிட
உலுத்தர்கள் சதிசெய்தார்.

ஓடாத தேரையும்
ஓட வைத்தவன் நீ!
உன்னையா நிறுத்த
முடியும்?

முட்டுக் கட்டைகளை
முறித்துச்
சக்கர மாக்கும்
சமர்த்தன் நீ!

உன்னை
அன்பென்ற வடம்கட்டி
ஆசையுடன் இழுப்பவரோ
ஓய்ந்துபோகாத உன்
உடன்பிறப்புக்கள்.

காஞ்சித் தலைவனின்
உற்சவத் தேர் நீ!
ஈரோட்டுப் பாதையில் உன்
தேரோட்டம் நிற்காது.

அண்ணாமலைத் தீபம்

அடிநாள் தொட்டே
'அண்ணா சாலை'யில்
'முரசொலி'ப்பதற்கு
முகாமிட்டவனே!

பாதை அவன்; நீ
பாதம் நமக்கெலாம்.

தடைக்கற்கள் நம்மைத்
தடுத்த போதெல்லாம்
காயம்பட்டவை
கால்கள் அல்ல
கற்களே!

சிகரம்போல் நின்ற
செந்தமிழர் இனத்திற்கு
'அகரம்'போல் நின்றார்
அண்ணா; நீயோ
'ஆகாரம்'போல் வந்தாய்.

வடம்பார்த்த திசையில்தேர்
வருவதுபோல், அண்ணன்
தடம்பார்த்து நடக்கின்ற
தம்பி நீ!

அண்ணா கடல் - நீ
அக்கடலின் முத்து
அண்ணா மேகம் - நீ
அம்மேக மின்னல்

அண்ணா ஒருவில் - நீ
அவ்வில்லின் அம்பு
அண்ணா மலை - நீ
அம்மலையின் தீபம்.

அண்ணன் மறைந்தாலும்
அவன் நிழலோ மறையவில்லை
தன்னிழலை நமக்காகத்
தந்துவிட்டுச் சென்றுவிட்டான்.

அவன்
விட்டு விட்டுச் சென்ற
சதை நிழல் நீ!

இயலெழுதி இசையெழுதி
இசைகொண்ட அண்ணன்
உயிலெழுதி வைத்ததோர்
உயிர்ச் செல்வம் நீ நமக்கு.

புயலின் சதைவடிவம்

புயலின் சதைவடிவம் - புதுப்
    புரட்சி எரிமலை
    பூகம்பத் தூதுவன்
வியப்புக் கதைத் தலைவன் - போர்
    வெற்றி மணப் பெண்ணின்
    சுயம்வர மாப்பிள்ளை

முத்தமி ழழைப்பதுபோல் - சுவை
    முத்தமி ழைத்தரும்
    மோக நடைக்காரன்
நித்தம் பிறப்பெடுப்போன் - தன்
    நெற்றி வியர்வையில்
    வெற்றி வளர்ப்பவன்

ஒப்பனை யின் உலகில் - ஓர்
    ஒற்றடைக் கோலுடன்
    உள்ளே நுழைந்தவன்
வெப்பக் கலைமகளின் - கையில்
    வீணையை நீக்கிஓர்
    வில்லைக் கொடுத்தவன்

மற்ற மலர்களிலே - தமிழ்
    மகரந்தச் சேர்க்கை
    நடத்திய பொன்வண்டு
வெற்றிக் கொடிமரமும் - தன்
    வேர்வையி னாலிங்கு
    வேர்விடச் செய்தவன்

சோதனைத் தீயினிலே - தினம்
    சுடச்சுடப் பொன்னாய்ச்
    சுடர்விட் டொளிர்பவன்
சாதனை யால் வளர்ந்தோன் - புதுச்
    சகாப்தம் படைத்துச்
    சரித்திரம் ஆனவன்.

அக்னி நட்சத்திரம்

அஞ்சுகத்தின் பிள்ளை நீ;
அதனாலே
அஞ்சுகம்போல் பேசுகிறாய்.

வேலுக்குப் புதல்வன் நீ;
அதனாலே
வீரப் போர்க் களத்திலுன்னை
வெல்ல முடிவதில்லை.

குவளையிலே பிறந்தவன் நீ;
அதனாலே
குளிர்ந்த சுவைத் தேனானாய்.

அக்கினி நட்சத்திரத்தில்
அவதரித்தவன் நீ;
ஆகையினால்
ஆகாதவர்க்கெல்லாம்
புழுக்கம் நீ.

உனக்குத்தான்
எத்தனை
அவதாரங்கள்?

சிறிய வயதிலேயே
'சேர'னாய் ஆனாய்;
கனக விசயர்களின்
கனவுகளைக் கலைத்தாய்.

'கரிகாலன்' ஆகிக்
காவிரியை அணைத்தாய்.
சூறா வளிகள்
சுழன்றடித்த வேளைகளில்
கலங்கியஎம் கப்பல்
கவிழ்ந்து விடாமல்
காப்பாற்றிப் பத்திரமாய்க்
கரைசேர்த்த 'மாலுமி' நீ.

பூவில்
தேன் பிறந்தால் வண்டுக்குத்
திருமணத் திருவிழா;

இரவில்
மீன் பிறந்தால் வானுக்கு
விளக்கு விழா;
தலையில்
பேன் பிறந்தாற் போலப்
பிறந்தசிலர் இங்கே 'நான்
ஏன் பிறந்தேன்?' என்று
எங்களையே கேட்டார்.

ஊன் பிறந்து உயிர்பிறந்து
உலகத்தில் மனிதனென
நான் பிறந்த தெல்லாம்
நல்ல தமிழுக்கு
ஊறொன்று நேர்ந்தால்
உயிர்கொடுத்துக் காப்பதற்கு
என்றவன் நீ;
சரித்திரத்தில்
நின்றவன் நீ.

மேகத்தின் பால்

மூண்டது போரெனில்
முன்நின்று எப்போதும்
முழங்கும் 'முரசொலி'யே! - தமிழ்
ஆண்டதிங் கென்றோர்
அரசைப் படைத்த உன்
ஆண்மைக்கு இணையிலையே

போராட்ட காலத்தில்
ஈரோட்டுப் பாதையில்
தேரோட்டம் உனதல்லவா! - புவி
பாராட்டும் பைந்தமிழ்
வேரோடும் இடமெங்கும்
நீரோட்டம் நீயல்லவா!

முன்னோடும் அண்ணாவின்
மொழியென்னும் ஊசிக்குப்
பின்னோடும் நூலல்லவா! - நீ
மின்னோடும் இடியோடும்
காலத்தில் பெய்ததோர்
மேகத்தின் பாலல்லவா!

சுடரும் தமிழுக்குச்
  சூரிய நாயகன்
  சொல்தந்த சீரல்லவா! - பற்றிப்
படரும் இருவண்ணக்
  கொடிவாடும் நேரத்தில்
  பாரியின் தேரல்லவா!

மதுக்கோப்பையில் மருந்து

நரை 'திரை உல'கிற்கு
வாலிபம்போல் வந்தவனே!

இதயத்தைக் குருடாக்கும்
இருட்டின் அரங்கத்தில்
உதய சூரியனின்
ஒளியாக நீ வந்தாய்.

'பட'மெடுத் தாடும்
பாம்புகளிடையே
நடமெடுத்தாடும்
மயிலாக நீ வந்தாய்.

திரையாலேயே
திருட்டுப் பகைவர்களின்
திரையைக் கிழித்தவன் நீ.

கதையா தந்தாய் நீ?
இல்லை
காலப் புரட்சிக்கு
விதை தந்தாய்;
நம்மைச்
சிதைக்க நினைத்தோர்க்குச்
சிதை தந்தாய்.

இடியா? புயலா?
எரிமலையின் தீக்குழம்பா?
வெடியா? படைமுரசா?
வெளிச்ச வரிமின்னல்

கொடியா? உணர்ச்சிகளின்
கோபுரமா? அன்னையின்

மடியா? மலர்த்தேனா?
மது உதட்டு முத்தமா?
என்னவென்றுசொல்வதுன்
எழுத்தை?

திரைத்துறையில் அண்ணா ஓர்
புரட்சி என்றால்
நீயோ ஓர் பூகம்பம்.

பராசக்திதான் உலகைப்
படைத்தாள் எனச்சொல்வார்;
'பராசக்தி'யையே
படைத்தவன் நீ.

தினம் வசியம் செய்யும்
தேன்தமிழால் செந்தமிழர்
மனம் வசியம் செய்த
'மனோகரன்' நீ.

புதிய இலக்கியப்
'புதையல்' எடுத்தவன் நீ;
பொதியத் தமிழ்மகளின்
'பூமாலை' ஆனவன் நீ.

திரையெடுத்துச் சென்ற
சித்திரப் 'பூம் புகார்' அதனைத்
திரையாலே எடுத்துத்
திருநாட்டுக் களித்தவன் நீ.

மதுக்கோப்பையில் நல்ல
மருந்தூற்றித் தந்தவன் நீ!

கர்ப்பச் சுமையானவன்

தன் நாவும் பேனாவும்
 ஆயுதங்களாம் - புதுத்
 தமிழும் அறிவும் அவன்
 கேடயங்களாம்
முன்னேற்றப் படைக்கென
 'முரசொலி'ப் பான் - நல்ல
 'முத்தாரம்' தமிழ்க்கெனப்
 பரிசளிப்பான்

வாளின் நிழல்களிலே
　　வளர்ந்து வந்தவன் - நம்
　　வழக்காட நெருப்பாகக்
　　கிளர்ந்துவந்தவன்
தோளின் தொடர்கதைகள்
　　நெய்து வந்தவன் - புகழ்ச்
　　சுடருக்கு வேர்வைநெய்
　　பெய்து வந்தவன்

பரணிகளே அவனின்
　　தாலாட்டு - பகைப்
　　பச்சைரத்தமே பிடித்த
　　நீராட்டு
மரணத்தோ டெப்பொழுதும்
　　விளையாட்டு - அவன்
　　வாய்பாடும் பாட்டெல்லாம்
　　போர்ப்பாட்டு

படுத்துக் கிடந்த தொட்டில்
　　பாசறைகளே - அவன்
　　படித்த கலாசாலை
　　வெஞ்சிறைகளே
தொடுத்துக் கொடுத்ததெலாம்
　　காவியங்களே - காலத்
　　தூசி படியாத
　　ஓவியங்களே

கண்ணின் மணித்தமிழின்
　　இமையானவன் - எங்கள்
　　கவிதையி லேகர்ப்பச்
　　சுமையானவன்
பெண்ணின் சுகம்போன்ற
　　கலைகொடுப்பான் - எங்கள்
　　பெருமைக்கு விலையெனில்
　　தலை கொடுப்பான்.

நெருப்பின் கையெழுத்து

உன் பேனாவின் மூடியை
நீ கழற்றுகிறாய் என்றால்
உறையிலிருந்து நீ
உடைவாளை உருவுவதாய்
உயிர் பதைப்பார் பகைவர்.

நாமோ
நம் பசிக்குப் பாலூட்ட
அன்னையின் முந்தானை
விலகுவதாய் எண்ணிக்
குதூகலிப்போம்.

எழுதும்போது உன்
எழுதுகோல் குனியுமன்றி
நீ குனிந்ததில்லை.

உன் பேனா
தாள் பணியும் போதெல்லாம்
தாள் பணியும் பகைக் கூட்டம்.

மெய்யெழுத்துக்களுக்கு
மட்டுமல்ல
விதவைகளின் நெற்றியிலும்
பொட்டு வைக்கும் உன்பேனா.

உன் பேனா
தாளில் உரசும்போது
ஒரு தீக்குச்சி
தீப்பெட்டியில் உரசுவதுபோல்
நெருப்புப் பிறக்கிறது.

மெய்யெழுத்தை நீ
எழுதினால் அது
உயிர் பெற்றெழுகிறது.

மெல்லினத்தை நீ
எழுதினால் அது
வல்லினமாய்
மாறி விடுகிறது.

வெறும்
மையெழுத்தல்ல
உன் எழுத்து, அதுவோ
நெருப்பின் கையெழுத்து!

உன்னெழுத்தோ
இருளைக் கிழிக்கின்ற
மின்னெழுத்து;
சரித்திரத்தில்
தடம்பதிக்கும்
பொன்னெழுத்து.

விலை எழுத்தல்ல உன்
கலை எழுத்து; அதுவோ
தமிழினத்தின்
தலையெழுத்து.

ஆடை ஏடு

காகிதப்பூ மணக்குமா?
மணக்கும்!
'முரசொலி'யை
முகர்ந்து பாருங்கள்;
ஈரோட்டு மணம் வரும்.

அந்தக்
காகிதப் பூவில்
மதுரத் தமிழ்
மதுவும் உண்டு;
மலடு கூடக் கருவடையும்
மகரந்தமும் உண்டு.

காகிதம்
ஆயுதம் ஆகுமா?
ஆகும்!
மோதவந்த படையையெல்லாம்
முறியடித்து வெற்றிகொண்ட
'முரசொலி'யைப் பாருங்கள்.

காகிதக் கப்பல்
கரைசேர்க்குமா?
சேர்க்கும்!
ஆயிரம் புயல்கள்
அடித்தபோதும்
தன்மானத் தமிழரைத்
தாங்கிக் கரைசேர்த்த
'முரசொலி'யைப் பாருங்கள்.

கோடை வெயில் எழுத்தும்
ஓடைப் புனல் எழுத்தும்
ஒருசேரப் பெற்றவனே!
ஆடை அவிழ்க்கும்
ஏடுகளுக்கிடையே
உன் ஏடோ
ஆடையாக இருந்தது.

மற்றவர் எல்லாம்
மஞ்சள் பத்திரிகை
தயாரித்துக் கொண்டிருக்க,
நீயோ 'முரசொலி'யை
மஞ்சள் தடவிய
மங்கலப் பத்திரிகையாய்த்
தயாரித்துத் தந்தாய்.

மற்ற ஏடுகள்
பச்சை எழுத்துகளால்
பணம் பண்ணிக் கொண்டிருக்க,
உன் ஏடோ
பச்சைக் கொடியாய்
அசைந்தது
இச்சைத் தமிழுக்கு.

மற்ற ஏடுகள்
கடைவிரித்த நடிகைகளின்
தொடையிலே மச்சமுண்டா என்று
துப்பறிந்து கொண்டிருக்க,
உன் ஏடோ
தொடை தட்டிப்
படை திரட்டி வந்தது
பகைவர்களைப் பந்தாட.

பத்திரிகை எல்லாம்
பால் உணர்வை மக்களுக்குப்
பரிமாறிக் கொண்டிருக்க,
உன் பத்திரிகை மட்டும்
முப்பால் உணர்வை
ஊட்டிக் கொண்டிருந்தது.

உடன்பிறப்பே! என்று
உணர்ச்சி பொங்க அழைத்து
நெருப்பு வரிகளால்
நீ எழுதும் கடிதமும்
காதலியின் கடிதமும்
ஒரே நேரத்தில்
கையில் கிடைத்தால்
உன் கடிதத்தைத்தான்
முதலில் படிப்போம்.

ஏனெனில்
உன் கடிதங்களால்தான்
எங்கள் முகவரி
எங்களுக்கே தெரிந்தது.

உன் அச்சகத்தில்
எழுத்துகளை மட்டுமா நீ
அச்சுக் கோத்தாய்?
தனித்தனி அறைகளில்
பிரிந்து கிடந்த
எங்களையும் அல்லவா
அச்சுக் கோத்தாய்.

'முரசொலி'
வெறும் பத்திரிகை அல்ல
பத்திரம்;
எங்களைப்
பத்திரப் படுத்திய
பத்திரம்!

நெருப்பில் பூத்த மலர்

பூவில் பிறந்த
நெருப்பு நீ!
'குவளை'ப்
பூவில் பிறந்த
நெருப்பு!

ஆனாலும் உன்னை நான்
நெருப்பிலே பூத்த
மலரென்பேன்.

அக்கினி நட்சத்திரத்தில்
அரும்பியவன் நீயலவா!

நெருப்பில் இட்டால்
பொன் பூக்கும்;
நீயும் அப்படித்தான்
போராட்ட நெருப்பில்
பூத்தவன்.

நெருப்பில்
ஏற்றி வைத்தால்
உலையரிசி பூக்கும்;
நீயும் அப்படித்தான
சோதனை உலையில் பூத்தவன்.

பட்டாசில்
நெருப்பே
பூவாகிறது.
நீயும் அப்படித்தான்.

நீ
கோபத்தில் வெடித்தாலும்
உன் வார்த்தை
பூவின் அழகோடு
மலர்கிறது

சூரியனோ
சுடுகின்ற நெருப்பு மலர்.

ஆனாலும்
அவன் தொட்டால்
குளிர்ந்த பூக்கள்
மலர்கின்றன.

நீயும் அப்படித்தான்.

உன் சூடான கிரணங்கள்
தொடும்போது
எங்கள்
இதயங்கள் மலர்கின்றன.

மலர்ந்த நிலாவோ
குளிர்ந்த ஒளிப்பூ;
அது கலந்தவர்க்குக்
கள்ளாகும்;
புலந்தவர்க்கு
முள்ளாகும்.

நீயும் அப்படித்தான்

விடிவெள்ளி

விடிவெள்ளி தான்நீ.

என்ன செய்கிறது
விடிவெள்ளி?

வந்தவுடன் வானத்தில்
கறுப்பும் சிவப்புமாய்
இருவண்ணக் கொடியை
ஏற்றி வைக்கிறது.

பிறகு
உதய சூரியனை
உளம் மகிழ வரவழைத்து
ஆட்சி பீடத்தில்
அமர்த்திவைத்துப் பார்க்கிறது.

அதனால்தான் சொன்னேன்
விடிவெள்ளி தான்நீ.

நான்
நாள் நட்சத்திரம்
பார்ப்பவனில்லை;
இருந்தாலும்
உன்னைப் பார்க்கிறேன்;
நீ, விடிவெள்ளி என்பதால்,
விடியலை அறிவிக்கும்
தூதுவன் என்பதால்,
சாதகத்தை
நம்பாதவன் நான்;

இருந்தாலும்
விடிவெள்ளியே!
உன்னை வைத்துச்
சாதகம் கணிக்கிறேன்.
ஏனென்றால், எங்களுக்குச்
சாதகமானவன்
நீ என்ற காரணத்தால்;
எங்கள்
நல்ல காலமே
உன்னுடைய ஒளியில்தான்
உள்ளது என்பதால்.

அந்த
இருண்ட காலத்தை
எண்ணிப் பார்க்கிறேன்;
இதயம் இருள்கிறது.

உதயசூரியன்
உட்கார்ந்த ஆசனத்தில்
நட்சத்திரம்!

எப்படி வந்தது
நட்சத்திர ஆட்சி?

இருள் வந்தது;
அதனால் நட்சத்திரம்
ஆட்சிக்கு வந்தது.

எப்படி வந்தது
இருள்?

நாடே
திரைப்பட அரங்கம்
ஆனது;

கதவுகள் எல்லாம்
மூடப்பட்டன;

விளக்குகள் எல்லாம்
அணைக்கப்பட்டன;

இருள் வந்தது;
நட்சத்திரம்
மினுக்க வந்தது.

நீ அடிக்கடி சொல்வாயே
அதுதான் சரி;
அது ஆட்சி அல்ல
காட்சி!
அதுவும் பகல் காட்சி!

தமிழனின் ரசனையைப்
பாராட்டத்தான் வேண்டும்;
இந்த உலகில்
வேறெவனும் ஒரு படத்தைப்
பதின்மூன்று ஆண்டுகள்
பார்த்து ரசித்ததாய்ச்
சரித்திரம் இல்லை.

அந்த
இருண்ட காலத்தில்
சூரியனை மட்டுமே
காதலிக்கின்ற
தாமரைப் பூக்கள்
தலைகவிழ்ந்திருந்தன.

அந்தி நேரத்தில்
ஆடை அவிழ்க்கும்
அல்லிகள் மட்டும்
சந்திரனோடு
சரசமாடிச்
சோரம் போயின.

அந்த இருட்டுக்கும்
ஆதரவு இருந்தது.

இருட்டை யார் ஆதரிப்பார்?
திருட்டுக் கூட்டம்தான்.

ஆம்,
கன்னங் கறுப்பிருட்டில்
கன்னம் இடுவோனுக்கும்
காசுக்குக்
கண்டவன் கன்னத்தில்
கன்னம் இடுவோளுக்கும்
பொற்காலம் அது;
ஆம் அவர்கள்
பொன் குவித்த காலம்.

அந்த
இருண்ட காலத்தில்
கோட்டான்கள் எல்லாம்
கொண்டாட்டம் போட்டன;
உதய சூரியன், இனி
உதிக்கவே போவதில்லை எனத்
தீர்மானம் போட்டன;
சூரியனையே
இருட்டடிப்புச் செய்ய
எத்தனம் செய்தன.

நாங்களே கூடப்
பயந்து போனோம்;
ஓர் இரவு
பதின்மூன்று ஆண்டுக்
காலமா?

இந்த இரவு
விடியவே விடியாதோ
என்றுநாம் பயந்தோம்.
உதயசூரியன்
உதித்தால்
மக்கள் விழிப்பார்கள்;

ஆனால் இங்கே ஒரு
விபரீதம் நடந்தது.
மக்கள் விழிக்காததால்
உதய சூரியன்
உதிக்கவில்லை!

ஆனால்
விடிவெள்ளியே!
நீ மட்டும் விழித்திருந்தாய்.

நீதான் எங்கள்
நம்பிக்கை நட்சத்திரமாய்
இருந்தாய்.

எங்களுக்குத் தெரியும்;
எல்லோரையும் எழுப்புபவன்
உதய சூரியன்;
அந்த
உதய சூரியனையே
எழுப்புபவன் நீ என்று.

அத்தமனம் என்பது
சூரியனின் மரணமல்ல;
அது, சூரியன்
பட்டறைக்குச் செல்லும்
நேரம் என்பதை
நீதான் புரியவைத்தாய்.
அது,
இருட்டைக்
குத்திக் குத்திக்
கூர்மழுங்கிப் போன
கிரண ஈட்டிகளை
மறுபடியும் கூராக்கும்
நேரம் என்பதை
நீதான் தெரியவைத்தாய்.
ஆயுதங்களெல்லாம்
ஆயத்தமானதும்
நீ
அணிவகுத்துப் போரிட்டாய்.

கிழக்கு வானத்தில்
உன்
கிளர்ச்சி நடந்தது.

உதய சூரியன் மீண்டும்
ஆட்சிக்கு வந்துவிட்டான்.

விடிவெள்ளியே!
நீயும் ஒரு
நட்சத்திரம்தான்
ஆனால்
எவ்வளவு வேறுபாடு?

மற்ற நட்சத்திரங்களுக்கு
இருட்டு நேரம்தான்
ஆட்சிக் காலம்.

நீயோ
இருட்டை ஒழிப்பதற்கே
உதிப்பவன்.

அதிசயமான
நட்சத்திரம் நீ!
நீ உதித்தால்
மற்ற நட்சத்திரங்களின்
ஆட்சி
ஒழிந்தே போகிறது.

வானத்தில் உடல்
நீலம் பாரித்துக்
குளிர்ந்து போகும் நேரத்தில்
கொப்புளம் போல்
தோன்றுகின்றன
மற்ற நட்சத்திரங்கள்.

ஆனால்
நீ தோன்றினால்
வானத்திற்கே
சூடு பிறந்து விடுகிறது.

நீ வந்தால்
உறக்கம் என்ற

தற்காலிக மரணத்திலிருந்து
உயிர்பெற்றெழுகிறது
உலகம்.

இமைகளும்
இதழ்களும்
அவிழ்கின்றன.
ஒடுங்கிய சிறகுகள்
படபடக்கின்றன.

ஒளியின் அழகில்
உயிர்களின் சலனம்
அரங்கேறுகிறது.

விடிவெள்ளியே!
உன்னால்
விடிந்தும் என்ன பயன்?
விழிக்காதவர்கள் இன்னும்
இருக்கிறார்களே!
வெளிச்சத்தை வெறுக்கும்
வௌவால்கள் கூட்டம்
வாழ்ந்துகொண் டிருக்கிறதே!

விடிவெள்ளியே!
வெளிச்சத்தின் முன்னுரையே!
இன்னுமொரு விடியலுக்குக்
காத்திருக்கிறோம் நாம்.

அந்த விடியல்
வெறும்
சூடு மட்டும்அல்ல
சுரணையும் தர வேண்டும்.

தூங்கிக் கிடப்பவர்களை
மட்டுமல்ல
செத்துக் கிடப்பவர்களையும்
எழுப்ப வேண்டும்.

அந்த விடியலையும்
நீதான்
கொண்டுவர முடியும்.

இன்னுமொரு விடியல்
என்பதற்காய்
இன்னுமோர் இரவு
வர வேண்டாம்.

அந்தச் சூரியன்
வேண்டுமென்றால்
அந்தியில்
உறங்கப் போகட்டும்;
நம்
சொந்தச் சூரியன்
இனி
உறங்காமல் பார்த்துக்கொள்.

ஏனென்றால்
இன்னுமொரு
நட்சத்திர ஆட்சியை
இந்த
நாடு தாங்காது.

படமெடுக்கும் பாம்புகள்

'அம்மா! பசிக்குதே' என்பது
தேசிய கீதமாய்
ஒலிக்கும்போது
நாட்டு
வளம் பாட இடமேது?

கண்ணீர்க் குளங்களின்
கதைவளரும் நாட்டில்
தண்ணீர்க்
குளம்பாடப் பொழுதேது?

ஆகையினால் என்னைக்
'களம்' பாடச் சொன்னார்;
உளம் பாடும்வேதனையை
உரைக்கின்றேன்.

எக்களத்தைப் பாடுவது
என்பதுதான் என் சிக்கல்.

திக்களந்த புகழுடைய
தென்னவர்தம் திறம்காட்டும்
அக்களத்தைப் பாடுவதா?

இல்லை ஒரு
சந்திர கிரகணத்தில்
சக்களத்திச் சண்டை
சந்தி சிரித்ததே
அக்களத்தைப் பாடுவதா?

போர்பந்தர் காந்தி
போரிலாப் போர்செய்த
அக்களத்தைப் பாடுவதா?

இல்லை
போபர்ஸ் காந்தி
சிங்களத்தான் செங்குருதி
சிந்தவைத்த அந்தச்
செங்களத்தைப் பாடுவதா?

வீரியப் படையோடு
வெகுண்டெழுந்து அந்நாளில்
ஆரியப் படைகடந்த
அக்களத்தைப் பாடுவதா?

இல்லை, உதய
சூரியப் படையைச்
சூழ்ச்சியினால் சாய்ப்பதற்குக்
காரியப் படைதிரட்டும்
கனக விசயரின்
இக்களத்தைப் பாடுவதா?

அராவிடம்போல் பரவிவந்த
அந்நியரின் பண்பாடு
திராவிடத்தின் நலனுக்குத்
தீங்கென்று முழக்கமிட்டு
நால்வருண மென்ற
நாச விலங்கொடித்துத்
தன்மான வாளால்
தருக்கரின் செருக்கொழித்த
சன்மானப் பெரியாரின்
அக்களத்தைப் பாடுவதா?

இல்லை,
தொகுப்பு நூலைப்போல்
தொன்றுதொட்டு ஒற்றுமையாய்
உகப்போடு வாழ்ந்திருந்த
உயர்ந்த தமிழினத்தில்
வகுப்புக் கலவரத்தை
வளரவிட்டு, மதநஞ்சை

உகுப்போரின் சதிக்கு
உள்ளாகித் தமிழர்களே
தமக்குள்ளே சண்டையிடும்
இக்களத்தைப் பாடுவதா?

சொல்சுமந்த கண்ணகிக்குச்
சுடர்க்கோயில் கட்டுதற்கு
வில்சுமந்து சென்றதமிழ்
வீரர்கள், வடவரைக்
கல்சுமந்து வரச்செய்த
அக்களத்தைப் பாடுவதா?

இல்லை
கனக விசயரின்
கதைக்குப் பழிவாங்க
வடவர் செய்த
மாயச் சதியால்
தமிழன்
தன்னுடைய கல்லறைக்குத்
தன்தலையில் கல்சுமக்கும்
இக்களத்தைப் பாடுவதா?

எக்களத்தைப் பாடுவது?

ஆதியிலே சண்டை
அரசர்களுக் கிடையேதான்;
இன்றோ
எல்லோரும் இந்நாட்டு
மன்னர் என்பதால்
வீதியிலே சண்டை
வீட்டுக்குள் சண்டை
சாதியிலே சண்டை
சமயத்தில் சண்டை

நீதியிலே சண்டை
நிதியிலே சண்டை
பீதியிலே சண்டை

பெரும்பயணம் புறப்பட்டுப்
பாதியிலே சண்டை
பதவிக்குச் சண்டை
பத்திரிக்கைச்
சேதியிலே சண்டை
சிலரடித்த கொள்ளையில்
மீதியிலே சண்டை
இந்நாட்டில் எந்தத்
தேதியிலே சண்டையில்லை?

இதிலே
எக்களத்தைப் பாடுவது?

'இருட்டறையில் உள்ளதடா
உலகம்' என்றான்
புரட்சிக் கவிஞன்.

இருட்டு அரங்கத்தில்
இருக்கிறான்
இன்றையத் தமிழன்.

நாள் நட்சத்திரம்
பார்ப்பவனையாவது
விட்டு விடலாம்.

நாள் தவறாமல்
நட்சத்திரங்களையே
பார்த்துக் கொண்டிருப்பவர்களை
விட்டு வைத்தால்
நாடே
கொட்டகையாகி விடும்.

இப்போதெல்லாம்
இந்த நாட்டில்
நடிகர்கள்
தலைவர்களாக இருக்கிறார்கள்;
தலைவர்கள்
நடிகர்களாக இருக்கிறார்கள்!

தமிழா!
விழித்துக்கொள்.
இல்லையென்றால்
வெள்ளித் திரைக்கென்று
உன் வேட்டியையும்
உருவிக்கொண்டு
போய்விடுவார்கள்.

முன்பெல்லாம்
திரைக்குள்தான்
சதி நடக்கும்;
இப்போதோ
திரைகளே
சதி செய்கின்றன.

வெள்ளித் திரையொன்று,
சின்னத் திரையென்ற
கொள்ளித் திரையொன்று;

இரண்டிலும்
படமெடுக்கும் பாம்புகளின்
வர்ணவிஷம்.

கண்முன்னே
கலாச்சாரக்
கற்பழிப்பு.

கண்ணுக்குத் தெரியாத
போர்க்களத்தில்
மறைமுகமான படையெடுப்பு.

களம்பல கண்டவனே!
இந்தப் போரில் நாம்
வெற்றி அடையாவிட்டால் நம்
விலாசமே மறைந்துவிடும்.

நடமாடும் வியப்புக் குறி

என் கவிதை
உனக்குப்
பூச்சொரியும்.

ஏனென்றால்
எப்போதும் நீ எனக்கு
ஆச்சரியம்!

நடமாடுகின்ற
வியப்புக் குறி நீ!

நீ ஒரு தீப்பந்தம்;
உன்னைக்
கவிழ்த்தினாலும்
நிமிர்ந்தே எரிகின்றாய்!

நீ வெளிச்சம்;
உன்னைப்
புதைக்க முடியாது.

நீ விலைவாசி;
உனக்கு
ஏற்றமுண்டே தவிர
இறக்கமில்லை.

உன்னைக்
கீழே இறக்கினாலும்
கிளைகளைத் தாங்கும்
விழுதுபோல்தான்
இறங்குவாய்.

நீ வயது;
கூடிக் கொண்டேதான்
போவாய்;
குறைய மாட்டாய்.

நீ ஃபீனிக்ஸ் பறவை;
உன்னை எரித்தாலும்
சாம்பலிலிருந்து
மறுபடியும் எழுவாய் நீ.

எங்கள்
விக்கலை அடக்க
நீராக வந்தவன் நீ.

உதய சூரியனுக்கே
ஒளிதந்த
வெளிச்சம் நீ.

பாரியை விடச்
சிறந்தவன் நீ.
அவன்
திண்டாடித் தவித்த
முல்லைக் கொடிக்குத்
தேரைத்தான் தந்தான்.

நீயோ
இருவண்ணப் பூங்கொடி
எப்போதெல்லாம் கீழே விழுகிறதோ
அப்போதெல்லாம்
கொழுகொம்பாய் உன்னையே
கொடுத்து விடுகிறாய்.

முலைகொடுக்கும் தமிழுக்கு
மூண்டதொரு துயரென்றால்
தலைகொடுக்கத் தயங்காத
தற்காலக் குமணன் நீ.

செந்தமிழில் வெந்தாலும்
செந்தமிழைச் சுவைத்திருந்த
நந்தியைப்போல் கவிதை
நயத்தை நயப்பவன் நீ.

வற்றாத வேர்வைச்
சமுத்திரம் நீ!

அதிசய வேர்வை
உன் வேர்வை;
அதை ஊற்றினால்
கொடிமரமும் பூக்கிறது!

இரவிலும் தூங்காத
'ஞாயிறு' நீ.

அமாவாசை இருட்டிலும்
ஒளி வீசும் 'திங்கள்' நீ.

செந்தமிழைப் பேசுவதால்
'செவ்வாய்' உடையவன் நீ.

வீழ்த்துகின்ற
தோல்வியையும்
வெற்றியாய் ஆக்கிவிடும்
அற்'புதன்' நீ.

கல்'வியாழ'த்தைக்
கண்டவன் நீ.

எங்கள்
விடுதலை வானின்
விடி'வெள்ளி' நீ.

சபிக்கின்ற பகைவர்க்கோ
'சனி' நீ.

என் பாட்டு
ஒரு பரிசுச் சீட்டு;
அந்தச் சீட்டுக்கு
அடிக்கடி விழுகின்ற
பரிசு நீ!

உயிலெழுதும் காகிதங்கள்

பெண்களே!
வரதட்சணைதான் நாம்
வாங்குகிறோம்;
இலவச இணைப்பாக
நீங்கள் கிடைக்கிறீர்கள்.

நீங்கள்
இல்லற தீபங்கள்;
அதனால்தான்
உங்களைக்
கொளுத்துகிறோம்.

நீங்கள்
நீர்ப் பூக்கள்;
அதனால்தான்
உங்களைக்
கண்ணீரில் வளர்க்கிறோம்.

காசிருந்தால்
மாதவி,
இல்லையென்றால்
கண்ணகி;
இதுதான் எங்கள்
நிகழ்ச்சி நிரல்.

நீங்கள்
எங்களுக்காகவே
கண்ணகிகள் ஆனீர்கள்;
எங்களாலேயே
மாதவிகள் ஆனீர்கள்.

நாங்கள்
சிலை வைப்பது
கண்ணகிக்கு
ஆராதிப்பதோ
மாதவியை.

எங்களை
வேசி வீட்டுக்குத்
தூக்கிச் சென்றால்தான்
உங்களைக்
கற்புக்கரசிகள் என்று
காவியம் பாடுவோம்.

வாழ்க்கைச் சூதாட்டத்தில்
தோற்பவர் நாங்கள்;
துகிலுரியப்படுகிறவர்கள்
நீங்கள்.

நாங்கள்
கல்லாகவும்
புல்லாகவும் இருப்பது
உங்களைப்
பத்தினிகள் ஆக்குவதற்காகத்தான்.

உங்களைச்
சிதையில் வைத்து
எரிப்பது
உங்களைத்
தெய்வமாக்குவதற்குத்தான்.

பால்குடிக்கும் வரை
உங்களைத்
தாய் என்போம்;
பிறகு
பேய் என்போம்.

எந்தத் தனம்
எங்களுக்குப்
பாலூட்டியதோ
அந்தத் தனத்தை
மூலதனம் ஆக்கும்
வியாபாரிகள் நாங்கள்.

உங்களை
மலரே! என்போம்;
மலர்வீர்கள்.
நாமோ
தேனைக் குடித்துவிட்டுப்
போய்விடுவோம்.

கொடியே! என்போம்;
குழைவீர்கள்.
நாமோ
பூக்களைப் பறித்துக் கொண்டு
போய் விடுவோம்.

பொன்னே! என்போம்;
புளகாங்கிதம் அடைவீர்கள்.
நாமோ உங்களை
நெருக்கடி நேரத்தில்
விற்றுவிட்டுப் போய்விடுவோம்.

மானே! என்போம்;
மயங்கிப் போவீர்கள்.

உங்கள்
கத்தூரியை எடுக்கக்
கத்தியைத் தீட்டுவோம்.

மீனே! என்போம்;
மெய்சிலிர்த்துப் போவீர்கள்.
உங்களைக்
கண்ணாடித் தொட்டியில்
கண்ணீரில் நீந்தவிட்டுக்
கண்காட்சியாய் வைப்போம்.

ஏமாறும் பசுக்களே!
உங்கள்
கன்றுகளையே கொன்று
வைக்கோல் அடைத்து
உங்களிடமிருந்து
பால்கறப்பவர் நாம்.

கதாநாயகிகளே!
எங்களைக்
கதாநாயகர்கள் என்று
நம்பினீர்கள்;
நாமோ
'வில்லன்'களாக
இருந்தோம்.

கல்வியின் தெய்வமே
பெண்;
அதனால்தான் உங்களுக்குப்
படிப்பெதற்கு என்றோம்.

கலைமகள் எதற்குக்
கலாசாலைக்குப்
போக வேண்டும்?

சேலை கட்டிய மாதரை
நாங்கள்
நம்புவதில்லை;

சேலை அவிழ்க்காதவரை
நம்பி என்ன பயன்?

'மாட்டு'ப் பெண் என்ற
பட்டம்,
மூன்று முடிச்சுப் போட்ட
மூக்கணாங் கயிறு,
எங்கள் தொழுவத்தில்
கட்டப்படுவதற்காகவே
பிறந்தவர்கள் நீங்கள்.
நீங்கள்
எங்கள் சொத்து;
அதனால்தான் உங்களுக்குச்
சொத்தை அளிப்பதில்லை.

சொத்துக்கே எதற்குச்
சொத்து?

நாங்கள்
உயிலெழுதும்
காகிதம் நீங்கள்.

உயிலுக்கே சொத்தை
எழுதிவைப்பதுண்டோ?

பெண்களே!
உங்களுக்கு நாம்
ஒன்றுமே தரவில்லையென்று
சொன்னவர் யார்?

உங்களுக்கென்றேநாம்
உரிமையாய்த் தந்தது
ஒன்றா இரண்டா?

கற்பை
உங்களுக்கென்றே நாம்
உரிமையாக்க வில்லையா?
என்றேனும் அதிலே
பங்குநாம் கேட்டதுண்டா?

பத்தினி
பதிவிரதை என்ற
பட்டங்களெல்லாம்
உங்களுக்காகத்தானே

ஒதுக்கிவைத்தோம்.
அதற்காக நாங்கள்
போட்டிக்கு வந்ததுண்டா?

தாலியை அணியும்
தகுதி
உங்களுக்கு மட்டும்தானே
உண்டு?
எங்களுக்கேது?

பூவும் பொட்டும்
உங்களுக்கு மட்டும்தான்;
எங்களுக்கில்லை.

வெள்ளைப் புடவையும்
உங்களுக்கு மட்டும்தான்;
எங்களுக்கில்லை.

அக்கினிப் பரீட்சை
உங்களுக்கு மட்டும்தான்;
எங்களுக்கில்லை.

சதி என்ற
தெய்வ பீடம்
உங்களுக்கு மட்டும்தான்;
எங்களுக்கில்லை.

மண்ணுக்குத்தான் நாம்
அரசர்கள் ஆகின்றோம்;
கற்புக்கு உங்களைத்தான்
அரசிகள் ஆக்குகிறோம்.

★

பெண்களே!
இனி நீங்கள்
எரிய வேண்டியதில்லை.

ஆண்கள்தாம் இனிமேல்
உங்களைப் பார்த்து
எரிவார்கள்.

ஒரு சகோதரனைப் போல்
உங்களுக்குச்
சீதனம் தரும் தலைவன்
ஆதனத்தில் அமர்ந்துவிட்டான்.

'வில்லன்'களையே
கதாநாயகர்களாக
நம்பிய
கதாநாயகிகளே!
இதோ
உங்களைக் காப்பாற்ற
உண்மையான கதாநாயகன்
வந்துவிட்டான்.

கலைஞர்
ஆட்சிக்கு வந்தாலும்
வந்தார்
எல்லாம்
தலைகீழாய் விட்டது.

பெண்களிடம் எங்கள்
குங்குமத்தைச் சுமப்பதற்கும்
கூலியைக் கேட்டோம்நாம்;
இவரோ அவர்களுக்குக்
குழந்தையைச் சுமப்பதற்கும்
கூலி தருகின்றார்.

இதுவரை, அட்டைப்
படங்களில்தான் பெண்களுக்கு
இடங்கள் ஒதுக்கி வைத்தோம்;
இவரோ
பணிகளிலே அவர்களுக்கு
இடங்கள் ஒதுக்குகிறார்.

நாமோ
பெண்களையே சொத்தாக
வைத்திருந்தோம்;
இவரோ அவர்களுக்குச்
சொத்துரிமை அளிக்கின்றார்.

இலக்கணம் தெரியவில்லை
கலைஞருக்கு;
ஆணில்
பெண் பாதி என்பதுதான்
பேச்சு; இவரோ
'பெண்ணுக்குப் பாதி' என்று
பேசுகிறார்.
இதென்ன
வேற்றுமை மயக்கம்?

காஞ்சிப் போர்

படையெடுத்து வருகின்ற
பகைவர்களிடமிருந்து
சொந்த மண்ணைக் காப்பதற்குச்
சூளுரைத்து வாளெடுத்துக்
களத்தில் எதிர்ப்பதுதான்
காஞ்சி.

அதனால்தான் அண்ணா
காஞ்சியிலே பிறந்தார்.

காஞ்சிப் பெரியவாள்
நமக்குமுண்டு;
அண்ணா என்ற
பெரிய வாள்!
அது
காஞ்சியிலே
வடிக்கப்பட்டது;
ஈரோட்டுச் சாணையில்
கூராக்கப்பட்டது.

காஞ்சித் தலைவனின்
தளபதி நீ;
சும்மா
காஞ்சித் தலைவனாய்
நடித்தவனில்லை.

காஞ்சி சூடிக்
களம் சென்ற மறவன் நீ;

அது
'காஞ்சி'யை எதிர்த்த
காஞ்சி!

'இரு வர்ணத்தை'
அரசியலில்
'மூன்று வர்ணம்'
எதிர்த்தது;
சமூகத்தில்
'நான்கு வர்ணம்'
மோதியது.

அந்த
'மூன்று வர்ண'த்தையும்
'நான்கு வர்ண'த்தையும்
'இருவர்ணம்' வென்றது!

அந்தக்
களவெற்றிக்குக்
காரணம்
காஞ்சிப் படைதான்.

நீயோ எங்களுக்கு
இளவேனிற் காலம்;
எதிரிகளுக்கோ
இலையுதிர் காலம்!
'இரட்டை இலை'
உன்னால் அல்லவோ
உதிர்ந்தது!

இரட்டை இலைவிரித்து
நாட்டையே உண்டவரை
எச்சில் இலையாக்கி
எறிந்தது காலம்
குப்பைத் தொட்டியில்.

'தமிழன் என்றோர்
இனமுண்டு
தனியே அவர்க்கோர்
குணமுண்டு' என்று
நாமக்கல்லார் பாடினார்.

அதென்ன
தமிழனுக் கென்றோர்
தனிக் குணம் என்று
சிந்தித்தேன்;
புரிந்தது;
தனித் தனியே பிரிந்து
சண்டையிடும் குணம்.

சாதி எனப்பிரித்தான்;
சமயம் எனப் பிரித்தான்;
மீதி இருந்தவனோ
கட்சி எனப் பிரித்துவிட்டான்.

ஒற்றுமைக்குக் காரணங்கள்
ஓராயிரம் இருந்தும்
வேற்றுமைக்குக் காரணங்கள்
தேடித் திரிகின்றான்.

மனத்தால் ஒன்றுபட
மதம் இடம் தரவில்லை;
இனத்தால் ஒன்றுபட
இதயத்தில் உணர்வில்லை.

வெள்ளையனை எதிர்க்க
வீரப்போர்க் களத்தில்
தோளோடு தோள்சேர்த்துத்
துணையாகிப் போரிட்ட
வெள்ளையத் தேவனே!

வெள்ளை மனம் கொண்ட
சுந்தரலிங்கமே!
இதோ, உங்கள் பரம்பரை
ஒருவர் ரத்தத்தை
ஒருவர் குடிக்க
வெறிபிடித்து அலைகிறது.

இங்கே தமிழர்கள்
சிலைகளை உடைக்கிறார்கள்;
சிலைகள்
தமிழர்களை உடைக்கின்றன.

சாதியின் பேரால்
சண்டையிட்டுக் கொள்வோரே!
நீங்கள்
இருவருமே ஒருசாதி;
சுரண்டப்படுகின்ற
கண்ணீர்ச் சாதி.

நீங்கள்
ஒருதாய் வயிற்று
மக்கள்;
வியர்வையின் பிள்ளைகள்!

வியர்வைத் துளிகளுக்குள்
வெட்டுக் குத்தா?

ஆதிக்க வர்க்கத்தின்
அடிகளால் மிதிபட்டுக்
கீழே கிடப்பவரே!
கீழிலும் கீழ்மேலா?

உழைக்கும் வர்க்கமே!
உங்களைச் சுரண்டிப்
பிழைக்கும் வர்க்கத்தைப்
பேர்த்தெறியும் போருக்கு
அழைக்கிறது காலம்;
அணிதிரள்வீர்; சாதியெனும்
பிழைக்கே இடம் கொடுத்தால்
பிழைப்பற்றுப் போவீர்கள்.

வில்லுக்கும் அம்புக்கும்
விவகாரம் என்றால்
பொல்லாத பகையைப்
புறங்காண்ப தெப்படி?
எதிரிகளை வெல்ல
இணைய வேண்டியநீங்கள்
எதிரெதிராய் நிற்பதா?
யார் இந்தச் சதிசெய்தார்?

சீவிவிட்ட கொம்போடு
சினப்பவரே! உங்களை
ஏவிவிட்ட பாவியர் யார்?
எண்ணிப்பார்க்க வேண்டாமா?

அவர்கள்
உங்கள் வீடுகள்
எரியும் நெருப்பில்
குளிர் காய்கிறார்கள்.

உங்கள்
ரத்தப் பாசனத்தில்
தங்கள் வயல்களை
வளர்த்துக் கொள்கிறார்கள்.

உங்கள் பிணங்களால்
தங்கள் சிம்மாசனப் படிகளைச்
செய்யத்
திட்டமிடுகிறார்கள்.
அவர்களை
அடையாளம் கண்டுகொள்வீர்.

தமிழா!
இனத்தால் ஒன்றுபடு;
எதிரிகளை வெல்லலாம்.
வர்க்கத்தால் ஒன்றுபடு
சொர்க்கத்தையே பெறலாம்.

மறுபடியும் தொடங்கட்டும்
ஒரு காஞ்சிப் போர்.
காஞ்சி சூடிக்
காத்திருக்கிறான் தலைவன்;
காஞ்சிப் படையே!
புறப்படு.

வைக்கோல் கன்றுகள்

நீ
சிப்பி பெற்ற முத்தல்ல
ஒரு முத்து பெற்ற முத்து -
முத்துவேல் பெற்ற முத்து

அந்த முத்துக்கு
இன்று
முத்து விழா!

வெற்றிக்கு எப்போதும்
நாயகன் நீதான்

இரண்டரை ஆண்டுக்கு முன்
கொள்ளைக்காரர்கள்
அவளைக்
கடத்திக் கொண்டு போய் விட்டார்கள்
இப்போது நீ
அவளை மீட்டுவிட்டாய்

வெற்றியின் நாயகனே!
நீ அவளைச்
சும்மாவா பெற்றாய்?
உன் நெற்றி வியர்வையைப்
பரிசமாகத் தந்தாய்
அறிவாலே மாலையிட்டாய்
அவள் உனக்குச்
சொந்தமானாள்

நாற்பது மலர்[1] தொடுத்த
நறுமண மாலை
நாயகன் உனக்கே சூட்டி
இன்று
நாயகியாள் மகிழ்கின்றாள்

நடந்ததென்ன
பிரளயமா?
பூகம்பமா?
ஆணவக்காரர்களின்
அராஜகக் கோட்டைகள்
அத்தனையும் அழிந்து போய்விட்டன
அடியோடு

மக்கள்
ஒரு மகத்தான புரட்சியைச்
செய்து விட்டார்கள் -
மௌனப் புரட்சி!
ஒரு பொத்தானை அழுத்தியே
பொல்லாத அரக்கர்களைப்
புதைத்து விட்டார்கள்

----
1. நாற்பது பாராளுமன்றத் தொகுதிகளில் வெற்றி

இந்தப் புரட்சிக்குத்
தளபதியே!
நீதான்
படை திரட்டினாய்

நீ விவேகத்தோடு
வியூகம் வகுத்தபோதே
வெற்றி நிச்சயிக்கப்பட்டு விட்டது

தோற்பது இனி இல்லை என
நீ திக்விஜயம் புறப்பட்டாய்
நாற்பது பிரதேசங்களும்
உன் காலடியில்!

இந்தத் தேர்தலின் முடிவு
இந்துத்துவாவின் முடிவு

மக்கள்
அடித்துத் துவைத்ததில்
காவியின் சாயம்
வெளுத்து விட்டது

உண்மையான 'தாமரை'யென்றால்
'உதய சூரியனை'ப் பார்த்து
மலரும்
இதுவோ
போலித் தாமரை
அதனால்
அந்தரங்கத்தில்
'நட்சத்திர'த்திடம்
சோரம் போனது

இப்போது
'உதய சூரிய'னின்
உக்கிரச் சூட்டில்
எரிந்து போனது

மக்கள் செய்த புரட்சி
மகத்தான புரட்சி
அவர்கள்
'இரட்டை இலை'யை

எச்சில் இலைபோல்
குப்பைத் தொட்டியில்
தூக்கி எறிந்துவிட்டார்கள்

'இந்தியா ஒளிர்கிறது' என்று
பொய் சொன்னவர்கள்
இருண்டு போனார்கள்

அவர்கள் பார்வையில்
இந்தியா ஒளிர்ந்தது
குஜராத் என்ற அகலில்
மனிதர்களையே திரியாக்கி
எரித்தார்களே
அப்போது

ரதம்
இறந்த கால வாகனம்
அதில் ஏறிப்
பயணம் செய்தவர்கள்
இறந்த காலத்துக்கே
போய்ச் சேர்ந்துவிட்டார்கள்

அரியணை துறந்த
இராமன் பெயரைச் சொல்லி
அரியணை ஏற நினைத்தார்கள்
மக்கள் அவர்களை
வனவாசத்துக்கு அனுப்பிவிட்டார்கள்

முஸ்லிம்களையும்
கிறித்துவர்களையும்
மதச் சார்பற்றவர்களையும்
குத்துவதற்காக விநியோகிக்கப்பட்ட
திரிசூலம்
அவர்களையே குத்திக்
கிழித்துவிட்டது.

சங் பரிவாரங்களின்
கனவுக் கோட்டைகள்
தகர்ந்து விழுந்துவிட்டன

பாபர் மசூதியின்
உடைந்த கற்கள்
பழி தீர்த்துக் கொண்டன

'அரை வேக்காடு' என்று
அநாகரிகமாகப் பேசியவர்களை
மக்கள்
முழு வேக்காடு வைத்து
மூலையிலே போட்டுவிட்டார்கள்

கண்ணாடி வீட்டில்
இருப்பவர்கள்
'பதிபக்தி இல்லாதவர்' என்று
கல்லெறிந்தார்கள்
சோனியா காந்தி
திருப்பிக் கல்லெறிந்திருந்தால்...
அவர் அப்படிச் செய்யவில்லை
காரணம்
அவர் பண்பாடுடையவர்

சோனியா
வெளிநாட்டுக்காரர்தான் என்பதை
நிரூபித்துவிட்டார்
ஆம்,
எந்த உள் நாட்டுப் பெண்
இந்தியப் பிரதமர் பதவியை
வேண்டாம் என்று
உதறுவாள்?

சூரியன்
பிறந்த நாளைக்
கொண்டாடும் போது
நட்சத்திர மெழுகுத் திரிகளை
ஊதி அணைப்பான்

எங்கள் உதய சூரியனே!
நீ உன் பிறந்த நாளை
ஒரு முன்னாள் நட்சத்திரத்தை
ஊதி அணைத்துக்
கொண்டாடுகிறாய்
உண்மையில்
நீ ஊதி அணைத்தது
ஒரு நட்சத்திரம் அல்ல
இரு நட்சத்திரம்

தலைவா!
நான் முன்பே
ஒருமுறை சொன்னேன்
'கதாநாயகர்கள்தாம்
உனக்கு வில்லன்கள்' என்று
இதோ, என் வார்த்தை
மீண்டும் நிரூபிக்கப்பட்டு விட்டது

சூரியன் கூட்டணியை
எதிர்க்க
எலியும் தவளையும்
ஒன்றாகச் சேர்ந்து
கயிற்றால் கட்டிக் கொண்டன
இப்போது இரண்டும்
பருந்திடம்
அகப்பட்டுக் கொண்டன
'உன்னாலே நான் கெட்டேன்'
என்று
ஒன்றை ஒன்று பார்த்து
ஒப்பாரி வைக்கத்
தொடங்கி விட்டன

அன்று உன்னை
அநியாயமாகக்
காராக்கிருகத்தில்
அடைத்தார்கள்
இன்று நீ அவர்களை
நிரந்தர இருட்டில்
தள்ளி விட்டாய்

ஈரமற்றவரிடம்
விவசாயிகள்
தண்ணீர் கேட்டார்கள்
அவரோ
கண்ணீர் கொடுத்தார்
அவர்களோ அவரைக்
களையெடுத்துத்
தூக்கியெறிந்து விட்டார்கள்

அவர்
ஆசிரியர்களையே

அடிக்கப்
பிரம்பெடுத்தார்
அவர்களோ அவருக்கு
நல்ல பாடம்
கற்றுக் கொடுத்து விட்டார்கள்
பரீட்சையிலும் அவரை
'பெயி'லாக்கி விட்டார்கள்

அவர்
'இலவச மின்சாரம்
இல்லை' என்றார்
மக்களோ அவருக்கே
'பவர்' கட்
பண்ணி விட்டார்கள்

கண்ணகி
மகா சக்தி வாய்ந்தவள்
இதோ இறந்த பிறகும் கூட
ஓர் அநீதியான ஆட்சியைக்
கவிழ்த்தி விட்டாள்

கண்ணகி சிலையை
இருட்டில் கொண்டுபோய்
வைத்தார்கள்

இதோ அவள்
பழிதீர்த்துக் கொண்டாள்
இப்போது
அவர்கள் இருட்டில்!

அவர்
அரசு ஊழியர்களின்
வயிற்றில் அடித்தார்
அவர்களோ, அவரைச்
சிலுவையில் அடித்துவிட்டார்கள்

எங்கெங்கோ
கோட்டை கட்ட நினைத்தார்
இருந்த கோட்டையும்
போய் விட்டது

வாக்காளர் பெயர்களை
அடித்தார்
வாக்காளர்கள்
அவர் பெயரை
அடித்து விட்டார்கள்

விதவையாக்கியவர்
இப்போது
வெள்ளைப் புடவை
வழங்குகிறேன் என்கிறார்

செத்த பிறகு
வாய்க்கரிசி போடுகிறார்

மக்களுக்குத் தெரியும்
இந்தச் சலுகைகள்
ஒரு மாஜி நடிகையின்
கிளிஸரின் கண்ணீர்

சட்டமன்றத் தேர்தலில்
வாக்குகளைக் 'கறக்க'ப்
பசுக்களின் முன் வைக்கப்படும்
வைக்கோல் கன்றுகள்

தலைவா! நீதான்
அழகாகச் சொன்னாய்
மக்கள் விரோதச் சட்டங்களைத்
திரும்பப் பெற்றது
நாற்பத்து ஓராவது
வெற்றி என்று!

ஒரு பிரளயமாய்ப்
பொங்கி எழுந்தாய்
மதவெறிக் கும்பலின்
மனக்கோட்டைகள் எல்லாம்
மண்ணோடு மண்ணாகி விட்டன

ஒரு பூகம்பமாய்ப்
புறப்பட்டாய்
ஆணவக்காரர்களின்
அடிப்படைகளே

அடியோடு தகர்ந்து
விழுந்து விட்டன

கலையெழுத்தை எழுதிய
கலைஞன் நீ!
இன்றோ
தலையெழுத்தை எழுதுகிறாய்
இந்திய நாட்டின்
தலையெழுத்தை!

முன்பு
வடக்கு வாழ்கிறது
தெற்கு தாழ்கிறது
என்றோம்
இப்போதோ
தெற்கு ஆள்கிறது
வடக்கு கேட்கிறது
ஆமாம், நீ சொல்வதைக்
கேட்கிறது

சங்கப் புலவர்களை விட
உயர்ந்தவன் நீ
அவர்கள் தமிழைப்
பலகையில் வைத்தார்கள்
நீயோ தமிழைச்
செம்மொழிச் சிம்மாசனத்தில்
ஏற்றி அமர வைத்தாய்

இந்துத்துவா என்ற
நச்சுப் பாம்பிலிருந்து
இந்தியாவை மீட்டாய்
தமிழ்நாட்டை
அரித்துக் கொண்டிருக்கும்
புற்று நோயை
எப்போது
அகற்றப் போகிறாய்?

சொல்லாண்ட தமிழ்போலப்
பல்லாண்டு நீ வாழ்க
எம்மை ஆள வாழ்க!
நாம் வாழ நீ வாழ்க!

மரணத்திடம் பால் குடித்தவன்

தன்மானக் கடலில்
தழைத்துவந்த பவளமே!
உனக்குப்
பவளவிழா என்றதும்
பாவை என் காதலியின்
பவளயிதழ் நினைவுதான்
வருகிறது, ஏனென்றால்
அந்தப்
பவளயிதழ்ப் புன்னகைபோல்
பரீட்சை நீ!

அந்தப்
பவளயிதழ்ப் பேச்சைப் போல்
பசியாற்றும் விருந்து நீ!
அந்தப்
பவளயிதழ் முத்தம்போல்
பாக்கியமாய்க் கிடைத்தவன் நீ!

பவள விழாவா உனக்கு?
நான் ஏற்க மாட்டேன்

வெறும்
ஆண்டுகளால் வயதை
அளப்பவனா நீ?
சாதனைகளால் அன்றோ உன்
வயதை நீ கணக்கிடுவாய்

அந்தக் கணக்கெடுத்தால்
'தொண்டு'க் கிழம் நீ
எத்தனைஉன் வயதென்று
எண்ண முடியாது
ஆனாலும் உன்னைப்போல்
இளமையின் வீரியம்
பெற்றவர் யார்?

தலை வணங்காத தலைவா!
வேலுக்குப் பிறந்தவன் நீ!
உன்னை எந்த ஆயுதம்
வெல்ல முடியும்?

மரணத்திடமே
பால் குடித்தவன் நீ!
உன்னை யாரால்
வீழ்த்த முடியும்?

புயலுக்குத் தலை வணங்க
நீ என்ன புல்லா?
எதற்கும் அசையாத
இமய மலை!
ஒரு ‘கை’யா அதை அசைத்துவிடும்?

அவர்களுக்குத் தெரியாது
சோதனை உனக்குச்
சோறு!
வேதனை உனக்கு
வெஞ்சனம்!
காயங்கள் உனக்குக்
கறி!

கடலில் தூக்கிப் போட்டால்
கையில் முத்துக்களோடு வருவாய்
ஜேயின் கணைகளையே
ஜெயிப்பவன் நீ - இந்த
ஜெயின் கணையா உன்னை
ஜெயிக்க முடியும்?

நீ ஏற்றி வைக்கும்
தீபங்களால் அன்றோ
தீப விழா நமக்கு

விளக்குகளை
ஏற்றிக்கொண்டே
இரு நீ, அதற்காகவே
இரு நீ; ஏனென்றால்
இன்னும் எங்களுக்கு
விளக்குகள் வேண்டும்.

உவமை நீ

உவமை என்பது
உயர்ந்ததாய்
இருக்க வேண்டும் என்று
இலக்கணம் சொல்கிறது
எங்கள் தலைவனே!
உன்னை விட
உயர்ந்ததாய்
உவமை ஒன்று தேடுகிறேன்
எங்கும் கிடைக்கவில்லை

சிங்கமென உன்னைச்
செப்பலாம் என்றால்
அதுவோ
காட்டுக்கரசன்
நீயோ
நாட்டுக்கரசன்

புலியென உன்னைப்
புகலலாம் என்றால்
உன்னைக்
குழியில் தள்ளிக்
கூண்டில் அடைப்பதற்குக்
காத்திருக்கின்றனர்
கயவர்

உன்னையோ
எந்தக் கூண்டிலும்
அடைக்க முடியாது
ஜெயினாலேயே முடியாதபோது
ஜேயினாலா முடியும்?

இரவில் விழிக்கும்
விளக்கென உன்னை
விளக்கலாம் என்றால்
அது
பகலில்
பிரகாசிப்பதில்லை
நீயோ
பகலிலும் பிரகாசிப்பவன்

நிலவென உன்னை
நினைக்கலாம் என்றால்
அது
அமாவாசை இருட்டில்
புதைந்து போகிறது
நீயோ
அமாவாசைகளில்
அதிகமாய்ப் பிரகாசிப்பவன்

உனக்குப்
புயலை உவமையாய்ப்
பொருத்தலாம் என்றால்
அதுவோ
ஏழைகளின் கூரைகளைப்
பிய்த்துப் போடுவது
நீயோ
ஏழைகளின் கூரையாய்
இருப்பவன்

உனக்குத்
தென்றலை உவமையாய்த்
தேர்ந்தெடுக்கலாம் என்றால்
அது
வசந்தத்தில் மட்டும்
வருவது
நீயோ
கோடையிலும் வீசும்
குளிர் காற்று
அது
பூக்களிடம் நறுமணத்தைப்
பிச்சையாகப் பெறுகிறது
நீயோ
உன் நறுமணத்தை
நாடெல்லாம் பரப்புபவன்

உனக்குக்
கடலை உவமையாய்க்
காட்டலாம் என்றால்
அதில்
அவ்வளவு நீரிருந்தும்

தாகத்தைத் தணிப்பதற்கு
ஒரு துளியும் அதில் இல்லை
நீயோ எங்கள்
தாகம் தணிக்கின்ற
குடிநீர்ச் சமுத்திரம்

மேலும் அதன் அலைகள்
ஆவேசமாக எழுந்துவரும்
கரையைக் கண்டதும்
காலில் விழுந்து விடும்
சில அரசியல் தலைவர்கள் போல
நீயோ
எவர் காலிலும்
விழுவதில்லை

சூரியனை உவமையாய்ச்
சொல்லலாம் என்றால்
அது
இரவில்
தூங்கப் போய்விடுகிறது
நீயோ
இரவிலும் விழித்திருப்பவன்

உனக்குக்
காற்றை உவமையாய்க்
காட்டலாம் என்றால்
அதுவோ சில
அரசியல்வாதிகள் போல
இலட்சியமின்றி
எங்கும் அலைவது
நீயோ
இலட்சியத்தை நோக்கியே
எப்போதும் நடப்பவன்

நெருப்பென உன்னை
நினைக்கலாம் என்றால்
அதற்குச்
சூடுதான் உண்டு
சுரணையில்லை
உனக்கோ
இரண்டும் உண்டு

களிறென உன்னைக்
காட்டலாம் என்றால்
அதற்கு
மதம் பிடிக்கும்
உனக்கோ
மதம் பிடிக்காது

உன்னைவிட
உயர்ந்ததாய்
உவமை எதுவும் இல்லை

உவமை நீ!
உவமைக்கு
உவமை எப்படி இருக்கும்?

2.6.98, கலைஞர் பவளவிழாக் கவியரங்கம். தலைப்பு 'ஒப்புவமை உண்டோ உரை'

கலைஞர் என்றால் கலைப்பவர்

கலைகளிலே வல்லவர்
என்பதால் மட்டுமா
கலைஞர்?
இல்லை
கலைப்பதனாலும்
கலைஞர்தான்
அவரோ
முந்தி விரிக்கின்ற
இந்தியைக் கலைப்பவர்

ஐந்தாம் படையாய்
எங்கள்
அறிவகத்தில் வலைபின்னும்
'நூலாம் படை'யை
கலைக்கும் ஒற்றடைக் கோல்

உதிரிகளே! அவர் பெயரை
உச்சரித்தால் போதும்
எதிரிகளின் கர்ப்பம்
கலைந்து விடும்

கலைக்க நினைக்கும்
மூடர்களே! எச்சரிக்கை
எங்களைக் கலைத்தால்
உங்களுக்குத்தான் ஆபத்து
ஏனென்றால்
நாம் ஒரு தேன்கூடு

ஓடாத
திருவாரூர்த் தேரையே
ஓட வைத்தவன் நீ
உன்னை யார்
நிறுத்த முடியும்?

அவரிடமா
'கலைப்பு கலைப்'பென்று
பூச்சாண்டி காட்டுகிறாய்
கலைப்பதற்கு இது என்ன
கள்ளத்தனமான
கர்ப்பமா?
இல்லை சீட்டுக் கட்டா?

நீரில் தோன்றும்
சூரியன் நிழலைக்
கலைக்கலாம்
சூரியனைக் கலைக்க
முடியுமா உன்னால்?

நீரில் தெரியும்
நிழல்கூட
எத்தனை முறை கலைத்தாலும்
மீண்டும் கூடிவிடும்
நாங்களும் அப்படித்தான்

இருமுறை காட்டினோமே
இன்னுமா புத்தி வரவில்லை?

கலைஞர் எனும் தமிழ்ப்பாட்டு

பாட்டென்றால்
ஏழு சுரம் வேண்டும்
ஒரே சுரத்தில் பாட்டு வருமா?
வரும்
கலைஞர் என்ற ஒரு சுரத்தில்

தமிழ்ப்பாட்டை - இப்போது
தமிழனே பாடுவதில்லை
கலைஞர் மட்டும் விதிவிலக்கு
கலைஞரென்னும் தமிழ்ப்பாட்டை - இன்று
பாரதமே பாடுகிறது

கலப்படப் பாட்டுக் காலத்தில்
கலைஞர் ஒரு தமிழ்ப்பாட்டு
கலைஞர் ஒரு நாட்டுப் பண்
தமிழ்நாட்டுப் பண்
நடமாடும் நாட்டுப்பண்

இந்தப் பாட்டு
பெரியார் இசையமைக்க
அண்ணா இயற்றிய பாட்டு
ஆனால் திரைப்பாட்டு அல்ல - மூடத்
திரைகளை கிழிக்கும் பாட்டு

பாட்டுக்குப் பாட்டெடுப்பேன் - உங்க
பாட்டனாரைத் தோற்கடிப்பேன் என்று
பாடுபவன் எல்லாம்
கலைஞரெனும் பாட்டைக் கேட்டால்
தாளம் போடத் தொடங்கிவிடுவான்
ஆம்
இப்பாட்டுக்கு எதிர்ப்பாட்டு இல்லை

பாட்டு
வீணையின் நரம்பிலிருந்து
மட்டுமல்ல
கலைஞரின் நரம்பிலிருந்தும்
எழுந்து வரும்
அதைக் கேட்டால் - எங்கள்
எங்கள் காயங்கள் ஆறிவிடும்

பக்குவமான
பாட்டுக் கச்சேரி இது
நாங்களெல்லாம்
பக்க வாத்தியங்கள்

எல்லோரும் சேர்ந்து
ஒரு பாட்டுப் பாட வந்தோம்
நிதிக்காகப் பாட வந்த
கவிஞரல்ல நாம்
கருணாநிதிக்காகப் பாடவந்த
கவிஞர்கள்

கலைஞர் ஓர் அதிசயப் பாட்டு
அவர் தெம்மாங்கு ஆனால்
தென்றலும் கையில் வாளை ஏந்தும்
அவர் அந்தாதி ஆனால்
அந்தமாகிய இறப்பும்
பிறப்பாகி விடும்
அவர் தாலாட்டானால் -
கண்மூடிப் பழக்கங்களில்
தூங்குவோர் எல்லோரும்
எழுந்து விடுவார்

அவர் பரணியானால்
அற்பப் புல்லும் கூட
ஆயிரம் யானைகளை வெல்லும்

அவர் காவடிச் சிந்தானால்
முருகன்
வள்ளியை மறந்துவிடுவான்

அவர் பிள்ளைத் தமிழ் ஆனால்
கிழங்களும்
தொட்டிலில் ஏறிப்
படுத்துக் கொள்வர்

அவர் புதுக்கவிதை ஆனால்
மரபுக் கவிதை
மதம் மாறிவிடும்

மரபுக் கவிதை
எனக்குப் பெரிய வீடு
புதுக்கவிதை
எனக்குச் சின்ன வீடு
சின்ன வீட்டை
எனக்கு ரொம்பப் பிடிக்கும்

அப்படித்தான்
கலைஞரையும் எனக்கு
ரொம்பப் பிடிக்கும்
ஏனென்றால் அவர்
புதுக்கவிதையாய் இருப்பதால்

கலைஞர் புதுக்கவிதைதான்
ஆனால் ஒரு வேறுபாடு
புதுக்கவிதை
வெளிநாட்டு இறக்குமதி
கலைஞரோ
அசல் தமிழ்நாட்டு விளைச்சல்

புதுக்கவிதை வந்தபோது
பழைமைவாதிகளிடமிருந்து
அதற்குத்தான்
எத்தனை எதிர்ப்பு!

கலைஞருக்கும் அப்படித்தான்
அரசியல் வாழ்க்கையில்
அவருக்குத்தான்
எத்தனை எதிர்ப்புகள்

இன்று
எதிர்ப்புகளையெல்லாம் முறியடித்து
அவர் அரசாட்சி செய்கின்றார்
இலக்கிய உலகில் எப்படிப்
புதுக்கவிதை அரசாட்சி செய்கிறதோ
அப்படி

இங்கே
மனிதர்கள்
சிலைகளை உடைக்கிறார்கள்
சிலைகள் மனிதர்களை

உடைக்கின்றன
எப்படியோ
தமிழினம் உடைக்கப்படுகிறது

சாதிக்கொரு வீதி
மரபுக் கவிதை;
சமத்துவபுரம்
கலைஞராம் புதுக்கவிதை
இது உயிர்மெய் எழுத்துக்களால்
எழுதிய கவிதையல்ல
உயிர் மெய்களால் செய்த கவிதை

புதுக்கவிதை
கருத்துகளின் சுதந்திரத்துக்காக
யாப்புத் தளைகளையெல்லாம்
உடைத்தெறிந்தது
கலைஞரும்
தமிழர்களைக் கட்டிப் போட்டிருந்த
தளைகளையெல்லாம்
தகர்ந்தெறிந்தார்

புதுக்கவிதை
ஆசிரியத் தளையை
அகற்றியது
கலைஞர்
ஆசிரியர்களின் தளைகளை
அகற்றினார்

ஆசிரியரை
வாத்தியார் என்றும் சொல்வார்கள்
இங்கே ஒரு வாத்தியார் இருந்தார்
அவரோ பிள்ளைகளைக் கெடுத்த வாத்தியார்
அந்த வாத்தியார் - ஆசிரியத் தளையையும்
அறுத்தெறிந்தவர் கலைஞர்

வஞ்சித் தளையை
நீக்கியது புதுக்கவிதை
கலைஞரும்
வஞ்சியரின் தளைகளை நீக்கினார்
மற்றொன்றும் செய்தார்
தமிழகத்தை வஞ்சித்த
வஞ்சியின் தளையையும் நீக்கினார்

கலித்தளையைக் கழற்றியது
புதுக்கவிதை
கலைஞரும்
கலிகாலத் தளைகள் அத்தனையும்
கழற்றி எறிந்தார்

வெண்டளையை விலக்கியது
புதுக்கவிதை
கலைஞரும்
வெண்டளையை
வெள்ளையனின் தளையை
விலக்கினார்

வெள்ளையன் போய் விட்டான்
ஆனால் அவன் போட்ட
தளைகள் இன்னும் இருக்கின்றன
ஆங்கிலம்
நம் நாக்குக்கு
அவன் போட்ட தளை
நம் மூளையை
முடக்கி வைத்த தளை

புதுக்கவிதை என்றால்
புரியவில்லை என்பார் சிலர்
கலைஞரும் அப்படித்தான்
சில நேரங்களில் சிலருக்கு
அவரைப் புரிந்துகொள்ள முடியாது

புதிதாகக் கூட்டொன்று
வைத்தார் கலைஞர்
இதென்ன
விபரீதக் கூட்டென்று
குழம்பினார்கள் பலர்
உண்மையில் அது கூட்டல்ல
கட்டற்றுத் திரிந்த
ஒரு காட்டுக் குதிரைக்கு
கலைஞர் மாட்டிய
கடிவாளம் அது
அதை
நம் வழிக்குக் கொண்டு வர

தமிழ்நாட்டில் தமிழ்ப் பிள்ளைகள்
தமிழில் படிக்கட்டும் என்று
ஆணையிட்டார் கலைஞர்
ஆனால் பெற்றோர் சுதந்திரத்தில்
தலையிடாதே என்றது
நீதிமன்றம்
அடிமையாவதற்கு சுதந்திரமா?
வர வர
நீதிமன்றத்தின் தீர்ப்புகள்
எரிச்சலூட்டுகின்றன
கன்னக்கோல்களுக்குச் சிறையாம்
திருடருக்கு விடுதலையாம்

கட்டாயக் கல்வி
வேண்டுமென்று சொல்கின்றோம்
படிப்பதும் படிக்காமலிருப்பதும்
என் உரிமை
அதிலே தலையிட
அரசுக்கு உரிமையில்லை என்று
கைநாட்டுப் பேர்வழிகள்
நாளை வழக்குத் தொடுக்கலாம்
தீர்ப்பும்
அவர்களுக்குச் சாதகமாய் வரலாம்

தமிழர்களே! தயாராயிருங்கள்
வருங்காலத்தில்
இப்படியும் தீர்ப்புகள் வரலாம்

கொள்ளையடிப்பது
கொள்ளையர் உரிமை
அதில் அரசு
தலையிடக் கூடாது
குடிப்பது
குடிகாரர் உரிமை
அதில் அரசு
தலையிடக் கூடாது
விபசாரம் செய்வது
விபச்சாரிகளின் உரிமை
அதில் அரசு
தலையிடக் கூடாது.

குழந்தைக்குத்
தாய்ப்பாலை ஊட்டென்றால்
அது தாயின் உரிமையில்
தலையிடுவதாம்

தாய் குழந்தைக்குக்
கள்ளிப்பால் ஊட்டினால்
தடுக்கக் கூடாது என்று
சட்டம் சொல்லுமோ?
அப்படிச் சொன்னால்
அந்தச் சட்டத்திற்குக்
கள்ளிப்பால் ஊட்டுவோம்

அங்கே இலங்கையில்
தமிழினம் தன்னைக் காக்கப்
போராடுகிறது
இங்கே தமிழகத்தில்
தமிழே தன்னைக் காக்கப்
போராட வேண்டிய நிலைமை
அங்கேயாவது தமிழினம்
தன் பகையினத்தோடு போராடுகிறது
இங்கோ தமிழ்
தன்னைக் காத்துக் கொள்ளத்
தமிழர்களிடமே
போராட வேண்டியிருக்கிறது

இன்றையத் தமிழன்
தன் தாய்மொழியையே கொல்லத்
தயாராகி விட்டான்
'தமிழைப் பழித்தவனைத்
தாய் தடுத்தாலும் விடேன்' என்றான்
புரட்சிக் கவிஞன்
நான் சொல்கிறேன்
தாய் மொழியைக் கொல்லத்
தாயே முனைந்தால்
தமிழா!
தாயைக் கொன்று விட்டுத்
தாய்மொழியைக் காப்பாற்று'

ஏனென்றால்
தாய் இறந்தால்

உனக்கு மட்டும்தான் நஷ்டம்
தாய்மொழி இறந்தால்
தமிழினமே அழிந்துவிடும்

தமிழா! இதோ
மீண்டும் ஒரு
மொழிகாக்கும் போராட்டம்
இந்தப் போர்க்களத்தில்
குருச்சேத்திரக் களம்போல்
எதிரில் நிற்பவன் உன்
சகோதரனாக இருக்கலாம் - ஏன்
உன் தாயாய்க் கூட இருக்கலாம்

அன்று அர்ச்சுனனுக்குக்
கண்ணன் சொன்னதைப் போல்
சொல்கிறேன்
எதிரில் இருப்பவன்
உறவைப் பார்க்காதே
அவன்
உன் மொழிக்கு எதிரியென்றால்
உனக்கும் எதிரிதான்
வில்லிலே நாண் பூட்டு - உன்
வீரத்தைக் காட்டு

1.6.2000. கலைஞர் 77ஆவது ஆண்டு பிறந்த நாள் விழா.

மூக்கா இல்லையா?

(24.3.68 அன்று நிகழ்ந்த வாணியம்பாடி இசுலாமியாக் கல்லூரி முத்தமிழ் விழாக் கவியரங்கத்திற்குக் கலைஞர் தலைமை ஏற்றிருந்தார். அவர் அப்போது பொதுப் பணித்துறை அமைச்சராக இருந்தார். கவியரங்கத் தலைப்பு, 'ஐம்பொறிகள்'. அப்போது நான் பாடிய வரவேற்புக் கவிதை இது.)

பொறிபறக்கப் பேசுவதில்
புகழுடையாய்! இந்த 'ஐம்
பொறி'பாடும் அரங்கிற்குப்
பொருத்தமான தலைவன்நீ.

கண்டு, கேட்டு, உண்டு, உயிர்த்து,
உற்றறியும் ஐம்புலனும்
உண்டெடன்பேன் உன்னிடத்தில்.

அண்ணாவின் வழியிலும்
அருந்தமிழ் மொழியிலும்
'கண்'ணாய் இருப்பவன்நீ;
'கண்'மாயும் உன் பொறுப்பு.

தோற்'காது' உன்காது
தமிழன்றி எம்மொழியும்
ஏற்காது.

'வருவாய்' என அழைத்தேன்;
வரு'வா'யாய் வந்தாய்.
'வாய்'க்காலை நடக்கவிட்டு
வளம்செய்ய வந்தவன் நீ.

'மெய்' மறந்து போகாத
மெய்மை உன் மை;
ஆனால் உன் மை வித்தை
மெய்மறக்கச் செய்வதென்ன
எம்மை?

'வாக்கு நயத்தால்
வருணித்தாய்; எஞ்சியுள்ள
மூக்குக்கு என்ன
மொழிவாய்?' எனக்கேட்பாய்
மொழிகின்றேன்.

நாக்காளும் கலையறிந்த
நாவலனே! உன் பெயரே
'மூக்கா' இல்லையா?

நீர் வருக

(வேலூரில் (நாமக்கல்) 28.9.68 அன்று 'நீர்க் குடும்பம்' என்ற பொதுத் தலைப்பில் கவியரங்கம் நிகழ்ந்தது. கண்ணீர், வேர்வை, கடல், ஆறு, மழை என்ற தலைப்புகளில் கவிஞர்கள் பாடினர். நான் 'குளம்' பற்றிப் பாடினேன். அப்போது அரங்கத்துக்குத் தலைவராக இருந்த கலைஞரைத் தலைப்புகளோடு இணைத்துப் பாடியது).

எங்கள் 'கண்' ணீரே!
எனத் தமிழர் நேசிக்கும்
தங்கமே!

சீர்வைக்கும் செந்தமிழ்
செழித்து, வளர்ந்து
'வேர்வை'க்க நெற்றி
வேர்வை சொரிபவரே!

பேனா
வரலாறு கொண்டு
வீரப் புகழின்
வர'லாறு' படைப்பவரே!

இழைக்கின்ற நட்பின்
இனியவர்கள் கலைஞரெனத்
தழைக்கின்ற உறவோடும்
தளராத அன்போடு
'மழை'க்கின்ற தலைவரே!

அழகுக் கவிதையென்றால்
அங்'குளம்' நெகிழ்பவரே!

நீர்ப்பா சனத்துறைக்கு
நீர் தலைவர்; ஆகையினால்
நீர்க்குடும்பத் தலைவராய்
'நீர்' வருக என்றார்;
நீர் வந்தீர்.

தலைமீது வகுத்தல்

(2.8.1970 அன்று சேலம் தமிழ்ச்சங்கத்தில் 'கணக்கு' என்ற தலைப்பில் கவியரங்கம். தலைவர் கலைஞர், கவியரசு கண்ணதாசன் 'கூட்டல்' பற்றிப் பாடினார். என் தலைப்பு 'வகுத்தல்'. அப்போது பாடியது).

வகுத்தலைத்
தலைமீது வைத்துக்
கொண்டாடும்
தலைவன் நீ!

'வகி'ட்டை உச்சியிலே
வைப்பவன்நீ அல்லவா?

தென்னாட்டு நேரு

(சென்னையில் 14.11.70 அன்று 'நேரு நினைவு நாள் கவியரங்க'த் தலைமை ஏற்றிருந்த கலைஞரைப் பாடியது).

மேரு என உயர்ந்து
வெற்றிப் புகழுடையார்
நேருவின் கவியரங்கம்;
நீ தலைவன்; பொருத்தம்தான்.

முன்னாட்டும் தமிழுடையார்
முதிர்ந்தபுகழ் அண்ணாவோ
தென்னாட்டுக் காந்தி; நீ
தென்னாட்டு நேரு என்பேன்.

அண்ணலின் சீடர் அவர்;
அண்ணாவின் சீடன் நீ.

அண்ணலும் அண்ணாவும்
அமைதிப் பனிமலைகள்;
நேருவும் நீயும்
நெருப்பெரி மலைகள்.

வடக்கு 'முத்து'[1]க்கு
மகனவன்; நீயோ
தெற்கு 'முத்'தின்
திருப்புதல்வன்.

----

1. நேருவின் தந்தை மோத்திலால். 'மோத்தி' என்றால் முத்து என்று பொருள். கலைஞருடைய தந்தை முத்துவேலா.

கமலமும் பத்மமும்
தாமரைப் பெயர்கள்;
கமலாவை அவனும்
பத்மாவை நீயும்
மணந்ததால், தாமரை
மணாளர் இருவரும்.

கள்ளிருக்கும் ரோஜா
மலரவன்; முன்கோப
முள்ளிருக்கும் அவனிடம்;
உனக்கும் அப்படித்தான்.

பதம் பிடிக்கும் உங்கள்
இருவருக்கும்; ஆனால்
மதம் பிடிக்காது.

இருவரும்
சிறையிலே இலக்கியச்
சிறகுகள் விரித்தவர்.

காத்திருக்க மாட்டீரோ?

(தஞ்சையில் அண்ணா கவியரங்கம். தலைமை ஏற்றிருந்த கலைஞர் தாமதமாக வந்த கவிஞர்களைக் 'காக்க வைத்த கவிஞர்களே!' என்று கவிதையால் குட்டினார். அதற்குப் பதிலாகப் பாடியது).

'காக்கவைத்த கவிஞர்களே!
என்றெம்மைக் கவிக்கணையால்
தாக்கிய தலைவரே!
தவறென்ன நாம் செய்தோம்?

வாக்களித்தோம்; பதவியிலே
வைத்துள்ளோம்; நம்மையெல்லாம்
காக்கத்தான் வைத்தோம்;
காத்திருக்க மாட்டீரோ?

பரிமாற்றம்

(மதுரையில் அண்ணா கவியரங்கம். தலைமை ஏற்றிருந்த கலைஞர் 'நரி வைத்துப் பரிமாற்றும் திறமிக்க மதுரை' என்று கேலி செய்தார். என் சொந்த ஊரைக் கேலி செய்ததைப் பொறுக்காமல் அப்போது பாடியது.)

நரியைப் பரியாக
மாற்றிய ஊர் என்றாய்;

நரியாக நாட்டில்
நடமாடும் மனிதரையும்
பரியாக மாற்றும்
பண்பாடுடையவர் நாம்.

கரிமாற்றி வைரக்
கனி செய்யும் தமிழமுதைப்
'பரிமாற்றம்' செய்வோம்;
பரிமாறிப் பசிதணிவோம்.

பத்தரை மாற்றுப்
பசும்பொன் தமிழாலே
எத்தரையே மாற்றுவோம்;
ஏமாற்றும் கலையறியோம்.

மீண்டும் கிடைத்த திலகம்

மீண்டும் நடந்திருக்கிறது
இராமாயணம்.

பதின்மூன்று ஆண்டு
வனவாசம் முடிந்து
இராமன்
முடி சூடிவிட்டான்

சீதைகளை மயக்கிய
'பொய்மான்'களைக்
கொன்று,

'சூர்ப்பணகை'களின்
மூக்கை அறுத்து,
'இராவண'
சம்ஹாரம் செய்து,
இராமன் மீண்டும்
ஆட்சிக்கு வந்துவிட்டான்.

ஒரு
சாபத் தூக்கத்தில்
கிடந்த தமிழகத்தைத்
தன்
வேர்வை தெளித்து
எழுப்பிய தலைவன்
அரியாசனத்தில்
அமர்ந்து விட்டான்.

வேட்டி அவிழ்ந்ததும்
தெரியாமல்
தூங்கிக் கிடந்த நாடு
இதோ, எழுந்து
வேட்டி கட்டிக்கொண்டது.

இருண்ட காலத்தில்
நடந்த
நட்சத்திர ஆட்சி
ஒழிக்கப்பட்டது.

இதோ,
கிழக்காசனத்தில்
மீண்டும்
உதய சூரியன்
ஒளி மகுடம் சூடி
அமர்ந்து விட்டான்.

இது
விடியற் பொழுது.

இரவுக் காட்சியின்
வெள்ளித்திரை மயக்கங்கள்
கலைந்துவிட்ட நேரம்.

முகம் வாடிக் கிடந்த
பூக்களெல்லாம்
மலர்கின்ற தருணம்.

விதவையின் நெற்றிக்கு
மீண்டும் கிடைத்த
திலகம் போல்
எங்கள் தலைவன்
இதோ, வந்துவிட்டான்.

பறவைகளே!
பாடுங்கள்.

தினமும் தீமிதிப்பவன்

(கழக அமைச்சர் தீமிதித்ததைக் கலைஞர் கண்டித்தார். அதை ஒட்டிப் பாடியது.)

**தீமிதித்த தம்பியைத்
திட்டினாய்.**

**கழகம் புண்ணாகுமே என்ற
கவலை உனக்கு.**

**ஆனால்
நீ மிதித்துச் செல்வாய்
நித்தமும்,**

**நீ, நடந்து வந்த
பாதையிலே
எத்தனை தீ மிதிப்பு?**

**அதுவோ
நேர்ச்சை மிதிப்பல்ல;
உனக்கு
நேர்கின்ற மிதிப்பு.**

**தீமிதிப்பதென்றால்
உனக்கு
பூமிதிப்பது போல!**

**வேப்பிலை அடிப்பவனை
வெறுப்பவன் நீ.
ஆனால் நீயே
வேப்பிலை அடிப்பாய்;
ஈரோட்டு வேப்பிலை;
மூடப்
பேயோட்டுவதற்காக.**

**ஆலயம் என்றால்
அருவருப்பவன் நீ.
ஆனால் நீ மட்டும்
ஆலயம் ஒன்றுக்கு
அன்றாடம் செல்வாய்;**

அந்த ஆலயம்
அறிவாலயம்.

இதிலும் ஓர் வினோதம்.
அந்த ஆலயத்தின்
பக்தனும் நீதான்;
மூலவரும் நீதான்!

இறக்கினால் ஏற்றம்

எதிர்ப்பில் வளர்பவனே!

போர்வாள் நீ!
எதிரிகளே உனக்குச்
சாணைக் கல்

நஞ்சு உனக்கு
அமிர்தம்

சுட்டால்
அதிகமாய்ச் சுடர்கிறாய்
பொன்னைப் போல்

உன்னை அடைக்கும்
சிறைகளை
நீ கூடாக்கிக் கொள்கிறாய்
சிறகு வளர்த்துக் கொண்டு
வெளியே வருகிறாய்
பட்டாம்பூச்சியைப் போல்

உன்னை எரித்தால்
நீ விளக்காகி விடுகிறாய்

கீழே இறக்கினாலோ
ஏற்றத்தைப் போல்
நீரை முகந்துகொண்டு
மேலே வருகிறாய்

உன்னை அடித்தால்
அதிகமாக முழங்குகிறாய்
முரசைப் போல்

உன்னைப் புதைத்தால்
விதையாகி விடுகிறாய்

போர்
உன் பொழுதுபோக்கு
ரணம் உனக்கு
ஆபரணம்

உன்னைத்
தடுக்கப் பார்க்கிறார்கள்
தும்மலை
யார் தடுக்க முடியும்?

உன்னை
ஊதி அணைக்கப்
பார்க்கிறார்கள்
சூரியனையா
ஊதி அணைக்க முடியும்?

உன்னை
மறைக்கப் பார்க்கிறார்கள்
காதலை
யாராவது மறைக்க முடியுமா?

திருமண மேடையில் பிரசவம்

யாரேனும்
திருமண மேடையிலேயே
பிரசவம் செய்ததுண்டா?

கலைஞர்தான் செய்தார்!

பதவி ஏற்ற
மேடையிலேயே
ஏழைகளுக்கு
உதவித் திட்டங்கள்

விளக்கேற்றி வைப்பவர்

பிறந்த நாள் என்றால்
எல்லோரும்
விளக்குகளை
ஊதி அணைப்பார்

கலைஞரோ
தம் பிறந்த நாளில்
வீடுகளிலெல்லாம்
விளக்கேற்றி வைக்கிறார்

தற்காலப் பாரி

அற்றைத் திங்கள்
அப்பொற் பொழுதில்
பாரி இருந்தான்
பாவலர் இருந்தார்
இற்றைத் திங்கள்
இப்பொற் பொழுதில்
நீ யிருக்கின்றாய்
நாமிருக்கின்றோம்
எனவே எம்
கொற்றமும் நாடும்
கொள்வார் எவரே?

தரையில் கிடந்த
தமிழ்க்கொடி படரத்
தன்னையே தந்த
தற்காலப் பாரி நீ!

எழுதுகோல் ஊன்றிச்
செங்கோல் நடக்கும்
செங்கோல் பந்தலில்
எழுதுகோல் படரும்

எழுதுகோல் செங்கோல்
எனுமிரு கோல்களைத்

துடுப்பாகப் பெற்ற
தோணி நீ!

தருநிகர் வள்ளல்கள்
தமிழுக்குத் தந்தார்
தமிழையே நாளும்
தருகின்ற வள்ளல் நீ!

O

அப்துல் ரகுமான்

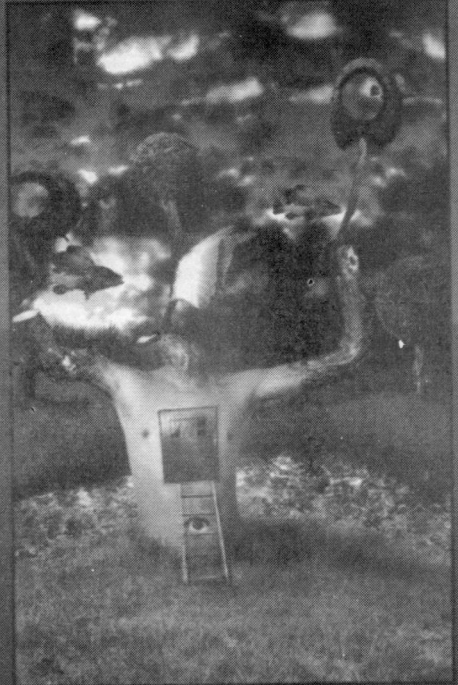

இறந்ததால் பிறந்தவள்

கவியரங்கக் கவிதைகள்

தொகுதி 1

மு. கருணாநிதி
முதலமைச்சர்

தலைமைச் செயலகம்
சென்னை-600 009.

நாள் : 25.01.2007

அணிந்துரை

என் அருமை நண்பர் கவிக்கோ அப்துல் ரகுமான் அவர்கள் தமிழ்க் கவிதையுலகில் முத்திரைகள் பல பதித்து முழுமதியாய்த் திகழ்பவர்; அனைவராலும் போற்றப்படுபவர். கவிக்கோ அவர்களின் கவிதைகளைக் கண்ணுறும் எவரும் அவரின் அன்பராய், இலக்கிய ஆர்வலராய் எழுச்சி பெறுவர் என்பது திண்ணம். அந்த அளவுக்கு அவர் ஒரு வார்த்தைச் சித்தர்; சொற்சித்திரச் சிற்பி.

கவிநயம் கண்டும் கேட்டும் களிப்புறும் இதயங்களை அவர்பால் பிணிக்கவல்ல அவர் நூல்கள் என்றும் அவர் புகழ்பாடும். கவியரங்கு களில் அவர் பாடக் கேட்டு மயங்கியோரும், கேளாது, பிறர் போற்றக் கேட்டோரும் படித்து மகிழ, சுவைத்துக் களித்திட 1960 முதல் 1980 வரை அவர் தாம் பாடிய கவியரங்கக் கவிதைகளைத் தொகுத்து - முதல் தொகுதியாக 'இறந்ததால் பிறந்தவன்' என்னும் பெயரில் இந்நூலை வெளியிடுகிறார்.

கல்லூரிப் பருவத்தில் இவர் கலந்து கொண்ட முதல் கவியரங்கம் 'வள்ளுவர் வாழ்வியல்' என்னும் தலைப்பில், 1961இல் காரைக்குடியில் நடைபெற்றது. அதில் 'துன்பம்' எனும் தலைப்பில்

கவிதை பாடிய கவிக்கோ அவர்கள் அய்யன் வள்ளுவரைச் சந்தித்து, 'வள்ளுவரே! உம்முடைய - வாழ்வியலில் துன்பம்ஏதும் - உள்ளதோ? சற்றெனக்கே - உரைப்பீர் எனக்கேட்டேன்; அப்போது அய்யன் திருவள்ளுவர்,

'குன்றாத கருத்துகளைக்
கொடுத்தேன்; நீங்களோஎன்

நூலையே பார்க்காமல்
நூலை அணிந்தவனா?
மேலைக்குல மாஇல்லை
வேறாஎன் றேவீணாய்

ஆராய்ச்சி செய்கின்றீர்
அதோடு விடாமல்என்
ஊரென்ன பெற்றோர்கள்
பேரென்ன என்பதெல்லாம்
பக்கத்தில் இருந்து
பிரசவம் பார்த்தவர்போல்
பொக்கைக் கதைநூறு
பொய்யெடுத்துக் கட்டுகின்றீர்' (பக். 26)
....

'சதிவழியில் சென்ற
சமயக் கணக்கர்தம்
மதிவழியில் செல்லாமல்
பொதுவழியில் நான்சென்றேன்

அப்படியும்
புறக்கோலம் பேணும்
பொல்லாத சமயத்தார்
அறக்கோலம் பூண்டஎனை
அலங்கோலம் ஆக்கினார்' (பக். 28)

எனத் தம் துன்பத்தை வெளிப்படுத்தினார் என்று கூறும் கவிக்கோவின் கற்பனை நயம் அவர்தம் முதல் கவியரங்கிலேயே முத்திரை பதிக்கத் தொடங்கியது.

கவிக்கோ கவிதைகள் (இரண்டாம் பாகம்) ❖ 167

பின், அதே ஆண்டில் (1961இல்), மதுரை தியாகராசர் கல்லூரியில் தாம் படித்த முதுகலை வகுப்பு மாணவர்கள் நிகழ்த்திய 'பிரிவு வாழ்த்து விழா'வில் கல்லூரிப் பேராசிரியர்களுக்கு நன்றியும் வாழ்த்தும் நவின்று பாடிய 'பிரியாவிடை' கவிதையில்,

'சுந்தரரை, மாணிக்க
வாசகரை, ஞானசம்
பந்தரெனத் தந்தஅப்பர்
பகர்தியாக ராசர்தம்
விந்தைமிகு கலைக்கோயில்
வீற்றிருந்த மாணவர்தம்
மாசிரியச்செய்து
மனவிளக்கை ஏற்றிவைத்த
ஆசிரியப் பெருமக்கள்
அருங்குணத்துக் குன்றங்கள்
சொல்லால் அறிவுரையால்
துவளாத முயற்சியால்
கல்லாய்க் கிடந்தவரைக்
கலையாக்கச் சிலையாக்கி
நெட்டைப் புகழால்
நிமிரவைத்த சிற்பிகள்;
மொட்டை அவிழ்த்து
முழுமலராய் ஆக்கியவர்;

இரண்டாம் கருப்பையாய்
எங்களை ஈன்றவர்கள்;
அருத்தமுடன் மனவயலில்
அறிவுப் பயிர்வளரக்
கருத்து மழைபொழிந்த
கார்கால மேகங்கள்

கடலெல்லாம் மையாக்கிக்
காட்டுமரம் கோலாக்கி
நெடுவான ஏட்டினிலே
நிறுத்தாமல் எழுதிடினும்

மைதீரு மன்றியிவர்
மாண்புகள்தீ ராஅந்தப்
பொய்தீரப் போதித்த
புண்ணியரைப் போற்றுகிறேன்' (பக். 32-33)

என்று தம் ஆசிரியப் பெருமக்களின் பெருமைகளை அருமையாய் வடித்துள்ள கவிதைகள் போல் இந்நூலில் இடம்பெறும் கவிதைகள் அனைத்தும் - கவிக்கோ அவர்களின் புகழ்மணம் பரப்பும் பொன் மலர்களே.

என் இனிய நண்பர் கவிக்கோ அப்துல் ரகுமான் அவர்களைப் போற்றும் ஒவ்வொரு வாய்ப்பிலும் தமிழ்மொழி வளம்பெறுகிறது. இது தொடரட்டும்; கவிக்கோ அவர்களிடம் தமிழ் மணப்பதும் தொடரட்டும்! மகிழ்ச்சியுடன் வாழ்த்துகிறேன்!

அன்புள்ள,

முன்னுரை

என் வரலாற்றில் கவியரங்கத்துக்கும் கவியரங்க வரலாற்றில் எனக்கும் ஒரு முக்கியமான இடம் உண்டு.

இதை நான் கூறுவது தற்பெருமைக்காக அல்ல; வரலாற்றுப் பதிவுக்காக.

தமிழ்நாட்டு இலக்கியச் சூழலில் இது தேவைப்படுகிறது.

என் வாக்குமூலத்தை ஏற்கத் தயங்குகிறவர்களுக்குச் சில சான்றிதழ்கள்:

> கவிக்கோ அப்துல் ரகுமான் அவர்களை அறியாத தமிழர்கள் இருக்க முடியாது. மேடைகளில், கவியரங்குகளில், வானொலியில், தொலைக்காட்சிகளில் அடிக்கடி அவரது கவிக்குரல் ஒலித்துக் கொண்டேயிருக்கிறது. என் தலைமையில் நடைபெறும் கவியரங்குகள் எதுவும் அப்துல் ரகுமான் பங்கு பெறாமல் நடந்ததில்லை. சொற்சித்திரங்கள் அற்புதமாக வரையக் கூடியவர். வார்த்தைகளின் சித்து விளையாட்டு என்பது அவர் கடுந்தவம் இயற்றாமலே தமிழன்னை அவருக்கு வழங்கியுள்ள வரம். கவியரங்குகளில் அவர் கம்பீரமாக நின்று கொண்டு களமுரசு முழங்குவது போலவும், மங்கல முரசு ஆர்த்திடுவது போலவும் கவிதை மணியாரம் கோத்திடும் போது அவையின் ஆரவாரம் அலை கடலாகும்.
>
> *– மாண்புமிகு முதல்வர் கலைஞர் கருணாநிதி*
>
> ✧
>
> தமிழ்நாட்டில் பட்டிமன்றம் போன்று கவியரங்கமும் மக்களை ஈர்த்ததெனில், கவியரங்குகட்குத் தலைமை ஏற்ற பலதுறை

விற்பன்னராகவும் முதல்வராகவும் விளங்கும் கலைஞரும் - அவற்றில் பங்கு கொண்டு அவையோர் ஆர்வம் மிகுந்திடுமாறு கவிவிருந்து படைத்த கவிக்கோவும் தலையாய காரணமாவர் எனலாம்.

- இனமானப் பேராசிரியர் க. அன்பழகனார்

✧

கவியரங்கத்தில் அப்துல் ரகுமான் பாடினால் அதற்குப் பிறகு வேறு யாரும் கவிதை படிக்க முடியாது.

- கவியரசு கண்ணதாசன்

✧

மன்றத்தில் இவரைப்போல புதுமையாக மற்றவர்கள் பாடுதற்கே முடியவில்லை.

- உவமைக்கவிஞர் சுரதா

✧

புரட்சிக் கவிஞர், உவமைக் கவிஞர், காவியக் கவிஞர் முதலியோரின் சாயலில் நாங்கள் தோய்ந்திருந்த போதிலும், எந்தச் சாயலுக்கும் இளைக்காமல், ஏதேனும் ஒரு சாயலுக்கு இளகாமல் தனக்கெனச் சொந்தச் சாயலை வளர்த்துக்கொண்டு, தன் பரந்த கல்வியாலும், விரிந்த சிந்தனையாலும், மேடையில் மலர்ந்த தாமரைப் பூக்களாகக் கரவொலிக்கு இசைந்தாடும் சதங்கைச் சந்தங்களாகக் கவியரங்கப் பாடல்களுக்கு மணிமகுடம் சூட்டிய திறமை கவிக்கோவின் புலமைக்குத் தனி மெருகாக இன்றும் வாய்த்திருக்கிறது.

- ஔவை நடராசன்

✧

அவரது வாழ்வில் அவரடைந்த மிகப் பெரிய வெற்றி கவியரங்கமே, அந்த மேடையில் தமிழகத்தின் எல்லாக் கவிஞர்களையும் தகர்த்தெறிந்த அரிமா அவரே.

- கவியரசு நா. காமராசன்

✧

கலைஞர் தலைமையில் கவியரங்க மேடைகளில் கவிதைகளுக்கு இலக்கிய உயரம் தந்ததில் கவிக்கோ அப்துல் ரகுமான் அவர்களுக்குக் கணிசமான பங்குண்டு.

- கவிப்பேரரசு வைரமுத்து

✧

கவியரங்கம் என்னை வளர்த்தது. நான்
கவியரங்கத்தை வளர்த்தேன்.

கவியரங்கம் என்னை மாற்றியது.
நான் கவியரங்கத்தை மாற்றினேன்.
கவியரங்க உலகில் நான் புகுந்தபோது
அது கவித்துவம் வறண்ட பாலையாக
இருந்தது.
அங்கொன்றும் இங்கொன்றுமாகச் சில
பச்சைப் புல்வெளிகள்.
இந்தப் பாலையில் நான் சோலையை வளர்த்தேன்.
கவியரங்க மேடைகளில் கவிதை என்ற பேரில்
யாப்பில் எழுதப்பட்ட கட்டுரைகளை வாசித்துக்
கொண்டிருந்தார்கள்.
நான் அந்த மேடைகளில் கவிதையைக்
கொண்டு வந்தேன்.
தூங்கி வழிந்துகொண்டிருந்த அரங்கங்களை
ஆரவாரம் செய்து ரசிக்க வைத்தேன்.
கவியரங்கங்களே என்னை மக்களுக்கு
அறிமுகப்படுத்தின.

மக்களுக்கு நான் நல்ல கவிதையை
அறிமுகப்படுத்தினேன்.
கவியரங்கக் கவிதைகளில் இருந்த
இலக்கண அமைப்புகளில் சிறந்தவற்றை
எடுத்துக்கொண்டேன். புதியனவாக நான்
பல இலக்கண அமைப்புகளை உருவாக்கினேன்.
முதல் வரியிலேயே அவையைக் கவர்தல், கவியரங்கத்
தலைப்புக்கும் கவியரங்கம் நடக்கும் இடத்திற்கும்
காலத்திற்கும் பொருத்தம் காட்டல், கவியரங்கத்
தலைப்புகளுக்கும் பாடும் கவிஞர்களுக்கும்
பொருத்தம் காட்டல், மற்றவர்கள் தலைப்பை விடத்
தன் தலைப்பே உயர்ந்தது என்று நயமாக
வாதாடுதல், தலைப்பைப் பல்வேறு கோணங்களில்
அணுகல், எதையும் சுவையாகச் சொல்லுதல்,
கூடியவரை சோர்வு தட்டும் கருத்துகளைத்
தவிர்த்தல், அல்லது அவற்றை மிகவும் சமத்காரமாகச்

சொல்லுதல் - இவை என் கவிதைகளில் இருக்கும் இலக்கண அமைப்புகள்.

சில எடுத்துக்காட்டுகள்:

வேலூரில் கவிஞர் கண்ணதாசன் தலைமையில் கவியரங்கம். தலைப்பு : குடும்ப நலம். நடந்த இடம் ஒரு கல்யாண மண்டபம்.

என் கவிதையை இப்படித் தொடங்கினேன் :

> கல்யாண மண்டபத்தில்
> கருத்தடைப் பிரச்சாரம்

அவ்வளவுதான்! தூங்கிக் கொண்டிருந்த அவை எழுந்து ஆரவாரம் செய்தது.

தஞ்சாவூரில் கலைஞர் தலைமையில் கவியரங்கம். கலைஞர் அரங்கத்திற்கு வந்தபோது கவிஞர்கள் யாரும் வந்திருக்கவில்லை. அவர்கள் சற்றுத் தாமதமாக வந்தனர்.

கலைஞர் தம் கவிதையில் 'என்னைக் காக்க வைத்த கவிஞர்களே!' என்று குட்டுவைத்தார்.

என்முறை வந்தபோது நான் கூறினேன்:

> காக்கவைத்த கவிஞர் எனத்
> தாக்கிய தலைவரே!
> வாக்களித்தோம்; பதவியிலே
> வைத்துள்ளோம்; நம்மையெலாம்
> காக்கத்தானே வைத்தோம்
> காத்திருக்க மாட்டீரோ?

அரங்கம் ஆரவாரத்தால் அதிர்ந்தது. கலைஞரைத் திரும்பிப் பார்த்தேன். அவர் சிரித்துக் கொண்டிருந்தார்.

அவர் கோபம் போன இடம் தெரியவில்லை.

அவையைக் கவர சகல யுக்திகளையும் நான் கையாண்டேன்.

ஆனால் அதற்காக எப்போதும் நான் கீழே இறங்கியதில்லை. தரம் தாழ்ந்து போனதில்லை.

✦

கவிக்கோ கவிதைகள் (இரண்டாம் பாகம்)

அவையைக் கவர்வதில் சிலேடைக்குப்
பெரும் சக்தியிருப்பதைத் தற்செயலாகக்
கண்டறிந்தேன்.

அதனால் அதை அதிகமாகக் கையாளத்
தொடங்கினேன்.

என் கவிதைகளுக்கு அதிகமாக ஈர்ப்புக்
கிடைத்தது.

இதைப் பார்த்த மற்றக் கவிஞர்களும் சிலேடையைக்
கையாளத் தொடங்கினர்

சிலேடை வெறும் வார்த்தை விளையாட்டு என்று
பலர் நினைக்கின்றனர். அதை இழிவாகக்
கருதுவாரும் உளர்.

இது அவர்களுடைய இலக்கியப் பயிற்சி
இன்மையையே காட்டுகிறது.

உலகத்தின் எல்லா இலக்கியங்களிலும்
சிலேடைக்கு இடம் உண்டு.

உலகப் பெருங்கவிஞர்கள் பலரும் சிலேடையைக்
கையாண்டுள்ளனர்.

> 'சிலேடை அணி மொழி அளவுக்குப் பழையது. அது
> தவிர்க்க முடியாத ஈர்ப்பை உடையது. அது
> எல்லா இலக்கியங்களிலும் காணப்படுகிறது'

The figure is apparently as old as language,
possessing irresistible appeal and appearing
in all literatures என்று Princeton Encydopedia
of Poetry and Poetics' கூறுகிறது.

அரிஸ்டாட்டில், சிஸரோ ஆகியோர் அணியிலக்
கணத்தில் சிலேடையின் ஆற்றலை ஆய்ந்துள்ளனர்.

தமிழ் அணியிலக்கணமும் சிலேடையைப்
பொருளணிகளுள் ஒன்றாக மதித்துப் போற்றுகிறது.

உலக இலக்கியத் திறனாய்வாளர்கள் சிலேடையை
ஓர் இலக்கிய அழகாகவே கருதினர்.

ஜப்பானியர் சிலேடையை 'இரட்டைப் படிமம்'
(Double Image) என்கின்றனர்.
பெருங் கவிஞர்கள் சிலேடையைக் கையாண்டுள்ளனர்.

To England will I **steel**,
and there I'll **Steal**
(Henry V, 5.1.92)

இது ஷேக்ஸ்பியர் கையாண்ட சிலேடைகளுள் ஒன்று.

துப்பார்க்குத் துப்பாய
துப்பாக்கித் துப்பார்க்குத்
துப்பாய தூஉம் மழை

இது திருவள்ளுவர்.

தையலும் கணவனும்
தனித்துறு துயரம்
ஐய மின்றி
அறிந்தன போலப்
பண்ணீர் வண்டு
பரிந்திணைந் தேங்கிக்
கண்ணீர் கொண்டு
காலுற நடுங்க...
(புறஞ். காதை. 185-188)

இது இளங்கோவடிகள்.

ஆர, ஆரத்தினோடும் மருவியே
ஆரவாரத்தின் ஓடும் அருவியே
(பால.காண். வரைக்.காட்.பட 27)

இது கம்பன்.

சிலேடையை உயர்தரமாகவும் கையாளலாம். கீழ்த்தரமாகவும் கையாளலாம்.

அது கையாள்வோரின் தரத்தைப் பொறுத்தது. சிலேடை வெறும் சொல்விளையாட்டாக, நகைச் சுவையாகக் கையாளப்படுவதுண்டு.

இதை வைத்துச் சிலேடையே கீழ்த்தரமானது என்று கூறுவது அறிவார்ந்த தீர்ப்பல்ல. விலைமகளிர் கவர்ச்சிக்காக ஒப்பனைப் பொருள்களைப் பயன்படுத்துகிறார்கள் என்பதற்காக ஒப்பனைப் பொருள்களே கீழ்த்தரமானவை என்று சொல்ல முடியுமா?

ஆங்கில இலக்கியத்தின் அபௌதிகக் கவிஞர்கள் (Metaphysical Poets)

காலத்திலும், மறுமலர்ச்சி (Renaissance)
காலத்திலும் அறிவார்ந்த அணி என்ற
மதிப்பீட்டில் சிலேடைக்கு மீண்டும் மறுவாழ்வு கிடைத்தது.

புதுக்கவிதைக் காலத்தில் சிலேடைக்குச்
செல்வாக்கு ஏற்பட்டது.

டி.எஸ். எலியட் தம் கவிதைகளில் பழைய
இலக்கியங்களிலிருந்து சில வரிகளை மேற்கோளாகப்
பயன்படுத்தும் உத்தியைக் கையாண்டார்.

கையாளப்பட்ட இடம் நோக்கி அந்தப் பழைய
வரிகளுக்குப் புதுப் பொருள் தோன்றியது.

எலியட்டின் 'பாழ்நிலம்' (The Waste Land)
என்ற புதுக்கவிதைக் காவியத்தில் இந்த உத்தியை
மிகுதியாகக் காணலாம்.

இது சிலேடைக்குப் புதிய பரிமாணம் தந்தது.

நல்ல சிலேடையை உருவாக்குவதற்குச் சிந்தனைத்
திறனும், மொழி ஆளுமையும் வேண்டும்.

மேடையில் நான் படித்த என் சிலேடை வரிகள்
அச்சில் வராமலேயே தமிழுலகில் பிரபலமாயின.

எடுத்துக்காட்டுக்கு ஒன்று:

பிள்ளை வேண்டும் என்றே
பெண்கள் அரசைச் சுற்றும்
காலமல்ல இக்காலம்
பிள்ளை வேண்டாம் என்று
பெண்களை அரசு சுற்றும்
கலிகாலம் இக்காலம்

என் சிலேடைச் சிந்தனைகள் மக்களை
அதிகமாகக் கவர்வதைக் கண்ட சிலர்
சிலேடைகளைக் கையாளத் தொடங்கினர்.

அவர்களுள் பெரும்பாலோர் நகைச்சுவைக்காகக்
கீழ்த்தரமான சிலேடைகளைக் கையாளத் தொடங்கினர்.

என் கவிதை
ஆரம்பம் செய்கின்றேன்
அவையோரே! நீங்கள்

ஆ!ரம்பம் என்றே
அலறாதீர்

என்று படிக்கத் தொடங்கினர்.

சிலேடை ரம்பமாவதைப் பார்த்துச் சகிக்காமல்
நான் சிலேடையைக் கையாள்வதை விட்டு விட்டேன்.

என் தொடக்க காலக் கவியரங்கக் கவிதைகளில்
ஆசிரியப்பா, வெண்பா, வெண்கலிப்பா, ஆசிரிய விருத்தம்,
இரட்டை விருத்தம் என்று பலவகையான
யாப்பு வடிவங்களைக் கையாண்டிருக்கிறேன்.

மற்ற யாப்பு வடிவங்களை விட வெண்கலிப்பா
கவியரங்கக் கவிதைக்கு வசதியாக இருப்பதை
அனுபவத்தில் கண்டேன்.

பின்னால், சுதந்திரமான வெளிப்பாட்டிற்காகச்
செந்தொடையாக இணைக்குறள் ஆசிரியப்பாவையும்,
வசன கவிதையையும் பயன்படுத்தத் தொடங்கினேன்.
கவியரங்க மேடையில் முதன் முதலாக வசன
கவிதையை - புதுக்கவிதையை அரங்கேற்றியதும்
நான்தான் என்பதைப் பதிவு செய்ய விரும்புகிறேன்.

மதுரை எழுத்தாளர் மன்றம் 29.9.1963 அன்று
நடத்திய இலக்கிய விழாவில்தான் என் 'மண்'
என்ற வசன கவிதை அரங்கேறியது.

பின்னால் பேரறிஞர் அண்ணா என் நண்பரிடம்
ஏழெட்டு முறை திரும்பத்
திரும்பப் படிக்கச் சொல்லிக் கேட்டுப் பாராட்டிய
பெருமையும் இந்தக் கவிதைக்கு உண்டு.

கவிதைகளில் பலவகை உண்டு. அவற்றில்
கவியரங்கக் கவிதைகள் தனி வகை.

உண்மையில் கவியரங்கக் கவிதை என்பது
ஒரு நிகழ்த்துகலை (performing art).

கவிதை நன்றாக எழுதப்பட்டிருந்தால் மட்டும்
போதாது. அதை நன்றாகப் படிக்கவும்
தெரிய வேண்டும்.

எங்கே ஏற்றுவது, எங்கே இறக்குவது,
ஆர்வமூட்ட எங்கே நிறுத்துவது,
எங்கே அழுத்தம் தருவது, எங்கே திருப்பிப்
படிப்பது என்பதெல்லாம் தெரிய வேண்டும்.

இவற்றையெல்லாம் நான்
அனுபவத்தில் கற்றுக் கொண்டேன்.

சரியாகப் படிக்கத் தெரியாவிட்டால் நல்ல
கவிதை கூட எடுபடாமல் போய்விடும்.

கவியரங்கக் கவிதைகளில் ஒரு குறை உண்டு.

அச்சுக் கவிதை புரியவில்லையென்றால்
நின்று நிதானமாக யோசிக்க நேரமுண்டு.

கவியரங்கக் கவிதையில் அது முடியாது.

கவிஞன் வாசிக்கும் நேரத்தில் அவையோர்
கருத்துக்களைப் புரிந்துகொள்ள வேண்டும்.

எனவே அதில் ஆழமான கருத்துக்களைக்
கூற முடியாது.

அச்சுக் கவிதைகளுக்கான அளவுகோல்களைக்
கொண்டு கவியரங்கக் கவிதைகளை அளக்கக் கூடாது.
சில 'அறிவுஜீவிகள்' அப்படிச் செய்வதுண்டு.

அச்சுக் கவிதை காகிதத்தில் மௌனமாகப்
படுத்திருக்கிறது.

கவியரங்கக் கவிதையோ உயிர்த் துடிப்புடன்
இயங்குகிறது.

படிப்பவனுடைய குரலால், படிக்கும் திறனால்
அது உயிர் பெறுகிறது.

அது சந்தச் சலங்கை கட்டிக்கொண்டு
நடனமாடுகிறது.

இந்த நிகழ்த்துகலையில் அவையோரும்
பங்கு கொள்கின்றனர்.

மேடைக் கவிதையில் இருக்கும் உயிரின் சலனத்தை
உணர்ந்த பாப்லோ நெரூடா அதைப் 'பேருரை'
(great speech) என்கிறார்.

கவிதை அந்தரங்கச் செயல் அல்ல;
அம்பலச் செயல் என்பதை அவர்
புரிந்து கொண்டார்.

எனவே கண்களின் மௌன வாசிப்புக்குரிய
நடையைக் கைவிட்டு,
வாய் உரத்துச் சொல்லும் சொற்பொழிவு
நடையில் கவிதைகளை எழுத ஆரம்பித்தார்.

அதனால் அவர் கவிதைக்குப் புதிய
பரிமாணம் கிடைத்தது.
அவர் வேகமாக வளர ஆரம்பித்தார்.

கவிதைகளில் உணர்வுமயக் கவிதை
(emotional poetry), அறிவுமயக் கவிதை
(intellectual poetry) என்று இரண்டு
வகை உண்டு.

என் கவியரங்கக் கவிதைகள் பெரும்பாலும்
அறிவுமயக் கவிதை வகையைச் சார்ந்தவை.

புதுக்கவிதைக் காலத்தில் என் தொடக்க
காலக் கவியரங்கக் கவிதைகள் பழைய
சிற்றிலக்கிய மரபை உயிர்ப்பித்தன.

குறிப்பாகத் 'தூது' இலக்கியத்தைச் சொல்லலாம்.

கவியரங்கத்தில் நேரடியாகவே அவையோரின்
எதிர்வினையைக் காண முடியும்.

அவையோர் எதைச் சொன்னால் விரும்புகிறார்கள்,
எப்படிச் சொன்னால் விரும்புகிறார்கள் என்பதைக்
கவியரங்கம் எனக்குக் கற்றுக் கொடுத்தது.

இந்தப் பாடம் சொற்பொழிவாற்றவும், கட்டுரை
எழுதவும் மிகவும் பயன்பட்டது.

அதனாலேயே இரண்டிலும் வெற்றி பெற
முடிந்தது.

இங்கே சில வரலாற்றுப் பதிவுகளைச் செய்ய
விரும்புகிறேன்.

தூங்கி வழிந்துகொண்டிருந்த கவியரங்கங்களைச்
சுவையரங்கங்களாக மாற்றிய பணியில்
என் பங்கு கணிசமானது.

கவியரங்க வரலாற்றில் கலைஞருக்கு ஒரு
தனி இடமுண்டு.

அவர்தான் ஓர் அரசியல் தலைவனைக்
கவிதையால் கொண்டாடும் அழகிய மரபை
உண்டாக்கினார்.

அவர்தான் அரசியல் அவையை இலக்கிய
அவையாக மாற்றினார்.

அவர்தான் கவிதையைக் கேட்க இலட்சக்
கணக்கில் கூட்டத்தைத் திரட்டிக் காட்டினார்.

பூம்புகாரில் கண்ணகி கோட்டத் திறப்பு
விழாவின்போதும், சென்னையில் வள்ளுவர்
கோட்டத்தின் முன் அண்ணா சிலை திறப்பு
விழாவின்போதும் இலட்சக் கணக்காகத்
திரண்ட மனித சமுத்திரத்தின் முன்னால்
கவிதை படித்த அனுபவத்தை என்னால்
மறக்க முடியாது.

உலக வரலாற்றில் கவியரங்கத்திற்கு
இவ்வளவு கூட்டம் எங்கும் கூடியதாகத்
தெரியவில்லை.

இது சரித்திர சாதனை.

கவியரங்கத்தில் பல மாற்றங்களையும்
புதுமைகளையும் நான் செய்திருக்கிறேன்.

உருது 'முஷாயிரா' பாணியில், நான்
பணியாற்றிய, வாணியம்பாடி இஸ்லாமியா கல்லூரியில்
'கவிராத்திரி' நடத்தினேன்.

அதில் அவையோர் இரவு முழுவதும் அமர்ந்து
கவிதைகளை ஆரவாரம் செய்து ரசிப்பார்கள்.

'கவிராத்திரி'யில் 'கஜல்' பாணியை
அறிமுகப்படுத்தினேன்.

நீண்ட யாப்புக் கட்டுரைகள் வாசிக்கும்
முறையை மாற்ற ஒரு சில வரிகளில்
கவிதை சொல்லும் முறையைக் கொண்டு
வந்தேன்.

சிந்தனையைத் தூண்டும் புதுமையான
தலைப்புகளில் மாணவர்களை எழுத வைத்தேன்.

இதனால் ஓர் இரவில் 60, 70 மாணவர்கள்
அரங்கேறுவார்கள்.

'கவிராத்திரி'யைப் பின்னால் 'சன்' தொலைக்
காட்சியிலும், 'விண்' தொலைக்காட்சியிலும்
மூன்று ஆண்டுகள் தொடர்ந்து நடத்தினேன்.

இதனால் தொலைக்காட்சி ரசிகர்களில்
கவிதை கேட்பதற்கென்றே ஒரு கூட்டம் உருவானது.
பலர் கவிதை எழுதத் தொடங்கினர்.

பல கவிதை நூல்களை நான் வெளியிட்டிருந்தாலும்
என்னைச் சிலர் 'கவியரங்கக் கவிஞன்' என்று
கூறுவதில் மகிழ்ச்சி அடைவதுண்டு.

இப்படியாவது என்னை 'ஒதுக்கி' வைக்க
முடியாதா என்பது அவர்களுடைய நைப்பாசை.

அவர்களைக் கண்டு நான் பரிதாபப்படுவதுண்டு.

மக்களிடம் பிரபலமாக இருப்பவர்கள் மீது
ஏற்படும் எரிச்சலால் சில 'பிறவிகள்'
இத்தகைய விமர்சனங்கள் செய்வது
வரலாற்றில் உள்ளதுதான்.

கவியரங்கம் என்பதே தரம் தாழ்ந்தது
என்று இவர்கள் நினைக்கிறார்கள்.

'சீச்சீ இந்தப் பழம் புளிக்கும்' என்ற கதைதான்.
கவியரங்கத்தின் தரத்தைச் சிலர் தாழ்த்தியதுண்டு.

அதனால் கவியரங்கம் என்ற ஊடகமே
எப்படித் தரம் தாழ்ந்ததாகும்?

மோசமான திரைப்படங்கள் வருகின்றன என்பதனால்
திரைப்படம் என்பதே மோசமான ஊடகமாகிவிடுமோ?
இந்தப் பார்வையில் பார்த்தால் எந்த
ஊடகம்தான் மிஞ்சும்?
புத்தகங்களில் கூடத்தான் மோசமான
புத்தகங்கள் வருகின்றன.
அதனால் புத்தகம் எழுதுகிறவனெல்லாம்
மோசமானவனா?

உண்மையில் கவியரங்கக் கவிதைகளை அச்சில்
வெளியிடுவதில் எனக்கு அவ்வளவாக உடன்பாடில்லை.
காரணம், அவை மேடையில் படிக்கப்படுவதற்
கேற்ற வகையில் எழுதப்பட்டிருப்பது.
அச்சில் அவை கொஞ்சம் உயிரற்றுத்தான் காணப்படும்.
பாட்டுப் புத்தகத்தில் இருக்கும் திரைப் பாடல்களைப் போல.
ஆனால் நேயர்கள் அவற்றை அச்சில் தர வற்புறுத்தினார்கள்.
திறனாய்வாளர்கள், ஆய்வுக்கும், வரலாற்றுப்
பதிவுக்கும் தேவை என்றார்கள்.
அதனால் கவியரங்கக் கவிதைகளை
அரை மனதோடு அச்சில் கொண்டு வருகிறேன்.
இந்தத் தொகுதியில் என் தொடக்க காலக் கவிதைகளைத்
தந்திருக்கிறேன் (1960லிருந்து 1980 வரை).
'நேயர் விருப்ப'த்தில் இருக்கும், மண், மரணம்,
பதவி, உரிமை, மரங்கள் என்ற கவிதைகளின்
முழு வடிவங்களை நீங்கள் இதில் காணலாம்.
'பொருளா? தாரமா?' என்ற கவிதை, தமிழ்
நாட்டில் முதன் முதலாக நிகழ்ந்த கவிதைப்
பட்டி மண்டபத்தில் அரங்கேறிய கவிதை.
இது ஒரு பரிசோதனை முயற்சி.
ஆனால் வெற்றி பெற்றது.

கவியரங்கக் கவிதைகளின் முதல் தொகுதி இது.
இனி, தொடர்ந்து பல தொகுதிகள் வர இருக்கின்றன.

நாற்பது ஆண்டுகள் எழுதியவை ஆயிற்றே.
ஏராளமாக இருக்கின்றன.

என் கவியரங்கக் கவிதைகளில் பல
மாண்புமிகு முதல்வர்
கலைஞரின் தலைமையில்
அரங்கேறியவை.
இந்நூலுக்கு அவருடைய
அணிந்துரை இருந்தால்
நன்றாக இருக்குமே என்று
எண்ணினேன்.

என் விருப்பத்தைத் தெரிவித்தவுடன்
கலைஞர் அதை நிறைவேற்றி
வைத்தார்.

என் 'புத்தக'த்திற்கு வரவேற்கும்
பூப்பந்தலாய் அமைந்திருக்கிறது
அவருடைய அணிந்துரை.

பல்வேறு பணிகளுக்கிடையே
என் விருப்பத்தை நிறைவேற்றிய
கலைஞர் அவர்களுக்கு என்
மனமுவந்த நன்றியைத்
தெரிவித்துக் கொள்கிறேன்.

என் நூல்களையெல்லாம் அழகாக வெளியிட்டு
வரும் 'நேஷனல் பப்ளிஷர்ஸ்' ஷாஜஹான்
இந்தத் தொகுதியையும் வெளியிடுகிறார்.

அவருக்கு என் நன்றி.

- அப்துல் ரகுமான்

அகிலத்தை ஆளும் அரசு

தேவகோட்டை, 1960.
தலைப்பு: வள்ளுவம் காட்டும் அரசு

கல்லெடுத்துச் சிலையாக்கிக்
கலையாக்கி, நல்ல
கலையரங்கில் காட்சிக்கு
வைத்ததுபோல் வீர
வில்லெடுத்து விளையாடும்
வேந்தர்தம் பண்பை
விரிவாக ஆராய்ந்து,
விளக்கமுள்ள அறிவால்
புல்லெடுத்து நெல்வளர்க்கும்
உழவர்களைப் போல
புன்மைகளைக் களைந்தெடுத்து
வள்ளுவனார், நல்ல
சொல்லெடுத்துச் சொன்னதுவே
அரசெனலாம்; மற்றோர்
சொன்னதெல்லாம் பூவரசு
வெற்றரசே என்பேன்

கடலிடத்தே நீரெடுத்துத்
தேக்கிவைத்து, நாட்டுக்
கழனியெலாம் செழிக்கவைத்து
நீரையெலாம் மீண்டும்
கடலுக்கே அனுப்புகின்ற
முகில்களைப் போல், ஆட்சிக்
கட்டிலிலே அமர்ந்திருப்போர்
அறவழியால் பொருளைக்
கடனறிந்தே இயற்றிடுவார்,
தொகுத்துவைப்பார்; மற்றோர்
கைவைத்து விடா வண்ணம்

காத்திருப்பார்; மக்கள்
நெடுவளங்கள் பெறும்வண்ணம்
வழங்கிடுவார்; இந்த
நேர்மையெலாம் இந்நாளில்
காண்பதுவும் எங்கே?

அரசருக்கு வள்ளுவனார்
உரைத்தவைகள் இன்றும்
ஆளுகின்ற கட்சிக்கு
வேண்டியன அன்றோ?
சிரசின்றி உடலியங்க
வழியில்லை; எந்தத்
தேசமும்ஓர் அரசின்றி
நடப்பதில்லை; நல்ல
இருசின்றி வண்டிநன்றாய்
ஓடுவதும் எங்கே?
இவ்வுலகம் உள்ளவரை
வள்ளுவனார் சொன்ன
அரசியலின் இலக்கணமே
காலத்தால் என்றும்
அழியாமல் உலகத்தை
ஆண்டுகொண் டிருக்கும்

சிரிப்பு விளக்கு

காரைக்குடி, 1961.
பொதுத் தலைப்பு: வள்ளுவர் வாழ்வியல்; என் தலைப்பு: துன்பம்;
தலைவர்: கண்ணதாசன்
கல்லூரிக் காலத்தில் நான் கலந்து கொண்ட முதல் கவியரங்கக் கவிதை

செங்கதிரில் இருளுண்டோ?
செங்கரும்பில் கசப்புண்டோ?
திங்களிலே நெருப்புண்டோ?
தென்றலிலே வெப்பமுண்டோ?

தெள்ளு தமிழ்மொழியில்
தீட்டிவைத்த திருக்குறளில்
வள்ளுவனார் வகுத்துரைத்த
வாழ்வியலில் துன்பமுண்டோ?

என்று திகைத்தேன்
எதற்கும் அவரிடமே
சென்றுகேட் போமென்று
சிந்தனையில் சந்தித்தேன்

வள்ளுவரே! உம்முடைய
வாழ்வியலில் துன்பம்ஏதும்
உள்ளதோ? சற்றெனக்கே
உரைப்பீர் எனக்கேட்டேன்.

நகைத்தார் எனைக்கண்டு,
நானொன்றும் புரியாமல்
திகைத்தேன்பின் ஏனையா
சிரித்தீர் எனக்கேட்டேன்

இடுக்கண் வருங்கால்
நகுகஎனப் புன்னகைத்தார்
திடுக்கிட்டு நான்என்ன
இடுக்கணா எனக்கேட்டேன்

அல்ல அல்ல என்றார்
அகமகிழ்ந்தேன், நீமட்டும்
அல்ல உனைப்போன்றோர்
அல்லல் எனக்களித்தார்

என்றார் திடுக்கிட்டேன்
எப்படி எனக்கேட்டேன்
குன்றாத கருத்துகளைக்
கொடுத்தேன்; நீங்களோஎன்

நூலையே பார்க்காமல்
நூலை அணிந்தவனா?
மேலைக்குல மாஇல்லை
வேறாஎன் றேவீணாய்

ஆராய்ச்சி செய்கின்றீர்
அதோடு விடாமல்என்
ஊரென்ன பெற்றோர்கள்
பேரென்ன என்பதெல்லாம்

பக்கத்தில் இருந்து
பிரசவம் பார்த்தவர்போல்

பொக்கைக் கதைநூறு
பொய்யெடுத்துக் கட்டுகின்றீர்

ஆதியெனும் புலைச்சியாம்
அந்தணன் பகவனாம்
சாதி மறந்திவர்கள்
சங்கம மானாராம்

அவர்கலப்பு மணத்திலே
அடியேன் பிறந்தேனாம்
சுவரின்றிச் சித்திரங்கள்
சூழ்ச்சிசெய்து தீட்டுகின்றீர்

அந்தண இரத்தம்என்
ஆகத்தில் இருப்பதால்தான்
சிந்தனையி லேநான்
சிகரமாக முடிந்ததென்று

சொல்லாமற் சொல்லுகின்ற
சூழ்ச்சிக் கதையன்றோ
பொல்லாத மனிதர்கள்
புனைந்தகதை; நானோ

பிராமணனும் புலைச்சியும்
பிறப்பில்ஒத் தவர்என்றேன்
பிராமணனும் புலைச்சியும்என்
பிறப்புக்குக் காரணம்

எனக்கதை அளக்கின்றார்
என்பிறந்த காலம்
தனைக்குறித்து சர்ச்சைசெய்து
சண்டையிட்டு வருகின்றார்

நான்பிறந்த காலம்
நானிலத்தின் நற்காலம்
தேன்பிறந்த தேதி
தெரியாவிட் டால்இழப்பா?

உருவத்தைப் பார்க்காதே
உள்ளத்தைப் பார்என்றேன்
ஒருவம்புக் காரர்என்
உருவத்தை யேபார்த்தார்

ஓவியத்தைப் பார்க்காமல்
தூரிகையைத் தொழுகின்றீர்
காவியத்தைப் படிக்காமல்
எழுதுகோ லைத்துதிப்பீர்.

மழித்தலிலோ நீட்டலிலோ
மகிமையில்லை என்றுரைத்தேன்
மழிக்காத தாடியை
வளர்த்துவிட்டார் என்முகத்தில்

சதிவழியில் சென்ற
சமயக் கணக்கர்தம்
மதிவழியில் செல்லாமல்
பொதுவழியில் நான்சென்றேன்

அப்படியும் -
புறக்கோலம் பேணும்
பொல்லாத சமயத்தார்
அறக்கோலம் பூண்டஎனை
அலங்கோலம் ஆக்கினார்

சிலரென்னை -
மொட்டை அடித்து
முழுச்சமணர் என்றுரைத்தார்
கொட்டைகட்டி விட்டுக்
குடுமிவைத்துச் சிலர்பார்த்தார்
நெட்டைவரி மூன்றுதிரு
நீற்றினால் தீற்றினார்
பட்டைநா மம்சிலபேர்
பக்குவமாய்ப் போட்டுவிட்டார்

தூயதொரு வெள்ளைத்
துணியாக இருந்தேன்; தம்
சாயத்தைத் தோய்த்துச்
சமயத்தார் அதைக்கெடுத்தார்

திருவள் ளுவதேவ
நாயனார் எனும்பெயரில்
ஒருவர்என் பின்னால்
உதித்திருந்தார் மயிலையிலே

அவ்வூரை என்னூர்
ஆக்கினார்; அதைவிட
எவ்வகையும் மன்னிக்க
முடியாத இழிவுசெய்தார்

அவர்மனைவி வாசுகி
அருங்குலக் கற்புடையார்
கவர்ந்தவரை கொணர்ந்தெனது
கையிலே கூட்டிவைத்தார்

உரையிட்டார் என்கருத்தை
உறையிலிட்டார்; என்முகத்தில்
திரையிட்டார்; என்கொள்கை
தெரியாமல் மறைத்துவிட்டார்

உங்களைத் திருத்தவந்தேன்
உலுத்தர்கள் நீங்களோ
அங்கமெலாம் நோகஎனை
அலங்கோலப் படுத்திவிட்டீர்

என்கருத்தை நன்குணர்ந்து
தன்கருத்தைத் திருத்தாமல்
தன்கருத்துக் கேற்பவே
என்கருத்தைத் திருத்தினீர்

★

திருக்குறளில் துன்பம்அது
எங்கென்றா தேடுகிறாய்?
பரீட்சைக்குப் படிக்கின்ற
மாணவரைக் கேள்அவர்கள்
திருக்குறளே துன்பமென்பார்
பிணியனைத்தும் தீர்ப்பதற்கு
ஒருமருந்தைக் கொண்டுவந்தேன்
ஒவ்வாது கசக்குதென்றார்

அறத்தால் வருவதே
இன்பமென்றேன்; அல்லஅல்ல
மறத்தால்தான் இன்பம்
வருமென்று மறுத்துரைத்தார்

அல்லவை நீர்செய்தால்
அல்லல்வரும் என்றுரைத்தேன்
அல்லஅல்ல அல்லவையே
ஆனந்த வழியென்றார்

துன்பத்தை அனுபவித்தால்
இன்பம் கிடைக்குமென்றேன்
இன்பத்தை அனுபவிப்போம்
இப்போது, துன்பம்

வரும்போது பார்க்கலாம்
வாழ்க்கைஇன்று இன்பத்தைத்
தரும்போது மறுப்பவன்
தற்குறிதான் என்றுரைத்தார்

குடிகெடுக்கும் வேண்டாம்
குடிக்காதீர் என்றேன்எம்
குடிகெடுக்க வந்தீரோ
கும்பிட்டேன் செல்கஎன்றார்.

பரத்தையரைப் பார்ப்பதும்
பாவமென்றேன்; அவர்களோ
பரத்தையர் தரும்இன்பம்
பத்தினிகள் தருவாரோ

அனுபவித்துப் பார்த்தவனே
அறிவான் எமக்குச்
சினம்வருமுன் எங்கேனும்
சென்றுவிடும் என்றுரைத்தார்

துன்பம்வரும் போதுநாம்
என்னசெய்ய வேண்டுமென்றேன்
துன்பத்தைக் கண்டு
சிரியென்றார்; துன்பத்தை

வெல்ல அதனைவிட
வேறுபடை இல்லையென்றார்
அல்லும் பகலும்போல்
அடுத்தடுத்து வரும்இந்தத்

துன்பமும் இன்பமும்
துன்பம்வந்தால் அதைஅடுத்து

இன்பம்வரும்; அதனால்தான்
இதையெண்ணிச் சிரியென்றேன்
இரவுவந்தால் விளக்கினைநாம்
ஏற்றுவோம் அல்லவா?
இரவுதான் துன்பம்நாம்
ஏற்றும்விளக் கேசிரிப்பு

கலங்கி வடிக்கின்ற
கண்ணீரால் புன்னகைப்பூ
மலர்த்தத் தெரிந்துவிட்டால்
வாழ்க்கையிலே துன்பமுண்டோ

என்றுரைத்துச் சென்றார்அவ்
வீரடியார்; துன்பத்தை
வென்றுநிற்கும் உயர்ந்த
வித்தையை நான்கற்றேன்.

பிரியா விடை

மதுரை தியாகராசர் கல்லூரியில் நான் படித்த முதுகலை வகுப்பு மாணவர்கள் நிகழ்த்திய 'பிரிவு வாழ்த்து விழா'வில் வாசித்த கவிதை; 1961.

சுந்தரரை, மாணிக்க
வாசகரை[1], ஞானசம்
பந்தரெனத் தந்த அப்பர்
பகர்தியாக ராசர்தம்
விந்தைமிகு கலைக்கோயில்
வீற்றிருந்து, மாணவர்தம்
மாசிரியச் செய்து
மனவிளக்கை ஏற்றிவைத்த
ஆசிரியப் பெருமக்கள்
அருங்குணத்துக் குன்றங்கள்

சொல்லால் அறிவுரையால்
துவளாத முயற்சியால்
கல்லாய்க் கிடந்தவரைக்
கலையாக்கச் சிலையாக்கி
நெட்டைப் புகழால்
நிமிரவைத்த சிற்பிகள்;
மொட்டை அவிழ்த்து
முழுமலராய் ஆக்கியவர்;

இரண்டாம் கருப்பையாய்
எங்களை ஈன்றவர்கள்;
அருத்தமுடன் மனவயலில்
அறிவுப் பயிர்வளரக்
கருத்து மழைபொழிந்த
கார்கால மேகங்கள்

கடலெல்லாம் மையாக்கிக்
காட்டுமரம் கோலாக்கி
நெடுவான ஏட்டினிலே
நிறுத்தாமல் எழுதிடினும்
மைதீரு மன்றியிவர்
மாண்புகள்தீ ராஅந்தப்
பொய்தீரப் போதித்த
புண்ணியரைப் போற்றுகிறேன்

திரு. துரையரங்கனார்

கடலாடும் சென்னைப்பல்
கலைக்கழகம் அனுப்பிவைத்த
நடமாடும் பல்கலைக்
கழகம் துரைஅரங்கம்
கல்விக் கலையரங்கம்
கருத்தாழ உரையரங்கம்
செல்வத் தமிழ்ப்பொன்னைச்
சேர்த்துவைத்த நெடுஞ்சுரங்கம்

திரு. இலக்குவனார்

திங்கள் குளிர்ச்சிதந்து
செங்கதிர்போல் செயலாற்றும்
எங்கள் துறைத்தலைவர்
இணையில்லாக் கலைப்புலவர்
இலக்கியனார்; நல்லதமிழ்
இலக்கணனார்; துணிவுமிகு
இலக்குவனார்; எமக்கெல்லாம்
இலக்காக அமைந்திருப்போர்

திரு. அவ்வை துரைசாமி

தூணாகிச் செந்தமிழைத்
தூக்கி நிறுத்த இன்று

ஆணாகி வந்த அவ்வை
அழகான உரைவேந்தர்
அதிகமான் தந்தஅருங்
கனிபெற்றார் அவ்அவ்வை;
அதிகமா ணவர்க்கு அறிவுக்
கனிதந்தார் இவ்அவ்வை

திரு. அ.கி. பரந்தாமனார்

பாற்கடலில் துயிலாமல்
பண்புடைய பைந்தமிழின்
நூற்கடலில் பயிலுகின்ற
நுண்ணறிவுப் பரந்தாமன்
வடிவத்தில் வ.உ.சி.
சீர்திருத்தக் குத்தூசி

திரு. மே. சுந்தரனார்

சந்திரனார் தோற்றத்தில்
மந்திரனார் வார்த்தையில்,மே
சுந்தரனார்; மேலான
சுந்தரனார் எனலாமே

திரு. நா. பாலுசாமி

பாலும்தே னும்போலப்
பாடம் நடத்துகின்ற
பாலுசா மிஇவரோ
பண்பிலே பூமி

திரு. சங்கர நாராயணன்

சங்கீதப் பாகவதர்
சந்தனத்துத் திலகத்தார்
இங்கிதமாய்ப் பழகும்
இனிய இயல்புடையார்
சங்கரநா ராயணராம்
சமர்த்திலே பிரமராம்

திரு. சுப. அண்ணாமலை

அண்ணாந்த அறிவுடையார்
அண்ணா மலையிவர்தான்

பண்ணாகப் பாடுவதில்
பாட்டுக் கலையிவர்தான்

திரு. கதி. சுந்தரம்

நதிசுந்தர நடையும்ஒரு
நறுமாமலர் அழகும்
மதிசுந்தரக் குளிரும்நெடு
மலைபோன்றதோர் உயர்வும்
அதிசுந்தரக் கவிதைதனில்
அளிக்கும்உயர் கவிஞர்
கதிசுந்தரம் எமக்கெல்லாம்
கதிசுந்தரம் ஆனோர்

திரு. கண. சிற்சபேசன்

பொற்சபையில் ஆடாமல்
புகழுடைய நகைச்சுவையின்
சொற்சபையில் ஆடுகின்ற
சிற்சபேசன் எம்நேசன்

திரு. அவ்வை நடராசன்

அவ்வைப் பிள்ளையின்
அருமைப் பிள்ளை
தந்தையோ எழுத்துரை
வேந்தர்; தனயரோ
சிந்தை கவரும் நாச்
சிலம்பாட்ட உரைவேந்தர்

புதிய சிந்தனைப்
பூக்களின் தோட்டம்
அம்பலத்தில் ஆடாமல்
மாணவர் அகங்களிலே
தம்பலத்தில் ஆடுகின்ற
நடராசன்; தமிழ்நேசன்

திரு. சு. பாலச்சந்திரன்

கோலச் சந்திரக்
குளிரிசை பொழியும்
பாலச் சந்திரன்
பகலிலும் சந்திரன்

திரு. மாரியப்பன்

மாரியம்மன் கோயில்
மருங்கிலுள்ள கல்லூரி
மாரியப்பன் கோயிலாய்
மாற்றவந்த மாரியப்பன்

மாணவர்கள்

பண்ணிசைக்கும் ஒரு
 யாழில் பிறந்திட்ட
பதினான்கு பாடல்கள் நாம்-தமிழ்த்
தண்ணிழல் தந்ததோர்
 தருவில் கிளைத்திட்ட
பதினான்கு கிளைகளே நாம்

வாய்கள் பதினான்கு
 என்றிடினும் என்றும்
மனமொத்த மாணவர்நாம் - நல்ல
சேய்கள் நாம் தமிழுக்கே
 அந்த உறவினில்
சேர்ந்தொன்றாய் ஆனவர்நாம்

அரங்க சாமி
அந்தமிழ் இலக்கியச்
சுரங்க சாமி
சொல்வளர்க்கும் பூமி

★

இலக்குமணன் பின்தொடர
ஏகுவார் அப்பெருமாள்
இலக்குமணன் முன்நிற்க
பின்நிற்பார் இப்பெருமாள்
இலக்குமணப் பெருமாள்
இலக்கணத்தில் பெரும்ஆள்
நீதிமணி; நண்பர்க்கு
நேசமணி பாசமணி
சோதிமணி எங்கள்
சொந்தமணி இந்தமணி

 ★

வெள்ளைமுத்து விலைமுத்து;
விலைகூற முடியாத
நல்ல முத்து நல்லமுத்து
நமக்கெல்லாம் பெருஞ்சொத்து

★

படராசன்; இனியகுரல்
பண்ராசன்; நாம் விரும்பும்
நடராசன்; கவிதையிலே
நடமாடும் நடை ராசன்

★

இலக்குமிநா ராயணனோ
இலக்குமிக்கு இடங்கொடுத்தோன்.
இவ்,விலக்குமிநா ராயணனோ
இனியதமிழ்க் கிடம்கொடுத்தோர்
பொதுவுடைமை கொள்கைக்குப்
பூங்கா; அழகியதோர்
மதுவுடைய மலர்போல
மணம்பரப்பும் நட்புடையார்

★

பாலரின் மனத்தான்
சுந்தரப் பண்பினன்
பால சுந்தரம்
படபடப் பேச்சுக்
கோல சுந்தரம்
குளிர்ந்த நட்பினன்

★

முதுமைப் பாதைக்கு
முழுக்குப் போட்டுப்
புதுமைக் கருத்தைப்
புனையும் கவிஞர்
பதுமைபோல் பேசாப்
பதும நாபன்;

★

ஆதிப் பாண்டியர்
அறமும், நல்ல
நீதிப் பாண்டியர்
நேர்மையும் உடைய
பூதப் பாண்டியன்
பூவைப்போல் மென்மையினார்

★

தராசேந்தி நிறுக்காத
தங்கம்; சிவகங்கை
இராசேந் திரச்சிங்கம்
இனியதோர் நட்புடையார்
வீரக் கவிதைகளும்
விருப்பம் தரும்காதல்
ஈரக் கவிதைகளும்
எழுதுவதில் திறமுடையார்

★

கங்கைபோல் பெருகிவரும்
கருத்துக் கலையரசி
மங்கையர்க் கரசி
மனைமங் கலத்தரசி

★

நூலோஇது எனவேஉரை
நூற்கும்திறம் உடையார்
காலாவதி எண்ணங்களைக்
கருதாஉளம் பெற்றார்
நாலாவிதக் குணமும்திகழ்
நலமாகிய நங்கை
லீலாவதி என்றால்இனிச்
சொலலாவதும் உண்டோ?

★

ஆர்அமிர்தக் கவிதைஎனில்
ஆர்வம் மிகவுடையார்
பேர்அமிர்தம் மனப்பண்பின்
சீர்அமிர்தம் செயலமிர்தம்

★

எல்லோரைப் பற்றியும்
சொல்லிவிட்டேன் - இனி
என்னைப் பற்றிச் சொல்ல
வேண்டுமன்றோ
நல்லோர் இவர்களை
ஓர்வகுப்பில் - என்தன்
நண்பராய்ப் பெற்றதே
என் பெருமை

---

1. சுந்தரம், மாணிக்கவாசகம் இருவரும் தியாகராசச் செட்டியாரின் புதல்வர்கள்.

பக்கத்துப் பச்சை

மதுரை எழுத்தாளர் மன்றம், 22-7-1962.

தலைவர்: முடியரசன்; தலைப்பு: 'வண்ணங்கள்', என் தலைப்பு: பச்சை; கறுப்பு: மீரா, சிவப்பு: புலவர் வேலவன்; மஞ்சள்: ச. அவ்வையார்.

மாற்றமிலா நிறம்பச்சை
மற்ற நிறம்பற்றிச்
சாற்றத் தொடங்கினால்
சாயம் வெளுத்துவிடும்

சிவப்புநிறம் ஆபத்தின்
சின்னம்; கறுப்புநிறம்
கவலையையும் துயரினையும்
காட்டுகின்ற அடையாளம்
பஞ்சமென்ன வந்ததோ?
பதும மலர்முகத்தில்
மஞ்சளுக்கு மாறாக
வஞ்சியர்கள் நாள்தோறும்
அஞ்சாறு முறைமாவு
அப்புமிந்தக் காலத்தில்
மஞ்சளுக்கும் மகிமையில்லை
பழைய மதிப்பில்லை

பச்சைநிறம் இன்பத்தைப்
பாய்ச்சும்நிறம்; எல்லோர்க்கும்
இச்சைநிறம்; வளமைக்கும்
இளமைக்கும் அடையாளம்

கண்ணுக்குக் குளிர்ச்சி
கருத்திற்கு மகிழ்ச்சி
எண்ணங்களைக் கூட
எழிலாக்கும் நல்லநிறம்

நீலனுக்கும் பச்சை
நேரிழைக்கும் கலப்புமணக்
கோலத்தில் பிறந்துவந்த
குழந்தைதான் பச்சைநிறம்

இயற்கைஎனும் ஓவியனுக்கு
இனியநிறம் பிடித்தநிறம்
வயல்வெளியைப் புல்வெளியை
மரஇலையைக் காய்க்குலையை
எல்லாம் பசுமையாய்
இயற்றிவைத்தான்; உலகத்தில்
எல்லா நிறங்களிலும்
இந்தநிறம் தான் அதிகம்

சிவப்புக் கமலப்பூ
கறுப்புக் குவளைப்பூ
செவந்தி எனும்மஞ்சள்
சித்திரப்பூ எல்லாமே
ஆவலுடன் தாலாட்டி
ஆதரிக்கும் பச்சைத்
தாவரங்கள் பெற்றெடுக்கத்
தலையெடுத்த குழந்தைகள்தாம்

பூவண்ணம் தளிர்வண்ணம்,
புதுவண்ண இலைவண்ணம்,
காய்வண்ணம், சுவையூறும்
கனிவண்ணம் பலஎனினும்
தாய்வண்ணம் பச்சைவண்ணம்
தவிர்ந்தபிற வண்ணமெல்லாம்
சேய்வண்ணம் என்றுநான்
செப்பினால் தவறுண்டோ?

பூதலத்தி லேவந்து
பூத்த நிறத்தையெல்லாம்
ஆதரிக்கும் நிறம்பச்சை
ஆதார நிறம்பச்சை

மஞ்சள் உடையணிந்த
மணிவெள்ளை அரிசிப்பெண்
நஞ்சை வயற்பச்சை
நாற்றுக்கு மகளன்றோ?

இயற்கையிலே சிவப்பாக
இருக்கின்ற உதடுகளை
செயற்கைச் சிவப்பாலே
மேலும் சிவப்பாக்க
இச்சைகொண்டு விட்டால்பின்
எல்லோரும் தேடுவது
பச்சைவெற் றிலைதானே!
பசுமையின்றேல் சிவப்பேது?

பஞ்ச நிலையைப்
பளிச்சென்று காட்டுதற்கு
மஞ்சள்கா கிதம்தன்னை
மனிதர் கொடுப்பதெல்லாம்
பச்சைநோட் டில்லாத
பரிதாபத் தாலன்றோ?

இச்சகத்தில் பறவைகள்
எத்தனையோ இருந்தாலும்
பச்சைக் கிளிபோலப்
பேசும் பறவையுண்டோ?

கச்சிதமாய்த் தங்கள்
காரியம் முடிப்பதற்குக்
காக்கைபிடிப் போரும்கருங்
காக்கை வளர்ப்பதில்லை
யார்க்கும்செம் போத்ததனை
ஆதரிக்கும் எண்ணமில்லை
மஞ்சள் குருவிகளை
மனையிலே வைப்பதில்லை

அஞ்சுகத்தின் பச்சை
அழகுவண்ணம் கண்டன்றோ
வஞ்சியர்கள் தங்கள்
மலர்க்கரத்தில் ஏற்றிவைத்துக்
கொஞ்சிக் குலவுகின்றார்
குளிர்முத்தம் தருகின்றார்

பாவையர் எல்லோரும்
பச்சைப்பட் டாடையென்றால்
ஆவலுடன் உடுப்பதுபோல்
அழகான மண்மகளும்
கட்டான மேனியின்மேல்
காதலுடன் அணிகின்ற
பட்டாடை, வளர்கின்ற
பச்சைப்புல் லாடையன்றோ?

ஆசையுடன் நீர்ப்பெண்ணாள்
அணிந்து மகிழ்கின்ற
பாசிப் புடவையும்
பச்சை நிறமன்றோ?

நாட்டில் பசுமைவள
நலங்கள் இலையென்றால்
ஏட்டிலே கறுப்பெழுத்து
இலக்கியத்தின் வளமெங்கே?
செங்கோல் சிறப்பதெங்கே?
சேயிழையார் வாழ்வினிலே
மங்கலங்கள் தாமெங்கே?
மஞ்சள் மெருகெங்கே?

பூவால் உடல்செய்து
பொன்னால் மெருகிட்டுப்
பாவால் மொழிசமைத்துப்
படைத்த வடிவாகிக்
கனவொன்று சதைபெற்றுக்
கண்முன்னே நடப்பதுபோல்
நனவிலே சொர்க்கத்தின்
நயம்தந்து, நடைபயின்று

பல்லில்லா வாயாலே
பனிமலர்போல் முறுவலித்துச்
சொல்லில்லா மொழியாலே
சொல்லாடும் சிறுகுழந்தை
மாநிறமோ கறுப்பு
மணிநிறமோ, செங்கமலப்
பூநிறமோ எந்தப்
புதுநிறமோ ஆனாலும்
பச்சைக் குழந்தையென்றே

பகர்கின்றோம்; பாசமுடன்
உச்சி முகர்ந்தே
உள்ளமெல்லாம் சிலிர்க்கின்றோம்.

வளமுடைய 'பச்சை' எனும்
வார்த்தைக்குப் 'புதுமை' என்றும்
'இளமை' என்றும் 'தெளி'வென்றும்
எத்தனையோ பொருளுண்டு

பசுமைபற்றி நானுரைத்த
பாட்டுஉங்கள் உள்ளத்தில்
பசுமரத் தாணிபோல்
பதிந்திருக்கும்; ஆகையினால்
தூரத்துப் பச்சையெனச்
சொல்லிஉங்கள் இதயத்தின்
ஓரத்தில் ஒதுக்காமல்
உவந்தேற்பீர் சொந்தமென்றே

எழுதுகோலை வணங்குபவர்கள்

திருவள்ளுவர் கழகம், காரைக்குடி, 1962.

அமிழ்தொத்த கருத்துதிர்த்த
வாயிதழின் ஓரம்
அழகொளிரும் நகையரும்ப,
அறிவோடும் அன்பை

உமிழ்கின்ற விழியிரண்டில்
ஒளியரும்ப, உலகில்
உயர்ந்ததமிழ்ப் பண்பாடே
உருக்கொண்டாற் போலக்

கமழ்கின்ற மணத்தோடு
வள்ளுவனார் என்றன்
கண்முன்னே வந்துநின்றார்;
எனைநோக்கித் தம்பி!

தமிழ்நாட்டைப் பார்த்திடயாம்
விருப்புற்றோம்' என்றார்
தளர்ந்துநின்றேன் துயரோடு
சொல்லாட லுற்றேன்

'ஈரடியால் பார்முழுதும்
அளந்துநின்ற பெரியீர்!

இற்றையநாள் தமிழ்நாடோ
அற்றையநாள் போலச்
சீருடைய ஓவியமாய்த்
திகழவில்லை; காலம்
செல்லரித்த ஓவியமாய்ச்
சிதைந்துவிட்ட தின்று
பேருடைய தெனில்பழைய
பெருமையினால்; காலிப்
பெருங்காயப் பெட்டியென
வாசனைதான் மிச்சம்
சீரழிந்து போன'தென்றேன்
தெருநிறைந்த நகரொன்றின்
உள்ளழைத்துச் சென்றேன்

ஊர்வளமும் நகர்வளமும்
ஒழிந்தநிலை கண்டே
உளம்நொந்தார், 'அன்றுநான்
உயிர்வாழ்ந்த நாளில்

நீர்வளமும் நிலவளமும்
நிறைந்திருந்தாய்; கண்ணின்
நீர்வளந்தான் காணுகின்றேன்
நிலம் அயலார் கையில்;
தேர்வளத்தைத் விழாவளத்தைக்
காணுகிறேன் ஆனால்
தெய்வத்தைக் காணவில்லை
பக்தர்களே கொன்றார்

நார்வளமும் இன்றில்லை
மனமலர்கள் கோக்கும்
நயவிரலும் இன்றில்லை
பரிதாபம்' என்றார்.

தெருநடுவே பறவைகளின்
எச்சத்தைத் தாங்கிச்
சிலையொன்று நிற்பதுகண்டு
'யார் இவர்சொல்' என்றார்

சிரித்தபடி 'நீங்கள்தான்
எனச்சொன்னேன்; கேட்டுத்
திடுக்கிட்டார்; 'இதனைவிடக்
கொடுமைஎன்ன வென்றால்

விருப்பம்போல் உம்உருவில்
தம்சமயக் கோலம்
மேலேற்றி அலங்கோலம்
செய்கின்றார்; உங்கள்

உருவத்தைப் போற்றுபவர்
உண்டன்றி உங்கள்
உள்ளத்தைப் போற்றுபவர்
யாருமில்லை' என்றேன்

'படைப்புகளைக் கொண்டாடிப்
படைத்தவனை மறக்கும்
பாவிகளே! இதில்மட்டும்
நான்படைத்த குறளை

நடைமுறைக்குக் கொண்டுவந்து
நன்மையடை யாமல்
நாட்டம்ஏன் என்உருவில்?
நடையழகி னோடு

தொடையழகும் கொண்டதொரு
மாகாவி யத்தைச்
சுவைக்காமல், அதைப் படைத்த
எழுதுகோல் தன்னை

அடையாளச் சிலையாக்கி
அதைவணங்கு வாரோ?
அந்தோ! நான் தந்ததெல்லாம்
வீ'ணென்று நொந்தார்.

மஞ்சள் காமாலை

குடவனாத்தூர் தமிழ்ச் சங்கம், 2.4.63; தலைவர்: கண்ணதாசன். என் தலைப்பு: மறவன். இந்தியா மீது சீனம் போர்தொடுத்த போது நடந்த கவியரங்கம்.

வில்லம்பு தொட்டறியேன்
வேல்வாள் எடுத்தறியேன்
கொல்லும்போர்க் களத்திலே
குருதி வடித்தறியேன்
தொடைநடுங்கி என்னைத்
தொல்லைதர வேஅழைத்துப்
படைவீரன் ஆக்கிவிட்ட
பண்புடையீர்! வணங்குகிறேன்

★

கல்தோன்றி மண்தோன்றாக்
காலத்தே வாளோடு
முன்தோன்றி மூத்த
குடிமறவன் பேசுகிறேன்

புராதன பூமி
புரட்சிப் பிரதேசம்
வரா,தனத்தை உழைப்பால்
வரவழைத்த தேசமெனச்

சீனமே! உன்னைஎம்
சிரசிலே வைத்திருந்தோம்
ஈனம் புரிந்தாய்
இழிவடைந்து வீழ்ந்துவிட்டாய்

பண்பாட்டில் ஒற்றுமையைப்
பார்த்துமகிழ்ந் துன்னைஎம்
நண்பனாய் எண்ணினோம்
நாகமாய்க் கொத்திவிட்டாய்

மாசேதுங் என்ற
மகத்தான தலைவனை
மாசேதுங்[1] கலவாத
மனிதரென மதித்தோமே

சிவப்பே! உனை விடியல்
சிவப்பென்று நினைத்தோமே
சிவப்புவிளக் காகிநீ
சிறுமை அடைந்தாயே

அரிவாளும் சுத்தியலும்
ஆக்கும் கருவியெனப்
பரிவாய் அணைத்தோமே
பாதகத்தைச் செய்தாயே

பயிரறுக்கும் அரிவாளைப்
பதமாகத் தீட்டிஎம்
உயிரறுக்க வந்தாயே
உன்பெயரைக் கெடுத்தாயே

பாம்புகளைத் தின்றுநீ
பாம்பானாய் என்பதனை
நாம்புரிந்து கொள்ளாமல்
நடுவீட்டில் அமரவைத்து

நட்பென்ற பால்வார்த்தோம்
நஞ்சை உமிழ்ந்தாயே
புட்பமென்று எண்ணினோம்
பூநாகம் ஆனாயே

சீனாவா அதுவேண்டாம்
சீச்சீ எனஇகழ்ந்த
ஐநாவில் உன்னை
அமரவைக்க வாதிட்டுப்

பகர்வதெல்லாம் பகர்ந்தோமே
பாசத்தைப் பகிர்ந்தோமே
நகர்வதெல்லாம் தின்பவனே!
நன்றியுமா கொன்றுதின்றாய்

இடமொன்றும் தரமாட்டோம்
எதிரிகளாம் பாண்டவர்க்கென்று
அடம்பிடித்த 'கௌரவவல்
லரசு'களின் மனம்மாற்றத்

தூதுரைத்த கண்ணனுக்குத்
துரோகம் இழைத்தாயே

வாதுரைத்த நட்புக்கு
வஞ்சகம்தான் கைம்மாறோ?

கற்கண்டைக் கண்ட
கலைஞனே! உன்னையும்நாம்
கற்கண் டெனநினைத்தோம்
கல்துண்டாய் ஆயினையே

மஞ்சள் நிறம்கண்டு
மஞ்சளென மதித்தோமே
மஞ்சள்கா மாலையென
மனத்தில் படவில்லையே

பொய்கிடக்கும் நாக்குப்
புலையா! உனக்குநாம்
கைகொடுக்க வந்தோம்எம்
கைவிரலைக் கடித்தாயே

சீருடைய தமிழ்நாட்டுச்
சித்தராம் போகர்எனும்
பேருடையார் சித்தின்
பெருந்திறத்தால் முன்பொருநாள்

சீனமெனும் நாட்டுக்குச்
சென்றாராம்; அங்கேயோர்
சீன மடந்தையொடு
திருமணத்தைச் செய்தாராம்

அக்கோலப் பெண்ணுக்கும்
அவருக்கும் பிறந்தவரே
இக்காலச் சீனரென
எம்நாட்டில் கதையுண்டு

இந்தியரின் சந்ததிநாம்
என்பதொரு ரகசியத்தை
அந்தக் கதைபடித்து
அறிந்தாயோ? புகழுடைய

போகருக்குப் பிறந்துவந்த
புத்திரர்கள் என்பதனால்
பாகப் பிரிவினைக்குப்
படையெடுத்து வந்தாயோ?

விருந்தினனாய் வந்தாய்
விருப்போடு வரவேற்றோம்
அருந்த உணவளித்தோம்
அன்பாலே இந்தியிலே

நீயும்நா னும்நேசச்
சகோதரர் எனச்சொல்லப்
'பாய்பாய்' எனவுரைத்தோம்
பாய்ந்துவிட்டாய் நம்மீதே!

ஏழைகளின் தோழனென
எண்ணினோம் நீயோ
தோழனின் பையிலேயே
கைவைக்கத் துணிந்துவிட்டாய்

ஆட்டைக் கடித்தாய்
அகப்பட்ட தெலாம்கடித்தாய்
மாட்டைக் கடித்தாய்
மனிதரையும் கடிக்கவந்தாய்

பஞ்சத்தால் அடிபட்டுச்
சீலமெலாம் பறக்கவிட்ட
பஞ்சமா பாதகன்நீ
பஞ்சசீலம் அறிவாயோ?

எதிரியென்று நாமுன்னை
எண்ணவில்லை; அதனாலே
எதிர்பாரா திருக்கையிலே
எதிர்த்துவந்து தாக்கிவிட்டாய்

எல்லைக்கோ டுடைய
இமயக்கோ ட²தன்மேலே
எல்லை கடந்துவந்தாய்
எல்லையில்லாத் தொல்லைதந்தாய்

நம்பிக்கை வைப்பவர்நாம்
நல்லவர்க்கு நல்லவர்நாம்
வம்புக்குப் போவதில்லை
வந்தசண்டை விடுவதில்லை

அயலான பெண்களுக்கு
அகம்காட்டோம்; அயல்நாட்டார்

புயலாக வந்தாலும்
புறம்காட்ட மாட்டோம்நாம்

பாவத்திற்கு அஞ்சிப்
பதறுவோம் என்பதல்லால்
சாவதற்கு அஞ்சியதாய்ச்
சரித்திரமே கிடையாது

எதிர்த்துவரும் பகைதடுக்க
இயற்கைத்தாய் கட்டிவைத்த
மதிலாகி, நாடென்னும்
மணிவிழி தன்னையிரு

இமைகாத்து நிற்பதுபோல்
இத்தனை நாளாக
நமைக்காத்த இமயத்தை
நாம்காக்க மாட்டோமோ?

மலையில் மலையவந்த
மலைவிழுங்கி மகாதேவா!
மலைத்து³நீ நிற்க, நாம்
மலைத்து⁴நிற்க மாட்டோமா?

சீன வெடிக்குமுன்பே
தீவைத்துப் பயின்றவர்நாம்
ஈனனே! உனையும்நாம்
எரிவைத்து வெடியோமோ?

முன்னேறி வந்தஉன்னை
முறியடிக்க முடியாமல்
பின்னடைந்து விட்டதாய்ப்
பெருமகிழ்ச்சி கொள்ளாதே

வில்லில் தொடுத்தஅம்பு
விசைகொடுக்கும் நாணோடு
மெல்லப்பின் வாங்குவது
விரைவாகப் பாய்வதற்கே!

கறுப்பிரவு நேரத்தில்
கள்வன் ஒருவன்மெல்ல
உறுப்பொன்றைக் கவரவந்தால்
உடல்சும்மா இருக்குமோ?

தொன்றுதொட்டு வருமெங்கள்
பேதங் களைத்தொலைத்து
ஒன்றுபட் டெழுந்துவிட்டோம்
ஒருடலாய் ஆகிவிட்டோம்

சீறிச் சினந்தாடும்
சீனச் சிறுபாம்பே!
கீறி உனதுடலைக்
கிழிக்கும்மயில் நாமன்றோ?

பனிமலையை எரிமலையாய்ப்
பண்ணிவிட்ட பாவி! உன்
பிணமலையை இங்கே
பெருமலையாய்ச் செய்யோமோ?

பொங்குபுனல் கங்கைக்குப்
போட்டியாய் உன்னுடலின்
செங்குருதி நதியொன்று
சிலிர்த்தோடச் செய்யோமோ?

புறம்பேசும் புல்லனுனைப்
புறம்காட்டச் செய்துனது
புறமுதுகில் மற்றோர்
புறநானூறு எழுதோமோ?

வேத வியாசமுனி
விரித்துரைக்கப் பாண்டவர்கள்
மோதிக் கவுரவரை
முறியடித்துப் புகக்கொண்ட

பாரதத்துப் பழம்போரைப்
பானைவயிற் றானைமுகன்
மேரு மலைமுகட்டு
மீதெழுதி வைத்தாராம்

சோரனே! உன்னுடல்
சொரிகின்ற சோரி[5]யினால்
பாரதத்துப் புதுப்போரைப்
பனிமலையில் எழுதிவைப்போம்

உள்ளத்தில் பகைவைத்து
உதட்டில் நகைவைத்து

கள்ளத் தனம்செய்த
கயவனே! நீசெய்த

பட்டுத் துணியணிந்து
பார்த்தவர்நாம்; இனிஉன்தோல்
வெட்டி உடையாக்கி
மேனியிலே நாமணிவோம்

துப்பாக்கி வாய்க்குன்னைத்
துப்பாக்கி[6] உன்பிணத்தைத்
துப்புகின்ற படிக்கத்திற்கு
ஒப்பாக்கப் போகின்றோம்

என்நாட்டுக் காகவே
என்னுயிரைத் தருமுன்னர்
உன்னாட்டுக் காகவே
உன்னுயிரைத் தரவைப்போம்

ஆக்கும் கருவிகளை
ஆக்கிவந்த தொழிலாளர்
தாக்கும் கருவிகளைத்
தயாரிக்க முனைந்துவிட்டார்

பற்று வரவில்மனம்
பற்றிநின்ற வணிகரெலாம்
பற்றுவைத்தார் நாட்டின்மேல்
பணிபுரிய வரவுதந்தார்

களையறுத்துப் பழகியஎம்
களைப்பறியா உழவர்கள்
தளைஅறுக்கும் உணர்வோடுன்
தலைஅறுக்க வந்துநின்றார்

வீட்டுக்கே நிதிஉதவி
வேண்டிநிற்கும் அலுவலர்கள்
நாட்டுக்கே நிதிஉதவி
நல்கத் தொடங்கிவிட்டார்

அடிக்கடி கைநீட்டும்
அரசியல் தலைவர்உனை
அடிக்கக்கை நீட்டிஓர்
அணியிலே திரண்டுநின்றார்

ஏடெடுத்துப் போதிக்கும்
ஆசிரியர் இனம்உனக்கோர்
பாடத்தைப் போதிக்கப்
படைபோலத் திரண்டுவந்தார்

தோகையர்கள், போரில்நீ
தோற்பது உறுதியென
வாகைமலர் எடுத்தெமக்கு
மாலைகள் தொடுக்கின்றார்

சூதுக்குத் தலைவன்நீ
தோற்பதுவும், சாகாத
நீதிக்குத் தூதுவர்நாம்
வெல்வதுவும் நிச்சயமே

வெம்பிப்போர் தொடுத்தவன்நீ
வெள்ளெருக்கம்[7] சூடுவாய்
நம்பிக்கை நமக்குண்டு
நாம்வாகை' சூடுவோம்

---

1. மாசு ஏதும்; 2. கோடு - மலை; 3. திகைத்து; 4. போரிட்டு; 5. இரத்தம்; 6. உணவாக்கி; 7. போரில் தோற்பவர் வெள்ளெருக்கம் பூ மாலையும், வெல்பவர் வாகைப் பூ மாலையும் சூடுவது தமிழர் மரபு.

நாகரிக நஞ்சு

வள்ளுவர் இலக்கியப் பேரவை 14.7.63. சிவகங்கை.
தலைவர்: முடியரசன்; பொதுத் தலைப்பு: குறள் மனிதன் குறிக்கோள்.

ஆடையின்றித் திரிந்த
ஆதி மனிதன்தான்
வாடையிலே கோடையிலே
வாடையிலே அறிவுவர

அந்தரங்கம் பகிரங்கம்
ஆனதற்கு நாணம்வர
எந்தநாள் ஆடைகட்ட
எண்ணினா னோஅதுதான்

நாகரிகம் பிறந்தநாள்;
நாகரிகம் அவன்வளர்க்க

நாகரிக மோஅவனை
நாள்தோறும் வளர்த்தது

ஆற்றங் கரைகள்
அழகாக வளர்த்தது
நாற்றுகள் மட்டுமல்ல
நாகரிகம் கூடத்தான்

நீரில்தான் பிறந்தன
நிலத்துயரும் நெடும்பயிரும்
நீரில்தான் பிறந்தது
நிகரில்லா நாகரிகம்

நீர்தான் முதல் கருப்பை
நீர்தான் முதல் தாய்ப்பால்
நீர்தான் முதல் தொட்டில்
நீரிலையேல் எதுவுமில்லை

ஆடையின்றி இருப்பது
அநாகரிகம் என்றெண்ணி
வீடில்லா மனிதன்
விலங்குகளின் தோலணிந்தான்

இன்றோ

காட்டுவதே நாகரிகம்
கண்மறைப்ப தேன்என்று
காட்டு விலங்குகள்போல்
காட்டித் திரிகின்றார்

வண்ண உடையில்,
வடிவத்தில், ஒப்பனையில்
பெண்ணுக்கும் ஆணுக்கும்
பேதம் தெரியவில்லை

ஆக்கும் கருவிகளே
அன்றைய நாகரிகம்
தாக்கும் கருவிகளே
தற்கால நாகரிகம்

திருமணந்தான் நாகரிகம்
என்றுசொன்ன தக்காலம்

திருமணம் அநாகரிகம்
எனச்சொல்வ திக்காலம்

மனிதன்
இயற்கையாய் இருந்தவரை
இன்பமாய் வாழ்ந்துவந்தான்
செயற்கைகளை வளர்த்தான்
சீரழிந்து போய்விட்டான்

இயந்திரங் களைப்பெருக்கி
இயந்திரமா னான்;வாழ்க்கை
உயிரற்ற பொம்மைகளின்
ஊசலாட்டம் ஆனது

விண்ணில் பறந்தான்
விரிகடலில் நீந்தினான்
மண்ணில் மனிதனாய்
வாழ மறந்துவிட்டான்

நண்பர்கள் ஊட்டுவது
நஞ்செனினும் மறுக்காமல்
உண்பதுதான் நாகரிகம்
என்றுரைத்தார் வள்ளுவனார்

சேகரித்த தீமைகளால்
சீரழிந்து போய்நிற்கும்
நாகரிக மேகொடிய
நஞ்சாகிப் போனதின்று

மதியால் உயர்ந்தான்
மதியையும் மிதித்துவந்தான்
பதியிழந்த மனைவியைப்போல்
பண்பாட்டை இழந்துவிட்டான்

உடலாகும் நாகரிகம்
உயிராகும் பண்பாடு
உடலெல்லாம் நோய்களென்றால்
உயிரின்நிலை என்னாகும்?

மண்

மதுரை எழுத்தாளர் மன்றம், 29.9.1963.
'நேயர் விருப்ப'த்தில் உள்ள 'மண்'ணின் முழுவடிவம்.

மண் நான்
படைப்பதால்
பெண் நான்

உலகில் தோன்றும்
உயிர்களுக்கெல்லாம்
கருப்பையும் நானே
சமாதியும் நானே

கற்கள்என் எலும்புகள்
புற்கள்என் சொற்கள்
நீர்என் குருதி
நெருப்புஎன் கோபம்
காற்றுஎன் மூச்சு
அருவிஎன் பேச்சு
நதிகள்என் இரத்த
நாளங்கள்

பூக்கள்என் கனவுகள்
காக்கள்என் பாக்கள்
குறிஞ்சிஎன் கொங்கை
முல்லைஎன் கூந்தல்

மருதம்என் கைகள்
நெய்தல்என் சேலை
பாலை, என்
வேனிற்கால வியாதி

நான் -
இளவேனிற் காலத்தில்
பூப்படை கின்றேன்
கார்கா லத்தில்
கலவி செய்கிறேன்
இலையுதிர் காலத்தில்
விரதமிருக்கிறேன்

உங்கள் தாய் -
பத்து மாதம்தான்

உங்களைச் சுமக்கிறாள்
நானோ -
ஆயுள் முழுவதும்
உங்களைச் சுமக்கிறேன்

பெற்று வளர்த்தவளே
பிணம்என்று உங்களை
ஒதுக்கும் போதும்
என் வயிறு உங்களை
ஏற்றுக் கொள்கிறது

வித்தியாசமான
தாய் நான்
உங்களை
முதலில்என் மார்பில்
தவழ விட்டு
இறுதியில் வயிற்றில்
ஏந்துகின்றேன்நான்

நான் -
ஆக்குவேன் காப்பேன்
அழிப்பேன்
கடவுளுக்கு நான்
காரிய தரிசி

உங்கள் தொட்டில்நான்
ஊட்டும் வட்டில்நான்
கடைசியில் தூங்கும்
கட்டிலும் நான்தான்

விசித்திரமான
மனிதர்நீர்
மண் என் மீதில்
ஆசைவைப் பவரை
பழிப்பதும் நீங்கள்தாம்
நாடென்ற பெயரில்
ஆசை வைத்தால்
பற்றெனச் சொல்லி
பாராட்டிப் புகழ்வதும்
நீங்கள்தாம்

மண்நான் என்றும்
மலடாவ தில்லை
என்னையா ரேனும்
மலடி என்றால்
அவர்கள்
ஆண்மையைத் தான்நான்
சந்தே கிப்பேன்

உழைக்காமலேயே
'இல்லை'யென் பார்சிலர்
அவர்களைக் கண்டுநான்
சிரிக்கிறேன்
உழைத்த பின்பும்
'இல்லை'யென் பார்சிலர்
அவர்களைக் கண்டுநான்
அழுகிறேன்

நான்
கடல்மேக மழையினால்
கர்ப்பம் அடைந்தாலும்
உடல்மேக மழையால்தான்
உயர்வை அடைகிறேன்

உயிர்தரும் வியர்வைஎன்
உடல்மீது பட்டால்
மயிர்சிலிர்க் கின்றேன்
மனிதர் நீர்அதைத்தான்
பயிர்எனச் சொல்லிப்
பரவசம் அடைகின்றீர்

நீங்கள் என்னைக் -
காலால் மிதித்தால்
கர்வம்கொள் வேன்நான்
ஆனால் என்னில்
பிச்சைப் பாத்திரம்
செய்துஅதை உங்கள்
கையில் ஏந்தினால்
அவமானப் படுவேன்நான்

நீங்கள் என்னைக் -
கீறி னால்நான்

சோறு தருவேன்
காயப் படுத்தினால்
பாலை ஊட்டுவேன்

பூவைப் போன்ற
பூவையர்க் கெல்லாம்
பொறுமை என்னும்
புகழ்க்குணம் வந்தது
மசக்கை நேரத்தில்
மண்ணெனைத் தின்றதால்

பொன்னீர்ப்பி லிருந்தும்
பெண்ணீர்ப்பி லிருந்தும்
முயன்றால் விடுபட
முடியும்
ஆனால்
என்னீர்ப்பி லிருந்து
விடுபடல் எளிதல்ல

முற்றும் துறந்த
முனிவரும் என்னைச்
சற்றும் துறந்ததாய்ச்
சரித்திரம் இல்லை

உங்களை நீங்களே
உயர்திணை என்கிறீர்
அடக்க விதைகளை
அஃறிணை என்கிறீர்

விதைகளை எனக்குள்
புதைத்தால், அவையோ
கல்லறை தன்னையே
கருவறை ஆக்கி
உயிர்பெற்று முளைக்கும்
உங்களைப் புதைத்தால்
மண்ணோடு மண்ணாய்
மாறுவ தன்றி
மீண்டெழு வீரோ?

எழுந்துநட மாடும்
உயிர்மெய் யெல்லாம்

எழுத்தாகக் கொண்ட
ஏடு நான்

மனிதன்
கற்ற தெல்லாம்
கைமண் அளவு
கல்லா ததுவோ
உலகள வென்றே
உரைப்பீர்; அந்த
உலகம் தன்னை
உருவாக்கும் மண்நான்
கைம்மண் தருகின்ற
கல்வியை உங்கள்
கலாசா லைகளும்
கற்றுத் தருமோ?

மனிதன் -
அகிலத்தைக் கட்டி
அரசாண் டாலும்
ஆறடி நிலம்தான்
அவனுக்குச் சொந்தமென்று
உரைப்பவர் மூடர்

அவனுக்கு முன்னர்அவ்
வாறடி நிலத்தில்
புதைந்து கிடப்பவர்
எத்தனை பேரோ?
அவனுக்குப் பின்னர்
அந்த இடத்தில்
புதைபடப் போவோர்
எத்தனை பேரோ?

மனிதனுக்கு மண்
சொந்த மில்லை
மண்ணெனக்கே இந்த
மனிதர் சொந்தம்

'நான்,நான்' என்றே
பேசுவோர் இறுதியில்
நானாய்ப் போவார்

நீங்களும் நானும்
வேறுவே றல்லர்
காலக் குயவன்
என்னைக் குழைத்துப்
பரிணாம மென்னும்
சக்க ரத்தில்
பக்குவ மாகப்
பண்ணி முடித்த
பாத்தி ரங்களே
நீங்கள்

இந்த உலகில்
எதுஅழிந் தாலும்
என்னை அடையும்
என்வடி வாகும்
ஆனால் நானோ
அழியவே மாட்டேன்

அஞ்சிய வஞ்சி

திருவள்ளுவர் பேரவை, சிவகங்கை, 1964.
தலைவர்: முடியரசன்; பொதுத் தலைப்பு: எண்சுவை; என் தலைப்பு: அச்சம்

காரவையோ[1] நீர்கொடுக்கும்
பேருக்கு அமைத்த
பேரவைக ளால்என்ன
பிரயோ சனம்எங்கும்
போரவைகள் பெருத்துவிட்ட
பொழுதிலே வள்ளுவர்க்குப்
பேரவையை அமைத்திருக்கும்
பெரியோரே! வணங்குகிறேன்

அச்சத்தைப் பாட
அடியேனை வரவழைக்க
நிச்சயித்த காரணத்தை
நிசமாக நானறியேன்
அச்சமென்றால் இன்னதென்றே
அறியாத சீமையிலே

அச்சத்தைப் பாடுதற்கு
யார்வருவார்? அதனாலே

ஏழை இளைத்தபயல்
இவன்தான் பொருத்தமெனக்
கோழை எனைஇங்கே
கூப்பிட்டு வைத்தாரோ?

★

கொஞ்சுவது மட்டுமல்ல
அஞ்சுவ தும்சுவைதான்
அஞ்சுவது நாமென்றால்
அடுத்தவர்க் கதுசுவைதான்

மச்சம்மட்டும் அல்ல, மடம்
நாணம் பயிர்ப்போடு
அச்சமும் பெண்களுக்கு
அழகுதரும்; மனம்மயக்கும்

★

வேட்டையெனும் வீர
விளையாட்டில் விருப்பமுற்றுக்
காட்டுக்குச் சென்றானோர்
காளைஅக் காட்டிடத்தில்
பூக்களும் காய்களும்
புதுவகைக் கனிகளும்
தூக்கித் திரிந்திடுமோர்
சுவர்ணக் கொடியொன்றைக்

கண்டான் அதிசயித்தான்
கண்களால் அவளழகை
உண்டான் அவள்கண்தன்
உயிருண்ணத் துடிதுடித்தான்

ஒருவர் இதயத்தை
ஒருவர் களவாட
இருவரும் மற்றவரை
இதயச் சிறையிலிட்டார்

புணர்ச்சிப் பருவப்
புயல்வீசக் கொந்தளித்த

உணர்ச்சிக் கடலிலே
ஓடமெனத் தத்தளித்தார்

மான்வேட்டை ஆடவந்தேன்
மான்வேட்டை ஆட[2]நொந்தேன்
நான்வேட்டை ஆடவந்தேன்
நான்வேட்டைக் காளானேன்

கண்ணாலே புண்செய்தாள்
கனியிதழால் மருந்திட்டுப்
புண்ணாற்ற வருவாளா?
ஒத்தடங்கள் தருவாளா?

என்றே அவன்புலம்ப
ஏந்திழையோ, 'ஆசைத்தீ
தின்றே எனைக்கொன்று
தீர்ப்பதற்கு முன்,அவன்

அணைக்க வருவானா?
ஆசையால் உடம்படுமெய்
இணைக்க வருவானா?
எனை அள்ளிப் புசிப்பானா?

என்றே அவள்ஏங்க
இருவருமே பசியோடு
நின்றிருந் தார்;அந்த
நேரத்தி லேஅங்கே

சூறை விரட்டச்
சுழன்றோடி வரும்முகில்போல்
சீறிக் களிறொன்று
சினத்தோடு ஓடிவர

வஞ்சி அதைக்கண்டாள்
அஞ்சி நடுங்கிஅவன்
நெஞ்சமே தஞ்சமென
நெருங்கித் தழுவிநின்றாள்

எதிர்பாரா மல்கிடைத்த
இச்சுகத்தால் அவன்இன்ப
அதிர்ச்சி அடைந்தான்
அவளைத் தழுவினான்

மன்மதக் கணைகளால்
மனக்காயம் பெற்றவன்
புன்மதக் களிற்றின்மேல்
புயற்கணைகள் போக்கினான்

களிறோ அவன்எய்த
கணைகளைத் தாங்காமல்
பிளிறிக்கொண் டோடஅப்
பெண்ணோ அதைக்கண்டாள்

அவள்அச்சம் அகன்றது
ஆனாலும் அதனை
அவனறிந்தால் இன்ப
அணைப்பின் சுகம்அகலும்

என்றே நினைத்தாள்
இன்னும்அச்சம் உள்ளவள்போல்
நன்றாய் நடித்தாள்
நசுக்கித் தழுவிநின்றாள்

அச்சத்தால் அவளழகு
அதிகரித்த அதிசயத்தை
இச்சையுடன் பார்த்தான்
இன்பம் எனச்சுவைத்தான்

எட்டாத உயரத்தில்
இருந்த கனி, கையில்
கிட்டுமா என்றெண்ணிக்
கீழிருந்து ஏங்குகையில்

பாய்ந்துவந்த காற்றந்தப்
பழம்பறித்து அவனுடைய
வாய்க்குள் விழவைத்த
வகைபோல, உலகில்

தரத்திலே உயர்ந்ததோர்
தங்கப் பதுமையைத்தன்
கரத்திலே சேர்த்த
களிற்றுக்கு நன்றிசொன்னான்

அச்சமன்றோ நாணத்தை
அகற்றிப்பே ரின்பத்தின்

உச்சத்தைத் தந்ததென
உயர்ந்தவளும் வாழ்த்துரைத்தாள்.
----
1. மேக அவை; 2. மான் போன்ற பெண் என்னை வேட்டை ஆட

ஆண்டவனின் விலாசம்

திருவானைக்கா தமிழ்ப் பேரவை, 25.4.65.
தலைவர்: முடியரசன்; பொதுத் தலைப்பு: மனிதனைப் பாடுவேன்;
என் தலைப்பு: தனிமை.

மோனைக்கா வல்[1]கொண்டு
முத்தமிழின் சுவையெடுத்துத்
தேனைக்கா வல்கொண்ட
செழுமலர்போல் சொல்லடுக்கி
ஆனைக்கா வல்இடத்தில்
அழகுகவிக் கரும்பாக்கி
ஆனைக்கா வல்[2]பிறக்க
அள்ளிவந்த கவிஞர்களே!

மனிதனைப் பாடுவதோ?
மக்கி அழுகிவிடும்
கனிதனைப் பாடுவதோ?
கதிர்பட்டால் காய்ந்துவிடும்
பனிதனைப் பாடுவதோ?
பாவம்; பரம்பொருளாம்
புனிதனைப் பாடல்ஒன்றே
புலவர்களின் பணியென்றே

ஆசைப் பொருளாம்
அருங்கவிதை இன்பத்தைப்
பூசைப் பொருளாக்கிப்
பூட்டிவைத்த வேலையெல்லாம்

இனிமேலும் வேண்டாம்
எனநினைத்து, நம்மையெலாம்
மனிதனைப் பாடவைத்த
மனிதரைப் போற்றுகின்றேன்

★

தனிமை -
சந்நியாசிக்கு சொர்க்கம்
சம்சாரிக்கு நரகம்

மெய்ஞ்ஞானிக்கு அமுதம்
அஞ்ஞானிக்கு நஞ்சு

கவிஞனுக்குப்
பிரசவ விடுதி

ஆன்மாவின் இல்லம்
ஆண்டவனின் விலாசம்

பிறப்பிலும் தனிமை
இறப்பிலும் தனிமை

கூடி வாழ்ந்தாலும்
கூட்டத்தில் இருந்தாலும்
ஒவ்வொரு மனிதனும்
தனியாய்த்தான் இருக்கின்றான்

வெளிச்சம்ஒன் றெனினும்
விளக்குகள் தனித்தனி

காட்சிஒன் றென்றாலும்
கண்கள் தனித்தனி

காற்றுஒன் றென்றாலும்
சுவாசம் தனித்தனி

படைப்புகள் பலயெனினும்
அடையாளம் தனித்தனிதான்

---

1. மோனைக்கு ஆவல்; 2. ஆனைக்கு ஆவல்.

★

வானம்

வள்ளுவர் இலக்கியப் பேரவை, சிவகங்கை 3.7.1965.
தலைவர்: கதி, சுந்தரம்; தலைப்பு: பஞ்சபூதங்கள். பத்மநாபன் - நீர்;
ஜெகதீசன் - நெருப்பு; அருள்சாமி - காற்று; அன்புவல்லி - நிலம்.

வானத்துக் கங்கையை
வையகத்தில் கொண்டுவர
மோனத் தவமிருந்து
முயன்றானாம் ஒருமுனிவன்

இன்றோ -
கங்கையிலே[1] வானத்தைக்
காட்டுவாய் என்றென்னை
இங்கே வரவழைத்தீர்
யானென்ன தவமுனியோ?

பிழைக்கின்ற[2] மாணவர்தம்
பிழைப்பைக்[3] கெடுத்துப்
பிழைக்கின்ற நான்,அவர்தம்
பெருந்தேர்வுத் தாள்களிலே
சூனியத்தைப் போட்டதொரு
சூழ்வினையோ இன்றெனக்குச்
சூனியத்தைப் பொருளாகச்
சூழ்ச்சிசெய்து கொடுத்துவிட்டார்

★

ஆதிக்கும் ஆதிநான்
ஆண்டவனின் வீடுநான்
பேதப் படைப்பனைத்தும்
பெற்றெடுத்த அன்னைநான்

என்னிலும் உயர்ந்தவர்கள்
யாருமில்லை; படைப்பிலே
என்னினும் விரிந்தது
எதுவுமில்லை உண்மையிது

தோற்றம் முடிவென்னும்
தொல்லை எனக்கில்லை
ஏற்றம் உடையவன்நான்
எல்லை எனக்கில்லை

உண்மையிலே நானில்லை
உண்மையான பொய்நான்தான்
கண்மயக்கில் இருப்பதுபோல்
காட்டுகிறேன் நம்புகிறீர்

ஆகாயப் புளுகென்பார்
ஆராய்ந்து பார்த்தாலோ
ஆகாயம் தான்புளுகு
அப்படிஒன் றில்லைஎங்கும்

ஆ,காயம்[4] பொய்யென்பார்
அதுவோ'மெய்'; நீலநிற
ஆகாயம் பொய்யென்றால்
அதுதான்மெய் உண்மையிலே

எண்ணற்ற பிள்ளைகள்
ஈன்றவள்நான் அன்னவற்றின்
எண்ணிக்கை எவ்வளவென்று
எனக்கே தெரியாது

காரியப் பிள்ளைகள்
கணக்கிலே ஒருபிள்ளை
சூரியன்; அன்னவனோ
சுடுமூஞ்சி சிடுமூஞ்சி

கட்டுக் குலையாமல்
கன்னியரைப் போலிருக்கும்
மொட்டுகளின் முடிச்சவிழ்க்கும்
முழுத்திருடன்; கொஞ்சம்

பசையிருந்தால் ஒட்டிப்
பசைமறைந்தால் மாறும்
வசையுடைய வஞ்சகர்போல்
மணிநீர்ப் படுக்கையிலே
படுத்திருந்தால் தாமரையைப்
பசப்பித் தழுவுகிறான்
எடுத்துத் தரையிலிட்டால்
எரித்துக் கருக்குகிறான்

நிருவாண மான
நிலமங்கை அணிவதற்கு
உருவான இருள்சேலை

உடுத்துதற்கு நான்தருவேன்
கச்சுக் கருஞ்சேலை
கட்டிய தரைமகளைத்
துச்சா தனனாகித்
துகிலுரிந்து அவன்மகிழ்வான்

இத்தனைக்கும் மேலே,ஓ
எப்படிநான் கூறுவேன்
அத்தனையும் மிஞ்சுகின்ற
அநியாயம்; ஆழ்கடலோ
நரையும் திரையுமுள்ள
நாட்பட்ட பழங்கிழடு
கரம்நீட்டி அவளோடு
கலவி புரிகின்றான்

பட்டப் பகலில்இந்தப்
பாவிகள்கூ டிப்பெற்ற
கட்டக் கருநிறத்துக்
கார்மேகம், பாவம்
அனாதைக் குழந்தையாய்
அழுதபடி திரியும்,அதை
மனமிரங்கித் தழுவுவேன்
செவிலியென வளர்ப்பேன்நான்

இரவுச் சுவடியிலே
எண்ணற்ற எண்ணங்கள்
வரவுவைக்க எண்ணி
வனப்போடு ஒளிவீசும்
நட்சத் திரஎழுத்தால்
நானெழுதும் காவியத்தைப்
பட்சமின்றி வந்து
படுபாவி அழிக்கின்றான்

இன்னொருவன் கொஞ்சம்
இளையபிள்ளை நிலவென்பான்
அன்னவனோ திருட்டை
அண்ணனிட மேசெய்வோன்

பாட்டுக்குப் பொருள்[5]தேடும்
பழக்கமின்றித் தன்வயிற்றுப்
பாட்டுக்குப் பொருள்[6]தேடும்

பாடா வதிக்கவிஞர்
முன்பாட்டன் பாடிவைத்த
பொன்பாட்டைத் திருடிவந்து
தன்பாட்டுத் தானென்று
தம்பட்டம் அடிப்பதுபோல்
கோணல் மதியான்
கூச்சநாச் சம்மதியான்
நாணாமல் சூரியனின்
நல்லொளியைத் திருடுகிறான்

தேய்வான் மெதுவாகத்
தேய்ந்துதேய்ந் தேஒருநாள்
மாய்வான் எனநீங்கள்
வைவதனை நானறிவேன்

தேய்வதுவும் இல்லைஅவன்
மாய்வதுவும் இல்லை; இவை
ஆவதெலாம் உங்கள்
பார்வைக்கோ �ளாறாலே

நாயகனோ நிலவைஉங்கள்
நாட்காட்டி யாய்ப்படைத்தான்
தேயும்நாட் காட்டிதினம்
தேதித்தாள் உதிர்ப்பதுபோல்

நிலவும்தன் கலைகளை
நிதம்உதிர்ப்பான்; ஆனால்தன்
கலைகளை மீண்டுமவன்
கவனத் துடன்வளர்ப்பான்

எந்தநாட் காட்டியும்
இப்படிச் செய்யாது
இந்திரவில் என்னும்என்
ஏழ்வர்ண வானவில்லோ

அகிம்சையில் அதுவோதன்
அம்பாக மழைசொரியும்
பகைமையால் நீங்கள்செய்யும்
படைவில்போல் கொல்லாது

மேகக் கரும்பஞ்சில்
வெள்ளைநூல் நான்நூற்பேன்

வாகாய் அதில்மின்னல்
சரிகையும் வைத்திழைப்பேன்

நாள்களும் கோள்களும்
நானாடும் பந்துகள்
ஆள்நடுங்கும் இடியோநான்
அதட்டுகின்ற குரலாகும்

வானம் பார்க்கும்
வாழ்க்கையை நீங்களே
மானம் பார்க்கும்
வாழ்க்கை என்பீர்

மனிதர்களே! உங்கள்
மானத்தைக் காப்பவள்நான்
இனியமழை இல்லையென்றால்
ஏதுவளம், ஏதுநலம்?

பசிவந்தால் முதலில்
பறப்பது மானமன்றோ?
வசிப்பதற்கு பூமிமட்டும்
போதாது; நான்வேண்டும்

----

1. சிவகங்கை; 2. பிழை செய்கின்ற; 3. பிழையை; 4. உடல்; 5. கருத்து; 6. பணம்.

ஒன்று

மதுரை எழுத்தாளர் மன்றம், 4.7.1965.
தலைவர்: முடியரசன்; தலைப்பு: 'எண்கள்'; இரண்டு-முத்துலிங்கம், மூன்று - மீரா; நான்கு - தமிழண்ணல்.

அறிஞர் அண்ணாவுக்கு

நான்குநிலம் ஒன்றானால்
நல்லதென எண்ணமிட்ட
மூன்றெழுத்துக் குரியவரே!
முக்கனியின் சுவையாகத்
திரண்டுவரும் எழிற்பேச்சு
தேன்எழுத்து என்கின்ற
இரண்டிலும் வல்லவரே!

இதயத்தில் படிந்திருந்த
கார்இரவைக் கலைக்கவந்த
கலைப்பரிதிப் பேரொளியே!
ஓர்இரவைப் படைத்தளித்த
உதயசூ ரியச்சுடரே!

அ.கி. பரந்தாமனாருக்கு

பொன்மாரி மாயுமென்றும்
பூமாரி காயுமென்றும்
சொன்மாரி பொழிகின்ற
சொல்மாறா மாரியே!
தரந்தாழா 'நல்ல
தமிழ்எழுதப் பயிற்றுகின்ற
பரந்தாம னார்என்னும்
பரந்தமன ஆசானே!

★

எண்ணும் எழுத்தும்நம்
கண்ணெனச் சொல்லிய
ஏட்டுப் பழமொழியை-சுவை
கூட்டும்'பழ', மொழியை-என்றும்
எண்ணும் எழுத்தாளர்
ஆகையினால் மற்றோர்
கண்ணை மறப்பாரோ - அந்த
எண்ணைத் துறப்பாரோ?

எண்ணாம லேஇந்நாள்
எழுதும் கவிஞர்கள்
எண்ணத்தில் பஞ்சம்என்றே-அவர்
எண்ணட்டும் கொஞ்சம்என்றே
நண்ணிய 'நாலும்'
தெரியட்டும் என்றேஓர்
நான்கைக் கொடுத்தாரோ-கவித்
தேன்கை மடுத்தாரோ

'ஒன்று'ம் அறியாமல்
உள்ளவன் என்னையும்
'ஒருபொருட்டாய்' மதித்தே-இந்த
ஒன்றை எனக்களித்தே-பெரும்

மன்றத்தில் ‘நாலுபேர்
மத்தியில் பாடிட
　　வாவென் றழைத்துவிட்டார்-கவி
　　தாவென் றிழுத்துவிட்டார்

கணக்கிலே நானோர்
புலியல்லேன் ஆனால்அக்
　　கணக்கை புலிஎனவே-எண்ணிக்
　　கலங்குவோன் என்றறிந்தும்-நான்
‘கணக்காயன்’ என்பதோர்
காரணத்தால் எனைக்
　　கணக்குப் பண்ணிவிட்டார்-மனம்
　　இணக்க எண்ணிவிட்டார்

★

அத்தனை எண்ணையும்
ஆக்கிப் படைத்த
அத்தனும் நான்தான்
அன்னையும் நான்தான்

தனித்தும் இருப்பேன்
தவிர்ந்த எண்கள்
அனைத்திலும் நானே
அமர்ந்திருக் கின்றேன்
அத்தனை எண்ணும்என்
அவதா ரங்களே

முதுமைக்கு முதுமைநான்
புதுமைக்குப் புதுமைநான்
இரண்டாம் கைப்பொருள்
என்று சொன்னால்
பழசெனப் பொருள்படும்
பழக்கத்தி னாலே

நன்றாய் மதுவின்
போதை ஏறினால்
ஒன்றே இரண்டாய்த்
தெரியும்; அதுபோல்
அஞ்ஞான போதையில்
ஆழ்ந்தவர் இறைவனை

இருவர் என்பர்
மூவர் என்பர்
பொய்வம் பிவையெலாம்;
புரளிகள்; உண்மையில்
தெய்வம் ஒன்றே
தெய்வம் ஒன்றே!

'ஒரு' என்றால் ஒப்பற்ற
மகிழ்ச்சி கொள்வார்
'ஓர்' என்றால் சிந்திக்கத்
தொடங்கிக் கொள்வார்
'இரு' என்று சொன்னாலோ
இயங்கு வோரும்
இயக்கத்தை விட்டுவிட்டே
இருப்பர் சும்மா;

'மூ'வென்றால் மூப்படையச்
சொல்கின் றாயா?
மூடுகநீ, வாய்என்பர்;
'நால்'என் றேநாம்
நாவசைத்தால் என்னைநீ
உயிர்து றக்க
நான்றுகொள்ளச் சொன்னாயோ
பாவி என்பார்.

பார்க்கும் கண்கள் இரண்டெனினும்-அந்தப்
பார்வையின் நோக்கம் ஒன்றன்றோ?
யார்க்கும் கைகால் இரண்டெனினும்-அவை
ஆற்றும் செயல்தான் ஒன்றன்றோ?
போக்கு வரவு இரண்டெனினும்-வளி
போகும் மூக்கும் ஒன்றன்றோ?-இவை
ஊக்கும் மனமும் ஒன்றன்றோ?-இதை
உரைக்கும் நாவும் ஒன்றன்றோ?

பிழியும் முக்கனி எனச்சொல்வார்-அவை
பெருக்கும் சுவைதான் ஒன்றன்றோ?
அழியா முத்தமிழ் என்றிடுவார்-ஆம்
அவையோ மொழியால் ஒன்றன்றோ?
மொழிக்கு மூன்று சங்கமென்பார்-தமிழ்
முதுநூல் ஒன்றாய்த் திரட்டவன்றோ?

பொழியும் மாரி மூன்றென்பார்-அந்தப்
புனல்தான் மூன்றோ? ஒன்றன்றோ

திசைகள் நான்கெனச் சொல்லிடுவார்-அவை
தெரியும் வெளிதான் ஒன்றன்றோ
இசைபெறு படைகள் நான்கென்பார்-அவை
இயற்றும் போர்தான் ஒன்றன்றோ?
அசையா உபாயம் நான்கென்பார்-அவை
ஆக்கும் பயன்தான் ஒன்றன்றோ?
பசுவின் காம்புகள் நான்கெனினும்-அதன்
பாலும் நான்கோ? ஒன்றன்றோ?

உலகத்தில் மனிதகுலம்
ஒன்றாக இருந்தநாள்
கலகம் இருந்ததில்லை;
கைகலப்பு நடந்ததில்லை
நான்கு வருணமாய்
நடுவிலொரு முக்குலமாய்
நான்மேல்நீ கீழ்என்று
நாட்டுமிரு சாதிகளாய்
எந்தநாள் பிரிவுகளை
ஏற்படுத்தி வைத்தாரோ
அந்தநாள் அன்றோ
அமைதி அழிந்தநாள்

பிரிவுகள்முப் பாலாக்கி
பேசுபொருள் நாலாக்கி
வரியிரண்டைக் காலாக்கி
வள்ளுவனார் சொன்னாலும்
மனுநீதி போல
வருணத்திற் கேற்றபடி
தனிநீதி கூறாமல்
தரணியெலாம் ஒன்றென்றே
ஒருநீதி அனைவருக்கும்
உரைத்ததனால் அன்றோ
பெருநீதி அறிஞரென்றே
பெரியோர்கள் போற்றுகின்றார்

பருவம் என்ற உலகினிலே
பார்க்கும் கண்கள் நான்கெனினும்
மருவி விரும்பித் துடிக்கின்ற

மனங்கள் அங்கே இரண்டெனினும்
இருவர் எண்ணம் ஒன்றன்றோ?
இணைக்கும் காதல் ஒன்றன்றோ?
உருவ உடல்தான் இரண்டெனினும்
உயிர்தான் ஒன்றாய் ஆகுமன்றோ

நான்குபேர் முன்னாலே
நல்லமண மேடையிலே
மூன்று முடிச்சிடுவார்
முன்னிருந்து வாழ்த்திடுவார்
இருவரை இணைத்துவைப்பார்;
இவையெல்லாம் எதற்காக?
ஒருகுடும்பம் புதிதாக
உருவாக்கும் நோக்கமன்றோ?

ஒருவனுக்கு ஒருத்தியன்றோ
உயர்ந்தமனப் பண்பாடாம்
இரண்டுமூன் றென்றானால்
இல்லறந்தான் என்னாகும்?

ஒன்றென்ற நற்சொல்லோ
'ஒன்றுஒன்' றென்றுரைத்து
நன்றான ஒற்றுமைக்கே
நமையழைக்கும் எப்போதும்

பிறக்கையிலே ஒருவராய்ப்
பிறந்தோம்நாம்; மூச்சடங்கி
இறக்கையிலே ஒருவராய்
ஏகுவோம்; ஆகையினால்

முதலும்ஒன்று முடிவும்ஒன்று;
முதிர்ந்த படைப்பெல்லாம்
எதிலும் பலப்பலவாய்
இருந்தாலும் இறுதியில்அவ்
ஒருவனையே சென்றடையும்
உலகத்தின் எண்கள்
சருவமும் செத்துவிடும்
ஒன்றுமட்டும் சாகாது!

கண்ணீர்

மதுரை தியாகராசர் கல்லூரி, 22.2.1966.
பொதுத்தலைப்பு: நீர்க் குடும்பம்; தலைவர்: முடியரசன்

கண்ணகி கண்ணீரால்
எரிந்த ஊரில் - அவள்
கதையை உரைத்தவன்
பேர்மன் றத்தில்[1]
கண்ணீர்க்குத் தனிப்பெருமை
கிடைக்கும் என்றே-என்
கவிதையினால் கண்ணீரைச்
சிந்து கின்றேன்

★

தண்ணீர்க்[2] குடும்பம்
தன்னில் இந்தக்
கண்ணீர் மட்டும்
வெந்நீர்

இனிய கண்களுக்கு
இமையோ கோட்டை
கண்ணீ ரோஅதைக்
காக்கும் அகழி

கண்ணீர் -
இரட்டைக் கிணறுகள்
இறைக்கும் ஊற்று

வாடாத விழிப்பூ
வடித்துத் தரும் தேன்

ஓடாத மீன்கள்
உற்பத்தி செயும்நீர்

இதய வானம்
இடித்துக் குமுற
பெருமூச் சென்னும்
பெரும்புயல் வீச
விழிமுகில் சொரியும்
வெப்ப மழைநீர்

கன்ன ஏட்டில்
கண்கள் எழுதும்
ஈர வாக்கியம்

விழிகளின் வியர்வை
வெப்ப அருவி

சுந்தர நெய்தலில்[3]
சுரக்கும் உப்பாறு

நோக்கும் கண்கள்
நூற்கும் நீர்நூல்

சிறுஇமைச் சிப்பியின்
திரவ முத்துக்கள்

கண்ணீர், உண்மையில்
கண்பேசும் வார்த்தை

உள்ளத்தில் கொதிக்கும்
உணர்ச்சிகளின் வெளிப்பாடு

துன்பத்தில் மட்டுமல்ல
சொல்லமுடி யாததொரு
இன்பத்திலும் சுரக்கும்
ஈரநதி; அகத்திலுள்ள

அன்பையும் வெளியே
அறிவிக்கும்; மனிதனிடம்
என்றைக்கும் வற்றாமல்
இருக்கின்ற கடலிது

கண்ணீரில் பிறக்கின்றோம்
கண்ணீரில் இறக்கின்றோம்
கண்ணீரில் மிதக்கும்
கலம்தானே நம்வாழ்க்கை

உடலில் சுரக்கும்
உப்பு வியர்வை
உழைப்பவன் துயர்கண்டு
உடல்விடும் கண்ணீர்

பசும்புல்லில் மின்னும்
பரிசுத்தப் பனித்துளி

எதற்கோ அழுத
இரவின் கண்ணீர்

வெள்ளித் தாரையாய்
வீழும் அருவி
பாலைகண் டழுத
மலையின் கண்ணீர்

விண்ணி லிருந்து
வீழும் மழைத்துளி
மண்துயர் கண்டு
முகில்விடும் கண்ணீர்

கடல்களும் ஏரியும்இக்
கண்ணீரின் தேக்கம்தான்

ஏன்கண்ணீர் வாழ்க்கையிலே
எனக்கேட்டால் நான்கேட்பேன்
வான்கண்ணீர் இல்லையென்றால்
வாழ்க்கைதான் இங்கேது?

★

உடலுக்குக் கண்களைப்போல்
உலகிற்குக் கவிஞர்கள்
இடர்எந்த உறுப்புக்கு
எனினும்கண் அழுமன்றோ?

புவியில் மனிதமனம்
புண்படும் போதெல்லாம்
கவிஞர் வடித்த
கண்ணீரே கவிதையெலாம்

★

பெண்களின் கண்ணீரே
கதையானது - அது
பெருங்காவி யங்களின்
விதையானது
கண்ணகி கண்ணீரின்
புலம்பானது - ஒரு
கவிஞனின் கையிலே
சிலம்பானது

தீஞ்சுவைச்சொல் சீதையின்கண்
ணீரானது-கம்பன்
தெய்வீகக் காவியத்தின்
வேரானது
பாஞ்சாலி கண்ணீரோ
போரானது-அது
பாரதம் என்றெங்கும்
பேரானது

★

கண்ணுக் கழகு
கண்ணோட்டம் என்பர்
கண்ணில்ஓடும் கண்ணீர்தான்
உண்மையிலே கண்ணோட்டம்

பெண்ணுக்குக் கண்ஒன்றே
நகையற்ற உறுப்பென்பார்
கண்ணேசெய் தணிகின்ற
கண்ணீரே கண்நகையாம்

பாவை[4]போல் கண்ணீரைப்
பாய்ச்சுவதால் மங்கையரைப்
பாவையெனச் சொன்னாரோ?
பாவையர் தம்மிடம்

வண்ண உறுப்புக்கள்
பலஇருக்க, ஆடவர்கள்
கண்ணே எனஅழைக்கும்
காரணமும் இதுதானோ?

★

எப்படித்தான் மங்கையருக்
கிந்தக் கண்ணீர்
எண்ணியதும் வருகிறதோ
தெரிய வில்லை

எப்போதும் வற்றாத
பெருங்க டல்தான்
இவர்களுக்குள் இருக்கிறதோ?
கண்ணீர் என்ற

இப்படைமுன் உலகத்தின்
பலம்மி குந்த
எப்படையும் தோற்றுவிடும்
இந்தக் கண்ணீர்

அப்போதைக் கப்போது
அர்த்தம் மாறும்
அதற்கேற்ப அப்போது
பெயரும் மாறும்

முப்பதாம் தேதியிலே
காலிக் கண்ணீர்
முதல்தேதி என்றாலோ
சோலிக் கண்ணீர்

ஒப்பாரி மாமியார்க்
காக என்றால்
உண்மையிலே அதற்குப்பேர்
போலிக் கண்ணீர்

தப்பாமல் தன்எண்ணம்
முடித்துக் கொள்ளத்
தந்திரமாய் அழும்போதோ
நீலிக் கண்ணீர்

எப்போதும், தாலிகட்டிக்
கொண்ட பெண்ணின்
இதயத்தில் இருக்கும்அது
தாலிக் கண்ணீர்

★

முதலைக்கண் ணீர்விட்டே
மாற்றுகின்ற
முதலாளிக் கூட்டத்தை,
உழைக்கும் வர்க்கம்
கதறிவடிக் கின்றகண்ணீர்
ஒருநாள் பொங்கிக்
கனலாகிக் கட்டாயம்
எரிக்கும்; உண்மை

★

மெழுகுவத்தி எரிவதால்
அழுகிறது; ஆனாலும்
விழுகின்ற கண்ணீரால்
வெளிச்சமன்றோ தருகிறது
ஒழுகும்நம் கண்ணீரால்
ஒளியைநாம் பிறர்க்களித்தால்
அழுகைக்கும் பெருமைவரும்
அழியாத புகழும்வரும்.

---

1. இளங்கோ மன்றம், 2. குளிர்ந்த நீர்; 3. நெய்தல் பூப் போன்ற கண்ணில்; 4. கண்பாவை.

அறத் தீ

வள்ளுவர் கழகம், 1967.
பொதுத் தலைப்பு: குறள் தரும் திரள்சுவை; என் தலைப்பு: வெகுளி

வெகுளியை ஏன் எனக்களித்தார்
விரும்பிவந்த கவிஞர்களில்
வெகுளிநான் என்பதனால்
விரும்பிக் கொடுத்தாரோ?

★

செந்தா மரைப்பூவில்
தீயமுள் இருக்குமோ?
சந்தனக் குழம்பில்
தணல்தான் அகப்படுமோ?

பட்டுத் தளிர்வண்ணப்
பாவையர்கள் மேனியைப்போல்
தொட்ட இடமெல்லாம்
சுவையூறும் தேன்குறளில் -

கன்னத்தில் அறைந்தவர்
கையெடுத்து முத்தமிடு
என்றுரைத்த திருக்குறளில்
எங்கிருக்கும் வெகுளி?

என்றெண்ணித் திகைத்தேன்
இணையற்ற வள்ளுவனார்

என்றும்நிற் கும்கவிதை
இயற்றிய கவிஞரன்றோ

கவிஞரென்றால் உணர்ச்சிகளின்
கடலன்றோ? உணர்ச்சிச்
சுவைகளிலே வெகுளியுமோர்
சுவையன்றோ எனத்தெளிந்தேன்

குன்றாத குணமென்னும்
குன்றேறி நின்றார்க்கும்
பொன்றாத வெகுளிவரும்
போக்குவது அரிதென்றே

கூறினார் வள்ளுவர்
குணமென்னும் குன்றத்தில்
ஏறிநின் றவர்தாமே
இவரும், அதனாலே

வள்ளுவர்க்கும் நல்வெகுளி
வந்தது; அதுவோ
உள்ளகுப்பை எலாம்எரித்து
உதவிய அறத்தீயாம்

வெகுசிறப்புத் திருக்குறளில்
வெகுளியைத் தேடினேன்
தகுஅடுப்பில் நெருப்பைப்போல்
தட்டுப்பட் டதுவெகுளி

மானமொன்றும் அறியாத
வனவிலங்கும் பறவைகளும்
ஈனத் தனமாக
இரந்துண்டு வாழ்வதில்லை

மானமென்று முழங்குகின்ற
மனித குலத்தினர்தாம்
ஈனமென்று கருதாமல்
இரந்துண்டு வாழ்கின்றார்

வழியிலே இரக்குமோர்
மனிதனை வள்ளுவனார்
விழியிலே கண்டதும்
வெகுளி பிறந்தது

'இரந்தும் உயிர்வாழ்தல்
வேண்டின் பரந்து
கெடுக உலகியற்றி
யான்' என்றே சபித்துவிட்டார்

படைத்தவனைச் சபித்தாரா?
படைத்தவனா இரந்துண்ணும்
கடையர்களைப் படைத்தான்?
கருணைஅவன் குணமல்லவோ?

மனிதரைத் தான்படைத்தான்
மகேசன்; பணக்கார
இனமென்றும் ஏழையென்றும்
எவர்படைத்தார்? மனிதரன்றோ?

திருவோடு வாழ்வதற்குத்
தேவனோ மண்படைத்தான்
திருவோடு செய்தவர்யார்?
தெருப்பிச்சை கேட்டவர்யார்?

படைத்தவனை யாசபித்தார்
பழங்குறளார்? இல்லையில்லை
உடையார்இல் லானென்றே
உலகை இயற்றியவன்

எவனோ அவனைத்தான்
ஈரடியார் சபித்தார்
செவிச்சுவை உணராதார்
சிலரையும் அவர்கடிந்தார்

அவரோ
பாச்சுவை அறியாதார்
பண்சுவை தனைஉணரார்
நாச்சுவை மட்டுமே
நல்ல சுவையென்பார்

செவியிற் சுவையுணரும்
திறமிங்கே இல்லையெனில்
கவியேது? இசையேது?
கடவுளின் அறிவேது?

கல்வியால் அறியாத
கடவுளைக் கேள்வியெனும்
சொல்விளக் கன்றோ
துல்லியமாய் நமக்குணர்த்தும்

செவியிற் சுவையுணராச்
சீவன்கள் மனிதரெனப்
புவியில் இருப்பதில்
பொருளேது? நாற்கால்

விலங்குக்கும் அவர்களுக்கும்
வேறுபா டேது?அவர்கள்
நிலத்தில் இருந்தென்ன?
நெட்டுறக்கம் கொண்டென்ன?

அருந்தும்ஊண் சுவையன்றி
அயற்சுவைஒன் றறியாதார்
இருந்தால் பெறுவதென்ன?
இறந்தால் இழப்பதென்ன?

அத்தகைய மக்கள்
அவியினும்என் வாழினும்என்
எத்தகைய வேறுபாடும்
இல்லையென்றார் வள்ளுவனார்

மரம்போன்ற வன்தான்
மனிதன்; அவனுக்கு
உரமிட்டு நீர்ஊற்றி
உதவுவது சமூகம்

அந்தச் சமூகத்திற்கு
அவன்கைம் மாறாய்த்தன்
சொந்த மலர்களையும்
கனிகளையும் தரவேண்டும்

பெற்றவன் தரவேண்டும்
பேரறத்தின் நீதியிது
மற்றவன் தரமறுத்தால்
வன்முறையால் வாங்குவது

தவறில்லை என்கின்றார்
தவறற்ற திருக்குறளார்

புவியில் சிலருண்டு
பொருளெல்லாம் தமதென்பார்

ஈரக் கரத்தினால்
ஈயையும் ஓட்டஎண்ணர்
நீரதனை ஈக்குடித்தால்
நெஞ்சுபொறுக் காதிவர்க்கு

ஈயதற்கே ஈயாதார்
ஈயென்றால் ஈவாரோ?
வாயதன் பல்லுடைய
வைப்பவர்க்கே அவர்கொடுப்பார்.

என்றே வெகுளி
எழவுரைத்தார் வள்ளுவனார்
நன்றலவோ இவ்வெகுளி
நாமிதனை வெறுப்பதுவோ?

கண்முன்னால் அக்கிரமம்
நடப்பதைக் கண்டபின்னும்
கண்மூடி இருப்பதும்
கயமைத் தனமன்றோ

அக்கிரமம் நடந்தால்
அதைத்தடுக்க எழவேண்டும்
அக்கணத்தில் வரும்சீற்றம்
அறச்சீற்றம் ஆகுமன்றோ?

கோவலனைக் கள்வனெனக்
கூறிக் கொலைசெய்த
காவலனைத் தண்டிக்கக்
கண்ணகி எழுந்தாளே

அதுதான் அறச்சீற்றம்
அச்சீற்றம் எழவில்லையேல்
மதுரைக்கோன் குற்றம்
மறைந்தலவா போயிருக்கும்?

வெந்தீயைப் போன்றதுதான்
வெகுளி; எரிப்பதனால்
செந்தீயைத் தீயதென்று
தீர்ப்பளித்தால் தவறாகும்

கூரையை எரிப்பது
கொடுமைதான் என்றாலும்
ஆரமுது சமைக்கின்ற
அடுப்பிலே எரிவது

நல்லதன்றோ; அதுபோன்றே
வெகுளியும் நன்மைசெயும்
நல்ல வெகுளியின்றேல்
நாசுடுசுடு காடாகும்.

செவி உண்டியல்

திருவள்ளுவர் கழகம், மதுரை, 8.7.1967.
என் தலைப்பு: கேள்வி.

செவியுண்டிச் சேமிப்பு;
சிந்தைப் பசிக்குச்
சுவையுண்டி; நல்லறிவின்
தொட்டில் - அவைநடுவே
நன்னாவை ஆடவைக்கும்
நட்டுவனார் கேள்வியெனச்
சொன்னவரார் வள்ளுவர்போல்
சொல்

பகல்விளக்குத் தோன்றியிப்
பார்விளக்கும் வேளை
அகல்விளக்கைத் தேடி
அலையார் - அகவிருளைப்
போக்கிவரும் வள்ளுவரின்
பொய்யா மொழிக்கேட்டோர்
நோக்குவரோ இன்னொருவர்
நூல்

கொடுக்க வளரும்
குறையாச் செல்வம்
இதுஎன்ப தாலே
ஈந்திட வந்தேன்

கேள்வியெனில் விடையிருக்கும்
கேள்வியே விடையென்றால்
நீள்வியப்பன் றோஉலகில்
நிலைத்தசெல்வம் எதுவென,ஓர்

நாள்வினவி னேன்குறளை
நல்கியவ ரிடம்,அவரோ
கேள்வியென்று விடைசொன்னார்
கேட்டு வியப்படைந்தேன்

ஆள்வினைக் கல்வியினால்
அறிவுவரும்; ஆனால்
கேள்வியினால் அன்றோ
கிடைக்காத ஞானம்வரும்

மண்ணோடு விண்படைத்த
மகேசனைத் தரிசிக்கக்
கண்ணல் முடியாது
காதாலே தான்முடியும்

கண்ணால் கேட்டால்
களவு காதலில்,
கையால் கேட்டால்
இழிவான பிச்சை
காதால் கேட்டாலோ
கவுரவம்; பெருமை

கண்ணுக்கும் வாய்க்கும்
கதவுஉண்டு; ஆனால்
காதுக்கும் மூக்குக்கும்
கதவில்லை; ஏனென்றால்

சுவாசத்தைப் போன்றது
சொற்கேள்வி; அதன்மேல்
அவாஇல் லாதவனோ
ஆருயிர்இல் லாதவனே

கண்ணும் வாயும்
காதும் உண்ணும்;
கண்ஓயும் வாய்ஓயும்
காதுமட்டும் ஓய்வதில்லை

கேள்வி -
எழுத்தறி வற்ற
ஏழைக்கும் கிடைக்கும்
பழுத்த கனிக்குலை;
பயணத்தின் துணைவன்

மலட்டுக் கல்விக்கும்
மகப்பேறு கொடுக்கும்
ஒலியின் புணர்ச்சி
உள்ளத்தின் கர்ப்பம்

வாழ்க்கைப் பயணத்தில்
வழுக்கி விழுந்து
காயப் படாமல்
காக்கும் ஊன்றுகோல்

பாச அறிவுப்
பயிர்ஓங்கி வளர
ஓசை விதைகளின்
உன்னத விதைப்பு

சங்கீத மென்னும்
சாரா யத்தை
அருந்தும் விருந்து;
அறியாமைக்கு மருந்து

கேள்வி இல்லாத
கல்வி
ஒலிப்பதி வில்லா
ஊமைத் திரைப்படம்

நெருப்பெழுத்து

திருச்சி வானொலி, 15.8.1967.
தலைவர்: கலைஞர்; பொதுத் தலைப்பு: விடுதலைப் போர் வீரர்கள்;
என் தலைப்பு: வ.வே.சு. ஐயர்.

அடக்கிவைக்கப் பட்டிருந்த நாடு-தர்ம
ஆவேசம் கொண்டெழுந்த காலம்
ஒடுக்கிவைக்கப் பட்டிருந்த மக்கள்-தளை
உடைப்பதற்குப் போர்தொடுத்த நேரம்
முடக்கிவைக்கப் பட்டிருந்த உரிமை-உயிர்
மூச்சடைந்து நிமிர்ந்துநின்ற பொழுது
மடக்கிவைக்கப் பட்டிருந்த வீரம்-பொங்கி
மடையுடைத்துக் கொண்டிருந்த தருணம்.

உடலெல்லாம் துடிக்கின்ற போதில்-அதன்
ஓரங்கம் தூங்குவது முண்டோ?
தடைவிலங்கு பாரதத்துக் கென்றால்-அதைத்
தமிழகம்தான் தாங்குவது முண்டோ?
விடுதலைப்போர்ப் படைதிரட்டி முன்னால்-நின்ற
வீரர்களின் வரிசையிலே வந்தோர்
சுடுநெருப்பாய் மூண்டெழுந்த ஐயர்-அந்தச்
சுடர்விளக்கின் புகழ்பாட வந்தேன்

வெள்ளையரைக் கொள்ளையரைத் தமது சொந்த
வேட்டாலும் ஏட்டாலும் அதிர வைத்த
வெள்'ளைய'ரே வ.வே.சு. ஐயர்; நாட்டு
வீரப்போர்க் காவியத்தின் நெருப்பெ முத்து;
வெள்ளைஉள்ள சாமிநா தையர், ஏட்டு
விடுதலைக்குப் பாடுபட்ட ஐயர்; பொங்கும்
வெள்ளஉள்ள வ.வே.சு. ஐயர், நாட்டு
விடுதலைக்குப் பாடுபட்ட வீர ஐயர்

திருவரக 'னேரி'யிலே பிறந்து, வீரச்
செந்நெருப்புக் 'கட'லாக வாழ்ந்து, பின்னர்
'அருவி'யிலே ஆயுளினை முடித்துக் கொண்ட
ஆச்சரிய வர'லாறு' கொண்ட வீரர்;
குருவிகளும் காக்கைகளும் தமது சொந்தக்
கூடுகளில் சுதந்திரமாய் வாழும் போது
துருப்பிடித்த வாளாகி எனது நாடு
தூங்குவதோ உறைக்குள்ளே என்ற ஏந்தல்

பட்டம் பதவிக்கும் கிட்டும் உதவிக்கும்
பண்பை மறந்தவர்கள்-மக்கள்
அன்பைத் துறந்தவர்கள்
பட்டத்தைப் போலப் பறக்கின்ற காலத்தில்
பட்டம் பெறமறுத்தார்-பகைக்
கொட்டம் தனைஅறுத்தார்

ஆட்டுக்குப் புல்லைப்போல் பட்டம் எனும்பேரில்
அடிமைக்குச் சாசனமா?-நாட்டில்
அந்நியர்க் காசனமா? - தாய்
நாட்டுக்கு வாதாட வந்தவன் நான்பணம்
நாடி வழக்குரையேன்-புகழ்
தேடி அழுக்குரையேன்

காயிதத்துப் புரட்சி செய்த
பாரதியும் அரவிந்தக்
கலைஞர் தாமும்

ஆயுதத்துப் புரட்சிசெய்த
ஐயருடன் அணிவகுத்தே
கடலின் ஈர

வாயுதத்தும் புதுச்சேரி
தனைப்புரட்சிச் சேரியென
மாற்றி வைத்தார்

தேயுதத்தும் எரிமலையாய்
தினம்நெருப்புச் சொற்பொழிவு
செய்து வந்தார்

பண்டுசெய்த பாரதப்போர்
அணிவகுப்பும் நெப்போல்யன்
படை வகுப்பும்
கொண்டுசெய்த புதுமுறையில்
புரட்சிக்கோர் நூல்தந்தார்;
கொடுமை நீங்கத்
தொண்டுசெய்தார்; நம்நாட்டைத்
துண்டுசெய்த அந்நியரைத்
துளைப்பதற்குக்
குண்டுசெய்தார்; இடிப்படையாய்க்
கொடியவரின் அடிப்படையைக்
குலையச் செய்தார்

வீட்டின் உயிர்மூச்சு-மனை
விளக்கும் மடந்தையர்கள்-நல்ல
பாட்டின் உயிர்மூச்சு-தக்க
பண்ணின் அமைப்பாகும்-ஒரு
நாட்டின் உயிர்மூச்சு-மக்கள்
நாடும் விடுதலையாம்-அது
கேட்டுப் பெறும்பிச்சையோ?-எனக்
கிளர்ச்சிக் குரல்கொடுத்தார்

சீக்கியர் போல்தமிழர்-தமைச்
சிங்கங்க ளாக்க வேண்டும்-நமைத்
தாக்கிய அந்நியரை-நாம்
தாக்கியே நீக்க வேண்டும்-தன்

நாக்கினால் பேசலன்றிப்-பிறர்
நாக்கினால் பேசலுண்டோ?-தாய்
ஆக்கிய மொழியினிலே-கலை
ஆக்கிட வேண்டும் என்றார்

பிணியாக இந்நாட்டைப்
பீடித்த அந்நியரின்
பிடியை நீக்கத்

துணியாத செயலில்லை
துரத்திவந்தோர் கண்களிலே
துணியைக் கட்ட

அணியாத கோலமில்லை
ஆற்றாத தொண்டில்லை
அதிகா ரத்தால்

தணியாத நெருப்பாம்-அத்
தணல் மனிதர் தண்ணீரில்
சமாதி கண்டார்

மரணம்

தியாகராசர் கல்லூரி, மதுரை: 31.12.1967.
‘நேயர் விருப்பம்’ நூலில் உள்ள ‘மரணம்’ என்ற கவிதையின் முழு வடிவம்.

நான்தான் இறப்பு
முடிவின் பிறப்பு

ஆயுள் என்னும்
ஆற்றில், உடலெனும்
படகில் ஏறிப்
பயணம் செய்யும்
உயிர்வந் தடையும்
ஓய்வுக் கரைநான்

சிணுங்காமல் உழைத்த
சிவப்புக் குருதி
ஆலைக் காரரின்
வேலை நிறுத்தம்

உள்ளும் புறமும்
ஓயாமல் ஓடும்
மூச்சுப் போக்கு
வரத்தின் நிறுத்தம்

களைத்த இதயக்
கடைய டைப்பு;
கனவுக ளற்ற
கடைசித் தூக்கம்

உடலெனும் கூண்டில்
ஒடுங்கிக் கிடக்கும்
உயிரெனும் வானப்
பறவையின் விடுதலை

★

ஈம நெருப்புஎன்
ஓம நெருப்பு

தூக்கு மேடைஎன்
வாக்கு மேடை

செருவடை களம்[1]என்
அறுவடைக் களமாம்

இடத்திற் கேற்றபடி
எனக்குப்பல பேருண்டு
நாட்டுப் போரில்
நான்தலை காட்டினால்
வீரம் என்பார்
தியாகம் என்பார்
வீட்டுப் போரில்
வீதிச் சண்டையில்
தலைகாட்டி னால்எனைக்
கொலையெனக் கூறுவார்

நீதிமன் றத்தில்
நீதி பதி,அக்
கொலைக்குத் தண்டனை
கொடுப்பதாய்க் கூறி
கொலைசெய் தால்அதை
நீதி என்பார்

உண்மைக் காதலின்
உரைகல் நான்தான்
சிற்சில நேரம்
சேயிழை யாரின்
கற்பைக் காக்கும்
கவசமும் நான்தான்

மருந்துகள் எதற்கும்
மசியாத நோயின்
மருந்துநான் சிலருக்கு
விருந்தும் நானே!

இறப்பே கெட்டது
என்பீ ராயின்
உங்கள்
அறியாமைக் காக
அனுதாபப் படுவேன்
நீங்கள்
மணமாலை சூடி
மணக்க விரும்பினால்
மணமலர் களுக்கு
மரணம் வேண்டும்

பாரில் வளங்கள்
செழிக்க வேண்டுமேல்
ஈர முகில்கள்
இறக்க வேண்டும்

உங்கள்
குழந்தைப் பருவம்
இறந்தால் அன்றோ
இளமைப் பருவத்தின்
இன்பங்கள் துய்ப்பீர்

நான்இல்லை என்றால்
நானில வாழ்க்கையில்
தேன்இல்லை; இறைவனின்
தேவையும் இல்லை.

----
1. போர்க்களம்

எரியாத விளக்குகள்

வள்ளுவர் இலக்கியப் பேரவை, சிவகங்கை, 13.4.68.
தலைவர்: மீரா; பொதுத் தலைப்பு: குறைப்பிறவிகள்; என் தலைப்பு: குருடன்.

தலைவர் மீரா

சிவகங்கை தன்னிலொரு
சிவப்புக் கங்கையாய்
அவதரித்த போராளி;
'அன்ன'மீந்த கொடையாளி

கறுப்பையும் சிவப்பையும்
காதலித்த ஒளிக்கவிஞர்
உறுப்பையும் தமிழ்க்களிக்க
உவந்துவரும் பற்றாளர்

பாட்டாளிக் காகப்
பாட்டளித்த பாட்டாளி
கூட்டாளி யாகஎனைக்
கொண்டிருக்கும் என்நண்பர்

★

பிரமனுக்கு எதிராகப்
பிரச்சாரம் நடக்குமிந்த
இருபதாம் நூற்றாண்டில் -
'இரண்டொன்று போதும்'
குறை,பிறவி என்றரசு

கூறுகின்ற காலத்தில்
குறைப்பிறவி பெற்றெடுத்துக்
கொண்டுவரச் சொன்னவரே!

என்னினிய நண்பர்
இராசேந் திரன்தம்மை
அன்போடு எம்மூர்க்கு[1]
அன்றொருநாள் வரவழைத்து
பண்கொடுக்கும் சுவைக்கவிதை
பண்ணும் கவிஞருக்குக்
'கண்' [2]கொடுத்தேன்; அவரோஎன்
கண்ணைப் பறித்துவிட்டார்

சிவகங்கை ஊரல்லவா
சிவபெருமான் குணம்கொண்டார்
கவிநட்பால் நானுமோர்
கண்ணப்பன் ஆகிவிட்டேன்

★

கருப்பட் டறையில்
கருமான்கை ஆட்டத்தால்,
உருப்படும் நேரத்தில்
ஒச்சம் அடைந்தவன்நான்

எரியாத விளக்குகள்
என்கண்கள்; என்றும்
சிரியாத பூக்கள்
செல்லாத நாணயங்கள்

நெல்லில்லாப் பதர்க்கூடு
நித்திலம் இலாச்சிப்பி
சொல்லில்லா வெற்றுச்
சுவடி; காலிப்பை

புண்கள்என் கண்கள்
போக்குவரவு இலாப்பாதை;
கண்கள்இல்லை என்றாலும்
கண்ணீர் எனக்குண்டு

என்றும் விடியாத
இரவுநான்; என்றாலும்
என்ன இழந்தேன்
என்பதை அறியேன்நான்

சல்லடைக் கண்கூடச்
சலிக்குமாம்; பிணம்வைத்துக்
கல்லடைத்த சவக்குழிஎன்
கண்களால் பயனென்ன?

இரவியென்பீர் நிலாவென்பீர்
இரண்டுமறி யாதவன்நான்
இரவென்பீர் பகலென்பீர்
எல்லாம் எனக்கொன்றே

எழிலென்பீர் ஒளியென்பீர்
ஏழுவகை நிறமென்பீர்
பொழிலென்பீர் பூவென்பீர்
புரியாத புதிர்எனக்கு

கண்ணிலாக் குருடன்நான்
கண்ணிருந்தும் குருடராய்
எண்ணிலா மனிதர்
இருப்பதாய்ச் சொல்லுகின்றீர்

கண்திறந் திருந்தாலும்
கண்மூடிப் பழக்கங்கள்
உண்டென்று சொல்கின்றார்
ஒன்றும் புரியவில்லை

காதலுக்கும் எங்களைப்போல்
கண்ணிலையா மே;அதனை
ஆதரிப்பார் எங்களைஏன்
அவமானப் படுத்துகின்றார்?

கண்ணில்லாக் காதலைக்
கண்கள்தான் சொல்லும்
கண்கள்தான் கேட்குமென்பீர்
கதையெனக்குப் புரிகிறது

காதலிலே கண்கள்
காணும் தொழில்தவிர
மீதித் தொழிலெல்லாம்
விவரமாய்ச் செயும்போலும்

கண்ணில்லா எங்களுக்கோ
கைகளே கண்ணாகும்
திண்ணிய கைக்கோலும்
சிலநேரம் கண்ணாகும்

சிறப்பான உம்நீதி
தேவதைக்கும் கண்கள்
கறுப்புத் துணியாலே
கட்டப்பட் டிருக்குமாம்

அதனால்தா னோ,குற்ற
வாளிகளாய் உள்ளவர்கள்

அதிகம்பேர் அவள்கையில்
அகப்படுவ தேயில்லை?

நிறங்களின் அழகை
நிதம்காண்போம் என்பீர்
கறுப்பென்பீர் வெள்ளையென்பீர்
கறுப்பை இழிவென்பீர்

பார்ப்பதால் தானேஇப்
பாவத்தைச் செய்கின்றீர்
பார்க்காத நானோ
பலமடங்கு உயர்ந்தவன்

என்னைமட்டும் குருடனென்பீர்
இனத்தால் மதத்தால்
பின்னையொ-ரு சாதியால்
பேதப்பார் வைபார்த்து

மனிதனை மனிதனாய்ப்
பார்க்க முடியாத
அனைவருமே கண்பார்வை
அற்ற குருடரன்றோ?

கண்ணிருப்ப தால்தீய
காட்சிகளை நீர்பார்ப்பீர்
பண்ணுவ தில்லைஅப்
பாவத்தை நான்என்றும்

முகக்கண்ணால் கர்வம்கொள்ளும்
மூடரே! என்னபயன்?
அகக்கண்கள் அல்லவோ
ஆண்டவனைப் பார்க்கும்

வேண்டிய தெல்லாம்
விவரமாய்ப் பார்த்தாலும்
ஆண்டவனைப் பார்க்காத
அனைவருமே குருடரன்றோ?

இருட்டறையில் நின்றதொரு
யானையைத் தொட்டறிந்த
குருட்டு மனிதர்களின்
கொள்கைகளே மதங்களென

சொல்லிவைத்தார் ஞானிகள்அச்
சொற்படியே பார்க்குங்கால்
எல்லா மதங்களுமே
என்னைப்போல் குருடன்றோ?

---

1. வாணியம்பாடி, 2. வாணியம்பாடி இஸ்லாமியா கல்லூரியில் நடந்த 'ஐம்புலன்கள்' என்ற கவியரங்கில் மீராவுக்குத் தரப்பட்ட தலைப்பு.

கடைப் பால்

கிறித்தவக் கல்லூரி, சென்னை, 25.10.68.
பொதுத் தலைப்பு: முப்பால்; என் தலைப்பு: இன்பத்துப்பால்.

'ஒரு'பெருந் தமிழில்
'ஈர'டி யாலே
'முப்'பால் தந்து
'நா'ற்றிசை புகழ,
'அஞ்சு'ம் நெஞ்சிற்கு
'ஆறு'தல் கூறிட
'எழு'ந்த மேதை
வள்ளுவர்; அவர்தம்
சிறப்பினை உங்கள்
செவிகளுக் கெல்லாம்
'எட்டு'ம் படிஅவர்
இயற்றிய நூலில்
'நவ'ரசம் ததும்பும்
நாடகப் பகுதியாம்
இன்'பத்து'ப் பாலை
ஊட்டநான் வந்தேன்

பால்குடிக்கும் பருவமல்ல
எமக்கென்பீர்; வள்ளுவர்முப்
பால்குடிக்கப் பருவமுண்டோ?
பழகிடினும் புளிப்பதுண்டா?

தாய்ப்பால், கலப்பால்
கெடாத தசைக்கலப்பால்;[1]
'வாய்ப்'பால்நாம் பெறுகின்ற
வளர்ப்புப்பால்; தித்திக்கும்

ஆவின்பால் இரண்டாம்
அன்னையின்பால்; பாலின்பம்
பாவின்பால் தரும்பால்
பல்சுவை,இன் பத்துப்பால்
அப்பாலோ முப்பாலில்
அறத்துப்பால் பொருட்பாலுக்கு
அப்பாலன் றோகிடைக்கும்?
அதன்பால் மனம்வைப்போம்

கடைப்பால்[2] என்றாலே
கலப்புப்பால் தான்,குறளின்
கடைப்பாலும்[3] ஆண்பாலும்
பெண்பாலும் கலக்கும்பால்

பாற்கடலின் இறுதிப்
பரிசு,அமுதம் என்பார்,முப்
பாற்கடலில் இறுதியில்தான்
பருகுகின்றோம் அமுதஇன்பம்

எப்பா லவரும்
பெறத்துடிக்கும் இன்பம்தான்
முப்பாலின் முடிமகுடம்
'இருபா'லின்[4] முதல்நோக்கம்

முப்பாலைச் சுவையான
முக்கனி களோடு இங்கு
ஒப்பால் ஒருங்கிணைக்க
வேண்டுமெனில், முக்கனிக்குள்
முள்ளிருக்கும் தோலறுத்து
மூடியுள்ள பிசிரெடுத்து
உள்ளிருக்கும் சுளையை
உண்ணும்பலா அறமென்பேன்

★

மேலிருக்கும் தோல்சீவி
வெறுங்கொட்டை நீக்கித்தேன்
போலிருக்கும் சதையுண்ணும்
மாங்கனியே பொருளென்பேன்

இத்தனை தொல்லைகள்
ஏதுமின்றிச் சுவைக்கின்ற

தித்திப்பு வாழையன்றோ
திகட்டாத 'இன்பம்'

காமத்தை இன்பமென்ற
காரணம் அறம்பொருள்
ஆமிரண்டும் துன்பம்
அதைக்குறிக்க வேசொன்னார்

தீதிலாத் தமிழறிஞர்
சிந்தித்த் தெளிந்தபின்
காதலை அகமென்றார்
காதல் தவிரப்

பிறவெல்லாம் புறம்என்றார்
பேசும் அறம்பொருள்தான்
புறமாகும் அப்புறமோ
இன்பத்தின் அப்புறந்தான்

அகமே உயிராகும்
புறமோ உடலாகும்
அகமென்ற ஒன்றிலையேல்
புறத்திற்குத் தேவையில்லை

சீரிய தமிழ்கற்கும்
சிந்தையொடு இங்குவந்த
ஆரிய நாட்டின்
அரசன்ப்ர கத்தனுக்குப்
புலவர் கபிலர்
புகன்றதென்ன? காதலர்கள்
குலவி மகிழ்கின்ற
குறிஞ்சித் திணைதானே[5]

தமிழென்றால் எழுத்தில்லை,
சத்தமில்லை, வாழ்க்கையில்
அமிழ்தமாம் இன்பமென்ற
அருங்கருத்தை உணர்த்தவன்றோ
அருமைக் கபிலர்அன்று
அவ்வாறு எடுத்துரைத்தார்?
பெருமை இதைப்போலப்
பிறமொழிகள் தமக்குண்டோ?

அகமே தமிழின்
அடையாளம்; தமிழர்களின்
முகமும் அதுதான்
முகவரியும் அதுதான்

காமத்துப் பாலென்று
காதிலே கேட்டதுமே
பூமெத்தை வித்தைகளோ?
போகத்தின் வருணனையோ?
பருவ விளையாட்டோ?
'பள்ளியறை'ப் பாடமோ?
உருவமிலா மன்மதனின்
உணர்ச்சிக் கலவரமோ?
என்றெல்லாம் எண்ணினால்
ஏமாற்றம் அடைவீர்கள்
நன்றையே உரைப்பவரின்
நாவில் இவைவருமா?

அவரென்ன
'வெள்ளி'ப் பணந்தேடும்
விருப்பத்தால், 'கறுப்'பிருட்டு
நள்ளிரவு 'நீல'ப்
படத்தின் நிகழ்வுகளைப்
'பச்சை'யாய் எழுதிப்
பாலுணர்வைத் தூண்டிவிடும்
கொச்சை'மஞ்சள்' பத்திரிகைக்
கூலிஎழுத் தாளரா?

பழரசந்தான் வள்ளுவரின்
பாஎன்றால் நானோ
'பழ''ரசமா? இல்லை
'நவ'ர[6]சந்தான் பார்என்பேன்
'நவ'[7]ரசம் என்பதற்கும்
நான்துணியேன்; அவர்பாவில்
நவரசந்தா னாதந்தார்?
நானூறு ரசம்தந்தார்
பாதரசம் போலப்
பளபளக்கும் சொற்களிலே
நாத ரசம்பிழிந்து
நறுங்கவிதை பலதந்தார்

சந்தரசம், காதல்
சரசம் எலாம்தந்தார்
எந்தரசம் இவர்பாட்டில்
இல்லையென்றால் விரசம்தான்

உடலொட்டும் காம
உறவுகளை உரைக்காமல்
கடலாழ நட்பைத்தான்
காதலென அவருரைத்தார்

கல்லார்க்கும் கற்றவர்க்கும்
களிப்பருளும் களிப்பாகி
எல்லா உயிர்களையும்
ஈர்க்கின்ற காந்தமது!

உருகும்அன் புறவிலே
ஓராணும் பெண்ணும்என
இருகம்பி இணைப்பினால்
எரியும்மின் சாரமது!

இம்மையே தருகின்ற
இணையில்லாச் சொர்க்கமது!
தம்மையே பரிமாறிப்
பசியாறும் விருந்துமது!

ஒருவருக்குள் ஒருவரை
ஒளித்துவைத்து அன்றுமுதல்
இருவருமே தேடுகின்ற
இனியகண்ண மூச்சியது!

ஒன்றோடும் ஒன்றிணைந்தால்
இரண்டாகும் கணக்கல்ல
ஒன்றோடும் ஒன்றிணைந்தே
ஒன்றாகும் விந்தையது!

உலக மணிப்பொறியை
உள்ளிருந் தியக்குகின்ற
தலைமை விசையுமது!
தாயாகும் சக்தியது!

அளவின்றி விரிகின்ற
ஆகாயப் பரப்புமது!

களவு கொடுத்தோரே
களிக்கின்ற களவுமது!

ஒருகன்னத் தில்தந்தால்
மறுகன்னம் காட்டென்ற
கருத்தைப்பின் பற்றுவது
காதல் உலகமன்றோ?

முத்தமிழைத் தேன்என்னும்
முகமதியப் பெண்ணோடு
புத்தமுதம் உண்டதொரு
போதையிலே பேசலுற்றான்!

கண்களுக்கோ அழகான
காட்சிகளில் விருந்திருக்கும்
பண்களிலே செவியின்
பசியடங்கும்! நாவினுக்கோ

உண்ணும் அறுசுவை
உணவே விருந்தாகும்
வண்ணமலர் பரப்பும்
மணங்களிலே மூக்கின்பம்

தண்ணென்று வந்து
தழுவுகின்ற தென்றலிலே
எண்ணற்ற இன்பம்
இவ்வுடல் பெறுவதுண்டு

அங்கங்கே கிடைக்கும்ஐம்
புலச்சரக் கத்தனையும்
அங்கத்தில் தந்திடும்பேர்
அங்காடி நீயென்றான்

தன்சொந்த வீட்டில்
தனதுணவைப் பகிர்ந்துண்ணும்
இன்பமன்றோ? நீகொடுக்கும்
இன்பம்என உவமைசொன்னான்

கைப்பிடித்த மங்கையிடம்
காணுகின்ற பேரின்பம்
இப்படித்தான் இருக்குமென
எவர்சொன்னார் இதுபோல

துன்பமே இன்பத்தின்
தூண்டுகோல், உண்மையுள்ள
அன்பை அளக்கின்ற
அளவுகோல்! பிரிவின்றேல்

கற்பென்னும் திண்மையினைக்
காட்டுவது எவ்வாறு
அற்புதமாய் இனிய
அமுதத்தைப் பெற்றுவந்த

களவுபின் கற்பாகக்
காதலர்கள் பிரிவதையும்
அளவில்லாத் துயர்வித்தால்
அன்பை வளர்ப்பதையும்

காலை அரும்பிக்
கடும்பகலில் போதாகி
மாலை மலருகின்ற
மனநோயால் துடிப்பதையும்

கனவுகளைத் தூதுவிட்டுக்
கண்ணீரில் மிதப்பதையும்
நினைவுத் திரையினிலே
நிறுத்துகின்றார் வள்ளுவனார்

இகத்தைத் துறந்துவிட்டு
அழிவதுதான் இகமென்று
பரத்தை விரும்புவது
பண்பாகும் துறவியர்க்கு

அகத்தை மறந்துவிட்டு,
அழகு வலைவீசும்
பரத்தையை விரும்புவது
பண்பாஇல் லறத்தார்க்கு

பரத்தை விரும்புகின்ற
பரந்த மனப்பான்மைக்
கருத்தைக் குறள்போலக்
கடிந்துரைத்த நூலில்லை.

----

1. தசையாலான கலத்தில் உள்ள பால்; 2. கடையில் விற்கும் பால்; 3. இறுதியில் உள்ள பால்; 4. அறம், பொருள்; ஆண், பெண்; 5. பழைய; 6. புதிய; 7. ஒன்பது.

மும்முலைத் தாய்

திருச்சி வானொலி, மதுரை, 31.5.69.
வள்ளுவர் ஈராயிரம் விழா; பொதுத் தலைப்பு: வாழ்க்கைக்கு வள்ளுவர்.
என் தலைப்பு: தாய்.

திருக்குறள்கூ றும்தாயைத்
தெரிவினை ஆணையிட்டார்
திருக்குறளே தாய்தான்
திகட்டாத சுவைகொண்ட
முப்பாலை ஆயுள்
முழுவதும் ஊட்டும்தாய்!
அப்'பா' பெற்றெடுத்த
அன்னையைக் காட்டுகிறேன்

★

குங்குமத்தால் மஞ்சளினால்
மங்கலம் பெற்றேன்-என்
குழந்தையினால் கற்பினுக்கோர்
அணிகலம் பெற்றேன்
சங்கு,முத்தால் பெறுகின்ற
மதிப்பினைப் போல-அவர்
சங்கமத்தால் தாயென்னும்
மகுடமணிந்தேன்

இல்லாளாய் நானிருந்தேன்
இருப்பவளாக்கி - வெறும்
ஏடாக இருந்தவளின்
எழுத்தென வந்தான்
சொல்லாக நானிருந்தேன்
பொருளென வந்தான்-ஒளிச்
சுடரானான் திரிஎன்னை
விளக்கெனச் செய்தான்

ஐயிரண்டு மாதங்கள்
ஒளித்து வைத்த - என்
அகப்பொருளின் புறப்பொருளை
வெளியில் வைத்தேன்
கையிரண்டில் தொட்டிலிட்டேன்
சீராட்டினேன்-என்

கண்ணிரண்டை விளக்காக்கிக்
காவலிருந்தேன்

கண்வளரும் கண்மணியின்
அழகு கண்டு-மனம்
கவிதொடுக்கப் பாசமொரு
பண்ணையமைக்கப்
பண்வளரும் தாலாட்டுப்
பாடலிசைத்தேன்-ஆம்
பாடியறி யாதவள்நான்
பாடகி ஆனேன்

குருதியினைப் பாலாக்கி
உடலை வளர்த்தேன்-என்
குலப்பண்புப் பள்ளியிலே
உள்ளம் வளர்த்தேன்
வருந்தும்நோய் அவன்பெறின்நான்
பத்தியம் கொண்டேன்-அவன்
வளரவளரப் பெருமையினால்
நானும் உயர்ந்தேன்

பூவாகி மணம்பெற்றேன்
காய்மை அடைந்தேன்-எனைப்
புடம்போட்ட மகப்பேற்றால்
தூய்மை அடைந்தேன்

ஈவாகும் பொய்வாழ்வில்
வாய்மை அடைந்தேன்-நான்
என்பெண்மை நிரூபிக்கத்
தாய்மை அடைந்தேன்

எனக்குள்ளே ஒளிந்திருந்த
புதையல் எடுத்தேன்-ஆம்
ஈன்றதனால் பெற்றவளாய்ப்
பேரை அடைந்தேன்
கனவில்நான் கண்டதையே
நனவினில் கண்டேன்-என்
கர்பக்கிர கத்திலொரு
தெய்வம் படைத்தேன்

சிறுவிரல்தான் செங்கரும்போ
மந்திரக் கோலோ-அவன்

தீண்டினால் கூழ்கூட
அமுதாய் மாறும்
புறத்திலொரு உயிர்வந்து
தீண்டுதல் போலே - என்
பொன்னழகன் எனைத்தொட்டால்
மேனி சிலிர்க்கும்

கண்ணென்றும் பொன்னென்றும்
அன்னை அழைத்தாள் - எனைக்
கனியென்றும் கரும்பென்றும்
கணவர் அழைத்தார்
பெண்ணென்று நான்பிறந்து
கேட்ட மொழிக்குள் - என்
பிள்ளைசொன்ன 'அம்மா' போல்
வேறொன்றில்லை

ஊதாமல் மீட்டாமல்
தானேயிசைக்கும் - என்
உயிர்க்கருவி மிழற்றிடும்பண்
மழலைகள் கேட்டால்
ஊதுகுழல் அடுப்பூதும்
குழலாய்த் தோன்றும் - யாழ்
ஓசைகளும் அயலவரின்
மொழியாய்க் கேட்கும்

தன்படைப்பைப் பாராட்டக்
கேட்ட கலைஞர் - அதைத்
தான்படைத்த பொழுதைவிட
மகிழ்வதைப் போலே
என்படைப்பை இவன்சான்றோன்
என்று புகழ்ந்தால் - நான்
ஈன்றஅந்தப் பொழுதைவிட
மிகவும் மகிழ்ந்தேன்

பசிவருத்தம் நான்பொறுப்பேன்
நல்லவர் தூற்றும் - ஓர்
பழியினைஎன் மகன்செய்தால்
பொறுக்க மாட்டேன்
நிசிவருத்தம் செய்யின்ஒரு
விளக்கை ஏற்றலாம்

நெருப்பெடுத்துக் கூரைதனைக்
கொளுத்தலாமா?

இரவிருளில் தடுமாற்றம்
இயற்கை என்னலாம்-கண்
இமையடைத்து நடப்பவரை
என்ன சொல்லலாம்?
வரவுகரு தாதபற்று
வைப்பவ ளெனினும்-மகன்
வறுமையினை வரவழைத்தால்
அயலெனக் காண்பேன்

தனப்பாலை அருந்தியதால்
என்மக னானான்-முத்
தமிழ்ப்பாலை அருந்தியதால்
தமிழ்மக எனானான்
மனப்பாலைக் குடித்துவரும்
என்மனம் வாட-அவன்
மரப்பாலை அருந்திவந்தால்
மரமகன் என்பேன்

குடிமகனாய் உயர்வனெனக்
கனவுகள் கண்டேன் - அவன்
குடிமகனாய்க் குடிகெடுத்தால்
மனம்கொதிக்காதோ?
மடிக்காம்பில் பாலின்றி
நஞ்சு சுரந்தால்-எந்த
மனிதன்தான் அப்பசுவை
வீட்டில் வளர்ப்பான்

கொடிபோலோர் பெண்வளர்த்தேன்
அக்கொடியாளோ-ஓர்
கொழுகொம்பைத் தேடிவிட்டாள்
என்னை வெறுத்தாள்
கடிந்துரைத்த சொல்லையெல்லாம்
நீரெனக் கொண்டு-தன்
காதல்நோய் மரம்வளர
ஊற்றி வளர்த்தாள்

ஆயிரம்தான் செய்தாலும்
பெண்மகவெல்லாம்-என்றும்

அயலவர்க்கே பயன்படுவார்
பிரிந்து போவார்
தாயென்ற அடிமரத்தின்
ஆதரவாக - நின்று
தாங்குகின்ற விழுதாவோன்
ஆண்மகனன்றோ?

காயாகிக் கனியாகும்
கன்னிமை போகும்-வெறும்
காதல்வெறி காலத்தால்
தேய்பிறை ஆகும்
தாயாகிச் சேயின்மேல்
காட்டுகின்ற - இந்தத்
தனிப்பாசம் ஒன்றேதான்
நிரந்தரம் ஆகும்.

உறுதி

திருச்சி வானொலி, 1969.
தலைப்பு: வெற்றிப் பாதையில் 'உறுதி'

நெற்றிப் பாதையில் நீர்நடத்தி
நிலத்தின் பாதையில் ஏர்நடத்தி
மற்றிப் பாதை அல்லாமல்
மற்றப் பாதை உபாதையென்றே
உற்றப் பாதையில் பார்நடத்தும்
உழவர் விழாவில், ஓசைகளை
வெற்றுப் பாதையில் நடத்திடுவோர்[1]
வெற்றிப் பாதையில் நமையழைத்தார்

உருவமற்ற சக்தியெலாம்
உறுதியுற்றதால்
உலகமென்ற பொருள்பிறக்க
உயிர்பிறந்தது

பருவமுற்ற இருவர்மனம்
உறுதிகொண்டதால்
பாலின்பக் காதலெனும்
கதைபிறந்தது

ஒருவனுக்கிங் கொருத்தியென்றே
உறுதிசொன்னதால்
உயர்வுடைய கற்பென்னும்
மணம்பிறந்தது

இருவரிங்கே ஒருவராக
உறுதிபூண்டதால்
இல்லறமாம் நல்லறத்தின்
வழிபிறந்தது

நீதத்தில் உறுதி யின்றேல்
நெஞ்சங்கள் நிமிர்வ தெங்கே?
வாதத்தில் உறுதி யின்றேல்
வழக்கினை வெல்வ தெங்கே?
நாதத்தில் உறுதி யின்றேல்
நல்லிசை எழுவ தெங்கே?
பாதத்தில் உறுதி யின்றேல்
பாதையில் நடப்ப தெங்கே?

பிறப்பதும் பிறந்த பின்னர்
பிழைப்பதும் உறுதி யால்தான்
சிறப்பதும் துன்பம் தன்னைச்
சிதைப்பதும் பொன்னால் பேரைப்
பொறிப்பதும் சாத னைகள்
புரிவதும் உறுதி யால்தான்
இறப்பதோ உறுதி தன்னை
இவ்வுடல் இழப்ப தால்தான்

கல்லினால் சிலையுண் டாகும்
கரியினால் என்னுண் டாகும்?
பல்லினால் சொல்சி றக்கும்
பாட்டன்வாய் என்ன பேசும்?
வில்லினால் பகைகள் வீழும்
வெறும்புல்லால் விளைவ தென்ன?
வல்லவர் வாழ்வார்; வெற்றுப்
புல்லரோ மறைந்து போவார்

கண்ணின் உறுதியைக்
காட்சி என்பார்
கல்வியின் உறுதியை
அறிவென்பார்

மண்ணின் உறுதியை
மலைகள் என்பார்

மரத்தின் உறுதியை
வைரமென்பார்
பெண்ணின் உறுதியைக்
கற்பென்பார்
பேச்சின் உறுதியை
வாய்மையென்பார்
பண்ணின் உறுதியைப்
பக்தியென்பார்
பசியின் உறுதியை
விரதமெ ன்பார்

இடர்களை எதிர்த்து நிற்போம்
இடுக்கணை நகைப்போம்; நம்மை
அடர்கின்ற பகைகள் கோடி
அலைப்பினும் அசையோம்; நெஞ்சில்
தொடர்கின்ற உறுதி கொண்டு
தூள்செய்வோம்; சூறைக் காற்றில்
சுடர்கள்தாம் அணையும்; வானச்
சூரியன் அணைவ துண்டோ?

---

1. வானொலி நிலையத்தார்

மூவர் உலா

சென்னை, செப்டம்பர், 1969.
தலைவர்: அழ. வள்ளியப்பா. தலைப்பு: மூவர் உலா

அழ. வள்ளியப்பா
பாப்பாக்கள் எல்லாம்
படித்துச் சுவைப்பதற்குப்
பூப்பாக்கள் படைக்கின்ற
புலவனே! நயம்கருதிப்
புகழவொரு வள்ளியப்பா,
புனையும்பாப் படித்துமனம்
மகிழவொரு வள்ளியப்பா
வாய்த்தார் நமக்கென்றே
குழந்தை உலகமெல்லாம்

கொண்டாடும் உன்னைப்போய்
'அழ'வள்ளி யப்பாஎன்
றழைத்தவர்கள் யாரப்பா?

தேவர் முருகனொடும்
தெய்வானை தன்னோடும்
மூவர் உலாநடத்த
முன்வந்து, அழகாக
உயர்ந்ததலை மயில்அமர
ஓடிவரும் 'வள்ளி'யப்பா!
உயர்ந்ததலை மையில்அமர
உவந்துவரல் அதிசயமோ?

பாரதத்துச் சான்றோர்க்குப்
பாங்கான உலாநடத்தப்
'பா'ரதங்கள் கொண்டுவந்த
பாவலரே! என்வணக்கம்

★

புவியொட்ட ஆண்டு
புகழ்படைத்த சோழருக்குக்
கவியொட்டக் கூத்தனன்று
காவிய உலாச்செய்தான்

அருளாட்சி இவ்வுலகில்
அமைய, அறியாமை
இருளாட்சி ஒழிக்கவந்த
இணையற்ற மூவரைநாம்
ஒட்டவைத்துக் கூத்தாடி
உலாப்பாடும் காரணத்தால்
ஒட்டக்கூத் தர்களென
உயர்ந்தோம்நாம்; இந்த உலா

தேவர்உலா அல்ல
சேரசோழ பாண்டியனார்
மூவர்உலா அல்ல
முடிந்துவிடும் உலாஅல்ல
யாவர்உலா என்றால்
இவ்வுலகம் உய்யவந்த
மூவர்உலா என்றும்
மூவாத அமரஉலா!

பிரசவமாய்ப் பெரியவராய்ப்
பின்சவமாய் மறைகின்ற
அர'சவம்' சத்தோரின்
உற்'சவம்' அல்ல இது

சாவாத பெருவாழ்வுச்
சரித்திரத்தின் நாயகராம்
மூவாத மூவர்உலா;
முழக்கமிலா அமைதிஉலா

இந்த உலா
தேவைஉலா, ஞானஉலா,
தேசம் செழிக்கவந்த
சேவைஉலா முச்சுடர்கள்
சேர்ந்துவரும் கூட்டுஉலா!

வள்ளுவனார் வடலூரின்
வள்ளலார் இவரோடு
வெள்ளையரை நாட்டைவிட்டு
விரட்டி அடித்ததோர்
காந்தி அடிகளெனும்
கருணைமுனி ஒன்றிணைந்து
வந்த உலா; நாட்டிற்கு
வசந்த உலா; இருளில் ஒளி
தந்த உலா; இன்றும்
தடையின்றி நடக்கும் உலா.

பஞ்ச பூதங்கள்

அப்துல் ஹக்கீம் கல்லூரி, மேல் விஷாரம்; 1-2-1970.
தலைமைக் கவிதை; மண்-அலிபூர் ரகீம்; வானம் - தமிழன்பன்;

வானம் பாடி[1]யில்
வாழும் என்னை
'வானம் பாடியே!
வா, நம் பாடிக்கு,
'வானம்' பாடிநீ
எனவே இன்று
வானம் பாடு;
அதுமட்டுமல்ல

மனிதரின் பூமியாம்
தானம் பாடு;
தழலின் கற்பு
மானம் பாடு;
மழைநீர் பாடும்
கானம் பாடு;
காற்றெனும் ஊமையின்
மோனம் பாடு
என்றெனைப் பணித்தீர்
நானும் பாட
நாடினேன் கேட்பீர்!

மேல்விசாரம்

பால்வி சாரம்
பருவ இளைஞர்க்கு
கோல்வி சாரம்
கூனல் கிழவர்க்கு

தோல்வி சாரம்
மேளத் தோழர்க்கு
கால்வி சாரம்
நொண்டிக்கு; நீர்வாய்க்
கால்வி சாரம்
கழனி உழவர்க்கு
வால்வி சாரம்
வானரங் களுக்கு
இவையெலாம்
கீழ்வி சாரம்
என்று விலக்கி
நூல்வி சாரமே
நுண்ணிய அறிஞர்க்கு
மேல்வி சாரம்
எனவே கருதும்
மேல்வி சார
மேலோரே! வணக்கம்

அஞ்சுபூ தங்களை
அவைக்கின்று அழைத்தீர்
தலைமைப் பூதமாய்
என்னையும் அழைத்தீர்

இவையோ
அஞ்சு வயதில்நாம்
கதையிலகேட் டலறிய
அஞ்சுபூ தங்கள்
அல்ல; யார்க்கும்
அஞ்சாத பூதங்கள்
ஐந்துபே ராற்றல்கள்

'பஞ்ச'[2] பூதத்தைப்
பசுமைப் புரட்சியால்
வெஞ்சமர் செய்து
வென்றநாம் இன்றோ
பஞ்சபூ தத்தைப்
பாடவந் துள்ளோம்

சிறுபஞ்ச மூலமோ
சிறந்த மருந்து
இவையோ –
பெரும்பஞ்ச மூலங்கள்
பிரபஞ் சத்தைப்
பிள்ளைக ளாகப்
பெற்ற கருப்பைகள்

கருநீல வானம்
கர்ப்பம் அடைந்தது
பெருகிய காற்றைப்
பிள்ளையாய்ப் பெற்றது
காற்று மெல்லக்
கர்ப்பம் அடைந்தது
கொதிக்கும் நெருப்பைக்
குழந்தையாய்ப் பெற்றது
கனலோ மறைவாய்க்
கர்ப்பம் அடைந்து
புனலைப் பெற்றது
புனலோ காலப்
போக்கில் கருவுற்று
மண்ணைப் பெற்றது
மண்கரு வுற்றே
எண்ணிலா உயிர்களை
ஈன்றது; அந்த

வரிசையில் இறுதியாய்
வந்தவர் மனிதர்.

கோழி முதலா
முட்டை முதலா
என்ற விவாதம்
அன்று தொடங்கி
இன்று வரையில்
இருந்து வருகிறது

கோழிதான் முதலில்
குறித்துக் கொள்வீர்
இறைவன் தான்அந்தக்
கோழி; அக்கோழி
இட்டமுட் டைகளே
எண்ணிலா அண்டங்கள்
(அண்ட மென்றால்
முட்டையென் றர்த்தம்)

அண்ட சராசாரம்
என்பதோர் அளவிலாப்
பண்டம் அன்று
பண்ணிய குயவன்
எம்மையும் மண்ணால்
இயற்றினான்; அதற்குள்
உயிர்ப்பெனும் காற்றையும்
ஊதினான்; ஈர
நீரும் உள்ளே
நிரப்பினான்; கொஞ்சம்
சூடு சுரணைக்குத்
தீயும் வைத்தான்
வெளியில் எம்மை
விளையாட விட்டான்

அண்ட சராசரம்
என்பதோர் அரசு
அந்த அரசோ
ஐம்பெரும் பூதங்கள்
கூடி அமைத்த
கூட்டணி ஆட்சி
இந்தக்

கூட்டணி உடைந்தால்
குவலயம் உடைந்துவிடும்

பூப்படைந்த மண்மகளும்
புனலென்னும் பொன்மகனும்
யாப்படைந்தார்; மணம்புரிந்து
அணைவதற்கு விரும்பினார்
இயற்கையே புரோகிதனாய்
இருந்து, மணம் புரிந்துவைக்க
நயமான முகூர்த்த
நல்லநாள் நேரத்தில்
வானத்துப் பந்தரின்கீழ்
வானவர்கள், அட்சதையாய்
மீனத்தைத் தூவ
விருப்பமெனும் மலர்கோத்து
ஆரம் புனைந்தார்
அவரன்றோ நம்முடைய
ஆரம்பப் பெற்றோர்கள்
அவருடைய பிள்ளைகள்நாம்

ஆதியில் நடந்த
அந்தத் திருமணமே
கலப்புத் திருமணம்;
கவியரங்கில் இன்று

அண்டம் படைக்க
அவாவிய ஆண்டவன்
விண், வளி, தீ, நீர்,
மண் எனப் படும்அப்
பஞ்சாங்கம் கொண்டே
பிரபஞ்சம் படைத்தான்
அப்பஞ்சாங்கந் தன்னைப்
பாடவந் தோரும்
பஞ்சாங்கம் பார்ப்பவர்
எழுத்து, சொல், பொருள்,
யாப்பு, அணி என்ற
பஞ்சாங்கம்[3] பார்ப்பவர்
இன்றோ
விண், மண், காற்று,
கனல், புனல் என்ற

பஞ்சாங்கம் பார்த்துப்
பாடிவந் துள்ளார்
'பா'ரதம் நடத்தும்
பஞ்சபா ண்டவரே!
எங்கள்
மனவாசம் செய்ய
வருவீர்!

★

பூநகைக்கும் படிநகைக்கும்
புன்னகையாள் பொன்நகையாள்
மேனகையாம் ரம்பையாம்
விரும்பிவரு வார்எந்த
ஊர்வாசி என்றாலும்
'ஊம்'மென்று சம்மதிக்கும்
ஊர்வசியாம், ஆடலினால்
ஓர்வசியம் செய்வாளாம்

கற்பகமாம், கேட்டதெல்லாம்
கறக்கின்ற ஓர்பசுவாம்,
அற்பகல்[4] எப்பொழுதும்
ஆனந்த விளையாட்டாம்
எத்தனையோ கதைகள்
இவைபோலப் பலஅளப்பப்
அத்தனையும் மேலுள்ள
ஆகாயத் துள்ளதென்பார்
அத்தனையும் புளுகு;இவையே
ஆகாயப் புளுகுஎன்பேன்

வாகாய்ஓர் சிறுவீடு
மண்ணில்கட்ட முடியாது
ஆகாயக் கோட்டைமட்டும்
ஆயிரம் கட்டுவோம்நாம்
காசா? பணமா?
கடுஞ்சிரமம் ஒன்றுமில்லை

கூசாமல் சிலர்போடும்
வாய்ப்பந்தல் போல்அந்த
வானமோ பொய்ப்பந்தல்
வலையில் அகப்படா

மீனங்கள் வாழும்
விந்தைஇருட் பொய்கை,ஒளித்
திங்கள், கதிர்என்னும்
தேரில்லாச் சக்கரங்கள்
தங்காமல் விரைந்தோடும்
தங்கசாலை; அவ்வானை
இறக்கையால் அடையும்
பறவைகள் மனிதனும்
இறக்கையால்[5] அடைவான்
இதன்பெருமை யார்அளப்பார்?

காற்று

காலில்லை எனினும்
கடுகி நடக்கும்
'கால்' என்ற பெயர்சூடும்;
கண்ணிலா நாடோடி.

தேன்மலரின் மணத்தைத்
திருடும் திருடன்

புல்லாங் குழலில்
புகுந்தால் இசையாய்
மூக்கில் நுழைந்தால்
மூச்சாய்; மனிதன்
நாக்கில் சுழன்றால்
பேச்சாய் மாறும்
வித்தை கற்றவன்
பலவேடக் காரன்

தென்றலாய்ப் பூவை
மெல்லத் தொடுவான்
புயலாய் மாறினால்
வனத்தையே அழிப்பான்

அகல்விளக் கென்றால்
அணைப்பான்; அதுவே
பெருந்தீ என்றால்
விசிறி விடுவான்

நெருப்பு

'தீ'யவன் தன்னைத்
தீயவன் என்றே
உரைத்திடு வார்சிலர்
உண்மை அல்ல
அவனோ
தீமையும் செய்வான்
நன்மையும் செய்வான்

கள்வனைப் போலக்
கல்லில் கட்டையில்
ஒளிவான்; கண்டு
பிடித்தால் ஒளியாவான்

தீபமாய் எரிந்து
ஒளியைக் கொடுப்பான்
கோபமாய் எரிந்து
வீட்டையே கொளுத்துவான்

பொன்னாய் இருந்தால்
புடம்போடு வான்;வேறு
என்னாய் இருந்தாலும்
எரித்துப் போடுவான்

ஆயிரம் நாவுகள்
அவனுக்கு ஆயினும்
உரைக்கத் தெரியாது
உண்ணத்தான் தெரியும்

ஒன்றையும் விடாமல்
உண்ணுவான்; ஆயினும்
அமைத்த உணவைச்
சமைத்தும் கொடுப்பான்

பெற்ற தாயையே
பேணாது எரிப்பான்
உற்றநண் பரையும்
ஓராது அழிப்பான்

வெப்பமும், ஒளியும்அவன்
விலாசம்; தீயதாம்

கோபமும் அவன்தான்
கொதிக்கும் காமப்
பாபமும் அவன்தான்
பட்டினி யோடு
பசியும் அவன்தான்

அவன்
அருகில் நெருங்கிடினும்
ஆபத்து; விட்டுத்
தூர விலகினும்
துன்பம்; நமக்குப்
பகையும் அவன்தான்
உறவும் அவன்தான்

----

1. வாணியம்பாடியின் மரூஉ; 2. பஞ்சம், 3. ஐந்து அங்கம்; 4. அற்பகல் - அல்லும் பகலும்; 5. இறப்பால்

தானே கட்டும் தாலி

திருச்சி வானொலி, 14.4.1970.
பொதுத் தலைப்பு: வாழ்வெனும் பாதையில்; என் தலைப்பு; பதவி

படித்தாலும் அலைந்தாலும்
பதவிதரா இந்நாட்டில்
படிதந்து அழைத்தெனக்குப்
'பதவி'தந்த வானொலியே!

பாட்டைப் படைக்கும்
பழக்கத்தால்; வாழ்வில்நல்
பாட்டைஇது எனக்காட்டப்
பரிந்துவந்த பாவலரே!

மேட்டுக் குடியினர்க்கே
மேலாம் பதவியென
நாட்டிவந்த காலம்போய்
நாட்டு நிலைமாறிச்

'சாதா ரணம்'[1] பதவி
தாங்குகின்ற காலமிது
ஆதலால் இங்கே
அடியேனும் 'பதவி' பெற்றேன்

பதவிக்குத் தாள்பிடித்துப்
பழக்கமில்லை; வானொலியார்
'பதவி'க்குத் 'தாள்'²பிடித்துப்
பாடவைத்தார்; பாடுகிறேன்

★

பதவி ஓர் வாகனம்
பயணத்தில்; பிறருக்கு
உதவக் கிடைத்த
உபகரணம்; அதில் பிறரை

ஏற்றிக்கொள் வார்சிலர்;
இரக்கமின்றிப் பிறர்மீது
ஏற்றிக்கொல் வார்சிலர்
இப்படி இருவகை

நேர்வழியே பதவிக்கு
நிலைத்தவழி என்றறிந்தும்
பேர்வழிகள் சிலர்மட்டும்
பின்வழியே செல்கின்றார்

பத்தெடுத்த மாதங்கள்
பாரம் சுமக்காமல்
தத்தெடுத்துப் பிள்ளைக்குத்
தாயானால் பெருமையுண்டோ?

எத்தனை பதவிவெறி
இந்த மனிதருக்கு
செத்தால் அதையும்
சிவலோக பதவியென்பார்

அற்பப் பதவிகளை
அடைவதற்கும் இறைவனுக்குக்
கற்பூரம் கொளுத்திக்
கையூட்டும் கொடுத்திடுவார்

பதவி பிடிப்பதற்குப்
பல்லிளிப்பார்; வேண்டியவர்க்
குதவுவார்; பொய்யாக
உதட்டாலே புகழுவார்

தகுதிஉண்டா எனக்கேட்டால்
தலைவர்களின் பரிந்துரைகள்
மிகுதிஉண் டெனச்சொல்வார்
மேசையிலே பரப்பிவைப்பார்

நாணயம்உண் டாஎன்றால்
நாநயம் படப்பேசி
நாணயம் உண்டென்று
நான்கைந்து கையில்வைப்பார்

காக்கைக்கே[3] பதவியென்றார்
கற்றறிந்தோர்; சிலரோ
காக்கைக்கே பதவியெனக்
காக்கை பிடிக்கின்றார்

கூடுகட்டத் தெரியாத
குயில்,முட்டை அடைகாத்துப்
பாடுபட்டு வளர்க்கின்ற
பண்பாடு கற்றறிய,

இரையொன்று பெற்றால்
இனமெல்லாம் வருகவெனக்
கரைந்துண்ணும் நற்குணத்தைக்
கற்றறிந்து கடைப்பிடிக்கக்

காக்கை பிடித்தால்
கௌரவம்; பதவிபெறக்
காக்கை பிடித்தல்
கௌரவத்துக் கிழுக்கன்றோ?

தானைமன்னன் இல்லாத்
தருணத்தில், மாலையிடும்
ஆனைத் துதிக்கையால்
அரசரான தக்காலம்

தாளும் பிடித்துத்
தலைவரைத் துதிக்கையால்
ஆளும் பதவிகளை
அடைவது இக்காலம்

தகுதி இலாதார்க்குத்
தரலாமா உயர்பதவி?

சகதிக்கு எதற்காகத்
தங்க மணிக்கிண்ணம்?

எப்பண்பும் இல்லாளா
இல்லாள்? மணமென்னும்
ஒப்பந்தம் இல்லாமல்
தாயானால் ஒப்புவமா?

வேளைக்கு வேளை
வெடுக்கென்று கொட்டுகின்ற
தேளுக்கோ நாட்டாண்மை?
தேசம் உருப்படுமா?

முட்டை அடைகாக்க
முடியுமா சேவலால்?
பெட்டையைக் கூவுஎன்றால்
பிழையன்றோ? கூவுமா?

அழகிகளின் போட்டிக்கு
அந்தகனா நீதிபதி?
செழிக்கும் இசையரங்கில்
செவிடனா விமர்சகன்?

பொய்நாட்டும் தீயவனா
புனித மதத்தலைவன்
கைநாட்டுப் பேர்வழியா
கல்லூரி ஆசிரியன்?

வரும்பொருள் உரைத்தல்
மந்திரியின் வேலை
வரும்பொருளை வாங்குகின்ற
வஞ்சகனா மந்திரி?

தேனூறும் மலர்அமர்ந்தால்
சிறப்படையும் கார்கூந்தல்
பேனேறி ஆட்சிசெய்தால்
பெருமையுண்டோ? இல்லையென்றோ?

தரத்தை உடையவள்
தனைத்தேடி வரன்வருவான்
பரத்தைஎனச் சொல்வேன்
பதவிதேடிச் செல்வோரை

மாலையிடும் மணவாளன்
மணிக்கரத்தால் கட்டுகின்ற
தாலியன்றோ பதவி? அதை
தானேயா கட்டுவது?

இரவிக்கு உயர்பதவி
எதனால்? சுயஒளியால்;
இரவல்ஒளி நிலாவுக்கு
எப்பதவி? 'இராப்'[4]பதவி!

திலகப் பதவிகளோ
தினம்கரையும் நீர்பட்டால்;
விலகுமா புருவத்து
விற்கள் அதுபோல?

உமிப்பதவி எல்லாம்
உலக்கைவரும் வரைதானே?
இமைப்பதவி உலகத்தில்
எல்லார்க்கும் வாய்த்திடுமா?

அற்ப மிளகாய்க்கும்
அதிகாரம் எதனாலே?
சொற்பக் கிரீடம்
சுமப்பத னாலன்றோ?

மேகமது வானத்தின்
மேலிருந்தால் பயனென்ன?
தாகம் தணிக்கத்
தரைக்குவந்தால் புகழடையும்

அரசுதுறந் தர[5]சடியில்
அமர்ந்ததனால் அன்றோ
அரசர்க ளேவணங்கும்
அரும்பதவி புத்தர்பெற்றார்

----

1. சாதாரண ஆண்டு பிறந்தபோது நடந்த புத்தாண்டுக் கவியரங்கம்;
2. காகிதம்; 3. காப்பதற்கு; 4. இரவு; இருக்காத; 5. போதிமரம்

ரணம் ஆபரணம்

முத்துப்பேட்டை; 19.4.70.
என் தலைப்பு: வீரம்

புறம்பேசி அறியாத
புலவனெனை, இவ்வூரார்
புறம்பேச இங்கே
புறப்பட்டு வாஎன்றார்

மறம்காட்டும் போர்க்களத்தில்
மாற்றார்க்கே ஆற்றாமல்
புறம்காட்டி னாலிந்தப்
புவிதூற்றும்; இலக்கியத்தின்
'புறம்'காட்டின் வீரமென்று
போற்றும் நான்,அப்
புறம்காட்ட வந்ததன்றிப்
புறம்காட்ட வரவில்லை

அகப்பொருளே உடல்என்றால்
அதற்குறுதி தருகின்ற
நகப்பொருளும் எலும்புகளும்
நல்லபுறப் பொருளென்பேன்

பேணும் அகப்பொருளோ
பெண்ணாகும்; புறப்பொருளோ
ஆணாகும் இவையிலையேல்
வீணாகும் புவி வாழ்க்கை

அகத்தில் ஆட்சி
அதிகாரம் பெண்ணுக்கு
புறத்தில் தலைமைப்
பொறுப்போ ஆணுக்கே
அதனால்தான்
இன்தமிழில் மனைவியை
இல்லத் தரசியென்றார்
இல்லத் தரசனென
இயம்புகின்ற வழக்கமில்லை

அந்த அக மோகாதல்
அப்புறமென்றால் மோதல்
அந்தப் புரம்காக்க
அப்புறத்தை ஆக்கினார்

அகங்கைஎன் றால்அங்கே
புறங்கையும் இருக்குமன்றோ
அகங்கைதான் அகமென்பேன்
புறங்கைதான் புறமென்பேன்

அகமென்றால் தோட்டம்
புறமென்றால் வேலி
அகமென்றால் இனியகனி
புறமென்றால் அதன்புறத்தோல்

இகத்திலே பண்பாட்டில்
ஏற்றமுற்ற தமிழினத்தார்
அகத்திலும் உயர்ந்திருந்தார்
புறத்திலும் உயர்ந்திருந்தார்

கல்தோன்றி மண்தோன்றாக்
காலத்தே வாளோடு
முன்தோன்றி வாழ்ந்திருந்த
மூத்தகுடி தமிழ்க்குடிதான்

தமிழினத்தின் வீரம்
தனிவீரம்; அதுவோ
இமயத்தை ஏடாக்கி
எழுதிவைத்த புகழ் வீரம்

போர்க்களமே ஏடாகப்
புதுக்குருதி மையாகக்
கூர்வேலால் காவியங்கள்
கோடி வரைந்தவர்நாம்
ரத்தமே நீராட்டாய்
ரணம்ஆப ரணம்என்றே
யுத்த விளையாட்டில்
யோகங்கள் செய்தவர்நாம்
தரணியெலாம் ஒருகுடைக்கீழ்
தங்கவைத்து வீரப்போர்ப்
பரணிகள் ஆயிரம்
படைத்தவரின் பரம்பரைநாம்

திருமிகுந்த இமயமுதல்
தென்குமரி வரையில்
ஒருமொழியை வைத்தாண்ட
உரவோரின் வழியினர்நாம்

பொதியமலைச் சந்தனத்தைப்
புகழ்க்கங்கைப் புனல்விட்டு
முதுயிமயத் தம்மியிலே
முன்நாளில் அரைத்தவர்நாம்

காயம் படாமல்இக்
காயம்[1] படுமேல்,ஆ
காயம் அடையும்
கதியில்லை எனஎண்ணிப்

படுகளத்தில் சாகாமல்
படுக்கையிலே செத்தவரைக்
கொடுவாளால் வெட்டிக்
குழியிலே புதைத்தவர்நாம்

கொட்ட மடித்த
கொழுப்புவட வர்தலையில்
குட்டுவைத்துக் குனியவைத்த
குட்டுவனின் குலத்தவர்நாம்

உடல்கடந்து உயிர்போகும்
அபாயத்திற் கஞ்சாமல்
கடல்கடந்து சென்றும்
கயவர்களை வென்றவர்நாம்

சொல்லெடுத்துத் தமிழ்வீரம்
சொல்வதென்ன? நட்டுவைத்த
கல்லெடுத்துச் சொல்லும்
களத்திலுள்ள மண்சொல்லும்

----

1. உடல்

மனிதனின் முகவரி

கம்பம், 27.5.70.
பொதுத் தலைப்பு: எண்மை; என் தலைப்பு: உரிமை.

கம்பமிது கம்பமிலாக்[1]
கம்பம் உயர்ந்தஅக்
கம்பத்தில் எங்கள்
கவிதைக் கொடிகளைநாம்
ஏற்றிவைக்க வந்துள்ளோம்

இனியவரே! எம்கவியில்
போற்றும் படியமைந்த
புதிய சுவைகண்டால்
சிரக்கம்பம் கரக்கம்பம்
செய்விர்என நம்புகிறோம்
வரக்கம்பம் வந்ததால்நாம்
கம்பர்கள் ஆகிவிட்டோம்

‘எண்மை’ நீங்கள்
எமக்களித் தாலும்
என்மைகொண் டேநான்
எழுதிவந் துள்ளேன்
கண்மை எழுதும்
கன்னியின் இமைகள்
அடிமை ஆக

அழைக்கும் கைகள்
உண்மையில் என்மை
உரிமை தரும்மை
கட்டுப் படாத
உரிமைக் காற்றைக்
கட்டிய பாட்டில்
கட்டிவந் துள்ளேன்

தொடைதட்டிப் போர்க்குத்
துடிக்கும் உரிமையைத்
தொடைதட் டாமல்
தொடுத்துவந் துள்ளேன்

தளைகளை எல்லாம்
தகர்க்கும் உரிமையைத்
தளைகளில் கட்டித்
தந்திரமாய்க் கொண்டுவந்தேன்

★

உரிமை
தியாகக் கொழுமுனை
திருத்திய வயல்களில்
பச்சை ரத்தப்
பாச னத்தில்

விளையும் பசும்பயிர்;
வீரத்தின் அறுவடை!

தன்மா னத்தின்
ஆடை; உண்மை
மனிதனின் முகவரி
மனத்தின் சிறகு

அறிஞர்க ளுக்கோ
ஆவி; அறியாத்
தற்குறி களுக்கோ
தற்கொலை; விபத்து

உயர்ந்த மனிதரின்
உள்ள வீணையில்
இயற்கை மீட்டும்
இரகசி யப்பண்

வேதனை நாட்டின்
வினாக்குறி; செத்த
அடிமை நாட்டின்
ஆச்சரி யக்குறி
மூடர் நாட்டின்
முற்றுப் புள்ளி

பலர்க்கோ கனவு
சிலர்க்குமட்டும் நனவு

சிறை[2]யிருந் தாலுமச்
சிறையா லேயே
பறக்கிறது வானில்
பறவை விடுதலையாய்!

விலங்கெ னப்பெயர்
விளங்கி னாலும்
விலங்கெலாம் காட்டில்
விடுதலையாய் இயங்கும்

உரிமை யோடே
உதிக்கும் மனிதனோதன்
அடிமை விலங்குக்களை
அவனே செய்கிறான்

நாக்கைத் துண்டாய்
நறுக்கி னாலும்
யார்க்கும் அஞ்சாமல்
யதார்த்த உண்மையை
உரைப்பது பேச்சின்
உரிமை யாகும்
பொய்யும் புளுகும்
புறமும் புரளியும்
செய்வது பேச்சின்
உரிமை ஆகுமோ?

தாய்மொழி துறக்கும்
தறுதலைக் கெல்லாம்
தாய்ப்பால் உணர்வைத்
தட்டி எழுப்பினால்
எழுத்துரிமை என்றே
ஏற்றிப் போற்றலாம்
பழுத்த காமப்
பச்சை எழுத்தால்
பால்உணர் வதனை
தட்டி எழுப்பினால்
மேல்உணர் வெல்லாம்
மெலியுமே, அதனை
எழுத்தின் உரிமையென
எப்படிச் சொல்லலாம்?
எழுதுகோல் சாக்கடை
இழவைக் கிளறவோ?

மூடப் பழக்கத்தை
முறிக்கலாம்; ஆடையால்
மூடும் பழக்கத்தை
முறிப்பதோ உரிமை?

விடுதலை உயர்ந்தது;
மேலான பண்பெலாம்
விடுதலைச்செய் தால்அது
கெடுதலைச் செய்யுமன்றோ?

தாரம் என்பது
தனியுடை மைஅப்
பொருளா தாரமோ

பொதுவுடை மைஇதில்
மாற்றம் செய்வது
மனித உரிமையல்ல
ஏற்றமுற்ற சமூகத்தை
இதுநாசப் படுத்திவிடும்

கடமை வேலை
உரிமை சம்பளம்
கடமைஆற் றாதார்க்கு
உரிமையும் இல்லை

உரிமை விழிக்கும்
இமைகள் இருக்கும்
இமைதி றந்தாலும்
இருட்டி றக்கலாம்!

----

1. நடுக்கம் இல்லாத; 2. சிறகு

ரகசியக் காதலர்

ஊரிசுக் கல்லூரி, வேலூர், நவம்பர், 1970.
தலைமைக் கவிதை; தலைப்பு: எதிர்ப்பதங்கள்.

ஊரிசுக் கல்லூரி
ஒளிகளே! நல்லறிவின்
வாரிசுக் கல்லூரி
எனும்புகழை வளர்ப்பவரே!

களங்க மனக்கறுப்பைக்
கல்விநீ ரால்கழுவி
வெளுத்துத் தருகின்ற
வித்தைஆ சிரியர்களே!

வெண்தாளாம் வானத்தில்
வெளிச்சம் தரும்கறுப்பு
விண்மீனாம் எழுத்தினால்
வெளிச்சமுறும் மாணவரே!

எதிரில் இருப்பதனால்
எதிர்ப்பதமாய் இருக்கின்ற
மதிப்புடைய அவையோரே!
வணக்கங்கள் ஏற்றிடுவீர்!

எதிர்ப்பதப் பொழுதுகள்
இணைந்து[1] மயக்குகின்ற
மதுப்பொழுதில் எதிர்ப்பதத்தின்
மகத்துவத்தைப் பாடவந்தோம்

★

எதிர்ப்பதங்கள்-

முரண்ஓசைச் சதங்கைகட்டி
மொழிமேடை தனில்ஆடும்
அர்த்தநர்த் தகியவளின்
அபிநயத் திருப்பதங்கள்

பொருட்போர்க் களத்திலே
போராடும் சகோதரர்கள்

மாறிமாறி நடக்கின்ற
வாழ்க்கையின் உயிராக
ஏறி இறங்கும்
இருமூச்சு ஓட்டங்கள்

புதிரான படைப்பின்
புதைந்த ரகசியங்கள்
எதிரிகள் அல்ல;மெய்யில்
எதிரொலிகள்; பிம்பங்கள்

ஒன்றுக்கொன்று அர்த்தத்தை
உணர்த்தும்அக ராதிகள்
மன்றத்தில் பகைவர்கள்
மறைவிலே காதலர்கள்

எதிலும்ஆண் பெண்ணென்ற
எதிர்ப்பதங்கள் இல்லையென்றால்
பதிலேது? விடையேது?
படைப்பேது? வாழ்வேது?

எதிர்முகம் நேர்முகம்
எனுமிரண்டு இல்லையென்றால்
கதிர்விடும் மின்சாரக்
காரியங்கள் இங்கேது?

மூச்சுத் துடுப்பசைத்து
முன்னேறும் உயிர்ப்படகு
இறப்பென்ற கரையிலையேல்
எங்கேபோய் ஓய்வெடுக்கும்

முதுமையெனும் இலையுதிர்
காலமொன்று இல்லையென்றால்
இளமையெனும் பூமலரும்
இளவேனில் இனித்திடுமா?

பொய்யென்ற ஒன்றிலையேல்
மெய்க்கிங்கே மேன்மையெங்கே?
மையிருட்டு இல்லையென்றால்
வானொளிக்குத் தேவையென்ன?

பேதையர் இல்லையென்றால்
மேதையருக் கேதுபுகழ்?
தீதையறி யாதிருந்தால்
நன்மையைத் தெரிவதெங்கே?

துன்பமென்ற ஒன்றிலையேல்
இன்பத்தைச் சுவைப்பதெங்கே?
அன்பில்நாம் மகிழ்வதேன்?
அல்லல்தந்த பகையாலே

நெருப்புவெயில் இல்லையென்றால்
நிழலருமை தெரியுமா?
இராவணன் இல்லையென்றால்
இராமனுக்கு வேலையுண்டா?

புன்னகையோ இளவேனில்
கண்ணீரோ கார்காலம்
சொன்னஇவை இல்லையென்றால்
சுவையேது வாழ்க்கையிலே

வளர்கருப்பை எழுதுகின்ற
வாழ்க்கையெனும் வாக்கியத்தை
முற்றுப்புள் ளிவைத்து
முடிப்பதுகல் லறையல்லவா?

அமுதமும் நஞ்சும்
அடியோடு வேறெனினும்

சமமாகப் பாற்கடல்
பெற்றசகோ தரரல்லவா?

முள்ளிருந்தால் மலரிருக்கும்
முன்னிருந்தால் பின்னிருக்கும்
உள்ளிருந்தால் புறமிருக்கும்
உலகத்தின் இயற்கையிது

இரண்டுசிற கில்லையென்றால்
எப்படிப் புள்பறக்கும்?
முரண்கள் இல்லையென்றால்
முடிந்துவிடும் இயக்கமெலாம்

பரம்பொருளே ஒருமை
படைப்பெல்லாம் இருமை
கரமிரண்டு இல்லையென்றால்
காரியம் நடக்காது

எதிராய் இருப்பதனால்
எதிரிகள் அல்லயிவை
முதிர்ந்தஞானப் பார்வையிலிம்
முரண்களெல்லாம் இணைகளே

இரண்டில்லா ஒன்றில்லை
இரண்டிலையேல் ஒன்றுமில்லை
முரணிலையேல் அரணில்லை
முடிவில்லை தொடக்கமில்லை

----
1. மாலை நேரம்

பூம்புகார்ப் பத்தினிகள்

பூம்புகார், 7-6-1971. தலைமைக் கவிதை.

வான்கொண்ட கீர்த்தி
வளநகரைக் கொடுங்கடலே!
ஏன்கொண்டாய்? உன்னைவிட
எத்தனையோ செல்வங்கள்
அள்ளிவந்து குவித்திருந்த
ஆத்திரத்தால், ஊரையே
கொள்ளையிட்டுக் குலைத்தாயோ?
கொடும்பகையை முடித்தாயோ?

பண்டைக் குமரியெனும்
கண்டத்தை உண்டுசுவை
கண்டதனால் புகாரையும்
பண்டமென உண்டாயோ?

சங்கமுகம்[1] ஏன்மறைத்தாய்?
சரியாத கற்புடையார்
தங்கமுகம் பிறர்காணத்
தரியார் எனநினைத்தோ
பத்தினிபோல் வாழ்ந்த
பழநகர முகம்மறைத்தாய்?

எத்தனையோ படையெடுப்பு
இங்கே நிகழ்ந்தாலும்
தரையரசர் யார்கைக்கும்
தட்டுப் படாநிலத்தைத்
திரையரசன் நீயடையத்
திட்டமிட்டு வென்றாயோ?

புகாரில் வசிப்போர்கள்
பொருள்தேடி வேற்றூர்
புகார்என்ற காரணத்தால்
'புகார்'என் றழைத்தார்கள்

அப்பொருள் கெடுமாறு
கைப்பொருள் கெடுத்து
முப்பொருள்[2] தம்மை
முழுவதும் அடையக்
கோவலனும் கண்ணகியும்
கூடல் நகரிலே
ஆவலுடன் புகுந்ததனால்,
அந்நகரை அழித்தாயோ?

எத்தனை வளமுண்டோ
அத்தனையும் வாய்ந்தபுகார்
பத்தினிப் பெண்டிருக்கும்
பஞ்சமங் கிருந்ததில்லை
பரத்தையர் குலப்பெண்ணே
பதிவிரதை[3] அங்கு,மற்றோர்
தரத்தை எடைபோடத்
தராசெதற்கு? தேவையா?

காணி நிலம்கேட்டான்
கனகமா ளிகைகேட்டான்
காண நிலாக்கேட்டான்
கானக் குயில்கேட்டான்
உளந்தொட்டு வருடி
உடல்வருடி நடக்கின்ற
இளந்தென்றல் காற்றும்
இருக்கட்டும் என்றுரைத்தான்

அத்தனையும் கேட்டபின்னர்
அப்பாவி பாரதி
பத்தினிப்பெண் ஒருத்திதன்
பக்கத்தில் வேண்டுமென்றான்
பத்தினிப்பெண் ஒருத்திநம்
பக்கத்தில் வாய்த்துவிட்டால்
இத்தனையும் எதற்கு?இங்கு
எல்லாம் அவள்தானே!

★

பொற்புடைய பருவத்துப்
பொக்கிஷமாம் பெண்களுக்குக்
கற்புடைமை அன்றோ,நற்
காவல்? மடந்தையர்கள்
பள்ளி அறைபுகுமுன்
படிக்கின்ற பாடமது
கள்ளிருக்கும் ரோஜாப்பெண்
குலத்திற்குக் காவல்முள்

கண்ணகி

பரத்தையிடம் சென்று
படுக்கைச் சுகம்கண்டு
தரத்தை இழந்த
தன்கணவன் மீண்டுவந்தால்
காலணியைத் தானே
கழற்றுவார்; கண்ணகியும்
காலணியைத் தான்எடுத்தாள்
கற்புமகு டம்அணிந்தாள்

அரசன் நெடுஞ்செழியன்
ஆட்சியைக் கவிழ்த்ததெது?
பெருமதுரை நகர்எரித்துப்
பிடிசாம்பல் செய்ததெது?

பனியிமயம் வென்று
பசுங்கங்கை நீராடிக்
கனகவிச யர்முடியில்
கல்லேற்றி வந்ததெது?

பேயென்றே பெண்குலத்தைப்
பேசுகின்ற பேயர்களும்
தாயென்றும் தெய்வமென்றும்
தலைவணங்கச் செய்ததெது?

புண்ணியத்தின் பயனாகிப்
பொற்புக்கோர் இலக்கணமாய்க்
கண்ணியத்தின் வடிவான
கண்ணகியின் கற்பன்றோ?

மாதவி

கற்புடைய மாதர்
கணக்கில், அதிசயமாய்க்
கற்புடைய[4] வாழும்
கணிகையர் குலத்துதித்த
பெண்ணொருத்தி சேர்ந்தாள்;
தமிழ்மண்ணின் பெருமைஇது
பண்ணிறுத்தி வைத்த
பருவ இவைஅமுதம்

மாதவிப்பூங் கொடிபோன்ற
மங்கையவள் என்பதனால்
மாதவி என்றாரோ?
வளர்நெருப்பில் இட்டால்ஓர்
பூதவிக்கு மேஅதுபோல்
போற்றியகோ வலன்பிரிய
மாதவிப் புற்றதனால்
மாதவிஎன் றானாளோ?
காதலன்கை விடமற்றோர்
கைப்பிடிக்கக் கருதாமல்
மாதவம் புரிந்ததனால்
மாதவி ஆனாளோ?

---

1. புகாரின் துறைமுகம்; 2. அறம், பொருள், இன்பம்; 3. மாதவி; 4. கற்பு உடைய.

மன்மதனின் பட்டறைகள்

கோவை வேளாண் பல்கலைக் கழகம், 14.2.1972.
தலைமைக் கவிதை; பொதுத் தலைப்பு: மரங்கள்.

பாவினால் கன்றெடுத்துப்
பதமான உளங்களிலே
நாவினால் மரங்களை
நடவந்த கவிஞர்களே!

வேளாண் கழகத்தில்
வித்தைகற்கும் மாணவரே!
நீங்கள்
தரைத்தாளில் நீர்மையால்
தாவரப்பூ எழுத்துக்கள்
வரைகின்ற கவிஞர்கள்
வாழ்க்கையின் பாடகர்கள்!

நாங்களோ

தாள்தரையில் எம்ஏரால்
தண்ணீரைப் பாய்ச்சிஅதே
மூள்கின்ற விதையாக்கி
முளைக்கவிடும் வேளாளர்!

மன்மதவேள் 'ஆண்மை'யோ
பெண்ணுக்குக் கருக்கொடுத்தல்
உங்கள்வேள் 'ஆண்மை'யோ
மண்ணுக்குக் கருக்கொடுத்தல்

கொச்சையோ ஆபாசக்
குப்பையோ இல்லாத
பச்சை எழுத்துகளை
பக்குவமாய்த் தொடுத்து
அச்சுக்கோக் கின்ற
அச்சகத்தார் நீங்கள்

★

மரங்களே! பூமியின்
வரங்களே!

விதைவா மனனின்
விஸ்வரூ பங்களே!
நீங்கள்
ஓவியங்க ளாகவே
உருவெடுத்த தூரிகைகள்

மேகமைக் கூடுகள்
கவிழ்த்தமையில் உருவாகும்
அதிசயப் பேனாக்கள்

பனிநிழல் மழைபொழியும்
பச்சைப் பசுங்குடைகள்

வெய்யில் விழிகளுக்கு
மையெழுதும் கோல்கள்

மன்மதனின் அம்புகளை
வடிக்கின்ற பட்டறைகள்

பறவைகளின் தாய்நாடு

தம்மைத் தரையோடு
தளையிட்டு வைக்கின்ற
வேர்க்கண்ணி களைத்தாமே
விரித்துவைத்து ஆயிரம்
இலைச்சிறகும் வளர்த்து வரும்
ஏமாளிப் பறவைகள்

மண்ணுக்குள் கூந்தலை
மறைத்துப் புதைத்துவிட்டுக்
கைகளிலே பூச்சூடிக்
களிக்கின்ற பைத்தியங்கள்

உங்கள்பூத் தீபத்தை
ஊதி அணைக்க
முடியாததால், காற்று
உதிர்த்தே விடுகிறதோ?

உங்கள் இலைவிரலின்
பக்குவத்தைப் பார்த்துவிட்டுக்
காற்றுயாழ்
தானே அசைந்துவந்து
தனைமீட்டிக் கொள்கிறதோ?

பருவங்களின் விளையாட்டுப்
பாவைகளே!
ஒருவனோ உங்களை
உடைஅவிழ்த்து ரசிக்கின்றான்[1]
ஒருவனோ மணமகள்போல்
ஒப்பனைகள் செய்கின்றான்[2]

மண்ணின் ஆழத்தை
வேர்களால் தோண்டியும்
விண்ணின் உயரத்தைக்
கிளைகளால் துளாவியும்
மரங்களே! நீங்களுமா
அடிமுடியைத் தேடுகிறீர்?

நீங்கள்
இலைஎழுத்தால் தொடரெழுதி
மலர்களினால் ஆச்சரியக்
குறியிட்டுக் கனியென்ற
முற்றுப் புள்ளிவைத்துக்
கிளைவாக் கியங்களை
எழுதுகின்ற எழுத்தாளர்

மாமிச விமானங்கள்
வந்திறங்கும் உயிர்த்தளங்கள்

எங்கள் கைகளோ
கொடுக்கல் மட்டுமன்றி
வாங்கலையும் செய்யும்;
உங்கள் கைகளோ
கொடுப்ப தேயன்றி
வாங்குவ தேயில்லை

நீங்கள்
செத்த பிறகும்
மனித குலத்திற்குச்
சேவைசெய்யும் தியாகிகள்

தாய்க்காம்பி லிருந்தே
உதிரும் எங்கள்
மொட்டுகளைச் சுமப்பதற்கே
தொட்டில்களாய் உருவெடுக்கும்
தூயசெவி லித்தாய்கள்

உங்கள் பிணங்களால்[3]
எங்கள் மணங்கள்

எங்கள்
மன்மத மலர்களின்
மகரந்தச் சேர்க்கைக்
கட்டிலாய் வருவதும்
நீங்கள்தாம்

உயிர்க்கிளை யிலிருந்துநாம்
உதிர்ந்துவிழும் சருகானால்
நம்மை
இடுகாட்டுக் குப்பைக்கு
எடுத்தேகும் கூடைகளும்
நீங்கள் தாம்

நீங்களும் நாமும்
எதிர்ப்பதங்கள்; முரண்டொடைகள்
எந்தமண் நமக்குச்
சமாதியோ அந்தமண்
கருப்பை உங்களுக்கு
நம்கட்டை சாய்ந்துவிட்டால்
நம்வீட்டை விட்டுவிட்டுக்
காட்டுக்குப் போவோம்
நீங்களோ
சாய்ந்தபின்னர் காட்டைவிட்டு
வீட்டுக்கு வருபவர்கள்

கொடிகளே தேடிவந்து
கொழுகொம்பாய்ப் பற்ற
நெளியாமல் உறுதியுடன்
நிற்கின்ற ஆண்நீங்கள்

பருவத்தில் பூத்த
பனிக்கொடி களைத்தேடி
மானமின்றி அலைகின்ற
மரங்கள் நாம்

எங்கள் காட்டில்
எழுகின்ற நச்சுமரம்
எங்கள்மூ லிகைகளையே
இரக்கமின்றிக் கொன்றுவிடும்

எங்கள் காட்டில்
இருக்கின்ற பட்டமரம்
காயா திருக்கும்
கண்ணீர் வடித்தபடி

உங்களிடம்
புத்தர்களை உருவாக்கும்
போதி மரங்கள்உண்டு

எங்களிடம்
சேசுவைக் கொல்லும்
சிலுவை மரங்களுண்டு

உங்களிடம்
சொல்லால் விளக்கவொண்ணா
சூட்சுமத்தை உணர்த்துகின்ற
கல்லால மரங்களுண்டு[4]
எங்களிடம்
பண்ணாக் கொடுமையெலாம்
பண்ணும்மதக் காழ்ப்புணர்வால்
எண்ணா யிரம்சமண
அறிஞர்களை இரக்கமின்றிக்
கொன்று குவித்த
கழுமரங்கள் நிறையஉண்டு

உங்களிடம்
வீடுபேற் றைத்தரும்
தேக்கு மரங்களுண்டு

எங்களிடம்
வீடுபேற் றைத்தரும்
தூக்கு மரங்களுண்டு

உங்களிடம்
கொடிகளை மணந்து
குடும்பம் நடத்துகின்ற
நெடுமரங்கள் உண்டு

நாங்களும்
கொடிய மரங்களெனும்
கொடிமரங் களைநட்டோம்

அந்தக்
கொடியிலோ பூவில்லை
மரத்திலோ நிழலில்லை

உயர்ந்தவர்கள் நீங்கள்
அதனாலே உண்மையிலே
உயர்திணைகள் நீங்கள்

பழமரங்கள் தேடிப்
பறவைகள்தாம் செல்லும்
இன்றோ
பறவைகளைத் தேடிப்
பழமரங்கள் வந்துநிற்கும்
விந்தை நடக்கிறது
விருந்து தொடங்கட்டும்

★

தேக்குமரம் - சிற்பி

சிலைசெதுக்க வேண்டுமென்றால்
சிற்பிஎதைத் தேர்ந்தெடுப்பார்?
தேகத்தில் உறுதியுள்ள
தேக்குமரத் தைத்தானே
இவ்வரங்கில்
வாக்குநயச் சிற்பிக்கு
வாய்த்த மரம்கூடத்
தேக்குமரந் தான்அந்தத்
தேக்கு மரத்தில்அவர்
நாக்குஉளி யால்செதுக்கி
நமக்களிப்பார் கவிச்சிற்பம்

வேப்பமரம்-தமிழ்நாடன்

தமிழ்நாடன் என்றாலே
தமிழ்நாடிச் சங்கம்வைத்த
பாண்டியரைக் குறிக்கும்அப்
படையாளும் மன்னர்களின்
அடையாள மாலையோ
அழகான வேப்பம்பூ

தமிழ்நாட னுக்கிங்கே
தந்தமரம் வேப்பமரம்
அவ்வேம்போ கசக்கும்
தமிழ்நாடன் அளிக்கவரும்
இவ்வேம்போ என்றும்
இனிக்கும்; அவ்வேம்போ
பேயோட்டும் அம்மை
நோயோட்டும்; கவிஞரின்
வாயோட்டும் பேயென்ன
நோயென்ன? பார்ப்போமே

வாழைமரம் - மேத்தா

வண்டு விடலைகளை
வாவென் றழைத்தின்பம்
மொண்டு கொடுக்கின்ற
மலர்களோ பரத்தைகள்
அக்
கோணல் ஒழுக்கக்
குலத்தில் பிறந்தாலும்
நாணித் தலைகுனிந்தே
நாளெல்லாம் நிற்கின்ற
வாழைப்பூ கற்புப்பூ

கும்பிடும்பூக் கைகளொடு
குனிந்துநிற்கும் காரணத்தால்
மரியாதை தெரிந்த
மரங்களிவை; அதனால்தான்
மணப்பந்தல் வாசல்களில்
வந்தாரை வரவேற்க
மனிதரை நிறுத்தாமல்-இம்
மரங்களையே நிறுத்துகிறோம்

அந்தத்
தலைவாழை இலைவிரித்துத்
தன்கவிதை விருந்தைப்
பரிமாற வந்துள்ளார்
பாட்டரசர் மேத்தா
மேத்தா! உன் கவிவிருந்தைத்
தாத்தா எனக்கேட்போம்

பாக்குமரம் – தி.கு. நடராசன்

தசைநாக்கைச் சிவக்கவைக்கும்
தாம்பூலக் கூட்டணியில்
பாக்கிலையேல் பாக்கி
இருந்தென்ன போயென்ன?
நாக்குச் சுவைக்கின்ற
நல்லதொரு பாக்கைஇன்று
பாக் கைவந்த பாவரசன்

தி.கு. நடராசன்
நாக்கினால் தரவந்தார்
நாமுமதைச் சுவைபார்ப்போம்

தென்னைமரம் – புவியரசு

தான்சுரக்கும் கள்ளிலே
தானே மயங்கித்
தலைவிரித் தாடுகின்ற
போதைமரம் தென்னைமரம்

ஏதுமற்ற[5] பெண்களைப்போல் – தன்
இளநீர்த் தனங்களைச்
சரியாக மூடாமல்
சரிகின்ற கீற்று
மேலாடை அணியும்
மேனா மினுக்கிகள்

தென்னை மரங்கள்அத்
தென்னைமரக் கள்ளிறக்கிப்
'பாட்டில்' கொண்டுவந்தார்
பாவாளும் புவியரசு

வரிபோட்டு வாங்கும்
அரசல்ல; பாட்டு
வரிபோட்டு நமக்களிக்கும்
வள்ளல்இந்தப் புவியரசு
புவியரசே உங்கள்
கவியரசு தொடங்கட்டும்

மாமரம்-முருகு சுந்தரம்

கன்னியரின் கன்னம்போல்
பொன்னிறத்தில் மின்னி
கன்னம்வைத்து இதயத்தை
களவாடும் மாமரமோ
கருங்குயிற் கவிஞர்களின்
கவியரங்க மேடைகள்

மாம்பழப் புகழுடைய
மாநகரம் சேலம்;அந்த
மேம்பழத்தின் ஊர்க்காரர்
முருகுசுந் தரம்அவரோ
சிறக்குமதிக் கவிதையினால்
தன்னூர்ச் சரக்கையே
இறக்குமதி செய்வதற்கு
இங்குவந்தார்

மந்திரத்தால் மாங்காய்
வருமாஎன் பார்;முருகு
சுந்தரத்தால் வரும்;அவரோ
சுவைப்பாமாம் பழம்தருவார்

மனிதன் - அரங்கநாதன்

மரங்களின் வரிசையிலே
மனிதனையும் பாடவைத்தார்
மனிதனும்ஓர் மரந்தானோ?

கருப்பையில் விழுந்த
விதையில் முளைத்து
வளர வளரக்
கிளைகளைத் தாங்கி
தனைத்தேடி வந்தவர்க்குத்
தண்ணிழலைத் தந்து
உயிர்ப்பறவை தன்னிடம்வந்
துட்கார இடம்தந்து
அப்பறவை பறந்ததும்
அடியோடு சாய்ந்துவிழும்
மரந்தானோ மனிதன்?
அம்மரத்தை

அரங்கிலே நடுவதற்கு
அரங்கநாதன் வருகின்றார்
----
1. இலையுதிர்காலம்; 2. வசந்தம்; 3. மலர்கள்; 4. சனகாதி முனிவர்கள் நால்வர்க்குத் தட்சிணாமூர்த்தி ஞானம் உணர்த்திய இடம்; 5. ஏழைப் பெண்கள், கூச்சநாச்சம் ஏதும் அற்ற பெண்கள்; 6. உறவினர்

தாய்க்கு முன் தாரம்

தமிழ்மன்றம், குடியேற்றம், 16.2.1973.
என் தலைப்பு: மனைவி

கொழுநனெனும் கொழுமுனைக்குப்
பண்ணை; ஆணாம்
கொழுகொம்பில் படரும்பூங்
கொடி;மணாளன்

தழுவவந்தால் அவனாசைக்
கொடிக ளுக்குத்
தங்கத்தேர் தருகின்ற
பாரி; தன்னை

அழவைக்கும் துன்பங்கள்
வந்த போதும்
அகமுடையாள்; கேள்வனெனும்
கேள்விக் கென்றும்

அழகான விடை;கணவன்
என்னும் கண்ணை
ஆதரிக்கும் இமை;அவளே
மனைவி ஆவாள்

பெண்தேர்தல் தேர்தலிலே
பெரிய தேர்தல்;
பெரும்பாலோர் வாக்கினைநாம்
கேட்டுப் பெற்றால்

உண்மையிலே வெற்றியினை
அடைவோம் ஆனால்
உளம்போன படிசுயேச்சை
யாயி ருந்தால்

திண்ணம்தான் தோல்வியெனும்
முடிவு; கட்டுத்
தொகைகூடச் சிலநேரம்
இழக்க நேரும்

கண்ணாலே தேர்ந்தெடுத்தல்
தவறு; பெண்ணைக்
காதாலே தேர்ந்தெடுக்க
வேண்டும் என்பார்

சீதனத்தில் கண்வைப்பாள்
தாய்; குலத்தின்
செய்திகளை ஆராய்வார்
தந்தை; நல்ல

சாதனமா இவள்வாழ்க்கைக்
கென்றெண் ணாமல்
சந்தனமா நிறம்என்று
கேட்பான் பிள்ளை;

சாதகமா பார்ப்பதுபெண்
பார்க்கும் போது?
சமப்பொறுப்பாம் இல்வாழ்க்கைக்கு
அந்த மாது

சாதகமா? பாதகமா?
நடத்தை யெல்லாம்
சரிதானா என்றன்றோ
பார்க்க வேண்டும்!

புதுமையிலே இளமையிலே
மனைவி என்பாள்
போதைதரும் சாராயம்;
பின்னால் வாழ்வில்

அதிமதுரச் சுவையோடு
சத்த ளிக்கும்
ஆவின்பால்; உடல்தளர்ந்து
நடுங்கு கின்ற

முதுமையிலோ சுகங்கொடுக்கும்
மருந்து; வாழ்வாம்

முழுத்தொடரில் கணவன்தான்
எழுவாய்; பேசும்

பதுமையே பயனிலையாம்;
அவளால் ஏதும்
பயனிலையேல் செயப்படு
பொருளே இல்லை

கணையில்லா வில்லுக்கு
வெற்றி உண்டா?
கல்வியில்லா நெஞ்சுக்கு
வெளிச்சம் உண்டா?

அணையில்லா ஆற்றுக்கு
வரலா றுண்டா?
அழகில்லாப் பெண்ணுக்குக்
கவிதை உண்டா?

துணையில்லா ஆடவர்க்குப்
பெருமை ஏது?
தூயவரைத் துணையாகப்
பெற்ற வர்கள்

இணையில்லாப் புகழடைந்தார்;
வென்றார்; ஆனால்
இல்லாரோ இல்லாராய்ப்
போன துண்டு

அரிதார ஒப்பனையால்
அரிதா ரம்[1]போல்
அவதாரம் எடுக்கின்ற
அவளா தாரம்?

சரி, தாரும் முத்தாரம்
சேலை என்று
சச்சரவு செய்கின்ற
அவளா தாரம்?

பொருளாதா ரத்தைச்சே
தாரமாக்கிப்
பொழுதெல்லாம் நச்சரிக்கும்
அவளா தாரம்?

கருத்தறிந்து நடக்கின்ற
அவளே தாரம்;
கணவனுக்கும் வீட்டுக்கும்
அவளா தாரம்[2]

அன்பொத்த கணவனுக்கு
மனைவி, பள்ளி
அறையினிலே நன்னூலாய்,
கற்கக் கற்க

இன்பத்துப் பாட்டாகி,
அவன்க ரத்திற்கு
எட்டுத்தொ கையாகி
உதவ வேண்டும்

துன்பத்தில் அவனிருந்தால்,
திருக்கோ வை,வாய்
துளிர்க்கின்ற திருவாச
கத்தால் போக்கி

என்றென்றும் அவனோடு
குறளில் உள்ள
ஈரடிகள் போல்நன்றாய்
இணைய வேண்டும்

பிள்ளையா ரிடம்கேட்க
வேண்டும் என்று
பெண்களுக்குத் தெரியாதா?
மணந்த தன்மாப்

பிள்ளையா ரிடம்கேட்டுப்
பெறாமல், அந்தப்
பிள்ளையா ரிடம்கேட்டால்
கற்பென் னாகும்?

உள்ளத்தில் பெண்விரும்பும்
வரங்கள் எல்லாம்
உவந்தளிக்கும் தெய்வம்தான்
கணவன் என்போன்

வள்ளுவனார் அதனால்தான்
வேறு தெய்வம்

வணங்காதே, கணவனையே
தொழுவாய் என்றார்

தலைவனைத்தான் தெய்வமென
வணங்க வேண்டும்
தமிழ்மங்கை, ஆனால்அப்
பூசை செய்யத்

தலையணைமந் திரம்ஓதி
தினமும் வீட்டில்
தன்மாமி தன்நாத்தி
இவர்கள் பேரில்

நிலையாக அர்ச்சனைகள்
செய்வ தெல்லாம்
நீதியில்லை; தலைவியென்றால்
கணவன் நித்தம்

தலையில்வைத்துக் கொண்டாட
வேண்டு மன்றித்
தலைவிதியே! எனவருந்த
நடக்க லாமா?

சமையலுக்கும் மையலுக்கும்
மட்டும் தானா
சமைந்தபெண்? பிள்ளைகளைப்
பெற்றுப் போட

அமைந்ததொரு இயந்திரமா?
சம்ப ளத்தை
அடையாமல் வேலைசெய்யும்
பணிப்பெண் தானா?

உமையைப்போல் கணவன்தன்
பாதி யாகும்
உரிமைகளைப் பெற்றவளே
மனைவி ஆவாள்

இமையாகக் காப்பவளை
மனைவி யாக
ஏற்பதற்குப் பொருள்கேட்போன்
கொள்ளைக் காரன்

தாய்க்குப்பின் தாரமெனச்
சொன்னோன் மூடன்
தாய்க்குமுன் தாரமென்றேன்;
மனைவி கேட்டுத்

தாய்க்குமுன் சொல்வீரா
இதனை? என்னைச்
சரிசெய்யத் தானேஇப்
புகழ்ச்சி என்றாள்;

தாயாகிப் பின்தார
மானால் இந்தச்
சமுதாயம் ஏற்றிடுமா?
பெண்ணே நீதான்

தாயாகும் முன்தார
மானாய்; பின்னர்த்
தாயானாய் அதனைத்தான்
சொன்னேன் என்றேன்

இல்லத்தில் அதிகாரம்
யாருக் கென்றே
என்மனைவி யோடொருநாள்
வாதம் செய்தேன்

நல்லாள்நான் எனச்சொன்னாள்;
நானும் கூட
நல்லவன் தன் எனச்சொன்னேன்;
கனிவு மிக்க

சொல்ல நாள்நான் எனச்சொன்னாள்
நானும் அந்தச்
சொல்லான்தான் எனச்சொன்னேன்;
நகைத்துக் கொண்டே

இல்லாள்நான் எனச்சொன்னாள்;
நான்தி கைத்தேன்
எதிர்பேச முடியவில்லை
தோற்றுப் போனேன்

----
1. அரியின் தாரம்; இலக்குமி; 2. அவள் ஆதாரம்

ஓரங்கள்

அப்துல் ஹக்கீம் கல்லூரி, மேல் விஷாரம், 6-3-1973.
தலைமைக் கவிதை. பொதுத் தலைப்பு: ஓரங்கள்.

ஓரத்தில் கிடந்தநான்,
உயர்தமிழே! உன்சேலை
ஓரத்தைப் பிடித்தபடி
உன்பின்னே சுற்றிவந்தேன்
ஆர்வத்தைப் பாராட்டி
அவைநடுவே அமர்த்திவிட்டாய்
வேர்வைத்து என்னில்
விளைகின்றாய் நன்றியம்மா!

உடுக்கின்ற சேலையின்
ஓரத்தைத் தலைப்பென்பார்
கொடுத்தவரோ ஓரமே
தலைப்பாகக் கொடுத்துள்ளார்

'பா'வாடை நெய்கின்ற
பாட்டாளி நாமென்றே
பூவாடைக் கவிதைக்குப்
புதுமையாய்இத் தலைப்பளித்தார்

'ஓரம்போ கேல்'என்றார்
உயர்நீதி ஔவையார்
'ஓரம்போ' என்பார்

ஓடும்வண் டிக்காரர்
ஓரவஞ் சனையில்லா
உளத்தவர்நீர் அதனாலே
'ஓரம்போ' என்றீர்
ஓரம்போய் நாமின்று
சாரம்போ காததமிழ்ச்
சங்கத்துப் புலவராம்
ஓரம்போ கியராக
உயர்ந்துவிட்டோம் உங்களால்

★

சேலையின் ஓரமோ
சேயிழைக்கு அழகுதரும்

சாலையின்ஓரம்,பாத
சாரிக்குப் பாதுகாப்பு
காலையின் ஓரம்
கதிரொளிச் சரிகை
மாலையின் ஓரமோ
வர்ணங் களின்கூத்து

ஓரமென்றால் காவல்;
உயர்ந்த கரையிலையேல்
ஈ.ரநதி என்னாகும்?
ஏரிகுளம் என்னாகும்?

வரப்புகள் இல்லையென்றால்
வயலுக்கு வாழ்வேது?
புரப்பதற்கு வேலியின்றேல்
பூந்தோட்டம் என்னாகும்?

ஆற்றோரம் அல்லவோ
ஆதி மனிதர்களை
ஏற்றிவைத்த நாகரிக
ஏணியைத் தந்தயிடம்

எல்லைக்கோ டில்லையென்றால்
யாருக்கும் நாடில்லை
பல்லைப்போல் நகமிலையேல்
பத்துவிரல் பயன்படுமா?

ஓரங்கள் என்றாலே
உளம்கவரும் அழகுதான்
நேரங்க ளில்காலை
நேரமோ இரவோரம்

அந்தியோ சுடும்பகலின்
அழகான ஓரம்;இந்தச்
சுந்தரப் பொழுதுகளை
துதிக்காத கவிஞருண்டோ?

பிறப்பென்ற கரையோரம்
புறப்பட்டுப் பின்னர்
இறப்பென்ற கரையோரம்
எட்டுகின்ற வரைஓடும்

ஓடம்தானே வாழ்க்கை
ஓரங்கள் இல்லையென்றால்
ஏடும்இல்லை எழுத்துமில்லை
இயங்குகின்ற உலகமில்லை

பிரமனுக்கு விடுமுறை

குடும்பநலக் கவியரங்கம், வேலூர், 25.3.1973.
பொதுத் தலைப்பு: குடும்பநலம்; தலைவர்: கண்ணதாசன்

கல்யாண மண்டபத்தில்[1]
கருத்தடைப் பிரச் சாரம்
கருத்தடைப் பிரச்சாரக்
கவியரங்கம் என்றாலும்
கருத்தடைத்த கவிக்குழந்தை
கணக்கின்றிப் பெற்றுவந்த
கவிஞர் திருக்குலமே!
கவிவிருந்தை அருந்தவந்த
செவிஞர் திருக்குலமே!
செப்பினேன் என்வணக்கம்

பிள்ளைவேண் டும்என்றே
பெண்கள்அர சைச்சுற்றும்
காலமல்ல இக்காலம்
பிள்ளைவேண் டாம்என்றே
பெண்களை அரசு சுற்றும்
கலிகாலம் இக்காலம்

சரம்தொடுக்கும் மன்மதனின்
கரம்தடுக்கும் பணியல்ல
வரம்கொடுக்கும் பிரமனை
வசைபாடும் அரங்கில்லை

காலைசெய்து மாலைசெய்து,
கைவலிக்க ஓயாமல்
வேலைசெய்யும் பிரமனுக்கு
விடுமுறை வேண்டாமா?

இயற்கை வளர்ப்பதை
எதிர்ப்பது தவறென்று
வாதம்செய் கின்ற
மனிதரிடம் கேட்கின்றேன்

நகம்வளர்ந்தால் அதனை
நறுக்குவதேன்? நம்முடைய
முகம் வளர்க்கின்ற
முடியைநாம் மழிப்பதும்ஏன்?

பிஞ்சுக் கனியமுதும்
பெருஞ்சுவைத் தேனமுதும்
கொஞ்சமெனில் அமுதாகும்
கூடினால் நஞ்சாகும்

பெண்ணும், வயல்தான்
பெரும்'போக' ஆசையிலே
அடிக்கடி உழுதால்
அந்தவயல் என்னாகும்?

மரத்தை வைத்தவன்
நீர்வார்ப்பான் என்றே
பொறுப்பின்றிப் பேசும்
புல்லர்க்கு ஒன்றுரைப்பேன்

மரம்வைக்க நீங்கள்
நீர்வார்க்க ஆண்டவனோ?

பள்ளியறை என்னும்
பக்குவச் சுவடியில்
பிள்ளைத் தமிழ்பாடல்
பிழையில்லை; அதிலே
அந்தாதி பாடுவது
ஆபத்து; திண்டாடிச்
சந்தியில் நிற்பதற்கா
சந்ததிகள்? சிந்திப்பீர்

ஆஸ்திக்கோர் ஆண்என்றார்
ஆசைக்கோர் பெண்ணென்றார்
ஆஸ்தியே இல்லையெனில்
அளவின்றிப் பெறலாமா?

வறுமைக்குப் பயந்து
மழலையரைக் கொல்லாதீர்
என்றுரைப் போர்க்குநான்
ஒன்றுரைப்பேன்
வறுமையிலே வாடுவோர்

கவிக்கோ கவிதைகள் (இரண்டாம் பாகம்) ❖ 317

வதவதஎன் றேபெற்றுப்
பச்சிளங் குழந்தைகளைப்
பசியிலும் நோயிலும்
பரிதவிக்க விடுதல்
கொலையிலும் கொடிதன்றோ?

மேலும்
கருவுண் டானபின்
கலைப்பது கொலையாகும்
கருவுண் டாகாமல்
காப்பது கொலையாமோ?

அஞ்சாறு பெண்பெற்றால்
அரசனே ஆண்டியென்றால்
கஞ்சிக்கே வழியற்றோர்
கதையென்ன கதியாகும்?

நேச மனத்தோடு
நெருங்கிவந்து நாணமுடன்
மாசம் பத் தென்று[2]
மனைவிசொன்னால், இந்நாட்டில்
மா சம்பத்[3] துடையவர்கள்
மகிழலாம்; சம்பளமே
மாசம் பத் தென்றால்
மனமகிழ வழியேது?

ஒருவனுக் கொருத்தி
உன்னதக் கொள்கையென்றால்
இருவருக் கெத்தனைஎன்று
எண்ணுவதும் நல்லதன்றோ?

நரம்புக்குள் கட்டுப் பட்ட
நாதமே கீத மாகும்
கரும்புக்குள் கட்டுப் பட்ட
கழிநீரும் தேன்சா றாகும்
அரும்புக்குள் கட்டுப் பட்ட
அருங்காற்றே மணமாய் மாறும்
வரம்புக்குள் கட்டுப் பட்ட
குடும்பமே மகிழ்ச்சி காணும்.

----

1. கவியரங்கம் நடந்த இடம் ஒரு கல்யாண மண்டபம்; 2. பத்து மாதம் என்று; 3. பெருஞ்செல்வம்.

மருதம்

கரந்தைத் தமிழ்ச் சங்கம், 14.4.1973.
தலைவர்: தமிழண்ணல்; தலைப்பு: ஐந்து நிலம்.

வேற்றுமொழி வெட்சியார்[1]
வேட்டையிலே அகப்பட்ட
ஆற்றல் உடையதமிழ்
ஆநிரையை[2] மீட்டுவந்த
கரந்தைத்[3] தமிழ்ச்சங்கக்
காவலரே! கொட்டையங்
கரந்தை விளையுமிடம்
கதிர்விளையும் மருதநிலம்
அன்னை நிலத்தை
அடியேனைப் பாடவைத்தீர்
என்னைப் பெருமைசெய்த
இதயங்கட் கென்நன்றி

பாரங்கம் நாம்பார்க்கும்
பஞ்சாங்கம்[4]; மருதம்அதில்
சீரங்கம்; அந்தத்
திருவரங்கைப் பாடுவதால்
திருவாய் மொழிதான்என்
சிறுவாய் மொழிக்கவிதை;
வருவீர் இதன்சுவையில்
ஆழ்வாராய் மாறுதற்கே!

★

குறிஞ்சியோ -
அருவி ஆடை
அவிழ்த்துக்கொண் டிருக்கும்
அரைநிர் வாண
ஆட்டக் காரி

முல்லையோ -
வெளிச்சம் காணாத,
விலங்குகளின் வீடு

நெய்தலோ -
தாகத்திற் குதவாத
தண்ணீர்க் கிடங்கு

பாலையோ -
வெம்பிப் புழுங்கும்
காய்ச்சல் காரி

மருதந்தான் -
வியர்வைத் தாலி
விரும்பிக் கட்டிய
மனிதனை மணந்து
மணிமணி யாக
நன்கலம் பெறுகிற
மங்கல மங்கை

குறிஞ்சிக் குமரன்
குளிர்நீர்க் கரங்களை
நீட்டிப் 'புணர'[5]
நினைப்பதிக் குமரியை

முல்லை ஆற்றி
இருத்தலோ[6] ஒருநாள்
மருதமாய் மாறுவோம்
என்ற நினைப்பால்

நெய்தல் இரங்குதல்[7]இந்
நிலத்தின் புகழைக்
கைவரப் பெறாத
கவலையி னால்தான்

பாலை எரிச்சல்
படுவதோ குளிர்ந்த
சோலையைப் பிரிந்த[8]
சோகத் தாலே

காடும் மலையும்
வீடுவிட் டோடும்
சக்தியற் றவரின்
சந்நியாச தேசங்கள்

நெய்தலோ தற்கொலை
நிகழ்த்தும் இடம்தான்

பாலையோ நெருப்புப்
படுக்கை மயானம்

இல்லறம் இயற்றுதற்
கென்றே இருக்கும்
மருதம் அல்லவோ
மன்மத பூமி

மலையிலும் காட்டிலும்
அலைந்த மனிதனுக்கு
வீடுபேறு அளித்ததிவ்
விளைநிலம் அல்லவோ?

அந்தர உலகினும்
அழகிலே உயர்ந்ததிச்
சுந்தர நிலமெனத்
துணிந்ததால் அன்றோ
இந்திரன் விரும்பிவந்து
இதன்தெய்வம் ஆனான்?

குறிஞ்சிக் குமரனோர்
குன்றக் குறத்தியை
மணந்தும் நிறையா
மனத்தன் ஆகி
இந்நிலத் தெய்வம்
இந்திரன் பெண்ணைத்

தேடி மணந்ததிதன்
சிறப்பறிந் தன்றோ?

கரியமால் காதலால்
பெரியமால் ஆகிஇம்
மருதத்தா மரையின்
மருமகப் பிள்ளையாய்
ஆனபின் அன்றோ
அடைந்தான் திருவை

நெய்தல் வருணனும்இந்
நிலப்பசும் புடைமை
நெய்தலுக் கென்றே
நிற்கும் நெசவாளி

குறிஞ்சி தேனைக்
கூட்டி வைப்பதும்
முல்லை பால்பயன்

முனைந்து செய்வதும்
நெய்தல் நிறைய
நித்திலம் ஆக்கலும்
ஒப்பிலா அரசியாய்
உயர்ந்த மருதத்திற்குக்
கப்பம் கட்டும்
காரணத் திற்கே

மாடுமேய்த் தலைந்த
மனிதனை நாடாளும்
மன்னனாய்ச் செய்தது
மருத நிலம்தான்

நாடோடி யாக
ஓடோடித் திரிந்தவனை
குடியா னவனாக்கிக்
குடிவைத்த திந்நிலம்தான்

குகைப்பொந்து களிலும்
குடிசை களிலும்
குந்திக் கிடந்த
குறுகிய மனிதன்

மாட மாளிகை
கூட கோபுரம்
நாடு நகரமென்று
நலமுற வளர்ந்து
நாகரிகம் பெற்றதிந்த
நன்னி லத்தில்தான்

கார்ப்படை சூழும்
கல்மதில் குறிஞ்சியும்
நீர்ப்படை தாக்கும்
நீள்காட் டரணும்
போர்ப்படைப் பூமிகள்;
பொன்னிலம் மருதந்தான்
ஏர்ப்படை கண்ட
இனிய பூமி

கொலைநிலம் மற்றவை,
கொல்லாமை கற்றுத்

தலைநிலம் ஆனதும்இத்
தனிநிலம் மருதந்தான்

இயற்கை நிலங்கள்
ஏனைய நிலங்கள்
செயற்கையாய் மனிதன்
செய்த மருதமோ
மானு டத்தின்
மகத்தான படைப்பு

வைகறைப் பொழுது[9]
வாய்த்த தாலிது
எழுச்சி நிலமாம்

எல்லாப் பருவமும்
இதன்சிறப் பறிந்தே
இதனை மணந்தன

இந்த
வளநலம் விரும்பி
வாழ்ந்ததால் அன்றோ
பகுத்தறிவுத் திறமையைப்
பயின்றது அன்னம்[10]

ஒன்றில் லாமல்
ஒன்று வாழா
அன்றில்[11] பறவை
கூடலுக் கான
குன்றில் சென்று
குடியிருக் காமல்
மருதத்தி லன்றோ
மணம்புரிந் திருந்தது

கூடல் சமையலில்
கூடுதல் சுவைதரும்
ஊடல்[12] உப்பை
உருவாக்கும் நிலமிது

---

1. ஆநிரை கவர்வோர்; 2. பசுக் கூட்டம்; 3. ஆநிரை மீட்போர்; 4. ஐந்து நிலம்; 5. புணர்தல் - குறிஞ்சி ஒழுக்கம்; 6. இருத்தல் - முல்லை ஒழுக்கம்; 7. இரங்குதல் - நெய்தல் ஒழுக்கம்; 8. பிரிவு - பாலை ஒழுக்கம்; 9. மருத நிலத்தின் பொழுது; 10, 11. மருதநிலப் பறவைகள்; 12. மருதநில ஒழுக்கம்.

தேகமழை

திருச்சி வானொலி, ஜனவரி 1974.
தலைவர்: துரை. அரங்கனார்; தலைப்பு: எல்லோரும் முயன்றுழைக்க

நுரையரங்கம் பால்பொங்கல்
விழாநிகழ்ச்சி; தலைமீது
நரையரங்கம் முதுமைபொங்கி
நடத்துகின்ற தொடக்கவிழா;
உரையரங்கம் உதடுகளில்
உணர்வுகளின் பொங்கலிலே;
துரையரங்கத் தலைமையிலே
சுவைப்பொங்கல் கவியரங்கம்

வாயால் பரிமாறும்
வார்த்தைப்பால் பொங்கலிதை
ஓயாமல் பசிக்கின்ற
உயர்செவிக்குக் கொண்டு வந்தேன்

கன்னிநிலம் தாலிகட்டிக்
கருக்கொள்ளச் செய்ததெது?
பொன்கர்ப்ப பூமிக்குப்
பிரசவம் பார்த்ததெது?

காரிரவில் காதலுடன்
கண்சிமிட்டி மயக்குகின்ற
ஆகாயப் பெண்ணின்
அழைப்பை மகிழ்ந்தேற்று

அவள்
திங்கள் முகத்தின்
திரைவிலக்கிப் பார்த்ததெது?

பஞ்சபூ தங்கள்
பணிசெய்ய மானுடனை
விஞ்சும்சிம் மாசனத்தில்
வீற்றிருக்கச் செய்ததெது?

போகாத இடம்போகும்
புஷ்பக விமானங்கள்
ஆகாயக் கோட்டைகள்,
அமிர்தம், அசரீரி

என்றெல்லாம் புனைந்துரைத்த
இதிகாசக் கற்பனையை
நன்றாய் உலகத்தில்
நனவாக்கி வைத்ததெது?

இவ்வுலக விதியையே
எழுதுகின்ற பேனாவாய்
மனிதன் உயர்ந்ததெல்லாம்
வியர்வைமை வாய்த்ததனால்

வியர்வைத் துளிகளுக்கே
வெற்றியென முழங்குவோம்
கிரீடங்கள் அவற்றுக்கே
கிடைக்குமென்று அறிவிப்போம்

களைப்பின்றிச் சுழலுகின்ற
காலத்தின் சக்கரத்தில்
விலாசமற்ற மண்ணுலகை
வியர்வையால் குழைத்துவைத்து
உலையேற்றும் பானையாய்
விளையாட்டுப் பொம்மையாய்
மலரேந்தும் சாடியாய்
மதுவேந்தும் கிண்ணமாய்
எத்தனை வகையாக
இயற்றினோம்! இவைகள்
அத்தனையும் நம்கைகள்
ஆக்கியசா தனையன்றோ?

எங்கெங்கோ பூத்திருக்கும்
எத்தனையோ வகைப்பூக்கள்
வாராதா வண்டென்று
மதுவோடு காத்திருக்க,
சிறகுகளை அசைக்கும்
சிரமமின்றிச் சோம்பலால்
இருந்த இடத்தில்
இருந்தபடி தங்கள்
கனவிலே பூக்களைக்
கண்டுகண்டு ஏங்கியே
எங்களுக்கு மட்டும்
ஏன்தேன் கிடைப்பதில்லை

என்றழுது புலம்பினால்
ஏதேனும் அர்த்தமுண்டோ?

விதியின் சதியென்பார்
வேளைவர வில்லையென்பார்
மதியின்றி உளறுகின்ற
வார்த்தையிவை; சிந்தும்
வியர்வையினுக் கேற்ற
விளைவுண் டென்பதும்
விதிதான் இந்த
விதியினை ஏன்மறந்தார்?

மேனிமே கங்களின்
வியர்வைமழை இல்லையென்றால்
வானமே கங்களிங்கு
வந்தென்ன? பெய்தென்ன?

எழுத்தென்போம் சொல்லென்போம்
இலக்கியங்கள் தாமென்போம்
எழுதுகோல் வியர்வையன்றோ
இவையெல்லாம்? வயல்களிலே
பொங்கும் வளமெல்லாம்
பொழிகின்ற மழையாலா?

இல்லை
வெப்பிட்ட மண்ணுக்கு
மனிதன் தன் வியர்வையினால்
உப்பிட்ட நன்றிக்கு
உதவுகின்ற கைம்மாறு

ஆண்டவன் நமக்களித்த
அட்சய பாத்திரத்தைப்
பிச்சைப்பாத் திரமாக்கிப்
பிழைப்பு நடத்திய
சரித்திரத்தை மாற்றுவோம்
தரித்திரத்தை ஓட்டுவோம்

உண்ணுதற்கோ வாய்ஒன்று
உழைப்பதற்கோ கரம்இரண்டு
எண்ணுதற்கு அறிவிருந்தால்
ஏற்படுமா இல்லாமை?

வேறுபா டுள்ள
விரல்கள்தாம் நாம், எனினும்
ஒருகரத்தின் கிளைகளே
உண்மையிதை மறவாதீர்!

விரல்களுக் கிடையே
விரோதமென்றால், கையில்
எதுவும் கிடைக்காது
இருப்பதும் விழுந்துவிடும்

ஏழு சுரங்களும்
ஏழுவிதம்; அவைஒன்றாய்
இசைந்தால்தான் இசையாகும்
நாமும் இசையாவோம்

பொருளா? தாரமா?

சிவகங்கை; 1974. தமிழகத்தில் நடந்த முதல் கவிதைப் பட்டி மண்டபம்; தலைப்பு: எது உயர்ந்தது? காதலா? பொருளா?; இது பொருளணித் தலைமைக் கவிதை; எதிரணித் தலைவர்: தமிழண்ணல்

காசோ புறப்பொருள்
காதலோ அகப்பொருள்
காசோ அழியும்
காதல் அழியாது
காசோ தேடுவது
காதலோ உண்டாவது
காசோ அற்பம்
காதலோ அற்புதம்

மாசு மருவிலா
மனக்கா தலுக்குக்
காசும் பணமும்
தூசு; இவ் உலகில்
கதையும் கவிதையும்
காதலுக் குண்டே
அதைப்போல் பொருளுக்கு
அரும்புகழ் உண்டா?

என்றெல்லாம் எங்கள்
எதிர்க்கட்சிக் காரர்

மன்றிலே நின்று
மன்றாடிச் சென்றுளார்

காதல் என்ற
கள்குடித் தாலே
போதைதான்; பின்பேச்சில்
'பொரு'ளி ருக்குமா?

'நாணயம்' உடையவர்
நாங்கள்; அவர்களோ
வீணென அதனை
வெறுப்பவர்; நாங்களோ
'பொரு'ளொடு பேசும்
புலவர்கள்; அவர்களோ
பொருளில் லாமல்
புலம்ப வந்தவர்

காதல்
ஐம்பொறி உண்ணும்
அறுசுவை என்பார்
நிசிக்குக் காதல்
நித்திரை உதவலாம்
பசிக்கும் உதவுமோ?
பசிவரும் போது
பத்தும் பறக்கும்
அப்போது காதல்
பித்தும் பறக்கும்;
பிறகென்ன இருக்கும்?
மூளும் பசியை
முத்தம் தணிக்குமா?
பணமல் லவாஅந்தப்
பணியைச் செய்யும்

காதலை அடைந்தவர்
கண்ணீர் வடித்துச்
சாதலை அடைந்ததைச்
சரித்திரம் சொல்லும்

கழுத்திலோர் கயிறு
கட்ட நினைப்பார்
கழுத்துக் கயிற்றிலே
கதையினை முடிப்பார்

கண்கள் முகவுரை
எழுதும் காதலில்
கண்ணீர் தானே
முடிவுரை; வேறென்ன?

பாலை வனத்துப்
பாவைலை லாஎனும்
சோலையைக் கண்டு
சொக்கிப்பித் தேறிப்
பாலையாய் மாறிய
பரிதாப மானவரே!
மாலை சூட
மணக்கனவு காண்பீர்
கண்ணீர் மாலையில்
உங்கள் கதைமுடியும்

மாமியோ மாமனோ
மறுப்பார்; அதனால்
சாமியோ என்றுநீர்
தாடி வளர்ப்பீர்
ரோமியோ பதிகளே! உம்
ரோகத்தைத் தீர்க்க
ஓமியோ பதியும்
உதவுமோ? சொல்வீர்

அமரா வதியின்
ஆசையி னாலே
அமர ராகும்
அம்பிகா பதிகளே!
சதிபதி யாக
விரும்புவீர்; விதியின்
சதியினால் வானப்
பதியினைப் பெறுவீர்

அமரக் காதல்
என்றால் காதலர்
அமரர் ஆக
வேண்டுமென் பதுதானே
காதல் உலகின்
கலையாத சட்டம்

காதல் காவியம்
கல்லறை களிலே
பிரசவ மாகும்
பிள்ளை அல்லவா?

காதல் புரிவதோ
களவு வேலை
பொருளீட் டுவதோ
பகிரங்க முயற்சி

பணமெனில் செத்த
பிணமும் உயிர்பெறும்
காதலைப்
பெற்றவ ரோஎனில்
பிணமாய் மாறுவார்.

உலகில் காதலே
உயர்ந்த செல்வமென்று
உளறு பவரே!
உங்கள் காதலியை

மஞ்சத்தில் வைத்துக்
கொஞ்சும் போது
பொன்னே! என்பீர்
மணியே! என்பீர்
பூவிதழ் அரும்பும்
புன்னகை கண்டால்
முத்தே என்பீர்
பவளமே என்பீர்

பொருளின் பெருமை
புரிந்ததால் அல்லவா
இருள்நா டகத்தில்
இப்படிப் பேசுவீர்

இரவுபார்த் திருந்தே
இணையும் மணாளனின்
வரவுபார்த் திருக்கும்
வஞ்சியும், பொருளேதும்
வரவில்லை யென்றால்
பற்றுவைப் பாளா?

தரவில்லை என்றால்
தனைத்தரு வாளா?

பொருளற் றவனைப்
பூமியில் பூவையர்
ஒருபொருட் டாக
மதிப்பதும் உண்டா?

வருவாய் அற்றவன்
செவ்வாய்ப் பெண்ணை
வருவாய்என் றாலும்
வருவா ளாஅவள்?

இருப்பவ னைத்தான்
இல்லாள் மதிப்பாள்
இல்லானை எப்படி
இல்லாள் மதிப்பாள்?

வையத்தில் மனிதனின்
வாழ்க்கைக்கு ஆதாரம்
பொருளா? தாரமா?
என்று கேட்டால்
பொருளாதாரமெனத்
தாரமே சொல்வாள்

தாரமிலா மல்கூட
வாழலாம்; ஆனால்
பொருளில் லாமல்
வாழ முடியுமா?

திருமண வாழ்வில்
திருவில்லை என்றால்
திருமணம் என்பது
வெறும்மணம் தானே

அதனால்தானே
திருமகள் போல
மணமகள் இருப்பினும்
திருவேண்டும் என்று
மணமகன் கேட்கிறான்

திருவின் மதிப்புத்
தெரிவதால் அல்லவா
செல்வியாய் இருந்தவள்
திருமதி ஆகிறாள்

அம்மான் மகளோ
அத்தையின் பெண்ணோ
சும்மா கிடைப்பாளா?
சொல்வீர்; பெண்ணுக்குப்
பரிசம் தராமல்பெண்
பரிசம்[1] கிடைக்குமா?

பொருளை உலகில்
பொதுவுடைமை ஆக்கலாம்
காதலை அப்படி
ஆக்க முடியுமா?

பொருளிலா தார்க்குப்
பொருளைக் கொடுக்கலாம்
காதலை அப்படிக்
கொடுக்க முடியுமா?

காதலி லாமல்
வாழ முடியும்
பொருளி லாமல்
வாழ முடியுமா?

புகழ்மிகு வள்ளுவர்
'பொருளில் லாதவர்க்கு
இந்த உலகமே
இல்லையென் றாரே;நீர்
எந்த உலகில்
இருக்கப் போகிறீர்?

★

எதிர்வாதம் செய்த எதிரணியாளருக்கு பதில்

மேதினி மக்கள்
வியக்கும் தாஜ்மஹல்
காதலால் எழுந்த
கட்டிடம் என்றார்

பொருளில்லை என்றால்அப்
புகழ்மிகு அதிசயம்
எழுந்தி ருக்குமோ
இதற்கென்ன உம்பதில்?

பொருளீட் டுவதிலேயே
பொழுதைக் கழித்தால்
இளமை அழியுமே
இன்பமும் ஒழியுமே
ஈட்டிய பொருள்இந்த
இளமையை இன்பத்தை
மீட்டுக் கொடுக்குமோ
எனக்கேட் டவரே!
எந்தக் கலித்தொகையை
இதற்கா தாரமாய்
எடுத்துவைத் தீரோ
அதேக லித்தொகை

வாட்டிய வெயிலால்
வாடிய மரத்தைக்
காட்டிக் கூறிய
கருத்துரை என்ன?

வாடிய அம்மரம்
வறியவன் இளமைபோல்
வாடிய தாக
அல்லவோ கலித்தொகை
பாடியது; இதற்குப்
பதிலென்ன கூறுவீர்?

ஒல்காப் பெரும்புகழ்
தொல்காப் பியனார்
இன்பத்தை முதலில்
ஏற்றிவைத் தாரெனத்
துள்ளிய நண்பரே! நீர்
சொன்னஇன் பத்தை
வள்ளுவர் கடைசியில்
வைத்ததற் கென்சொல்வீர்

அறம்பொருள் இன்பம்
என்று வரிசைப்

படுத்தல் தானே
பழைய மரபு
அதனால்
கடையர்நாம் என்று
கடைகட்டத் தயாரா?
நடுநா யகமென
நமைமதிப் பீரா?

மூத்த தமிழில்
'முத'லென்று மொழிந்தால்
பொருள்என்று தானே
பொருள்? வேறென்ன?

விலையிலா மகளாம்
மணிமே கலையை
விலைமகள் என்றே
வெறுப்போடு ஏசிய
உதயகும ரன்மீதே
உள்ளம் ஓடத்தன்
இதயத்தைச் சிரமத்தோடு
இழுத்து நிறுத்தி
'இதுதான் காதலின்
இயற்கையோ? தோழி!
இதுதான்என்றால்அது
நாசமாய்ப் போகட்டும்'
எனச் சபித்தாளே
எதனால்? அதுஓர்
தன்மான மற்ற
தளைஎன்ப தால்தானே

அவள்தாய்
மாதவி, கனலிலோர்
மாதவிக் கொடிபோல
மாதவிப் புற்று
மனம்துடித் தாலே
எதனால்?
கோவலன் மீது
கொண்ட காதலால்
அன்றோ? சொல்வீர்

தலைவன் கோவலன்
நிலைதடு மாறித்
தலையிழந் தானே
எதனால்? கணிகையின்
காதலில் அறிவு
கலங்கிக் குலந்தரு
பொருளெலாம் இழந்த
புன்மையால் அன்றோ?

காதலின் பெருமையே
கவிதைகள் எல்லாம்
ஓதுவ தாக
உரைத்தவ ரே!அந்
நூல்களே உங்களை
நொறுக்கு கின்ற
'அடி'பல தரும் அந்த
'அடி'களைப் பெறுக

'அறமும் பொருளும்
இன்பமும் மூன்றும்
ஆற்றும் பெருமநின்
செல்வம்' இதுவோ
அகப்பாட்டை அடிக்கும்
புறப்பாட்டு அடிகள்

'ஐயமிலை இன்பம்
அறனோடு அவையுமாக்கும்
பொய்யில் பொருளே
பொருள்மற் றல்லபொருள்'
இது
சிந்தா மணியார்
சிந்திய மணிகள்

'அரிதாய அறனெய்தி
அருளியோர்க் களித்தலும்
பெரிதாய பகைவென்று
பேணாரைத் தெறுதலும்
புரிவமர் காதலிற்
புணர்ச்சியும் தருமெனப்
பிரிவெண்ணிப் பொருள்வயின்
சென்றநம் காதலர்'

இது
காதலைப் புகழும்
கவிதை நூலாம்
கலித்தொகை காட்டும்
கைத்தொகைப் பெருமை

அகப்பொருள் என்றார்
ஐந்திணை என்றார்
சுகப்பொருள் அதுபோல்
சொல்லுமோ என்றார்
அஞ்சு திணைகளில்,
அங்கங்கள் ஒட்டிக்
கொஞ்சு திணையெலாம்
குறிஞ்சி ஒன்றுதான்
மற்றவை யெல்லாம்
மாண்புறு பொருளைப்
பெற்றிடத் தலைவன்
பிரிந்ததால் விளைந்த
திணைகள் அல்லவா?

சுகப்பொருள் பாட்டுத்
தொகைகளில் எல்லாம்
அகப்பொருள் பாட்டே
அதிகம் என்றீர்

அவையெலாம்
அகப்படாப் பொருளை
அகப்படுத் துவதற்குச்
சுகப்படாப் புலவர்
சொல்லிய கவியன்றோ?

புலவர்க் கன்று
புரவ லர்கள்
பெருந்தொகை தந்து
பேணா திருந்தால்
குறுந்தொகைப் பாக்கள்
குவிந்தி ருக்குமா?
நெடுந்தொகை நூல்கள்
நெசவாகி இருக்குமா?

பசியும் பிணியும்
பகையும் நீங்கி
வசியும் வளனும்
வளர்வது தானே
நாட்டிற் கின்பம்
நல்கும்; இதற்குக்
கைப்பொருள் உதவுமா?
காதல் உதவுமா?

சனத்தொகை பெருக்கும்
சங்கதிக் காரரே!
பணத்தொகை பெருகினால்
பலவளம் பெருகும்
சனத்தொகை பெருகினால்
சரியாதா நாடு?

விற்புருவம் என்பீர்
வேல்விழி என்பீர்
பகைவர் நாட்டின்மேல்
படையெடுத்து வந்தால்அவ்
வில்லும் வேலும்
உதவுமோ? பகைவரைத்
தானை அல்லவா

தடுக்கும்? உங்கள்
முந்தானை யால்அது
முடியுமோ? சொல்வீர்
பணபலம் இல்லையேல்
படைபலம் ஏது?

களவெனப் படுகின்ற
காதல் என்பதோ
இளமையில் மட்டும்தான்
இன்பம் கொடுக்கும்
எந்தப் பருவம்
எனினும் எல்லோர்க்கும்
இன்பம் தருவது
பொருளே அல்லவா?

காதலைப் பரிந்துரைத்துக்
கவிஞன் பாரதி

ஆக்கிய பாட்டை
ஆதார மாக்கி
வாதம்செய் தவரே!
மறுப்புரை கேளீர்

‘பொருளி லார்க்கிலை
இவ்வுல கென்றநம்
புலவர் தம்மொழி
பொய்மொழி அன்றுகாண்
பொருளி லார்க்கின்பம்
இல்லை; துணையிலை
பொழுதெ லாம்இடர்
வெள்ளம்வந் தெற்றுமால்
பொருளி லார்பொருள்
செய்தல் முதற்கடன்’

யார்பாட் டென்றா
என்னைக் கேட்கிறீர்
எப்பா ரதியைத்
துணைக்கழைத் தீரோ
அப்பா ரதியே
ஆக்கியது இப்பா

‘அன்புஈன் றெடுக்கும்
அருளெனும் குழவிக்கும்
தன்பால் ஊட்டும்
தாய்தான் பொருள்’எனும்
சிறப்புரைக் கென்ன
மறுப்புரை சொல்வீர்?
தாயில் லாமல்
சேயா? பேசும்
வாயில் லாமல்
வார்த்தையா? எப்படி?
பால்கலப்புக் காரர்க்குப்
பாலூட்டும் தாயின்
அருமை புரியுமா?
பெருமை தெரியுமா?

மூத்த புகழார்
முப்பால் வள்ளுவர்
ஈத்து வக்கும்

இன்பத்தை அன்றோ
உலகிலேயே
உயர்ந்த இன்பமென்றார்
பொருளால் அல்லவோஅப்
பேரின்பம் கிடைக்கும்

காதலே இன்பமெனக்
கதையளப் பவரே!
ஈதலில் இருப்பது
ஈதல் மட்டுமே

காதல்ஓர் வணிகம்
கொடுக்கல் வாங்கல்என்று
ஓதும் இரண்டுமங்கு
உண்டு; இல்லையா?

காதலில் சுயநலக்
கலப்பும் உண்டு
ஈதலில் சுயநலம்
ஏது? சொல்வீர்

இருவர்க்கு மட்டும்
இனிக்கும் காதலா?
அனைவர்க்கும் இன்பம்
அளிக்கும் பொருளா?
உயர்ந்தது எதுவென
உங்களையே கேட்கிறேன்

மானிடக் காதல்
தோற்குமென் றறிந்ததால்
தெய்வீகக் காதலைத்
துணைக்கழைத் தவரே!
அந்த அடியவர்
ஆண்டவ னோடு
நாயக நாயகி
பாவம் கொண்டதேன்?
இந்த உலகில்
இருக்கும் உங்கள்
நாயகன் நாயகி
நடத்தை யெல்லாம்
'பாவ'மென் றறிந்த
பண்பால் அல்லவா?

பண்சம் பந்தர்
பரம னிடத்தில்
பெண்சம் பந்தமா
கொடுஎனக் கேட்டார்?

'வாசி தீரவே
காசு நல்குவீர்'[3]
என்றல வோஅவர்
ஈச னிடம்கேட்டார்

பண்வேண்டும் என்ற
பரம னிடத்தில்
பெண்வேண்டும் என்றன்றோ
பெருஞ்சுந் தரர்கேட்டார்
என்பீ ரேல்நான்
இதற்கும் பதிலுரைப்பேன்
பெண்வேண்டும் என்ற
சுந்தரர் பின்னால்
என்வேண்டும் என்றார்
என்மனைவி கேட்கிறாள்
பொன்வேண்டும் என்றன்றோ
புலம்பிப் பெற்றார்

தெருள்கொண்ட இந்தத்
திருத்தொண்டர் உலகில்
பொருள்கொண் டல்லவோ
பொதுத்தொண்டு புரிந்தார்

இன்பம் கொடுக்குமோ
இப்பொருள்என்றே
நாவால் அடித்த
நண்பரே! நானும்
பாவால் அடிக்கிறேன்
பெற்றுக் கொள்க

'திறத்தொடு வந்த
தீதிலாப் பொருளே
அறத்தொடு இன்பம்
அளிக்கும்'[4] என்ற
ஈரடி போதுமா?
இல்லைஉங் களுக்கு

நாலடி வேண்டுமா?அந்
நாலடி தருகிறேன்

‘வடுவிலா வையத்து
மன்னிய மூன்றில்
நடுவணது எய்த
இருதலையும் எய்தும்’

காதல் என்பதோர்
கண்ணீர்க் காவியம்
காதல்இல்லை யென்றால்
துன்பமும் இல்லை

பொருளில்லை யென்றால்
புகுந்துவிடும் துன்பம்
பொருளிலா வாழ்க்கையில்
பொருளே இல்லை.

---

1. ஸ்பரிசம்; 2. குறள்; 3. சம்பந்தர் தேவாரம்; 4. திருக்குறள்.

பற்றான வரவு

பூம்புகார், 25-4-1975.

தலைவர்: கலைஞர்; தலைப்பு: ‘சிலம்பில் எண்சுவை’; என் தலைப்பு: இளிவரவு. திருச்செங்கோட்டில் நிகழ்ந்த கவியரங்கில் வாசித்த வரிகள் சில இக்கவிதையில் இணைந்துள்ளன.

தலைவர் கலைஞர்

அங்கோர் கடற்கரையில்
அண்ணாவின் நல்லிதயம்
தங்கி உறங்கவோர்
சரித்திரத்துத் தொட்டிலிட்டாய்

இங்கோர் கடற்கரையில்
என்றோ உறங்கிவிட்ட
எங்கள் புகாரை
எழுப்பி எமக்களித்தாய்

திரை[1]யெடுத்துச் சென்ற
திருநகர்பூம் புகார்தன்னைத்

திரை²யில் எடுத்துஇந்தத்
தேசமெலாம் காணவைத்தாய்

எழுதுகோல் ஏந்தி
இனியபுகார் போற்றியதால்
நீயும் இளங்கோதான்

செங்குட்டு வனும்நீதான்
செங்கோலும் ஏந்திச்
சிறப்பான அரசாட்சி
செய்வதனால் மட்டுமல்ல
காவா நாவின்
'கணக்கு விசயர்கள்'
சிரம்சிவக்கக் குட்டுவதால்
செங்குட்டு வனும்நீதான்

★

வீழ்ந்து கிடக்கும்
வெண்கொற்றக் குடைபோல்
வெள்ளைநிலா வட்டம்
சுற்றிலும்
சிதறிக் கிடக்கும்
சிலம்பின் பரல்போல்
சித்திரத் தாரகைகள்

ஆகாயம், பாண்டியனின்
அத்தாணி மண்டபம்
ஆகின்ற நேரத்தில்
வானத்தில் சிலம்பின்
மௌன அரங்கேற்றம்
இங்கே
பத்தினிக்கா வியச்சுவையை
பரிமாறிப் பசியாறும்
பாவலரின் அரங்கேற்றம்

ஆம்
அரங்கேற்று காதையிது
நாக்குச் சலங்கையுடன்
நடனங்கள் ஆடஇங்கே
ஒன்றல்ல இரண்டல்ல
ஒன்பது மாதவிகள்;

எதிரிலுள்ள கோவலரே!
எச்சரிக்கை; சொல்லிவிட்டேன்

★

கடலே!
பரத்தையர் குலப்பெண்ணைப்
பத்தினியாய் மாற்றிய
புண்ணியமண் என்பதனால்
புகாரைஎடுத் துண்டாயோ?
அலைச்சலங்கை கட்டி
ஆடுகின்ற உனக்கும்
கற்பிலக் கணத்தைக்
கற்கின்ற ஆசையா?

கார்மேகக் குழந்தைகளைக்
கர்ப்பம் சுமந்திருந்த
மசக்கையினால் இந்த
மண்ணெடுத் துண்டாயோ?

'புகார்' இருக்கலாமா
புகழ்மிகுந்த தமிழகத்தில்?
தகாதென்று கருதிநீ
தண்ணீரால் கழுவினையோ?

பொன்னிமக ளோடுநீ
புணர்கின்ற காட்சியை
நாணாமல் காணும்
நடத்தையை அருவருத்து
புகார்முகத்தைத் திரை[3]யிட்டுப்
போர்த்தினையோ? இல்லை

கண்ணகி வடித்த
கண்ணீர்தன் மேனிசுடத்
தாங்காத புகார்நகரே
தற்கொலை செய்துகொள்ள,
ஓயா அலைகடலே!
உனக்குள் புகுந்ததோ?

சிலப்பதிகாரம் -
பால்நகையாள்; வெண்முத்துப்
பல் நகையாள்; கண்ணகிதன்

கால்நகையால் வாய்நகைபோய்க்
கழுத்துநகை இழந்தகதை

வானத்துத் தெய்வம்
வந்திங்கு அவதரித்துப்
போனகதை அல்ல;
பொய்க்கதையும் அல்லஇது
வானிடத்துத் தெய்வமாய்
மானிடப்பெண் உயர்ந்தகதை
மானிடத்தைத் தெய்வங்கள்
வணங்கிய புதியகதை

இதுவும்
அடிமுடி தேடிய
அதிசயக் கதைதான்
பெண்ணின்
அடியை வணங்க
அரசர்களின் மணிமகுட
முடிகள் தேடிவந்து
முன்னின்ற காதைஇது!

ஆடவன் காலணி
அரசு புரிந்தகதை
அற்புதம் என்பார்
இதுவோ ஓர்
பெண்மகளின் காலணி
பேரரசைக் கவிழ்த்தகதை

அடிகளோ சிலம்பை
அணிவன; ஆனால்
அடிகள்[4] ஆக்கி
அளித்ததிச் சிலம்பு

இளைக்காத கவிதை
இளங்கோ வெறுமே
காவித் துறவியல்ல
காவியத் துறவிஅவர்

இளங்'கோவைச்' சுவைத்தவர்க்கு
இளங்கன்னிப் பெண்ணார்தம்
இதழ்க்கோவை இனிக்காது

கண்சுவையோ அழகான
காட்சிகளில்; ஆறான
உண்சுவையோ நாக்குமட்டும்;
ஊறோ[5]நம் தோல்வரைதான்;
பண்சுவையோ செவிமட்டும்;
பரிமளமோ மூக்குமட்டும்;
பெண்சுவையோ வாலிபத்தின்
பின்னால் இருப்பதில்லை;
எண்சுவை என்றாலோ
எண்ணும்போ தெல்லாம்
இன்பம் தரும்சுவையாம்

பரிமாறுவோனும்
பசியாறிக் கொள்கின்ற
அதிசய விருந்துஇது

எண்சுவையில்
இழிவென்றும், பழந்தமிழில்
இளிவரல் என்றும்
அருவருப் பென்றும்
அழைக்கப் படும்சுவையைப்
பரிமாறும் பணியெனக்கு

★

அருவருப்பும் ஒருசுவையா?
மனம்என்ற நாவுக்கு
அதுவும் ஒருசுவைதான்
அறுசுவையை விட
எண்சுவை உயர்ந்ததெனச்
சொல்வது இதனால்தான்

அருவருப் பில்லையென்றால்
இளங்கோ அடிகளென்னும்
இனிய கவிஞரே
பிறந்திருக்க மாட்டார்
சிலப்பதி காரம்என்ற
செய்யுளுக்கே இடமில்லை

அரசாளும் உரிமையுள்ள
அண்ணன்அங் கிருக்கவும்

இளையவராம் இளங்கோவே
இவ்வரசை ஆள்வரென்று

சோதிடன் ஒருவன்
சொன்னமொழி அருவருத்து
அப்போதே இளங்கோ
அரசியல் துறவு
பூண்டதனால் அன்றோ
முடிகெழு வேந்தர்
மூவர்க்கும் உரியகதை
பாடுகின்ற தகுதிபெற்றார்

மெல்லினக் கண்ணகியோ
வல்லினமாய் மாறிநின்றாள்
கல்லினத்துக் கற்பினால்

கோவலனோ
இட்டபெயர்க் கேற்றபடி
'இடை'யினமாய்ப் போய்விட்டான்

நீல விதானத்து
நித்திலப்பூம் பந்தர்க்கீழ்
மாலையிட்டுக் கைப்பிடித்த
மாதர்குல மாமணியை
மாசற்ற பொன்னென்றும்
வலம்புரி முத்தென்றும்
பேசாத வார்த்தையெலாம்
பேசிப் புகழ்ந்தவளை
தாலிகட்டிக் கொண்டுவந்த
தாரத்தைக் கலங்கவிட்டான்
வேலிகட்டி வைத்திருந்தும்
வெளிமேய்ச்சல் விரும்பினான்

வணிகன்மகன் வாழ்க்கையையும்
வணிகமாய்க் கருதிவிட்டான்
தராசில் இரண்டு
தட்டுவைத்துக் கட்டுதல்போல்
வாழ்க்கையிலும் இரண்டு
வஞ்சியரைக் கட்டினான்
ஒருதட்டில் பொருள்வைத்தான்
மறுதட்டில் இருள்வைத்தான்

மன்மதக் கணக்கில்
வந்தது களிவரவு
ஆனால்
வாழ்க்கைக் கணக்கில்
வந்ததுவோ இளிவரவு

பாடம் ஒன்றே
என்றறி யாது
பள்ளியறை மாற்றிய
பரிதாப மாணவன்
பரீட்சையிலே தோல்வியுற்றான்

மருந்தென்று கூறி
மதுவை அருந்துதல்போல்
கலையென்ற பேரில்
காமத்தை அனுபவித்தான்

குலமகள் கொலுவிருக்கும்
கோயிலை, இதயத்தைக்
கலைமகளின் நடனக்
கலையரங்கம் ஆக்கிவிட்டான்

மாதவிப்பூங் கொடிபோல்வாள்
மாதவி என்பாளோர்
மாதவிழ்த்த கலைவலையால்
மாதவிப்புக் கொண்டவள்மேல்
மாலை[6] அடைந்தான்பின்
மாலை[7] அடைந்தான்;அந்தி
மாலை அடையும்
மயக்கிற்கு மருந்தடைந்தான்
அகம் பாவம் செய்ய,மனை
யகம்மறந்தான்; செல்வனென்ற
அகம்பாவத் தால்தவறாய்
அகப்பொருளை அனுபவித்தான்

மடலாடும் கடல்துறையில்
மாதவியே என்னோடு
கடலாட வாஎன்றான்
கண்ணீரில் ஆடவிட்டான்

கானல் வரியென்னும்
கானத்தால் இன்பத்தைக்

கானல்நீர் ஆக்கினான்
கண்ணீர் வரிவளர்த்தான்

ஆடுகின்ற ஆட்டமெல்லாம்
ஆடி முடித்ததன்பின்
மேடையைக் கோணலென்றான்
விளையாட்டே வினையாச்சு

வண்டுகளை யெல்லாம்
வரவேற்றுத் தேன்கொடுக்கும்
மலர்க்குலத்தில் பிறந்த
மங்கையே ஆனாலும்
கொழுகொம்பு ஒன்றையே
கொழுநனெனப் பற்றிநின்று
அந்தக் கொழுகொம்பு
அடியோடு சாய்ந்தபோது
தானும் விழுந்து
தன்ஆவி போக்கிய
வஞ்சிக் கொடியவளை
வஞ்சக் கொடியவளென்று
ஏசினான் இழிவாகப்
பேசினான்; அறிவிழந்த
பித்தனைப்போல் ஆனான்
பிழைசெய்தான்; அவன்செயல்கள்
அத்தனையும் அருவருப்பே

களிவரவு வைத்துக்
கணக்கெழுதும் வணிகன்
இளிவரவை வரவுவைத்தான்
இழிவின்மேல் பற்றுவைத்தான்

பத்தரை மாற்றுப்
பசும்பொன் சிலம்பொன்று
பத்தரை[8] மாற்றும்
பசும்பொன்னாய் ஆனகதை
பொன்மாடக் கூடல்
பொற்கொல்லன் கதையன்றோ?

தேவி சிலம்பைத்
திருடிய கள்வனவன்
கோவலனைக் கள்வனெனக்

கொன்றான்; பின் மாமதுரைக்
காவலனைக் கொன்றான்
காவலன் துணையான
தேவியையும் கொன்றான்
திருவிழந்த கண்ணகியின்
ஆவியையும் போக்கினான்
அவலத்தால் உயிர்துறந்த
எல்லோரின் சாவுக்கும்
இவனே பொறுப்பானான்
அருவருப்பே பாத்திரமாய்
அமைந்தவன் இவன்என்பேன்

தேவி சிலம்பைத்
திருடிவைத் திருந்த
பாவியே கோவலன்மேல்
பழிசுமத்த,
கூடல் அரசன்
கோப்பெருந் தேவியின்
ஊடல் தணிக்க
ஒருவாய்ப்புக் கிடைத்ததென

எந்த விசாரணையும்
இல்லாமல்; அவையிலின்றி
அந்தப் புரத்தில்
அவசரத் தீர்ப்பளித்தான்

சற்றும் களங்கமற்ற
சந்திர வம்சமெனப்
பெற்ற பெயர்கெடுத்துப்
பெருங்களங்கம் அவனானான்

கொல்லன் உரைகேட்டுக்
கொல்லும் தொழில்புரிந்தான்
பொல்லாத அவன்தீர்ப்பே
அருவருப்பின் உச்சமென்பேன்
அல்[9]சுமந்த உள்ளத்தார்
அயலவர்[10] தமிழர்களின்
சொல்சுமந்த வீரத்தைச்
சுடுசொல்லால் பழித்துரைத்தார்
மல்சுமந்த தோளுடையான்
மாவீரன் குட்டுவனின்

வில்சுமந்த படைக்குமுன்
வீழ்ந்தார்; தலையிலே
கல்சுமந்து வந்தார்
கற்பின் திறமுணர்ந்தார்
தலைக்கனம்[11] ஏறியதும்
தலைக்கனம் இறங்கியது

தீத்திறந்து நாத்திறத்தார்
தீக்கனக விசயரெனும்
பாத்திரங்கள் அருவருப்பின்
படைப்பென்றே சொல்லலாம்

----

1. அலை; 2. திரைப்படம்; 3. அலை; 4. இளங்கோ அடிகள்; 5. ஸ்பரிசம்; 6. மயக்கம்; 7. கூனி கொண்டு வந்த மாலை; 8. சிலப்பதி காரப் பொற்கொல்லன்; 9. இருள்; 10. கனக விசயர், வடநாட்டு மன்னர்; 11. கல்

இறந்ததால் பிறந்தவன்

கோவை, 25.5.75.
தலைவர்: கம்பராமன்; பொதுத் தலைப்பு: 'கதை வளர்ச்சிக்கு நான் எப்படி உதவினேன்; என் தலைப்பு: பாண்டியன்.

கோவை

கோவையைப் போற்றுதும்
கோவையைப் போற்றுதும்
கோவை இதழ்ச்சுவைப்
பாவை அளித்தஇளங்
கோவையிங்கு கொண்டாட லால்

ம.பொ.சி

மீசையைப் போற்றுதும்
மீசையைப் போற்றுதும்
ஆசைத் தமிழ்த்தேன்
அதிலே நனைந்திந்த
மீசை நரைகொண்டதால்

கம்பராமன்

தலைவரைப் போற்றுதும்
தலைவரைப் போற்றுதும்
கலைவரை[1] கம்பனைக்
காதலிப்பி னும்இளங்கோப்
புலவரையும் போற்றவந்ததால்

கவிஞர்கள்

பாவலர் போற்றுதும்
பாவலர் போற்றுதும்
நாவலர்[2] கொண்டு
நறுங்கவிதை மாலைகள்
ஆவலராய் ஆக்கிவந்ததால்

அவை

அவையினைப் போற்றுதும்
அவையினைப் போற்றுதும்
எவையினும் மிக்க
இனிய தெனக்கவிச்
சுவையினைத் துய்க்கவந்ததால்

★

பாண்டிய நாட்டுப்
பாவலன்நான் என்பதனால்
பாண்டியனை இங்கே
பாடப் பணித்தாரோ?

பாவலன்நான் பாண்டிய
நாட்டான் என்பதனால்
கோவலர்கள் யாரும்
குலைநடுங்க வேண்டாம்

நானோ
பழுதுகோல் ஆகலாம்
செங்கோல் எனப்பயந்து
எழுதுகோல் ஏந்தி
இதயங் களைஆள்வோன்

ஒருவகையில்
நானுமொரு பஞ்சவன்தான்[3]
நல்லநூல் நூற்பதனால்

பாண்டியன் நான்எனக்குப்
பலவகையில் நன்றிசொல்ல
வேண்டியவர் நீங்கள்
விவரமாய்ச் சொல்லுகிறேன்

தொழுதுகோல் ஏந்திய
தொல்குலத்தில் எனதுமட்டும்
பழுதுகோல் ஆகாது
போயிருந்தால், இளங்கோ
எழுதுகோல் ஏந்தும்
அவசியமே இருக்காது

காவலன்நான் இல்லையென்றால்
கோவலன் கண்ணகியால்
குழந்தைகள்தான் பிறந்திருக்கும்
காவியமா பிறந்திருக்கும்?

என்குடை சாய்ந்ததால்
அல்லவா, கதைவண்டி
தன்குடை சாயாமல்
சரியாகச் சென்றது?

ஆடி மகிழ்வித்த
அழகிஅம் மாதவி
ஊடினாள் அதனாலே
ஊரிழந்தான் கோவலன்

ஆடுமக ளிர்அழகில்
ஆட்பட்டேன் எனமனைவி
ஊடினாள் அதனாலே
உயிரையே நான் இழந்தேன்

அந்தோ!
ஊடலால் எனது
கூடலே[4] கெட்டது

வேம்பணிந்தால் அம்மையின்
வெம்மை தணியும்

ஆனால்
வேம்ப[5]ணிந்த நானோ
கண்ணகி அம்மைக்குக்
கடுங்கோபம் விளைவித்தேன்

விதியின் சதுரங்க
விளையாட்டில் அரசன்நான்
கட்டம்விட்டுக் கட்டம்
தாண்டிவந்த காயைத்
தவறாக வெட்டினேன்
அரசன்நான் அதனாலே
அடிபட்டு வீழ்ந்துவிட்டேன்

கொற்கையோ முத்தெடுத்துக்
கொடுக்கும்ஊர்; நானும்
கொற்கையான் ஆகையினால்
முத்தெடுத்துக் கொடுத்தேன்
கோவலன் என்ற
கோலச் சிப்பிக்குள்
கண்ணகி என்ற
கற்புமுத்து இருந்தது
நான்
சிப்பியை உடைத்தேன்
முத்து வெளிப்பட்டது

செங்கோலைக் கொடுங்கோலாய்ச்
சிதைத்ததாய்க் குறைசொல்வீர்
செங்குருதி தோய்த்துமெய்யாய்ச்
செங்கோலைச் செய்தவன்நான்

கதையில் கொடியவன்நான்
ஆனால்
கதைக்கு நலம்செய்தோன்

கண்ணகியின் -
கழுத்துநூல் அறுந்த
கதைநடந் திராவிட்டால்
இளங்கோ
எழுத்துநூல் நூற்பதற்கு
ஏதேனும் வாய்ப்புண்டா?

நவரசக் காவிய
நற்சமையல் நடப்பதற்குஎன்
அழகு நகரையே
அடுப்பாக்கி எரியவைத்தேன்

வெந்தீ அடுப்பெரிய
விறகுவேண்டு மல்லவா?
என்னுடைய
செங்கோலை யேவிறகாய்ச்
செந்தீக்குக் கொடுத்துவிட்டேன்
அந்தத்தீ மேலும்
அதிகமாய் எரியஎன்
மூச்சுக்காற் றால்ஊதி
மூண்டெரிய வைத்தேன்நான்

நீதிபதி யாயிருந்தே
நீதியைக் கொன்றவன்நான்
நான்செய்த குற்றத்தை
நானறிந்த அக்கணமே
தனக்குத் தானே
தண்டனையை விதித்தேன்
அரசனையார் கொல்வார்?
அதனாலே
என்னுயிரை நானே
போக்கிக் கொண்டேன்
செத்துவிட்ட நீதியைஎன்
சீவன்தந்து உயிர்ப்பித்தேன்

என்கதையே அதிசயம்தான்
இறந்ததால் பிறந்தவன்நான்
நாட்டாட்சி இழந்தேன்
நான்செய்த காரியத்தால்
பாட்டாட்சி பெற்றுவிட்டேன்
பாரில் நிலைத்துவிட்டேன்.

---

1. கவிதைக் கலையில் மலைபோல் உயர்ந்தவன்; 2. நாஅலர் - நாவில் பூத்த மலர்; 3. பாண்டியன்; 4. கூடல் - மதுரை; புணர்ச்சி; 5. வேம்பு - பாண்டியர் அடையாள மாலை.

எண்ணிலா நீதிகள்

திருவள்ளுவர் கழகம், தென்காசி, 27-5-75.
தலைப்பு: எண்ணில் தோன்றும் எண்ணற்ற நீதிகள்; தலைமைக் கவிதை.

என்காசி என்றே
எம்தமிழர் தேடிவரும்
தென்காசி நகரே!
திருவள் ளுவர்க்கோர்

விழாயெடுக்கும் காரணத்தால்
விழாத புகழ்பெற்றாய்
அதனால்
தொழாத நாத்திகர்க்கும்
தூயதலம் ஆனாய்நீ

காசியாத் திரையோ,ஓர்
கடிமணச் சடங்கு;நான்
காசியாத் திரைவந்த
காரணம் மணக்கத்தான்

விளக்கமாய்ச் சொல்லி
விடுகின்றேன்; இல்லையென்றால்
வழக்குத் தொடுப்பாள்,என்
மனையரசி; மலர்தோற்கத்
தேமணக்கும் திருக்குறளால்
சிந்தை மணக்க,என்

நாமணக்க, ஆகமொத்தம்
நான்மணக்க வந்துள்ளேன்

நாவின்பால் முதலிலே
நாம்சுவைக் கின்ற மா,
தாவின்பால், பின்னர்
தாயைப்போல் நமைவளர்க்கும்
ஆவின்பால் பின்அமெரிக்
காவின்பால், இந்தமுப்பால்
தெரிந்த அளவுக்குத்
திருவள் ளுவர்நமக்குச்
சொரிந்தமுப் பாலின்
சுவையை அறிந்தோமா?

தாய்ப்பாலுக் கப்பால்
தனிப்பாலாய்த் தமிழ்ப்பாலாய்
வாய்ப்பால்நாம் பெற்றிருக்கும்
வள்ளுவப்பால் முப்பால்

பால்குடிக்கும் பருவமில்லை
என்றாலும் வள்ளுவர்முப்
பால்குடிக்க மறுப்பதில்லை
பழகிடினும் புளிப்பதில்லை

குட்டைக் குறட்கோலம்
கொண்டுவந்த திருமாலோ
நெட்டை வடிவெடுத்தே
நீளுலகம் அளந்துநின்றார்

வள்ளுவர் பெற்றசிறு
வடிவக் குறளோ
உள்ள வடிவிலேயே
உலகங்கள் அளந்தது

அக்குறளோ[1] மூவடியால்
அளந்தது; வள்ளுவரின்
இக்குறளோ உலகையெலாம்
ஈரடியால் அளந்தது

மாவலியை அடக்கியதம்
மால்குறள்; நமக்கெல்லாம்
மாவலியைத்[2] தந்ததுநம்
வள்ளுவரின் திருக்குறள்

ஒவ்வோர் துறைக்கும்
ஒவ்வோர் கடைதேடி
அங்கோடி இங்கோடி
அலையாமல், பல்பொருள்
அங்காடி வைத்தனைத்தும்
அளித்தவர் வள்ளுவனார்

பன்னூறு மதங்கள்
கத்திரித்த மனிதர்களைத்
தன்னூலால் தைத்த
தையல்கா ரர்குறளார்

மறையென்று சொல்லுவார்
வள்ளுவத்தை, நான்ஒப்பேன்
மறைகளை[3] யெல்லாம்
மறைத்தநூல் போலன்றி
மறைவான உண்மையெலாம்
மனிதர் அனைவருக்கும்
நிறைவாக வெளிப்படுத்தி
நின்றநூல் மறையாமோ?

தரங்குறையா வள்ளுவனார்
தந்ததொரு திருநூலோ
சுருங்க உரைத்ததாய்ச்
சொல்லுவார்; நான்இசையேன்
சுருங்கிக் கிடந்தமனம்
சுடரேந்தி விரிந்துவான்
நெருங்கிடச் செய்தநன்
நூலன்றோ வள்ளுவர்நூல்

எண்ணி எழுதினால்
இலக்கியங்கள் பலதோன்றும்
எண்ணில்[4] தோன்றும்
எண்ணற்ற நீதிகள்
எண்ணில் தோன்றுமோ
எண்ணற்ற நீதிகள்?
ஆம்
எண்ணில் தோன்றும்
எண்ணற்ற நீதிகள்

எண்ணும் எழுத்துமிங்கு
இகண்என் றிருந்துமொரு
கண்மூடி யிருந்த
கவிஞர்களை இவ்வுலகம்
ஒற்றைக்கண் ணர்என்றே
உரைக்குமென் றஞ்சியின்று

மற்றைக்கண் எண்ணையும்
வழங்கிக் கழகத்தார்
கண்ணப்பர் ஆகிவிட்டார்
கனிவுக்கு நன்றிசொல்வோம்

---

1. வாமனன்; 2. பெரிய வலிமை; 3. ரகசியம்; 4. எண்ணினால்.

புரட்சித் துறவி

காரைக்குடி, இளங்கோ விழா; 16.5.76.
தலைமைக் கவிதை: தலைப்பு: பாத்திரங்கள் பேசுகின்றன.

நீரைக் குடித்து
நிழல்குடித்துச் சூரியன்
காரைக் குடிக்கும்
கடுங்கோடைக் காலத்தில்
காரைக் குடியில்
கவியிளங் கோவுக்குச்
சீரைக் கொடுக்கும்
சிறந்தவிழாக் காண்பவரே!

★

மூவாட்சி மாய்ந்தாலும்
முடியாட்சி சாய்ந்தாலும்
கோவாட்சி நம்மிளங்
கோவாட்சி மறையாது
பாவாட்சி தமிழில்அந்தப்
பாவலன் செய்ததனால்

பேரில் இளங்கோ
பெருமையிலோ பெருங்கோ
பாரில் மறைந்தபின்னும்
ஆண்டுவரும் கவிக்கோ

தலைப்பதி காரம்
தலைவர்சிலர் கொண்டிருந்தார்
கலைப்பதி காரம் சிலர்
கையில் இருந்ததுண்டு
பலப்பல அதிகாரம்
பதவியினால் பெறினும்அந்தக்
கலப்பதி காரங்கள்
காலத்தால் மறைந்துவிடும்
சிலப்பதி காரம்போல்
சிதையாத அதிகாரம்
யார்பெற்றார் இளங்கோபோல்?

இல்லெடுத்த பத்தினிக்கோர்
ஏற்றம்தரும் ஆசையினால்

வில்லெடுத்த பரம்பரையில்
விளைந்துவந்த இருவரிலே
கல்லெடுத்தான் அண்ணன்[1]
சொல்லெடுத்தான் தம்பி

தலைசுமந்து வந்தகல்லின்
தடமின்று தெரியவில்லை
கலைசுமந்த சொல்லோ,ஆ!
காலம்வென்று நிற்கிறது.

'பதவியிலே அமரப்
பலநாளாய் ஆசை
உதவுமா கிரகங்கள்
உரைப்பீர்'எனக்கெனப்

பொய்நீட்டிப் பிழைக்கின்ற
புரட்டுச்சோ திடரிடத்தில்
கைநீட்டும் அரசியல்
காரரைநாம் கண்டதுண்டு

'அண்ணன் இருக்கவும்
அரசாளும் வாய்ப்புனக்கே
திண்ணமிது; சோதிடம்
செப்புகின்ற உண்மையிது'

என்றோர் சோதிடன்
எடுத்துரைத்த போதுடனே
நன்றோ? முறையின்றி
நானரசன் ஆவதென
அக்கணமே துறவியாய்
ஆனவர்தாம் நம்இளங்கோ
அக்காலத் திலேயே
ஆள்மயக்கும் சோதிடத்தைப்
பொய்யாக்கிக் காட்டிய
புரட்சித் துறவிஅவர்
மெய்யாக அரசியல்
துறவுபூண்ட மேன்மையினார்

துறவின்றால் நன்றியையும்
துறந்தவர்போல் சிலர்நடப்பார்
பிறவி கொடுத்ததோர்
பெண்ணென் பதைமறந்து

தாய்க்குலத்தை, அன்பே
தசையுருவ மானவரைப்
பேய்க்குலமென் றேசுவார்
பேயரெனத் தாம்நடப்பார்

இன்னும் சிலர்
மா துறவில் ஈடுபட்டேன்
என்பார், மறைவிலே
மாதுறவில்[2] ஈடுபட்டே
மன்மதக் குருஆவார்

இளங்கோவோ
பெண்மையைத் தெய்வமெனப்
பெருமைசெய்த தனித்துறவி

சிலம்பு,மணி மேகலை,
சிந்தா மணி,அழகின்
நலம்புனைந்த வளையோடு
நல்லகுண் டலம்என்றே

ஐம்பெரும் புலவர்கள்
ஐம்பெரும் அணிசெய்து
தம்பெரும் அன்னை
தமிழுக்கு அணிவித்தார்

மேலணிகள் பலஇருக்க
மேதை இளங்கோவோ
காலணியைச் செய்தளித்தார்
கன்னித் தமிழுக்கு

அடிகள்அவர் ஆகையினால்
அன்னைத் தமிழின்
அடிகளை நினைந்தே
அணிசெய் தளித்தாரோ?

நீண்டபெருங் காவியம்
நெய்வோர்தம் நாயகனாய்
ஆண்டவனை அல்லது
ஆள்பவனை ஆக்குவார்
இளங்கோவோ
வீட்டுத் தலைவியைத்தம்
மேலான காவிய

ஏட்டுத் தலைவியாய்
ஏற்றமுறச் செய்தகவி

அமைந்தமூ வினஎழுத்தை
அழகாக ஒன்றாக்கித்
‘தமிழ்’என்று தம்மொழிக்குத்
தமிழினத்தார் பெயரிட்டார்

முந்நாடாய்ப் பிரிந்துபோய்
மோதிக்கொண் டிருந்ததை
தம்நாளில் கண்டு
தனித்துயரம் கொண்ட
இளங்கோமுன் றாய்க்கிழிந்து
இருந்த தமிழகத்தைக்
களங்கம் அகலத்தம்
கைநூலால் தைத்துவிட்டார்

ஆண்பெண் என்னும்
மன்மதப் பிரிவோ
விலக்க முயன்றாலும்
விலகாமல் ஒட்டும்
உலக மனிதரை
ஒன்று படுத்தவந்த
பன்மதப் பிரிவோ
ஒட்ட வைத்தாலும்
ஒட்டாமல் சண்டையிடும்

மன்மதப் பிரிவோஓர்
மன்மதனின் வில்லால்
ஒன்றாகும் என்றே
உரைப்பார்; பிளவுபட்டுப்
பன்மதப் பிரிவால்
பாழான தமிழர்களின்
வேற்றுமையை ஒழித்ததும்ஓர்
விற்[3] குலத்தில் பிறந்தவர்தாம்

ஈர இதயத்து
இளங்கோ அடிகள்
சேரர் என்பதால்
சேர்த்துவைத்தார் தமிழர்களை

நவரசம் மட்டுமே
கவிரசம் என்றே
வகுத்த இலக்கண
மரபினை மாற்றிச்
சமரசம் என்பதோர்
அதிரசம் சேர்த்துப்
புதுமை புரிந்த
புலவர் இளங்கோ

கண்ணகி

காவிய நாயகி
கண்ணகி யோதன்
காலணி யால்ஓர்
அரசையே கவிழ்த்திய
புரட்சித் தலைவி
புகழுடைக் கற்பினாள்

கண்ணீரால் எழுதிய
கண்ணகியின் கதையோ
தமிழகத்தின் மூன்று
தலைநக ரங்களின்
தலைவிதி தனையே
மாற்றி அமைத்தது

தனிப்புகழ் சோழரின்
தலைநக ரம்புகார்
புகாருக் கப்பெயர்
புகுந்த காரணம்
வளம்நி றைந்தஅந்
நகரில் வாழ்வோர்
வறுமையால் வேற்றூர்
புகார்என் பதனால்

கோவல னோஅவன்
குலச்செல்வ மெல்லாம்
மாதவிக் களித்து
வறுமை அடைந்ததால்
பொருள்தேட வேற்றூர்
புகுந்து மடிகிறான்

'கூடல்' எனப்பெயர்
கொண்ட மதுரையோ
கூடி வந்த
கோவலன் கண்ணகியை
பிரித்துக் குலைத்துப்
பெயர்கெடுத்துக் கொண்டது

'வஞ்சி'யோ அந்த
வஞ்சியாம் கண்ணகியை
வஞ்சி யாது
வழிபட் டுயர்ந்தது

மாதவி

பொதுவுடைமைப் பூங்காவில்
பூத்தாலும், ஒருவனுக்கே
மதுவுடைமை யெலாம்கொடுத்து
வாடி உதிர்ந்தமலர்

கற்பைக் காத்ததால்
கண்ணகி புகழ்பெற்றாள்
கற்பை உடைத்ததால்
மாதவி புகழ்பெற்றாள்

கற்பிப் பதுதான்
கற்பு; மாதவி
குலம்அவ ளுக்குக்
கற்பித்த கற்போ
பொன்னைக் கொடுப்போர்க்குத்
தன்னைக் கொடுப்பது
மாதவி யோதன்
குலம்கற் பித்த
கற்பை உடைத்துக்
கலகம் செய்தவள்

மாதரி

இடைக்குல மங்கை
இனிய மாதரி
அடைக்கலம் காக்கும்
அறத்துக்கோர் மாதிரி
அவளோ

அக்கா லத்துப்
பால்காரி; தன்பாலில்
கண்ணகியின் கண்ணீர்
கலந்துவிட்ட காரணத்தால்
உயிரையே விட்டுவிட்ட
உத்தம மங்கை

----

1. சேரன் செங்குட்டுவன்; 2. மாது உறவில்; 3. வில்-சேரர் குலத்துக் கொடிச் சின்னம்.

வண்ணங்களில் சில எண்ணங்கள்

விழுப்புரம், 29-8-76.

தலைமைக் கவிதை; விழுப்புரம் ரயில்வே தொழிலாளர் நடத்திய கவியரங்கம்.

விழிப்புரத்தில் குடியேறும்
விதவிதமாம் நிறங்களுக்கு
விழுப்புரத்தில் கவியரங்கம்!

விநாயகனைக் கொண்டாடும்
வேளையிலே[1] நிறங்களுக்கு
வேலையென்ன என்பீரேல்
ஆளை மயக்குகின்ற
அத்தனை நிறங்களிலும்
வடிவம் அவனுக்கு
வடிப்பதுண்டு பக்தர்கள்

'மஞ்ச'ளிலும் அவன்ஓர்
வடிவெடுத்து வருவதுண்டு
'செம்'பொன் உருக்கில்அவன்
சியாகி அமர்வதுண்டு
'வெள்'ளரிசி மாவில்அவன்
விருப்போடு நிற்பதுண்டு
'கறுப்பு'க் களிமண்ணில்
களிப்போடு இருப்பதுண்டு
அறுகம்புல் 'பச்சை'யிலும்
அவன்காட்சி தருவதுண்டு

நீலவண்ணம் அவனுடைய
நிசவண்ணம் என்பதுதான்
கோலவண்ணப் புராணங்கள்
கூறுகின்ற உருவகமாம்

வருணபே தங்கள்
மறைகின்ற நேரத்தில்[2]
வருணங்க ளைக்கவியில்
வருணிக்க வந்துள்ளோம்

அந்த வருணங்கள்
அகஇருட்டில் முகம்காட்டும்
இந்த வருணங்கள்
இருளிலே முகம்மறைக்கும்

அந்த வருணங்கள்
அகிலத்திற் கலங்கோலம்
இந்த வருணங்கள்
எதற்கும் அலங்காரம்

வண்ணங்கள்
ஒளியின் அவதாரம்
உலகத்தின் அரிதாரம்
ஓவியத்தின் ஆதாரம்

இமைத்திரைக்குள் வசிக்கின்ற
எழிற்'பாவை'[3] தனைக்கவர
இயற்கை புனைகின்ற
வசிய அலங்காரம்

வானத்துச் சூரியன்தான்
வண்ணங் களின்தந்தை
அதனால்தான்
அந்தி மயானத்தில்
அவன் சிதையின் அருகே
அத்தனை நிறங்களின்
அனுதாபக் கூட்டம்!

வண்ணங் களில்சில
எண்ணங்கள் என்ன?
வண்ணங் களேசில
எண்ணங்கள் தாம்என்பேன்

வானம் வரைகின்ற
வர்ணவில், பூமியாம்
காதலிக்கு எழுதுகின்ற
காதல் கடிதம்தான்
அந்த
மடலுக்கே வெட்கம்வர
தலைகுனிந்து நிற்கிறது

கண்கவரும் பூக்களெலாம்
காதல் எழுத்துக்கள்
வண்டுக ளோஅவற்றை
வாசிக்கும் காதலர்கள்
ஆடவரின்
கண்வண்டு தனக்குமிந்தக்
கலைதெரியும் என்பதால்தான்
வண்ண மலர்களை
வஞ்சியர்கள் தாம்தொடுத்துக்
கார்கூந்த லின்மேல்
காணும்படி வைக்கின்றார்

விரிகின்ற மாமயிலின்
விசிறித் தோகையோ
வருகின்ற மாமழைக்கு
வரவேற்புப் பத்திரம்

பள்ளியி லேகறுப்புப்
பலகையிலே கையால்
வெள்ளை எழுத்தெழுதும்
பிள்ளைப் பருவமுதல்
வெள்ளெழுத்துக் காலம்வரை
வண்ணத்தில் தோய்கின்ற
வாழ்க்கைதான் மனிதனுக்கு

வேடிக்கை யானவன்தான்
மனிதன்! முரண்பாடே
வாடிக்கை அவனுக்கு
வண்ணத்தின் அர்த்தங்கள்
வெவ்வேறு நேரத்தில்
வெவ்வேறு அவனுக்கு

சுதைவீடு பழசானால்
சுண்ணாம்பு கொண்டுவந்து
வெள்ளை அடித்துத்தன்
வீட்டைப் புதுப்பிப்பான்
சதைவீடு பழசாகும்
தருணத்தில் தலைநரைத்தால்
வெள்ளையின்மேல் கறுப்புநிறம்
விரும்பி அடிக்கின்றான்

கறுப்பென்றால் துக்கத்தைக்
காட்டும்என்பான்; கன்னியரின்
கறுப்பு விழிகண்டால்
களிப்பென்றே ஆடுவான்

சிவப்புநிறம் ஆபத்தின்
சின்னமென்பான்; பெண்கன்னம்
சிவந்து தலைகுனிந்தால்
விருப்பத்தின் குறியென்பான்

மஞ்சள் நிறமென்றால்
மங்கல நிறமென்பான்
மஞ்சள்கா மாலைவந்தால்
மங்கலநோய் என்பதில்லை

மணப்பத் திரிகைக்கு
மஞ்சள் தடவுவான்; அம்
மணச்செய்தி அச்சடித்தால்
மஞ்சள்பத் திரிகையென்பான்

பசும்புல்லைப் பூமியின்
பச்சை உடையென்பான்
உடையவிழ்க்கும் வருணனையைப்
பச்சை எழுத்தென்பான்

கருநீலம் காக்கும்
கடவுளின் நிறமென்பான்
உடல்நீலம் பாய்ந்துவிட்டால்
உயிர்நீங்கும் குறியென்பான்

அரசியல் வாதிகள்
அடிக்கடி ஏற்றிவைக்கும்
கொடிகளிலே வண்ணமுண்டு

குறிப்பிட்ட வண்ணம்
இந்தப் பொருள்கொடுக்கும்
என் றுரைப்பார்;காலத்தால்
அந்த நிறங்கள்
அப்படியே இருப்பதில்லை

சாயம் மறைந்துவிடும்
சட்டென்று பச்சோந்தி
தோயும் நிறம்போலத்
தோய்வார்கள் வேறுநிறம்

எந்தப் புரட்சி
எங்கே நடந்தாலும்
அந்தப் புரட்சிக்கு
அமைக்கின்ற பெயர்களெல்லாம்
வண்ணங்க ளால்,அன்றோ
வைக்கின்றார்; உலகத்தில்
செல்வம் பொதுவாக்கச்
சிவப்புப் புரட்சியென்பார்
பயிரின் வளம்பெருகப்
பசுமைப் புரட்சியென்பார்
வீடெல்லாம் பால்பெருக
வெள்ளைப் புரட்சியென்பார்

வண்ணங்கள் இல்லையென்றால்
வாழ்க்கையிலே அழகில்லை
எண்ணங்கள் இல்லை
எதுவுமே இங்கில்லை.

---
1. கவியரங்கம் நிகழ்ந்தது விநாயக சதுர்த்தி அன்று; 2. மாலை நேரம்;
3. கண்பாவை, பெண்.

மனச் சலவை

ஆர்க்காடு, 1976.
பொதுத் தலைப்பு: திருவள்ளுவர் இன்று திரும்பி வந்தால்...; என்
தலைப்பு: ஆசான்.

கொத்தமங்கலம் சுப்பு

உள்ளத்தைப் போல
உடையிலும் வெண்மை

வெள்ளிமுடி தரித்ததுபோல்
தலைமுடியும் வெண்மை
ஆனாலும்
கறுப்புக் கறையுண்டு
கவிஞரிடம்; தோள்மீது
விருப்போடு போட்டிருக்கும்
வெண்மைநிறத் துண்டிலே!

கொத்த மங்கலம் சுப்பு-கவிச்
சத்துச் சமையலில் உப்பு
தித்திக்கும் நாட்டுப்
புறக்கவிதை புனைவதிலே
இவருக்கு இவரேதான் ஒப்பு

★

பாலாறு வறண்டதனால்
பாவலராம் வள்ளுவர்முப்
பாலாறு பாயவைத்த
பண்புடையீர்! என்வணக்கம்

அகரத்தில் பாடத்தை
ஆரம்பம் செய்துபின்
னகரத்தில் முதுகலையின்
சிகரத்தைத் தொடுகின்ற
பேராசான் பெருமையெலாம்
பேருக்கு ஆசான்நான்
பேராசை யால்இங்கே
பேசவந்தேன்; மன்னிப்பீர்

★

விரும்பி வருவோரை
மேலேற்றித் தான்மட்டும்
இருந்த இடத்தில்
இருக்கின்ற ஏணியாய்,

யாரேற வந்தாலும்
அவரைக் கரையேற்றி
நீரிலேயே காலமெலாம்
நிற்கின்ற தோணியாய்,

நீல இருட்டு
நேரத்தில் ஏற்றிவைத்தால்
கூலிவாங் காமல்ஒளி
கொடுக்கின்ற திருவிளக்காய்,

பிணியாற்றும் அருமருந்தாய்ப்
பேணுகின்ற தாயாய்ப்
பணியாற்றி வந்தஅந்தப்
பழங்கால ஆசான்கள்

பிழைகளைத் திருத்தவந்த
பெரியோர்கள்; நாமோ
பிழைப்புக்குப் போதிக்கும்
பெருங்குற்ற வாளிகள்

வாழ்க்கையையே போதிக்கும்
வள்ளுவனார் எங்கே? நம்
வாழ்க்கைக்கே போதிக்க
வந்தவர்கள் நாமெங்கே?

சுற்றி வளைக்காத
சுருக்கவுரை யாளர்அவர்
வெற்றுச்சொல் அடுக்குகின்ற
விரிவுரை யாளர்நாம்

தோட்டத்தை வளமாக்கும்
தூயவிதை அவர்கொடுக்க
ஏட்டுச் சுரைக்காய்கள்
எடுத்துக் கொடுப்பவர்நாம்

பள்ளிவாசல் போன்றதவர்
பள்ளி; உறங்குகின்ற
பள்ளியறை போன்றதுநம்
பள்ளி; அதுதான்மெய்

ஒருகுலத்தை மட்டும்
உயரத்தில் ஏற்றுகின்ற
குருகுலத்துக் கல்வியா
குறட்கல்வி? மனிதரெலாம்

ஒருகுலம்; கல்விபெறும்
உரிமை அனைவருக்கும்

சரிசமமாய் உண்டென்றே
சாற்றுவது குறட்கல்வி

ஒருபாடம் போதிக்க
ஓராசன்; இதுதான்இன்று
இருக்கின்ற நடைமுறை
இணையில்லாத் திருக்குறளும்

ஓரா சிரியர்
பள்ளிதான்; ஆனாலும்
பேரா சிரியர்பலர்
பேச்சாலே போதிக்கும்

பலபாடம் தொகுத்தளிக்கும்
பல்கலைக் கழகம்
கலையியலும் அறிவியலும்
கலந்தூட்டும் கல்லூரி

பொருளியலா? அரசியலா?
பொதுச்சட்டக் கலையியலா?
அருளியலா? வாழ்க்கை
அறிவியலா? மருந்தியலா?

வினையியலில் உயர்வுடைய
வேளாண்மைத் துறையியலா?
மனையியலா? எல்லாம்
மகத்தான குறளிலுண்டு

எல்லாக் கலையும்
இதன்பால் உள; இதன்பால்
இல்லாத எக்கலையும்
இல்லை இதுவுண்மை

எல்லாம் இருந்தென்ன?
யாரிதனால் பயன்பெற்றார்?
இல்லாத மருந்தில்லை
எத்தனைபேர் குணம்பெற்றார்

பாடசா லைகளிலே
பலகாலம் பலகாலம்
பாடமாய்ப் படித்தாரே
பாடம் படித்தாரா?

சிலைகள் திறந்தாரே
திருக்குறளைத் திறந்தாரா?
பலமன்றம் வைத்தாரே
பள்ளியாய் வைத்தாரா?

மேடைபோட்டுப் பேசினார்
மேலே உயரவில்லை
ஓடையாய்க் குறள்இருந்தும்
ஒருவருமே குளிக்கவில்லை

வள்ளுவம் வாழ்க்கைக்கோர்
வழிகாட்டி மரம்;அதனை
உள்ளத்தில் கொள்ளாமல்
மரத்தையே கும்பிட்டார்

வள்ளுவர்இன் றாசானாய்
வரநினைத்தால், ஆரம்பப்
பள்ளியில் கூடப்
பதவி கிடைக்காது

பட்டங்கள் வேண்டும்
பரிந்துரைகள் சிலவேண்டும்
கொட்டுங்கள் என்பார்
கொட்டப் பணம்வேண்டும்

இத்தனையும் வள்ளுவனார்
இடம்ஏது? ஒருவேளை
அத்தனையும் தாண்டி
அவர்பதவி பெற்றாலும்

ஆசிரியர் பணிசெய்ய
அவராலே முடியாது
பூசலிடும் ஐந்து
புலன்களையும் அடக்கலாம்

மாணவர்கள் செய்யும்
வகுப்புக் கலவரத்தை,
ஆணவத்தை, அவராலே
அடக்க முடியுமோ?

வாழ்க்கைக்கு வேண்டியதை
வகுத்தளித்த மேதைக்குத்

தேர்வுக்கு வேண்டியதைத்
தெரிந்துரைக்கும் திறமுண்டா?

கசடறக் கற்களன்றால்
கசடுகளை யேகற்பார்
அசடுகளாய்த் திரிவார்
ஆயிரம் குறும்புசெய்வார்

செல்விகளின் பின்னாலே
செல்வதற்கே இளமையென்பார்
கல்விக்குப் பள்ளியென்றால்
கலவிக்கே பள்ளியென்பார்

பருவத்தேர் வென்றால்
பருவத்தில் அழகான
உருவத்தைத் தேர்ந்தெடுக்கும்
உத்திதான் என்பார்

பாடம்பார் என்றால்
படங்களையே பார்த்திடுவார்
கோடம்பாக் கத்தவரே
கும்பிடும் தெய்வமென்பார்

பாதை தவறிப்
பயணம்செய் வார்;கெட்ட
போதைப் பொருளுண்டு
புத்திகெட் டேஅலைவார்

தனக்குவமை இல்லாதான்
தாள்சேர்ந்தார்க் கல்லால்
மனக்கவலை மாற்றல்
அரிதென்றால் அவரோ

தேர்வு வினாத்தாள்
தேர்வுக்கு முன்னாலே
பார்வைக்குக் கிடைத்தால்
பாக்கியம்என் பார்;அதுதான்

தனக்குவமை இல்லாத
தாளென்பார்; அதுவன்றோ
மனக்கவலை மாற்றும்
மருந்தென்பார்; தேர்வறையில்

பக்கத்துப் பையனிடம்
பைய விடைகேட்பார்
தக்கதில்லை இந்நடத்தை
தவறென்று கண்டித்தால்

‘கற்றில னாயினும்
கேட்க’[1] எனச் சொன்னவர்நீர்
மற்றதைப்பின் பற்றினேன்
வைதல்முறை யோஎன்பார்?

பெண்ணைக்கண் ணால்உண்பார்
பிழையலவா இதுஎன்றால்
‘கண்ணிற் கணிகலம்
கண்ணோட்டம்’ என்பார்

பெற்றிடும் பேறுகளில்
கல்விபெரும் பேறென்றால்
‘கற்றதனால் ஆய
பயனென்கொல்’ என்றிடுவார்

கண்டித்தால் திருந்தார்
கடிந்துரைத்தால் கோபிப்பார்
தண்டித்தால் உடனே
தண்ணீர் கொதிப்பதுபோல்
வேலை நிறுத்தம் என்பார்
வெறிமுழக்கம் செய்திடுவார்
சாலையிலே ஊர்வலங்கள்
சாகசமாய் நடத்திடுவார்.

இந்நிலையில் வள்ளுவனார்
எப்படிப் பணிசெய்வார்
வெந்தமனத் தோடுதம்
வலையை விட்டிடுவார்

ஆசானுக் காசானாய்
ஆயிரம் ஆண்டுகள்
மாசகற்றச் சொன்னாரே
மனச்சலவை செய்தோமா?

இன்றவர் ஆசானாய்
இங்குவந்து போதித்தால்

என்னபயன்? நாமென்ன
ஏற்கவா போகின்றோம்?
----
1. குறள்

புரட்சிப் பிரளயம்

சென்னை வானொலி, 14.1.78.
பொதுத் தலைப்பு: 'வாழிய அன்னை'; என் தலைப்பு: சீரிய முயற்சிகள் சிறந்துமிக்கோங்குக

வாழிய அன்னையென
வாழ்த்துகின்ற தோழனே!
வாழ்த்துவதால் அன்னை
வாழ்ந்துவிடப் போவதில்லை
வார்த்தைகளால் அவளுக்கு
வாழ்க்கை கிடைக்காது
வேர்வையால் கிடைக்கும்அந்த
வேலையைச் செய்வோம்,வா!

அடிமை விலங்குகள்
அகன்றதால் மட்டுமவள்
எழுந்து நடமாட
இயலாது! ஏனென்றால்
நாமே தயாரித்த
நாலா யிரம்விலங்கு
அன்னை அவளுடைய
அடிகளிலும் கைகளிலும்

சுதந்திரம் என்பதே
சொர்க்கமென்று நினைப்பவனே!
உனக்கொன்று சொல்லுகிறேன்

உற்றுக்கேள்! சுதந்திரம்
தாலிகட்டும் சடங்குதான்
சாந்தி முகூர்த்தமல்ல

'நாளை'யை உலகம்
நடவுசெய்யும் நேரத்தில்
நேற்றென்னும் குப்பையிலே
நீஇன்னும் புரளுகின்றாய்

எழுந்து நடந்தவர்கள்
இலட்சியத்தை அடைந்துவிட்டார்
பாதையி லேயேநீ
படுக்கை விரித்துவிட்டாய்

பூபாள ராகங்கள்
பொங்குகின்ற பொழுதில்நீ
நீலாம் பரிகளை
நெய்துகொண் டிருக்கின்றாய்

உடுக்களோடு உலகம்
உரையாடிக் கொண்டிருக்க
மின்மினிக ளோடுநீ
விளையாடித் திரிகின்றாய்

கைரே கையைநம்பிக்
கனவுகளில் வாழ்பவனே!
கைகளையே நம்பியவர்
காலத்தை வெல்வதைப்பார்

மதியையே மிதித்தொருவன்
மண்ணள்ளி வந்துவிட்டான்
மதியிலே இன்னும்நீ
மண்நிரப்பி வைத்துள்ளாய்

பாலைகளில் கூடஇன்று
பாரிஜாத வசந்தங்கள்
காகிதப் பூக்களைநீ
காதலித் தலைகின்றாய்

இங்கோர் இராம
இராச்சியத்தைத் தன்நாளில்
உண்டாக்க நினைத்தவனைக்
குண்டாலே கொன்றுவிட்டாய்
அந்தக்
கனிவுமக னோடுஅவன்
கனவையுமா கொன்றுவிட்டாய்?

ஆலைகளே இந்நாட்டின்
ஆலயங்கள் என்றானே
நேரு எனும்மனித
மேரு; அவனுடைய

நவமதத் திற்குமா
நாத்திகன் ஆகிவிட்டாய்

இன்னும்நம் நாட்டின்
ஏழைச் சகோதரிகள்
அரைநிர் வாணமாய்
அலைவதைப் பார்த்தால்,நம்
தேசியக் கொடிகள்
தேம்பிஅழ மாட்டாவோ?

'அம்மா பசிக்கு'தென்ற
அபசுரங்கள் பெருகுகையில்
'ஜனகண மன'என்னும்
ஜனகானம் குலையாதா?

ஐந்தாண்டுத் திட்டமென்றார்
அருகிலே சொர்க்கமென்றார்
காகிதப் பாலைகளின்
கானல்நீ ரைநம்பி
எம்மிதய மான்களின்னும்
எத்தனைநாள் ஓடுவது?

எங்கள் இதயத்தின்
இனிய கனவுகள்,
தூக்குக் கயிறாகச்
சுற்றிச் சுருக்குகின்ற

சிவப்புநா டாக்களால்
செத்துக்கொண் டிருப்பது
இன்னுமிங்கே எத்தனைநாள்?

இன்னும்
நந்தனார் களைமறிக்கும்
நந்திகள் விலகவில்லை
அவர்
நெருப்புக் குளியல்
நிகழ்ச்சிகளும் நிற்கவில்லை

கிணற்றில்தான் சாந்தி
கிடைக்குமென்று நினைக்கின்ற
நல்லதங் காள்கதைகள்
நாட்டிலின்னும் ஓயவில்லை

இராமன் உருவில்
இராவணர்கள் மறைந்துவந்து
சீதைகளை அபகரிக்கும்
செயல்கள் மறையவில்லை

பணக்காரர் தங்கள்
படையிலே வகுக்கும்
வியூகத்தில் சிக்கி
வீழும் அபிமன்யுக்
கூட்டத்திற் கின்றும்
குறைவில்லை

தூதாகச் செல்லத்
தொகையில்லாக் காரணத்தால்
தனித்திருந்தே மூப்படையும்
தமயந்திக் கூட்டம்பார்

ஒருசாண் வயிற்றில்
உபத்திரவம் தாளாமல்
எட்டுச்சாண் விற்கும்
இக்கலக் கண்ணகிகள்
அல்லங் காடிகளில்
அல்லாடும் கொடுமையைப்பார்

பாற்கடலைக் கடைந்தவர்க்குப்
பரிமாறு வதுநஞ்சு
விலைக்குவாங்க முடிந்தவர்க்கு
விற்பனையா வதுஅமுதம்

சாம்பல் போர்த்த
தணலைப்போல், இன்னும்
சோம்பலெனும் போர்வைக்குள்
தூங்கும்இளந் தலைமுறையே!
விழித்தெழு! தூக்கத்தை
வீசியெறி; உன்னுடைய
எழுச்சியில்தான் இந்நாட்டின்
எழுச்சி இருக்கிறது

களவெற்றி காணுகின்ற
காண்டீப வில்லைத்
தலைக்குவைத்துத் தூங்குகின்ற
தற்கால அர்ச்சுனனே!

துயிலெழுக! போரைத்
தொடங்குகின்ற தருணமிது
உனக்கொரு புதுக்கீதை
உபதேசம் செய்கின்றேன்
எதிரிலே நிற்பவர்தாம்
எதிரியென்று எண்ணாதே
பாதகத்தைச் செய்தால்
பாண்டவரும் பகைவர்தாம்

கலியுகத்துப் பரதனே!
கண்திறந்து பார்ப்பாய்
கண்டகண்ட செருப்பையெல்லாம்
காகுத்தன் பாதுகையாய்
இந்நாட்டு அரியணையில்
எத்தனைநாள் ஏற்றிவைப்பாய்?

மரண இருட்டில்
மறைந்து தொலைந்துவிட்ட
நட்சத் திரங்களையே
நம்புவதால் பயனில்லை
தொட்டில்களில் பார்!பல
சூரியர்கள் இருக்கலாம்

கோலத்தில் விழுந்துவிட்ட
கோணலான கோடுகளை
நேராக்கும் வேலையில்உன்
நேரத்தைப் போக்காதே!
பழங்கோட்டை அழித்துவிட்டுப்
புதுக்கோலம் போடுநீ

இடியைப்போல் முழங்கு
எரிமலைபோல் பேசு!உன்
அக்கினி வார்த்தைகளால்
அநியாயம் பொசுங்கட்டும்

மதம்பிடித் தலைபவரை
மனிதனாய் மதம்மாற்று
நடமாடும் கோயில்களே
நாயகன் விரும்புவது
மக்களின் தொண்டே

மகேசனின் பூசைஎன்று
புரியும் படிஅவர்க்குப்
போதனைசெய்; சாதியால்
தான்உயர்வு என்பவனைத்
தாழ்ந்தவனென் றொதுக்கிவை

'போதுமென்ற மனமே
பொன்செய்யும் மருந்'தென்று
விதைகளுக்குப் போதிக்கும்
விவஸ்தைகெட்ட சருகுகளைச்
சூறா வளியாகிச்
சுழற்றியெறி; சத்தியத்தின்

கழுமரங்கள் ஆகிவிட்ட
கட்சிக் கொடிமரத்தைக்
களைகளெனப் பிடுங்கியெறி
கழனிகளைச் சுத்தம்செய்

கடமையின்றி உரிமையில்லை
கண்டிப்பாய்ச் சொல்லிவிடு
வியர்வையே உரிமைகளின்
விலையென்று கூறிவிடு

திருமகளைக் கலைமகளின்
சேவகியாய்ப் பணிஅமர்த்து

எடைக்கற் களுக்கெல்லாம்
இரக்கத்தைக் கற்றுத்தா

எழுதுகோல் களிலெல்லாம்
இதயத்தைப் பொருத்திவை

சிம்மா சனம்; உயர்ந்தோர்
சிலருக்கே அல்ல; அதை
அம்மா சன[1]த்திற்கே
ஆசனமாய்ச் சாசனம் செய்

'கொடுக்கிற தெய்வம்
கூரையைப் பிய்த்துக்
கொடுக்குமென்று நம்பிக்
குப்புறக் கிடப்பவனைக்
குட்டி எழுப்பு

இப்படித் தெய்வம்
யாருக்கும் கொடுத்ததில்லை

'தெய்வத்தால் ஆகா
தெனினும் முயற்சி,தன்
மெய்வருத்தக் கூலி
தரும் என்ற பகுத்தறிவுத்
தத்துவத்தைப் புரியவை

நடமாடும் கிரகங்கள்
நம்விதியை எழுதவில்லை
கிரகங் களின்விதியை
நாம் எழுதும் காலமிது

விதியைத் தவறாக
விளங்கிக்கொண் டிருப்பவனை
மதியின் வெளிச்சத்தில்
வரச்செய்; அவன்பின்னும்,
'எழுதிவைத்த விதியின்
எழுத்தையிங்கு யாரும்
அழுதகண்ணீர் அதனாலே
அழிக்கமுடி யாதென்றால்
வியர்வைக்கு அதைஅழிக்கும்
வீரியம் உண்டெனச்சொல்

இதுவுலக மல்ல;இது
எத்தர்களின் அரசாங்கம்
புதுவுலகம் செய்;அதனைப்
பொதுவுலகம் ஆக்கிவிடு

பெருமூச்செல் லாம்திரண்டு
பெரும்புயலாய் வீசட்டும்
உழைப்பவரின் பசித்தீ
ஊழித்தீ ஆகட்டும்
பேதையரின் கண்ணீர்
பிரளயமாய் மாறட்டும்
அந்தப்
புரட்சிப் பிரளயத்தில்
புன்மைகள் அழியட்டும்
புதிய யுகமொன்று
பூத்து மணக்கட்டும்.

---

1. அம் மாசனம் - அந்தப் பெருமைக்குரிய மக்கள்.

நாகரிகக் கோமாளி

கலைவாணர் அரங்கம், சென்னை. கலைவாணர் நினைவு நாள், 30.8.1978.

இன்று எங்கள்
கண்ணீர்த் துளிகள்
ஒரு புன்னகையை
நினைக்கின்றன

பற்கள் என்ற
முட்களே பூக்கும்
மலர்தான் புன்னகை
அந்த மலர்கள்
உன் கிரணங்களால்
மலர்ந்தன

உன் காலம்
எங்கள் வரலாற்றில்
ஒரு வசந்த காலம்

புன்னகைப் பூவைப்
பூப்பதுதான்
உதடுகளின் உயர்ந்தபணி
என்பதற்கே அவற்றை
இதழ்கள் என்றதுதமிழ்
அந்தப் பொருளைக்
காத்தவன் நீ!

பிறரைப் பார்த்துச்
சிரிப்பது எளிது
நீயோ
நம்மைப் பார்த்து
நாமே சிரிக்கக்
கற்றுக் கொடுத்தாய்

நீ ஏற்றிய
புன்னகை விளக்குகள்
எங்கள் அசிங்கங்களை
அடையாளம் காட்டின

நீ தயாரித்த சிரிப்பில்
எங்கள் கவலைகளை

மறக்கச் செய்யும்
மதுவும் இருந்தது
எங்கள்
அழுக்குகளைக் கழுவும்
சவுக்காரமும் இருந்தது

நகைச் சுவை தந்தவர்
எத்தனையோ பேருண்டு
எங்கள்
நகைச்சு வைதவன்
நீ ஒருவன்தான்

ஈரோட்டுச் சஞ்சீவியையும்
காஞ்சி மூலிகையையும்
சேர்த்து இடித்துத்
தயாரித்த கஷாயம்
உன் நகைச்சுவை
ஆனால் அது
இனித்ததே அன்றிக்
கசந்ததில்லை

உன் கேளிக்கை
பொழுதுபோக்க அல்ல
பழுது போக்க
கிச்சுகிச்சு மூட்டும்
கோமாளிகளுக்கிடையே
நீ அரசனாக இருந்தாய்

இந்த நாட்டில்
கோமாளிகள்
தலைவர்கள் ஆனார்கள்
தலைவனாகிய நீயோ
கோமாளி வேடம்
தரித்தாய்

'பித்தளை' இளித்த
'வெள்ளி'த் திரையில்
நீ பத்தரை மாற்றுத்
'தங்க'மாய் மின்னினாய்

வெள்ளித் திரையில்
நீ வேடம் போடவில்லை

போலிகள் பலருடைய
வேடங்களைக் கலைத்தாய்

சிலரைப் போல்
உன் ஒப்பனை
மக்களை ஏமாற்ற அல்ல

நாம் ஏமாளி
ஆகாமலிருக்க
நீகோமாளி யானாய்

முப்புரி நூல்

தமிழ்ச் சங்கம், பெங்களூர், 18.1.1979.

நன்னடத்தை, அன்பு, உழைப்பு
நட்பென்ற நாற்படையால்
கன்னடத்தை வென்ற
களங்கமிலாத் தமிழர்களே!

திரிபதிச் செய்யுள்
திரியிலே ஞானச்
சுடரேற்றி வைத்தவர்
சர்வக்ஞ மூர்த்தி, அந்த
மூன்றடி வல்லவர்
முளைத்த திருநாட்டில்
ஈரடி வள்ளுவர்க்கு
இனியவிழா எடுப்பவரே!

★

சிலர்செய்த நூலோ
சிலந்திநூல்; வள்ளுவனார்
தந்த திருநூலோ
தமிழன்னை உடுக்கின்ற
ஆடையை நெய்தநூல்
அறுந்துபோ காதநூல்

சிக்கல்விழும் நூலல்ல
சிக்கல்களைத் தீர்க்கும்நூல்
விக்கலுக்கு நீர்போல்
வேண்டியபோது உதவும்நூல்

மரக்கோணல் நீக்கும்
மணிநூல்போல் மனிதர்களின்
மனக்கோணல் நீக்கி
மாண்பாளர் ஆக்கும்நூல்

தனைக்கற்று நடப்பவர்
தமக்கிரண்டாம் பிறப்பளித்து
உயர்ந்தகுலம் ஆக்கிவைக்கும்
ஒப்பற்ற முப்புரி[1]நூல்

குணமடுத்த வாழ்க்கையொடு
குறையடுத்த நம்மையெல்லாம்
மணமுடித்து வைக்கின்ற
மங்கலத் தாலிநூல்

கிழிந்த துணியாகக்
கிடந்த சமூகத்தை
தணியாத அன்பாலே
தைத்துக் கொடுத்தநூல்

வள்ளுவம் ஞானத்தின்
வாமன அவதாரம்
உள்ளத்தின் சலவைக்கு
உதவவந்த சவுக்காரம்

கலைமகளும் கூடக்
கற்கின்ற பாடநூல்
விலைமகளிர் மனத்தையும்
வெளுக்கின்ற புண்ணியநீர்

பொழுதுபோக் கப்படிக்கும்
புத்தகம் அல்ல,இருள்
பொழுதுபோக் கப்படிக்கும்
புலர்ஒளிப் புத்தகம்

பழுதுபோக் கப்படிக்கும்
பண்புகளின் பள்ளியறை

பட்ட கறைகளைப்
பார்த்துத் துடைத்துப்பின்
அலங்காரம் செய்ய,நம்
அகம்பார்க்கும் கண்ணாடி

கவிக்கோ கவிதைகள் (இரண்டாம் பாகம்)

எந்தச் சமயத்தில்
இவர்பிறந்தார் எனச்சண்டைச்
சிந்தனைகள் வளர்க்கின்ற
தீயவருக் கொன்றுரைப்பேன்

தமிழகம் இருளிலே
தடுமாறிக் கொண்டிருக்க
தக்க சமயத்தில்
தரைக்குவந்த இரவியென்பேன்

இரவிவந் தென்னநம்
இரவுகளோ விடியவில்லை
அருவிவந் தென்னநம்
அழுக்குகளோ போகவில்லை

தெருவெல்லாம் வள்ளுவர்க்குச்
சிலைதிறப்பு நடக்கிறது
முப்பால் குறள்நூலோ
மூடிக் கிடக்கிறது.
----
1. அறம், பொருள், இன்பம்

நந்தனார்களை வரவேற்கும் பொதுச் சபை

அண்ணாமலைப் பல்கலைக்கழகப் பொன்விழா, 7-12-1979.

வெள்ளைத் தாமரை
வீணையே!
நன்றி ராகம்
ஒன்று பாடு!
இன்று உன்
தந்திகளைத் தயாரித்த
புனிதக் கரங்களுக்குப்
பொன்விழா!

இரவே! உன்
வெளிச்ச எழுத்துக்களை
அச்சுக்கோத்து
வாழ்த்துக் கவிதையொன்று
வாசி!

இந்தப் பூமியின் மடியை
தாரகைகளால் நிரப்பி
இதையும் வானமாக்கிய
ஒருவெளிச்ச விலாசத்திற்கு
இன்று பொன்விழா!

இந்தச் சிதம்பரத்தில்
இரண்டு கோயில்கள்

'ஒன்றுமில்லை' என்பதந்தச்
சிதம்பர ரகசியம்
'எல்லாம் உண்டு'
என்பதிந்தக்
கோயிலின் உபதேசம்

அங்கே
அம்பலத்தில் ரகசியம்
இங்கே
ரகசியங்கள் அம்பலம்

இன்று பொன்விழா
அதனால் இதுவும்
பொன்னம்பலம்
ஆகிவிட்டது

ஆனால்
நந்திகள் இங்கில்லை
நந்தனார்களை வரவேற்கும்
பொதுச் சபையிது

இந்தத் தோட்டத்தில் நுழைந்தால்
அறிவு மணத்தால்
கனத்துப் போகின்ற காற்றே!
திசைகளுக்கெல்லாம்
இந்தச் செய்தியைத் தெரிவி!
இன்று இந்த
அறிவாலயத்திற்குப் பொன்விழா!

அந்த அண்ணாமலையோ
ஆண்டுக்கோர் தீபம் பெறும்
வெளிச்சப் பிச்சைக்காரன்
இந்த அண்ணாமலையோ

தீபங்களை வழங்கும்
கொடை வள்ளல்!

இதுவும் ஒரு
தாஜ்மஹல்தான்!
கலைமகளின் காதலில்
கட்டிய மாளிகை!
ஆனால் அது
கல்லறை;
இதுவோ கலைவீடு!
அது
காயாத கண்ணீர்த்துளி
இது
உதிராத புன்னகைப் பூ!

கலைகளைக் கற்றபின்
மறக்கத் தொடங்கும்
வெண்ணிலவே!
நீமட்டும் இந்தப்
பல்கலைக் கழகத்தில்
படித்திருந்தால்
அமாவாசை விபத்தில்
அகப்பட்டிருக்க மாட்டாய்

பொழுதுகளை எழுதுகின்ற
பொன்மைச் சூரியனே!
நீ கூடக்
கொடுத்துவைக் காதவன்தான்
இங்கே உதிக்கின்ற
இளையசூ ரியர்களுக்கு
கிரகண நோயும் இல்லை
அஸ்தமன விபத்தும் இல்லை

செட்டிநாட் டரசனே!
பணம் விதைத்துப்
பணம் அறுவடைசெய்யும்
உன் குலத்தில்
நீ வித்தியாசமானவன்
நீ
கலைகளின் விளைச்சலுக்கு
பணத்தை விதைத்தாய்

கொடுப்பதிலே மேகமென்று
கூறமாட் டேன்உன்னை
ஏனென்றால்
கெடுப்பதிலும் அதைப்போலக்
கெட்டிக்காரன் யாருமில்லை
கொடுக்கின்றபோதும்
இடியால் அறிவிக்கும்
மின்னலால் வெளிச்சமிடும்
இவையோ
உன்னிடத்தில் இல்லை

தமக்காகக் கூட
வியர்க்காத
இந்த சோம்பல் நாட்டில்
பிறருக்காக வியர்த்தவன்நீ

பணப்பூக்களை நீ
மொய்த்தபோதும்
பொதுநல வண்டே!
தேனுக்காக அல்ல
மகரந்தத்திற்காகவே
மொய்த்தவன் நீ!

மூச்சுவிட்டுக் கொண்டிருந்தாலும்
செத்தாருள்
வைக்கப்பட வேண்டியவர்களே
இங்கே பெரும்பான்மை
நீயோ
மரணமடைந்தும் கூட
வாழ்ந்து கொண்டிருப்பவன்

ஒப்புரவுக்கு வள்ளுவர்
உரைக்கும் உதாரணங்கள்
உனக்குப் பொருந்தாது

தனைத்தேடி வருவோரின்
தாகம்மட்டும் தணிக்கின்ற
ஊருணி அல்லநீ

எங்கே தாகம்
இருக்கிறதோ அங்கேபோய்

ஊட்டி வருகின்ற
ஊருணி நீ!

கல்லால் அடிப்பவர்க்கே
கனியை உதிர்க்கின்ற
கனிமரம் அல்லநீ
பசித்தவாய் தேடிப்
பழம்தின்னத் தருகின்ற
கனிவு மரம்நீ!

உடல்நோய் மட்டுமே
தீர்க்கின்ற
மருந்துமரம் அல்லநீ
அறியாமை வியாதி
அண்டாமல் ஓட்டும்
அதிசய மூலிகைநீ

நீ கற்ற தமிழில்ஒரு
குறையுண்டு
இல்லையென்ற சொல்லை
நீ கற்றதே இல்லை

நூலை அறுக்கும் பட்டம்

சென்னை வானொலி, 13.4.80. தலைப்பு: வரப்புயர..

சுரப்புயர்ந்த தமிழ்க்கவிதைச்
சொல்லுடையாய்! ஔவையே!
'வரப்புயர' என்றன்று
வாழ்த்தினாய்; நாமும்
வரப்புகளை உயர்த்தினோம்
வயல்களில் அல்ல;
வரம்பின்றிச் சாதிமத
வரப்புகளை உயர்த்திவைத்தோம்
அதனால் நான் சொல்கின்றேன்
'வரப்புயர வேண்டாம்'

இன்றைய மனிதன்
வெயிலுக்கும் கூட
வேலிகள் கட்டுகிறான்
காற்றுக்கும் கூடக்
கதவுகளை வைக்கின்றான்

பசுமடிக் காம்புகள்
நால்வகை எனினும்
பால்வகை ஒன்றுதான்
மனிதஇனம் என்ற
ஒற்றைக் காம்போ[1]
நான்குவகைப் ‘பால்’சுரந்து
நாட்டையே கெடுத்தது

ஆகுபெயர் தெரியாத
அறிவிலியே! மனிதனே!
‘உலகம் உயர்க’என்றால்
உலகிற்குச் சொன்னதல்ல
உனக்குத்தான் சொன்னதது!

மண்ணின் முகவரி
மனிதனே! நீயேதான்!
மலையும் மரமுமல்ல;
விரிந்தஇந்தப் பூமி
வெறும் சதைதான்
நீதான் அவன் உயிர்

கோளங்களின் கூட்டத்தில்
பூமி
கர்வத்தோடு உலாவுவது
மகுடமாய் நீகிடைத்த
மகத்துவத்தால்

ஆகாயத்தைத் தொடும்
மலைகள் கூட
அண்ணாந்து பார்க்க வேண்டிய
நீ
அடிவாரங்களில் ஏன்
அலைந்து திரிகிறாய்?

அறிவு மரத்தில்நீ
ஆர்வமாய் ஏறியபோது
உயர்வாய் எனநினைத்தேன்
உச்சிக்குச் சென்றநீ
நச்சுக் கனிபறித்தாய்

பரந்த வானத்தில்
பறந்த போதும்

தரையில் கிடக்கும்
இரையையே பார்த்தாய்

கவிழ்த்தாலும் நிமிர்கின்ற
கனற்சுடர்நீ! ஆனால்

பள்ளத்தை நோக்கிப்
பாய்கின்ற நீரானாய்

நீர்கூட
அடக்கிவைத்தால் கொந்தளிக்கும்
அலைப்புரட்சி செய்யும்
நீயோ
அடிமை விலங்குகளை
அணிகளாய் நினைக்கின்றாய்

மதியளவுக்கு
உயர்ந்து சென்றவனே!
மதியை உயர்த்த ஏன்
மறந்து போனாய்?

அந்நியச் சிறைகளை
அடித்து நொறுக்கிய நீ
உன் சொந்தச் சிறைகளில்
சுருண்டு கிடக்கிறாய்

உன்னைத்
தூக்கிவிட வந்தவரைத்
தூக்கில் நீ ஏற்றினாய்

உன்னைப்
பட்டமாய்ப் பறக்கவிட்ட
நூலை அறுத்துவிட்டாய்

கோபுரங்களை உயர்த்தினாய்
உள்ளத்திலோ நீ
குள்ளம் ஆகிக்
கொண்டுள்ளாய்

எல்லாப் பொருளும்
விலை ஏறும்போது
உன்விலைமட்டும் ஏன்
குறைந்துகொண்டே போகிறது

நீ குனிந்தாய்
அதனால்
மூட மூட்டைகள்உன்
முதுகில் ஏற்றப்பட்டன

நீ பள்ளமானாய்
அதனால்
சாக்கடைகள் உனக்குள்
சங்கமம் ஆயின

உடல் உயரத்தை
அளந்து பார்ப்பவனே!
எண்களால் உயரத்தை
எண்ணாதே; உன்னுடைய
எண்ணங்களாலே
எண்ணிப்பார்

தூங்கும் விதையே!
உன்னுடைய கர்ப்பத்தில்
சொர்க்கத்துக் கனிகள்
துடித்துக் கொண்டிருக்கின்றன
விழித்தெழு! உன்கிளைகள்
விண்ணகத்தை வருடட்டும்

உயர்க நீ; வானத்தின்
உயரமும் உன்எல்லை இல்லை
படைப்புகளின் சிகரமே!
உயர்ந்துநில்; வானமும்
விண்மீன்களை உனக்குக்
கப்பமாய்க் கட்டிஉன்
காலடியில் வணங்கிநிற்கும்

----
1. வருணம்

கவிக்கோ அப்துல் ரகுமான்
ராப்பிச்சை
கவியரங்கக் கவிதைகள்
தொகுதி-2

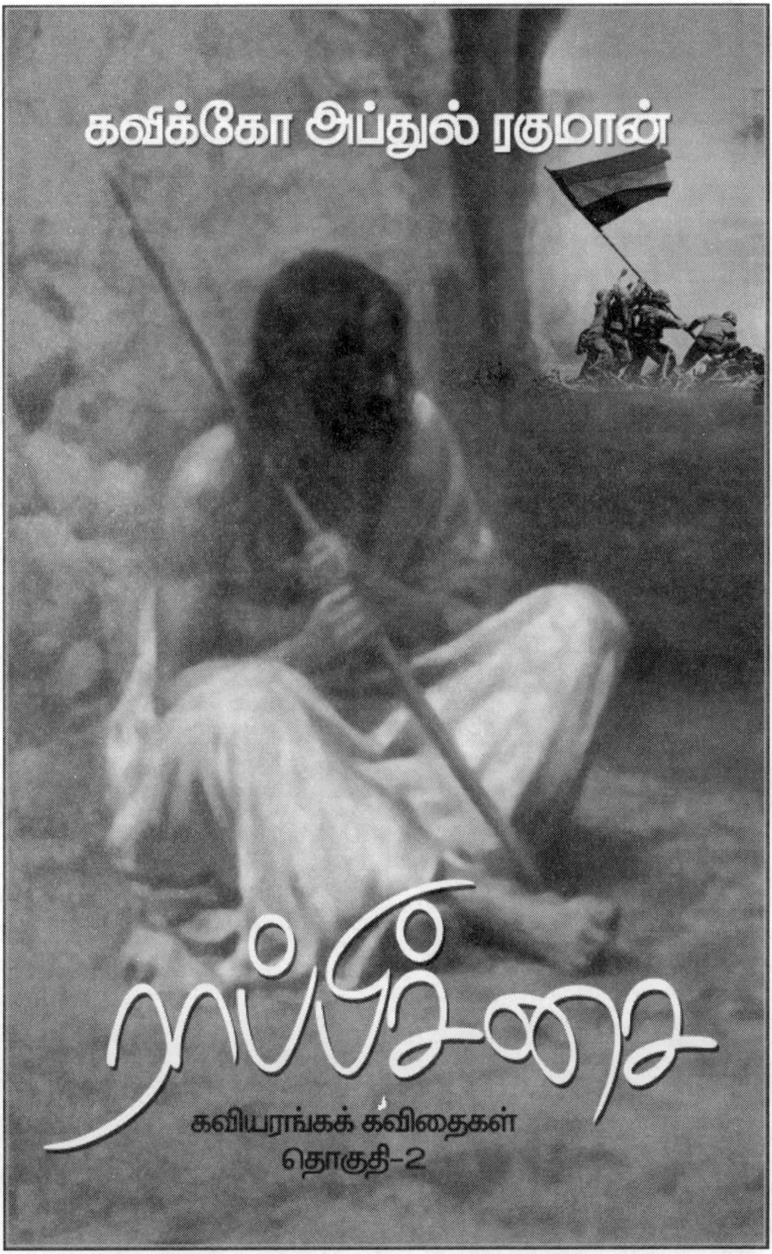

முன்னுரை

சென்னையில் என் தலைமையில் ஒரு கவியரங்கம் நடந்தது. அதில் பாலுமகேந்திரா, கே.எஸ். ரவிக்குமார், பார்த்திபன் போன்ற பிரபலமான இயக்குநர்கள் கலந்து கொண்டு கவிதை பாடினர்.

அப்போது இயக்குநர் சிகரம் கே. பாலசந்தர் அவர்கள், "திரைப் படங்களுக்குப் பாடல் எழுதாமலே திரைப்படப் பாடலாசிரியர் களுக்கு இணையாகப் புகழ்பெற்றவர் கவிக்கோ அப்துல் ரகுமான்" என்று புகழ்ந்துரைத்தார்.

அவர் அத்தகைய சான்றிதழ் தர எனக்கு உதவியவை கவியரங் கங்களே.

கவியரங்கங்களே என்னை மக்களிடம் அழைத்துச் சென்றன.

தமிழ்நாட்டிலுள்ள ஏறத்தாழ எல்லா அமைப்புகள் நடத்திய கவியரங்கங்களிலும் நான் கலந்து கொண்டிருக்கிறேன். இதற்காகப் பட்டி தொட்டியெல்லாம் பயணம் செய்திருக்கிறேன்.

வானொலி, தொலைக்காட்சி என்று எல்லா ஊடகங்களையும் நான் பயன்படுத்திக் கொண்டிருக்கிறேன்.

இது என் கவியரங்கக் கவிதைகளின் இரண்டாம் தொகுதி. முதல் தொகுதிக்கு நான் எழுதிய விரிவான முன்னுரை இத்தொகுதி படிப் போருக்கும் தேவைப்படும் என்பதால் அதையும் இணைத் திருக்கிறேன்.

என் கவியரங்கக் கவிதைகளை ஒன்றாகத் தொகுத்துப் பார்த்தபோது ஒரு விஷயம் புலப்பட்டது.

மேனாட்டில் புதிய கவிதை இயக்கங்கள் வந்த பிறகு சிலருக்குப் பழைய செவ்வியல் (Classicism) மீது ஆர்வம் ஏற்பட்டுப் புதுச் செவ்வியல் (Neoclassicism) இயக்கம் ஒன்று தோன்றியது. அது உயர்ந்த பழைய செவ்வியல் மரபுகளை மீண்டும் கவிதையில் கொண்டு வந்தது.

என் கவியரங்கக் கவிதைகளில் நான் இதையே செய்திருக்கிறேன். இது எனக்கு ஒரு வகையில் மகிழ்ச்சியைத் தருகிறது.

சிற்றிலக்கிய மரபுகளைக் குறிப்பாகத் தூது, உலா இலக்கியங்களின் சாயலை நீங்கள் இந்தக் கவிதைகளில் காணலாம்.

கவிதைகளை இரண்டு வகையாகப் பிரிக்கலாம். ஒன்று தானே உதிக்கும் கவிதை, மற்றொன்று மக்களுக்கு ஏதேனும் செய்தி (message) கூறச் செய்யப்படும் கவிதை.

கவியரங்கக் கவிதைகள் இரண்டாம் வகையைச் சார்ந்தவை. ஆனால் இந்தக் கவிதைகளிலும் தானே உதிக்கும் கவிதை மின்னல்களையும் நீங்கள் காணலாம்.

வழக்கம்போல் என் நூல்களை வெளியிடும் நேஷனல் பப்ளிஷர்ஸ் எஸ்.எஸ். ஷாஜஹானே இந்நூலையும் வெளியிடுகிறார். அதற்காக அவருக்கு நன்றி.

— அப்துல் ரகுமான்

எம்மொழி செம்மொழி

ஒலிக்கடலில் முதன் முதலாய்
 உதித்துவந்த பேரலையே!
கலைக்கடலை நாவினால்
 கடையவந்த செவியமுதே!

எம்மொழிக்கும் மூத்தவளே!
 எம்மொழியாய் வாய்த்தவளே!
செம்மொழியாய் மொழிகளுக்குள்
 செம்மாந் திருப்பவளே!

மேல்வாய் பிரசவித்த
 மெல்லிய ஒலி, வளர்ந்து
பால்வாய்ப் பருவமுறப்
 பைந்தமிழே! நீ பிறந்தாய்

முப்பதே ஒலிகளுக்குள்
 முழுவுலகும் அளப்பவளே
ஒப்பதே இல்லாத
 உயர் இனத்தின் உயிர் மூச்சே!

பாடையிலே தேவர்களின்
 பாடைகள் போன பின்னும் - மக்கள்
பாடையிலே ஆடையிலே
 படிப்படியாய்ச் செழித்தவள் நீ!

முச்சங்கப் பாலருந்தி
 மூன்று குணம்பெற்று
கச்சுக் குமரியெனக்
 காப்பியத்தில் ஒளிர்ந்தவளே!

நச்சுப்பால் போல்கொல்லும்
நாற்பாலுக் கெதிராக
இச்சைப்பால் முப்பாலாய்
எமைஒன்று சேர்த்தாய் நீ

சமண பவுத்தச்
சமயத் துறவிகளும்
தமது மொழியென்று
தாலாட்ட வளர்ந்தவளே!

உயர்மொழி நீ தனிமொழி நீ
உன்னதமாம் செம்மொழி நீ
உயிர்மொழி நீ மெய் மொழி நீ
உயர்வைத் தருபவள் நீ!

தேவாரம் தொடுத்தவளே!
திருவா சகத்தேனே!
நாவார ஆழ்வாரின்
நயங்களிலே ஆழ்ந்தவளே!

ஏசு மத்தார்
ஈந்தொரு கொள்கையினால்
ஏசா மதத்தை
எந்தமிழர்க் களித்தவளே!

மக்கா மதீனாவின்
மக்காத கொள்கையுடன்
'நிக்கா' முடித்தவளே
நேயம் வளர்த்தவளே!

மதம்மாற்ற வந்தவரை
மதம் மாற்றி வைத்தவளே!
நிதம்மாற்றம் பெற்றிங்கு
நித்தம் வளர்பவளே!

இமயத்தில் கொடியேற்றி
இறுமாந்திருந்தவளே!
சமயங்கள் அனைத்தையும்
சமமாக மதித்தவளே!

பிறந்தநாள் அறியாத
பேரழகே! பிறமொழிகள்

இறந்தநாள் காணநிதம்
இளமைபெற்று வந்தவளே!

நயந்த மொழிகளிங்கு
நாலா யிரமிருந்தும்
உயர்ந்தவளே! உன்னைப்போல்
உயிர்மெய்யோ டிருப்பவர் யார்?

வல்லினமும் மெல்லினமும்
வளமான இடையினமும்
நல்லினமாய் ஒன்றுபட்டு
நடக்கவழி செய்தவளே!

வலஞ்சுழித் தோடும்
வளமான சொல்நதியே!
நலஞ்செழித்த இனத்தவர்தம்
நாவின் அறுவடையே!

உருவான படைப்பையெல்லாம்
உயர்திணை அஃறிணை யென்று
எருவான பண்பாட்டை
இலக்கணத்தில் வைத்தவளே!

வாயின் சுவாசமே!
வைதாலும் தித்திக்கும்
காயாத கனிச்சுவையே!
காதருந்தும் கள்ளே!

எம்மொழி செம்மொழி
எனக் கேட்டால், தலைநிமிர்ந்து
எம்மொழி செம்மொழி
எனச்சொல்லும் புகழ் கொடுத்தாய்

தாய்ப்பாலுக் கப்பால்உன்
தனப்பாலைக் குடித்ததொரு
வாய்ப்பால் நமை வளர்த்தாய்
வையகத்தில் உயர்வளித்தாய்

உன்னாலே பிறந்தோம்
உன்னாலே வளர்ந்தோம்
உன்னாலே பெருமைபெற்றே
உலகத்தில் வாழுகிறோம்!

அகம் நீ! புறம் நீ!எம்
 ஆருயிரும் நீ!எங்கள்
முகம் நீ! முகவரி நீ!
 முடியாத புகழும் நீ!

ஔவை வழி

பறம்பு மலையில் 12.4.73 அன்று மாண்புமிகு கலைஞர் அவர்கள் தலைமையில் 'தமிழினம் வளர வழிநடைப் பயணம்' என்ற பொதுத் தலைப்பில் 'ஔவை வழி' என்ற தலைப்பில் நான் வாசித்த கவிதை.

தலைவர் கலைஞருக்கு..

அற்றைத் திங்கள்
அவ்வெண் ணிலவில்
பாரி இருந்தான்
பாவலர் இருந்தார்
ஆனால்
பறம்பு மலையோ
பறிபோ யிற்று

இற்றைத் திங்கள்
இவ்வெண் ணிலவில்
நீயிருக் கின்றாய்
நாமிருக் கின்றோம்
எனவே எம்
மொழியும் நாடும்
கொள்வார் எவரே?

பாரி
முல்லை படரத்
தன்தேர் தந்தவன்
நீயோ
தமிழ்க்கொடி படரத்
தன்னையே தந்தவன்

எழுதுகோல் செங்கோல்
எனுமிரு கோல்களைத்
துடுப்பாகப் பெற்ற
தோணி நீ

தமிழுக்குத் தந்தவர்
தருநிகர் வள்ளல்கள்
தமிழையே நாளும்
தருகின்ற வள்ளல்நீ

வருணனைப் போல் வழங்குபவர்
வள்ளல்கள்; அழகான
வருணனையே வழங்குகின்ற
வார்த்தைகளின் தலைவன்நீ

வேர்க்கும் முகிலுக்கு
விசிறி யாகும்
கார்கால நடனக்
கலைமயில் தோகையின்
[1]கண்ணாடிப் பார்க்கும்
காணாக் கண்களைப்
பொன்னாடை போர்த்திப்
புதைத்தான் பேகன்;
இமைத்தோகை விரிக்கும்
இருட்டு மயில்களாம்
காணாக் கண்களைக்
கண்ணாடி வழங்கிக்
காணச் செய்த
கருணை வள்ளல்நீ

நூலெனிலோ கோல்சாயும்
நுந்தமரேல் வெஞ்சமராம்
கோலெனிலோ ஆங்கே
குடிசாயும் - நாலாவாய்
மந்திரியு மாவாய்
வழிக்குத் துணையாவாய்
உன்தன் அரசே
உயர்ந்த அரசென்று
நான்சொல்ல வில்லை
நறுந்தமிழ் வாய்மலரால்
தேன்சொல்லைத் தரும்ஔவை
தெரிவித்த தீர்ப்பிது

வளரும் தமிழினம்தன்
வழிநடைப் பயணத்தில்
தளராமல் நடக்க உன்

தலைமைதான் தேவையெனக்
காட்டவோ, இந்தக்
கவியரங் கத்தின்
தலைமைப் பதவி
தந்துளார் உனக்கு

குன்றக்குடி அடிகளாருக்கு

அடிக்கரும்புப் பாவடிகள்
அளித்தவரைத் தன் குன்றக்
குடியாக்கி உவந்ததொரு
கோமானின் திருநாளைக்
குன்றக் குடிஅடியார்
கொண்டாடா தறிவெல்லாம்
குன்றக் குடிப்பவரா
கொண்டாட நினைப்பார்கள்?

'அடி'களின்றேல் வழிநடைப்
பயணம் அமையுமா?
அடிகளும் தலைமையும்
அமைந்தபின்னர் தோல்வியுண்டா?

★

அவ்வைகைக் கரையில்
அமைந்த[2]கலைக் கழகத்தில்
[3]அவ்வை கை வழிகாட்ட
அரியதமிழ்ப் பாதையிலே
செவ்வையுற நடைபயின்று
தேர்ந்ததனால், இவ்வரங்கில்
அவ்வை வழிபுகழும்
அரும்பேறு பெற்றேனோ?

[4]பெண்வழிச் சேறல்
பிழைஎன்னும் இந்நாட்டில்
பெண்வழிச் சேரல்
பெருமையெனக் காட்டவந்தேன்

பெண்தானே நமக்குப்
பிறப்பென்னும் வழிகாட்டி
வாழ்க்கைப் பயணத்தின்
வரலாற்றைத் தொடங்குகிறாள்

தாய் நாக்கு வழிகாட்டித்
தராவிட்டால் நம்நாக்கின்
வாய்மொழி வழிப்பயணம்
வளருமா? வளராதே

விழிநடைப் பயணமோ
வெளிச்சத்தின் பாதையிலே
மொழிநடைப் பயணமோ
முதிர்ந்த இலக்கணத்தில்
வழிநடைப் பயணமே
வாழ்வாக்கிக் கொண்டவளின்
மொழிவழியே நமக்கெல்லாம்
முன்னேற்ற வழியாகும்

அவ்வையெனும் சொல்லுக்கு
அன்னையெனப் பொருளாகும்
[5]அவ்வையே மானுடரின்
ஆதித்தாய்; ஆதலினால்

கண்களுக்குப் பெண்கள்
கருமையைத் தீட்டுதல்போல்
பெண்களுக்கு அப்பெயரைப்
பிரியமுடன் சூட்டுவார்

அவ்வையெனும் பெயர்கொண்ட
அனைவருமே கிழடல்லர்
கொவ்வைக் கனிஉதட்டுக்
குமரியரும் சிலருண்டு

அவ்வை யெனும்பெயரில்
அமைந்த புலவர்கள்
செவ்வையாய் நால்வரெனச்
செப்பிடுவார் ஆய்வறிஞர்

சங்ககால அவ்வைகளைச்
சரியாக ஆராய்ந்தால்
அங்கம் தளராமல்
அதிகநாள் வாழ்வதற்கு
அதியன் அளித்த
அருநெல்லிக் கனிஉண்டு
மதியமுதக் கவிசொரிந்த
மங்கை ஓர் அவ்வையாம்

'மண'மில்லா முல்லைக்கு
மணமுடித்த பாரிமக்கள்
மணம்புரியத் துணைபுரிந்த
மாதரசி ஓர்அவ்வை

தனிப்பாடல் திரட்டில்
தமிழ்ப்பால் திரட்டாகக்
கனிப்பாடல் பலதந்த
கவியரசி ஓர்அவ்வை

வானத் தொளியெல்லாம்
வார்த்தைகளில் தேக்கியதோர்
'ஞானக் குறள்'தந்த
ஞானமகள் ஓர்அவ்வை

★

அவ்வையே!
அதிகநாள் வாழ்வளிக்கும்
அருநெல்லிக் கனிஉனக்கு
அதிகமான் அளித்ததால்
அவனைப் புகழ்கின்றார்

அவன்புத்தி சாலிஒரு
அருநெல்லிக் கனிதந்து
சிவன்போல வாழ்கவெனச்
செய்யுளைப் பெற்றுவிட்டான்

அவன்கனியை உண்டிருந்தால்
ஆயுள்கொஞ்சம் நீண்டிருக்கும்
தவக்கனியாம் உன்பாட்டுத்
தமிழ்க்கனியைப் பெற்றதனால்

தமிழிருக்கும் வரையில்இத்
தாரணியில் சாகாமல்
அமரனாய் வாழ்ந்திருக்கும்
அரியவரம் பெற்றுவிட்டான்.

தொண்டையெனும் திருநாட்டில்
தோன்றி வளமான
தொண்டையால் தமிழுக்குத்
தொண்டைப் புரிந்தவளே!

தொண்டைமா னிடம்அன்று
தூதாக நடந்து சென்று
சண்டை தவிர்த்தவள் நீ
சமாதானம் செய்தவள் நீ

வெள்ளை முடியோடு
விரும்பிவந்த உனைக்கண்டு
வெள்ளைக் கொடிஎன்று
வேந்தன் திருந்தினனோ?

[6]மாலைத்தான் பெற்றமங்கை
மாலைபெறத் தூதென்றோர்
நூலைத்தான் இயற்றிடுவார்
நுண்ணறிவுப் புலவோர்கள்

வேலைத்தான் வடிப்பவர்க்கு
வேலை இலாதபடி
வேலைசெய்தாய்த் தூதாகி
வெற்றிச் செயல்புரிந்தாய்

பெண்ணாலே சண்டைவரும்
பெண்ணாலே ஒருசண்டை
மண்ணிலே தீர்ந்த
வரலாறு உன்னதே

ஆடவரை இகழ்வது
அரிவையரின் குலவழக்கம்
பாடவந்த பெண்நீயோ
பாடிவைத்த பாட்டிலே..

எவ்வழி நல்லவர்
ஆடவர்
அவ்வழி நல்லை
வாழிய நிலம்என்று

நடுநிலையாய் ஆடவரை
நாவாரப் புகழ்ந்துரைத்தாய்
கடுநிலைப் பெண்களிடை
கவியே !நீ தனித்துநின்றாய்.

பாதையிலே கிடந்து
பரிதவித்த முல்லைக்கு

ஆதரவாய்த் தன்தேரை
அளித்தவள்ளல் பாரி மக்கள்

பூப்படைந்தும் மணமின்றிப்
புலம்பும் நிலைகண்டு
காப்பின்றிக் கிடந்தஅக்
கன்னியர்க்கு மணம்செய்தாய்

பாரியினும் சிறந்தவள்நீ
பாரியோ, எளிதாய்த்தன்
தேரைக் கொடுத்துவிட்டான்
தேன்முல்லைக் கொடிபடர

அரும்பாடும் கூந்தல்
அரிவையர்க்குத் துணைதேடிப்
பெரும்பாடு பட்டன்றோ
பெண்நீ மணமுடித்தாய்

ஆதி எனும்புலைச்சி
அன்னையாம்; உயர்ந்த
சாதிப் பகவன்உன்
தந்தையாம் கதைக்கின்றார்

உதிரம்உயர்ந் திருந்தால்தான்
உயர்ந்தமதி இருக்குமென்று
மதிகெட்ட ஒருமூடன்
வாய்நெய்த காதையிது!

வள்ளுவர்உன் சகோதரராம்
வான்புகழ்க் கம்பனைநீ
எள்ளி நகைத்தாயாம்
ஏளனம் செய்தாயாம்

பாமகளே! உன்னைப்
பாணர்குலம் என்கின்றார்
நாமகளின் அவதாரம்
என்றும் நவில்கின்றார்

முதியவரும் இளமைபெற
முனைகின்ற உலகத்தில்
முதுமையை நீவிரும்பி
முன்னேற்றுக் கொண்டாயாம்

வினாக்களுக்கெல்லாம்
விடையாக இருப்பவன்
வினாக்களைக் கேட்கநீ
விடைகளைச் சொன்னாயோ?

கெடாத பழம்உன்னைக்
கேள்விகளால் பழுக்கவைத்தான்
சுடாதபழம் உன்னைச்
சுட்ட பழம் உண்ணவைத்தான்

எத்தனை கதைகள்
எத்தனை புனைந்துரைகள்
அத்தனையும் உண்மைகளா?
ஆகாயப் புளுகுகளா?

இல்லற மல்லது
நல்லறம் அன்றென்று
சொல்லிவைத்த நீயேஉன்
சொற்படி நடக்கவில்லை.

இல்லறத்தைத் துறந்தவளே!
ஏன்துறந்தாய்? நீதிசொல்லும்
சொல்லறமே சிறந்ததென்று
சொல்லத் துறந்தாயோ?

பாமணக்கப் பாடிப்
பதப்படுத்த வந்தவளே!
நீமணக்க வில்லைஉன்
நெடும்பாட்டு மணக்கிறது

அவ்வைதான் அக்கால
ஆரம்பப் பள்ளி; ஆம்
'அ'வ்வைக்கொண் டேதொடங்கும்
அரிச்சுவடிப் பாடமெலாம்
'அவ்வை'கொண் டேமுடியும்
அவ்வைதான் ஆதிஅந்தம்

ஐக்கியப் புள்ளிகளின்
ஆய்த எழுத்தும் அந்த
கைக்கோல் முதியவளின்
காலடிச் சுவடேதான்

வெற்றறிவால் என்னபயன்?
வெற்றிதரும் ஒழுக்கத்தைக்
கற்றறிந்தால் தானேநாம்
காசினியில் உயரலாம்

நீதிநூல் தான்பிள்ளை
நிலையிலே பாடத்தின்
ஆதிநூல் எனவுணர்ந்த
அவ்வையன்றோ நல்லாசான்

அவ்வைசொல் என்றால்
அமுதமன்றோ; ஆனாலும்
அவ்வைசொல் நான்கேளேன்
அதிர்ச்சி அடையாதீர்

'தையல்சொல் கேளேல்'
என்றாரே அந்தத்
தையல்சொல் நான்கேளேன்
தவறா? எனக்குரைப்பீர்

அவ்வையும் தையல்தான்
அவர்சொல்லைக் கேட்பதென்றால்
அவர்சொல்லும் கேளாமல்
அலட்சியம் செயவேண்டும்

அவ்வை உரைத்த
அற்புத நீதியெலாம்
ஒவ்வா தெனவுரைத்தல்
ஒவ்வுமோ? பிழையன்றோ?

சத்துருவாய் வாய்த்ததொரு
சம்சாரம் பேசுகின்ற
கத்திரிக்கோல் சொல்லென்றால்
காதுகளை மூடலாம்

நையக் கிழிந்த
நலமான உறவுகளைத்
தையல் செயவிரும்பும்
தையல்சொல் நல்லதன்றோ?

வைக்கின்ற காலடியில்
வலியெடுக்க முள்ளைப்போல்

தைக்கின்ற சொல்லென்றால்
தவறென்று தள்ளலாம்

நைக்கின்ற கிழிசல்களை
நல்லபடி, ஊசியைப்போல்
தைக்கின்ற சொல்லென்றால்
தள்ளுவது தவறன்றோ?

தையல்சொல் என்றாலும்
'தையல்'சொல் என்றால்
மையல்சொல் போல
மனமுவந்து கேட்கலாம்

ஏட்டுவழி யெல்லாம்
எழுதுகோல் ஊன்றியும்
காட்டுவழி யெல்லாம்
கைக்கோலை ஊன்றியும்
மூன்றுகால் நடைபோட்ட
மூதாட்டி, வழுக்காத
ஊன்றுகோல் உடையவளே
ஊன்றுகோல் நமக்காவாள்

நரைநூலை அவள்தலையில்
நாள்நூற்றுக் கொண்டிருந்தும்
நரைக்காத நூலை அவள்
நாவாலே தினம்நூற்று
நையக் கிழிந்த
நல்லொழுக்க ஆடையினைத்
தையல் செயவந்த
தையலன்றோ ஔவைத்தாய்

வழக்கமாய்
நுண்ணூல் ஓர் ஊசிவழி
நுழைந்தால் நலமாகும்
ஆனால் இப்
பெண்ணூல் வழிகாட்டப்
பின்தொடர்தல் நலமாகும்

பாட்டியற்றித் தந்தவரைப்
பாட்டியெனச் சொல்லுகின்றார்
ஆட்டும் முதுமையினால்
அவ்வாறு சொல்லவில்லை

பாட்டியற்றும் பாவையரில்-இப்
பாவையின் பாட்டுத்தான்
பாட்டென்று காட்டுதற்கே
பாட்டியெனச் சொன்னாரோ?

நெல்வழி நடைப்பயணம்
நிகழ்த்தும்நீர் தனைநிறுத்திப்
புல்வழிக்கு மாற்றுகின்ற
புல்லரைப்போல், சிலர்நமக்குக்
கல்வழியும் முள்வழியும்
காட்டினரே அல்லாமல்
'நல்வழி'யை ஔவையைப்போல்
நலம்பெறவே காட்டியதார்?

'இளமையிலே கல்' என்றார்
இளங்கிழவி; ஏற்காமல்
இளமையிலே கல்லாய்
இருப்பவர்கள் என்னாவார்?

படியாமல் இருப்பவர்கள்
படிக்கல்லாய்த் தான்ஆவார்
அடிகளெல்லாம் மிதிக்க
அவமானம் தானடைவார்

பாப்பாக் களுக்கும்நீ
பாப்பாடி னாய்;வயதால்
மூப்பானோர் தமக்கும்நீ
முதிர்ந்ததொரு கல்விதந்தாய்

ஐந்தில் வளைத்தாய்
அனைவரையும் வளைத்தாயே
பைந்தமிழில் போதித்த
பல்கலைக் கழகம்நீ.

பொல்லா வழிகளிலே
போகாதே எனத்தடுத்தாய்
எல்லா வழிகளிலும்
இருள்விலக்க விளக்குவைத்தாய்

பண்டைத் தமிழர்
பகைவளர்த்துத் தமக்குள்ளே

சண்டையிட்டுக் கொண்டிருந்த
சமயத்தில் தோன்றியநீ

போர்த்தொழில் தமிழா!நீ
புரியாதே எனத்தடுத்தாய்
தீர்த்துவைத்தாய் சண்டைகளைச்
சேர்த்துவைத்தாய் தமிழர்களை

உப்புக்குப் பாடினாய்
உண்மைதான் ஆனாலும்
ஒப்புக்குப் பாடவில்லை
ஒப்பில்லாப் பாஉன்பா

நான்குநான் தருகின்றேன்
நாயகா! நீயெனக்கு
மூன்றுதா என்றே
முடித்தாய்ஓர் அரும்பேரம்
மொழிநயத்தால்

குறைவாகக் கேட்பதுபோல்
கோரிநீ உண்மையிலே
நிறைவாகப் பெற்றுவிட்டாய்
நீயோர் அறிவாளி

அரசவையில் உன்பாட்டை
அரங்கேற்றம் செய்யாமல்
சிரசில்வைக்கும் மக்களிடம்
சிந்தனையை வைத்தவள்நீ

அரசர்களுக் கேதமிழை
அளித்தார்கள் புலவர்கள்
விரசமிலாக் கவியே!நீ
ஏழைகட்கே விருந்துவைத்தாய்

ஆனானப் பட்ட
ஆண்புலவர் கூட்டத்தைத்
தேனான பாட்டால்
திகைக்கவைத்த பெண்கவிநீ

வாசிக்கத் தெரிந்த
மனிதரெலாம் உன்பாட்டை
நேசிக்கத் தெரிந்தார்அந்
நீடுபுகழ் நீபெற்றாய்.

சீரடியைச் செய்த
திருவள்ளுவஆசான்
ஈரடியால் அளந்தார்..
இவ்வுலகை; அவ்வுலகை
¹ஓரடியால் அளந்தவள்நீ
உலகத்தில் அதிசயம்நீ.

கிழியாதென் பாட்டென்றாய்
கிழவியே! அப்பாட்டே
அழியாத தமிழுக்கு
ஆடையாய் ஆனது.

சமதரும வாதிநீ
தாயே! உன் கவிகேட்டால்
எமதருமன் கூட
இரக்கக் குணமடைவான்

சீர்திருத்தி இருள்தேக்கிச்
செய்யுள்தந்த புலவரிடை
சீர்திருத்தச் செய்யுளிலே
சீர்திருத்தம் போதித்தாய்.

ஏராளும் மக்களே
இந்நாட்டில் முடிசூடிப்
பாராள வேண்டுமென்றாய்
பகுத்தறிவுக் குயர்வளித்தாய்

மிரட்சியே குணமென்னும்
மெல்லினத்தும் பெண்களிடைப்
புரட்சித் தலைவிநீ!
பூபாள ராகம்நீ

கோயிலிலா ஊரில்
குடியிருக்க வேண்டாமென்று
ஏய உரைத்தவளே!
இன்றுவந்து பார்இங்கே

கோயில்ஒன்று இருந்தால்
குடியிருக்க முடிவதில்லை
ஆயிரம் சண்டை
அடிதடி குத்துவெட்டு

சிவநெறியில் சென்றவளே!
திருமாலுக் கடிமைசெயும்
தவநெறியும் போற்றினாய்
சமரசத்தில் உயர்ந்துநின்றாய்.

அறம்பொருள் இன்பம்
அளித்ததிரு வள்ளுவனார்
வெறும்பொருளைத் தந்தார்..
வீடுமட்டும் தரவில்லை

பெண்ணால்தா னேவீடு;
பெண்ஞானி நீ ஞானக்
கண்ணாலே குறள்தந்து
கலையாத வீடளித்தாய்.

அடுப்பூதும் பெண்களுக்குப்
படிப்பெதற்கு எனும்நாட்டில்
படிப்போதும் பல்கலைக்
கழகமாய் இருந்தவள்நீ

அவ்வைவாக் கென்றால்
அதுசத்திய வாக்கென்று
இவ்வையம் புகழநின்றாய்
என்றென்றும் வாழ்வாயே.

---

1. கண் நாடி; 2. தியாகராாசர் கல்லூரி; 3. அவ்வை துரைசாமி ஐயா, 4. பெண்கள் சொற்படி நடத்தல்; 5. அவ்வை - ஆதித் தாய் 'ஹவ்வா' என்ற சொல்லின் தமிழ் வடிவம்; 6. மால் - மயக்கம்; 7. ஆத்திசூடி

தட்டுங்கள் திறக்கப்படும்

- தலைமைக் கவிதை -

தட்டுங்கள் திறக்கப்படும்
என்றார் இயேசுபிரான்
ஆனால்
எந்தக் கதவை
என்பதைச்
சொல்ல மறந்துவிட்டார்

நாமும்
எத்தனையோ கதவுகளைத்
தட்டிப் பார்த்துவிட்டோம்
எந்தக் கதவும்
சுலபமாய்த் திறப்பதில்லை

வள்ளல்கள் வீட்டுக் கதவை
அடையா நெடுங்கதவு என்பார்
இன்று
அத்தகைய கதவுகளை
எங்கும் காணோம்
எங்கும் நாம்
அடைய முடியாக்
கதவுகளே

கொடுக்கிற தெய்வம்
கூரையைப் பிய்த்துக்
கொடுக்கும் என்று
படுக்கிற சோம்பல்
பாய்க்காரத் தத்துவத்தை
ஏசுகின்ற ஏசுவின்
நாவுச் சாட்டையிது

தாய்மடிதான் என்றாலும்
முட்டினால்தான் பால்சுரக்கும்
தன்வீடே என்றாலும்
தட்டினால்தான் தாள்திறக்கும்

சிலர்
திறக்காத கதவுகளைத்
தட்டிக்கொண் டிருக்கின்றார்
ஆனால் அருகில்
ஆயிரம் கதவுகள்
அகலத் திறந்திருக்கும்
அவற்றைஅவர் பார்ப்பதில்லை

இன்னும் சிலரோ
துருப்பிடித்த பூட்டு
தொங்கிக்கொண் டிருக்கும்
கதவுகளை
கைவலிக்கத் தட்டுவார்

இவர்களாவது
பரவா யில்லை
இன்னும் சிலர்
கதவென்று நினைத்துச்
சுவரையே விடாமல்
தட்டிக்கொண் டிருப்பார்கள்

சில கதவுகள்
தட்டினால் திறப்பதில்லை
உடைத்தால்தான் திறக்கும்

சில கதவுகள்
விசித்திரமானவை
இவை
நல்ல சாவிகளுக்குத்
திறப்ப தில்லை
கள்ளச் சாவிக்கே
திறக்கும்

பூமிக் கதவுக்குள்
புதையல் இருக்கிறது
இந்த
அன்னை வீட்டைத்
தட்டாமல்
அன்னியன் வீட்டைத்
தட்டும்
பிச்சைப் புத்தி போனால்
நம்நாடு உயர்ந்துவிடும்

யாரும் தட்டாமல்
தாமே திறந்து
வாசனை யாலே
வண்டுகளை அழைக்கும்
பருவப் பூக்களின்
பக்குவ இதழ்கள்
கணிகையர் வீட்டுக்
கதவுகள் போன்றவை

காலைச் சூரியன்
கதிர்க்கையால் தட்டினால்
கமல மலரின்

கதவு திறக்கும்
ஆனால்
அல்லியின் கதவோ
மெல்ல மூடும்

இருவிழி வீட்டின்
இமைக் கதவுகளோ
தமக்குத் தாமே
தட்டும் கதவுகள்

ஓசையோ பசியோ
உள்ளே இருந்து
தட்டினால் திறக்கும்
கதவுகள் உதடுகள்

காதுகளோ எனில்
கதவே இல்லா
வள்ளல் வீட்டு
வாசல்கள் – இங்கே
வீட்டைக் கெடுக்கும்
விரோத ஓசைகள்
உள்ளே நுழைய
ஓடி வந்தால்
தட்டும் கைகளே
தடுக்கும் கதவுகள்
ஆகும்.

வாய்வீட்டுக்குள்
வசிக்கும் பற்கள்
பாவம்; மிகவும்
பரிதாப மானவை
ஏனெனில்
உதவாக் கரையிந்த
உதட்டுக் கதவுகள்
வேண்டாத நேரத்தில்
விவகாரமாய்த் திறந்தால்
தட்டப் படுவன
பாவமிப் பற்கள்
ஆம், இங்குமட்டும்
கதையே வேறு
'திறந்தால் தட்டப்படும்'

இறைவன் வீட்டுக்குக்
கதவும் இல்லை
பூட்டும் இல்லை
அதுவோ எப்போதும்
திறந்தே கிடக்கிறது
ஆனால் உள்ளே
யாரும் செல்வதில்லை

இன்னொரு வீடும்
திறந்தே இருக்கும்
தட்டாமல் இன்பம்
தரும் கூடவே
நோயும் தரும்

இன்று
பல கதவுகளுக்குப்
பணமே
சாவியாக இருக்கிறது
கலைமகளின்
ஆலயம் கூட
உண்டியல் நிறையப்
பணம் போட்டால்தான்
திறக்கிறது

இளைஞன் ஒருவன்
இளம்பெண் ஒருத்தியிடம்
கெஞ்சிக் கொண்டிருந்தான்
கண்ணே!
நான் தட்டத் தயார்
உன் இதயக் கதவு
எங்கே இருக்கிறது சொல்
நான் தட்டுகிறேன்
நீ தட்டாதே.
----
1. வேலூர், 28.9.1975; 2. தில்லித் தமிழ்ச் சங்கம், 16.9.2007; 3. சென்னை, முகம்மது சதக் அறிவியல் கல்லூரி, 1.3.2012

புகார் மீது புகார்

– தலைமைக் கவிதை –

தந்திர விழாயெடுக்கும்
தலைவர்களைப் போலன்றிச்
சந்திர விழா, இரவு
கொண்டாடும் வேளையிலே
இந்திர விழாயெடுக்கும்
இனியவரே!

பூவிரித்துப் புகழ்விரித்த
காவிரிப்பூப் பட்டினத்தில்
பாவிரிப்போம் எனவந்த
பாவலரே!

மாக்கடலில் மூழ்கிவிட்ட
மாநகரக் கதைகேட்டுப்
பாக்கடலில் மூழ்கவந்த
பண்புடைய சான்றோரே
என் வணக்கம் ஏற்பீர்

இந்த இந்திரவிழா - ஒரு
மந்திர விழாவோ
அப்துல் ரகுமானை
அரங்க நாதனாய்
ஆக்கிவிட்டதே

அரங்க நாதனாய்
ஆனாலும்
படுத்துவிட மாட்டேன்
உங்களையும்
படுக்கவிட மாட்டேன்
சத்திய வார்த்தையிது!

வானத்தைப் பார்க்கிறேன்
வீழ்ந்து கிடக்கும் பாண்டியனின்
வெண்கொற்றக் குடைபோல்
வெள்ளைநிலா வட்டம்

சுற்றிலும்
அவன் அத்தாணி மண்டபத்தில்

சிதறிக் கிடக்கும்
சிலம்பின் பரல்கள்போல்
சித்திரத் தாரகைகள்
வானத்தில் சிலம்பின்
மௌன அரங்கேற்றம்

இங்கே
சிலப்பதிகாரச் சுவையைப்
பரிமாறிப் பசியாறும்
பாவலரின் அரங்கேற்றம்
ஆம்
அரங்கேற்று காதையிது
நாக்குச் சலங்கையுடன்
நடனங்கள் ஆட, இங்கே
ஒன்றல்ல இரண்டல்ல
ஐந்து மாதவிகள்
கோவலரே எச்சரிக்கை

*

புகார் கூறவந்தேன்
பொங்குமாங் கடலே
புகாரைநீ ஏனழித்தாய்?

பரத்தையர் குலத்துதித்த
பாவையைப்
பத்தினியாய் ஆக்கிய
மண்ணிது என்பதனால்
மகிழ்ந்தெடுத்து உண்டாயோ?
உனக்கும்
கற்பிலக்கணத்தைக்
கற்கின்ற ஆசையோ?

இல்லை
முத்துக்கள் கர்ப்பமுற்ற
மசக்கையினால் உண்டாயோ?

இல்லை
புகழ்மிகுந்த தமிழகத்தில்
'புகார்' இருக்கக் கூடாது
என்றெண்ணி அவ்வூரைத்
தண்ணீரால் அழித்தாயோ?

இல்லை உன்
சொத்தான முத்தையெல்லாம்
அள்ளிவந்து விற்கின்ற
ஆத்திரத்தால் ஊரையே
கொள்ளையிட்டு மகிழ்ந்தாயோ?

இல்லை
காவேரி யோடுநீ
கலவிசெய்யும் காட்சியை
நாணமின்றிப் பார்க்கிறதே
என்று
புகாரின் முகத்தைநீ
நீர்த்திரையால் மறைத்தாயோ

இல்லை
கற்புக்கரசி
கண்ணகியின் நெருப்புக்
கண்ணீரால் உடல்எரியத்
தாங்காத புகார்நகரம்
உனக்குள்ளே புகுந்ததோ

இல்லை
பூம்புகார் மக்கள்
பொருள்தேடி வேற்றூர்
தாம்புகார் என்ற
தனிப்புகழ்தான் பாழாகக்
கோவலனும் கண்ணகியும்
கொண்ட வறுமையினால்
பொருள்தேட வேற்றூர்
புகுந்ததொரு காரணத்தால்
துக்கத்தைத் தாங்காமல்
தூய புகார்நகரம்
தற்கொலை செய்துகொள்ளத்
தண்ணீரில் மூழ்கியதோ?

★

சிலரோ, துறவியென்று
காவியும் கட்டுவார்
கண்காணா மறைவிடத்தில்
காவியங் கண்ணியரைக்

கட்டுவார்
இளங்கோபோல் பெண்ணுக்கோர்
காவியம் கட்டிய
துறவி எவருமுண்டோ?

சிலரோ
அம்பலத்தில்
'மாதேவா' என்பார்
அந்தரங்கத்திலோ
'மாதே! வா' என்பார்
இளங்கோ - போல்
கற்புடைய மாதே!
வாஎன் பாட்டுக்குள்
உனக்கு
மாதேவப் பதவி
வழங்குகிறேன் என்றுரைத்த
துறவியுண்டோ இவ்வுலகில்

பத்தினியை வணங்குவது
பாரில் புதிதல்ல
நித்தநித்தம் வீடுகளில்
நிகழ்வதுதான்; ஆனால்
பத்தினியைத் தெய்வமெனப்
பாரெல்லாம் தொழுகின்ற
புத்தம் புதியநெறி
புகுத்தியவர் யார்?இளங்கோ

இளங்கோவைச் சுவைத்தவர்க்கு
இளங்கோலக் கன்னியர்தம்
இதழ்க்கோவை சுவைக்காது

சிலப்பதிகாரம்
பால்நகையாள் வெண்முத்துப்
பல்நகையாள் கண்ணகிதன்
கால்நகையால் வாய்நகைபோய்க்
கழுத்துநகை இழந்தகதை

வானத்துத் தெய்வம்
வந்திங்கு அவதரித்துப்
போனகதை அல்ல
புராணஇதி காசமல்ல

வானிடத்துத் தெய்வமாய்
மானிடப்பெண் உயர்ந்தகதை
மானிடத்தைத் தெய்வங்கள்
வணங்கிய புதியகதை!

ஓர்
[1]ஆடவனின் காலணி
ஆட்சி புரிந்தகதை
அற்புதக் கதையென்பார்
இதுவோ ஓர்
பெண்மகளின் காலணி
பேரரசைக் கவிழ்த்தகதை

ஆண்டவனின்
அடிமுடியைத் தேடிய
அதிசயக் கதையல்ல

ஆண்டவரின் முடி
ஒரு பெண்ணின்
அடி தேடி வந்து
வணங்கிய கதை

★

இளங்கோ அடிகள்
தம் பாத்திறத்தால் படைத்த
பாத்திரங்கள் இவை

கோவலன்

தாலிகட்டிக் கொண்டுவந்த
தாரத்தைக் கலங்கவிட்டான்
வேலிகட்டி வைத்திருந்தும்
வெளிமேய்ச்சல் விரும்பிவிட்டான்

வணிகமகன் வாழ்க்கையையும்
வணிகமாய்க் கருதிவிட்டான்
இன்பத்தைத் தராசாக்கி
இருதட்டை ஏந்தினான்
சல்லாப வணிகத்தில்
நல்லாபம் கிடைக்கவில்லை

பாடமொன்றே என்ற
உண்மையை அறியாமல்
பள்ளியறை மாற்றிய
பரிதாப மான(ண)வன்
பரீட்சையில் தோற்றுவிட்டான்

மருந்தென்று கூறி
மதுவை அருந்துதல்போல்
கலையென்று கூறிக்
காமத்தில் மூழ்கிவிட்டான்

ஆம் அதுவும்
மன்மதக் கலைதானே

கெடுதல் அறியாக்
கற்புடைய மனைவியைக்
கைவிட்டு விட்டுச்
சுடுதல் அறியாச்
சுகம்தரும் மாதவிமேல்
விடுதல் அறியா
விருப்பினன் ஆனான்.

★

மாதவி

பொதுவுடைமைப் பூங்காவில்
பூத்தாலும் தன்னுடைய
மதுவுடைமை ஒருவனுக்கே
எனவாழ்ந்த அதிசயப்பூ

எவர் வாங்கினாலும்
அவர் விலாசம் தாங்குகின்ற
அஞ்சல் கூடுபோல்
அமைந்தவள்தான் என்றாலும்
ஒருவன் முகவரிக்கே
உரிமை ஆகிப்பின்
கிழிந்து போனவள்

கோவலன் ஒருநாள்
மடலாடும் கடல்துறையில்
மாதவியே! என்னோடு

கடலாட வா என்றான்
கண்ணீரில் ஆடவிட்டான்

கானல் வரியென்னும்
கானத்தால், வாழ்வையே
கானல்நீர் ஆக்கினான்
கண்ணீர் வரிவளர்த்தான்

★

மெல்லினக் கண்ணகி
வல்லினமாய் மாறினாள்
கல்லினக் கற்பினால்
கோவலனோ
இட்டபெயர்க் கேற்றபடி
இடையினமாய்ப் போய்விட்டான்

ஒருகாற் சலங்கையில்
உள்ளம் பறிகொடுத்தான்
ஒருகாற் சிலம்பால்
உயிரைப் பறிகொடுத்தான்

சிலம்பு அதிகாரம்
செய்தது ஆண்டது
புலம்பும் குடிமகனாய்ப்
போனான் கோவலன்

பத்தரை மாற்றுப்
பசும்பொன், மன்னவனின்
²பத்தரை மாற்றும்
பசும்பொன்னாய் மாறியது

கண்ணகியின் காற்சிலம்பு
அவையில் உடையுமுன்னே
சிலம்புபோல் கோவலன்
உடைந்தான்; சிந்திய
மாணிக்கப் பரல்கள்போல்
செங்குருதித் துளிகள்

----

1. இராமன்; 1. பத்தா - பொற்கொல்லன்

தை

பெங்களூர் தமிழ்ச் சங்கம், 14.1.73

- தலைமைக் கவிதை -

நன்னடத்தை அன்புழைப்பு
நட்பென்ற நாற்படையால்
கன்னடத்தையே வென்ற
கன்னித் தமிழ்நாட்டீர்!

சேய்மொழித் தொட்டிலில்
சிறந்தசங்கப் பாலூட்டி
தாய்மொழியை யேவளர்க்கும்
தனயர்களே! நல்வணக்கம்

காவிரியின் பிறந்தகத்தில்
கலைவண்ணச் செந்தமிழில்
பாவிரிக்க வந்திருக்கும்
பாவலரே! என்வணக்கம்

தையென்று ஒருதீச்சொல்
தாராத தமிழினத்தார்
‘தை’யென்றே இத்திங்கள்
தனையழைத்த காரணமென்?

தையலர்க்கும் ஆடவர்க்கும்
தனியழகுப் புத்தாடை
தையலர்கள் தைப்பதனால்
தையென்று சொன்னாரோ?

அத்தை மகளும்அவள்
அம்மான் மகனுமினி
இத்தையில் மணம்புரிய
இனியவழி பிறக்குமெனும்

மெத்தைக் கனவுகள்
மெல்லநெஞ்சைத் தைப்பதனால்
தத்தைத் தமிழ்மொழியில்
தையென்று சொன்னாரோ?

வித்தை விதைப்பவர்நாம்
விளைச்சலை நுகர்கின்ற

வித்தையைக் கற்கவில்லை
எனக்கலங்கும் வேளாளர்
கையறுதல் நீங்கிக்
களிச்சலங்கை கட்டித், 'தை,
தை'யென்றே ஆடுவதால்
தையென்று சொன்னாரோ?

இல்லையில்லை

சாதியால் மதத்தால்
சகதி அரசியலால்
பேத மடைந்து
பிளவடைந்து கந்தலாய்க்
கிழிந்து கிடக்கும்
கீர்த்திமிகு தமிழினத்தை
மொழியாலே 'தை'யென்று
மொழிவதற்கே தையென்றார்.

திரிக்காத கயிறுகள்

சென்னை, சுற்றுலாப் பொருட்காட்சி, 5.2.1988

- தலைமைக் கவிதை -

சொல்லே பஞ்சாய்
அறிவே கதிராய்ச்
செய்யுள் என்னும்
சிக்கலிலா நூலை
வாயால் நூற்கும்
வல்லமை பெற்றவர்
நல்ல புலவரென
நன்னூல் கூறும்.

நூல் நூற்கத் தெரிந்தவர்க்குக்
கயிறு திரிக்கவா
தெரியாது?

கயிற்றைப்
புலவர் மட்டுமா?
புல்லரும் திரிப்பர்

ஆனால் புல்லரோ
பொய்யிலிருந்து
கயிறு திரிப்பார்
புலவரோ
கற்பனையிலிருந்து
கயிறு திரிப்பார்

கற்பனையோ
பொய்யல்ல
அது
அழகான பொய்
மெய்யினும்
உயர்ந்த பொய்

ஏனெனில்
அது ஒரு படைப்பு
பிரமனே கூட
பிரமிக்கும் படைப்பு

பொய் கானல்நீர்
கற்பனையோ
அகத்தின் தாகம் தணிக்கும்
அரூப நீர்

முழுநிலாக் காலத்தில்
கடலில் தெரியும்
ஜல ஜரிகை

பொய் விஷம்
கற்பனை அமுதம்
பொய் பாவம்
கற்பனை புண்ணியம்

கயிறு திரிப்பவர் சிலர்
தூங்குகிறவன்
தொடையில் திரிப்பார்

கவிஞரும்
'தொடை'யில் திரிப்பார்
எதுகை மோனை என்ற
தொடையில்

[1]'செந்தொடை' என்றால்
சிறப்பாகத் திரிப்பார்.

'யாப்பு' என்றால்
'கட்டுதல்'
கயிறு இல்லாமல்
கட்ட முடியுமா?

காரிகையைக் 'கட்டக்' கூடக்
கயிறு வேண்டுமே
தாலிக் கயிறு!

(யாப்பருங்கலக்) காரிகையைக்
காதலிக்கும் கவிஞர் ஆகையால்
தாலி கட்டக்
கயிறு திரித்துக்
கொண்டு வந்தார்

கயிறில்லாமல்
வாழ்க்கையே இல்லை
கருப்பையில்
குழந்தை வளர்வதே
தொப்புள் கொடிக் கயிற்றில்

குழந்தை பிறந்ததும்
தொட்டில் கட்டத்
தூளிக் கயிறு

அரைகுறையாகப் பேசி
அரைகுறையாக
நடக்கும்போது
அரையில் கட்ட
அரைஞாண் கயிறு

சிறுவனான பிறகு
தெருவில் விளையாடப்
பம்பரக் கயிறு

வாலிப வயதில்
இரண்டு இதயங்களை
இறுக்கிக் கட்டக்

காமன் திரிக்கும்
காதல் கயிறு

அப்புறம்
திருமணத்திற்குத்
தாலிக் கயிறு

அப்புறம்
சொந்தம் 'பந்தம்'
'பாசம்'

'பந்த'மென்றால் கட்டு
'பாசம்' என்றால் கயிறு
இவையெலாம்
ரத்தம் திரிக்கும்
கயிறுகள்

மூச்சுக் கயிற்றால்
இயங்கும் மனிதனின்
வாழ்க்கை முடிவதும்
கயிற்றிலே -
காலனின் கயிற்றிலே

சிலருக்கோ
தூக்குக் கயிற்றிலே

தூக்குக் கயிறு
ஒரு பூஜ்ஜியம்
வாழ்க்கைத் தேர்வில்
தோல்,வியடைந்தவனுக்குக்
கிடைக்கும் மதிப்பெண்
அது

வாழ்க்கை என்பதே
பொம்மலாட்டம்
மனிதர்கள் அனைவரும்
விதியெனும் கயிற்றில்
ஆடும் பொம்மைகள்
ஆட்டுவோன் ஆண்டவன்

பிரமாண்டமான
பிரபஞ்சத்தில்

சுற்றித் திரியும்
கிரகங்களெல்லாம்
ஈர்ப்பெனும் கயிற்றில்
கோத்த முத்துகள்.

இறங்கவும் ஏறவும்
இறைக்கவும் கட்டவும்
வாழ்க்கை நடப்பதே
கயிற்றில்.. கயிற்றில்.

கயிறுகள்.. கயிறுகள்
எங்கும் கயிறுகள்

அரசியல்வாதி
கிடைக்கும் இடமெலாம்
கொடியேற்றுகின்றான்
உண்மையில் அக்கயிற்றில்
தன் குடியேற்றுகின்றான்

அந்தக் கொடிக் கயிற்றில்
கொலை செய்யப்படுவன
நீதியும் நேர்மையும்

மதங்கள், கட்சிகள்
எங்கும் கயிற்றால்
இழுபறிப் போட்டி

இயற்கையில்தான்
எத்தனை கயிறுகள்

மின்னலோ
மேகங்களைக்
கட்ட முயன்று
அறுந்தறுந்து போகும்
ஒளிக் கயிறு

பாம்போ
உயிரைப் போக்கும்.
உயிர்க் கயிறு

மேகப் பஞ்சு
தனக்குத் தானே
கயிறு திரிக்கும்

மழைத் தாரை
அதுவோ-
வானம் பூமிக்குக் கட்டும்
தாலிக் கயிறு

கண்கள் திரிக்கும்
கண்ணீரோ
அதிசயமான கயிறு
அது
கயிறாகவும் இருக்கிறது
கண்களென்னும்
கிணற்றிலிருந்து
இறைக்கப்படும்
நீராகவும் இருக்கிறது

அருவிகளோ-
மலைகள் திரிக்கும்
திரவக் கயிறுகள்

பூங்கொடி களோ
பூப்படையும் கயிறுகள்

மலையெனும் தேரை
இழுக்கக் கட்டிய
வடம்தான் ஆறு

ஆனால் சமுத்திரம்
யுகம் யுகமாக
இழுத்துப் பார்க்கிறது
தேர் நகரவில்லை
கயிறுதான் நகர்கிறது

திருமணம்
பெண்ணுக்குக்
கழுத்தில் கயிறு கட்டுகிறது
ஆணுக்குக்
காலில் கயிறு கட்டுகிறது

காந்தி அடிகள்
கத்தியின்றி
அடிமைத் தனமெனும்
கயிற்றை அறுத்தார்

தூக்குக் கயிறுகளில்
தொங்கிய தியாகிகளின்
சுவாசக் கயிற்றில்
சுதந்திரம் என்ற
கொடி ஏறிப் பறந்தது

மலையைக்
கயிற்றால் கட்டி
இழுக்க முடியுமா?
முடியும்
பணமெனும் கயிற்றால்
அக்கயிறோ
எதையும் இழுக்கும்

இன்று
கலைமகள் கூடக்
காசெனும் கயிற்றால்
கட்டி இழுத்தால்தான்
வருகிறாள்

இன்று
நடிக்க வந்தவனெல்லாம்
கயிறு திரிக்கிறான்
அந்தக் கயிற்றில்
கொடி ஏற்ற நினைக்கிறான்

சில இடங்களில்
கட்டினால் இன்பம்
உதாரணம் திருமணம்

சில இடங்களில்
கட்டறுத்தால் இன்பம்
உதாரணம் விடுதலை

'அறுத்தால் கட்டு' என்பது
பழமொழி
இது
நெல்லறுப்புக்கு மட்டுமல்ல
தாலி அறுப்புக்கும்
பொருந்தும்

இருட்டில்
கயிறு
பாம்பாய்த் தெரியும்
பாம்பு
கயிறாய்த் தெரியும்

ஆணவம், கன்மம், மாயை
முப்புரிக் கயிறு
அதை அறுத்துவிட்டால்
ஆன்மா எனும் பசு
பதியை அடையும் என்கிறது
சைவ சித்தாந்தம்

தாலிக் கயிறு
ஒரே கயிறுதான்
இருந்தாலும்
அதன் இருமுனைகள்
இணைக்கப்படுகின்றன

ஏன் தெரியுமா?

ஆணும் பெண்ணும்
படைப்புக்கு முன்னர்
ஒன்றாய் இருந்தவர்
படைப்பு அவர்களைப்
பிரித்தது
திருமணம் அவர்களை
மீண்டும் இணைக்கிறது
இதை உணர்த்தத்தான்
தாலிக் கயிறு

கண்ணீர்க் கயிறு
தூக்குக் கயிறு

தூக்குக் கயிறு திரிப்பவர்களே!
நிறுத்துங்கள்

வேர்வைக் கயிறு
திரியுங்கள்
ஏனெனில்
அது
தாலிக் கயிறு

ஆயுள் என்னும்
கண்ணுக்குத் தெரியாத கயிறு
மனிதனை
மரணத்தை நோக்கி
இழுத்துக்கொண்டேயிருக்கிறது

தாயின் இதயத்திலும்
பாசம்
எமனின் கையிலும்
பாசம்

வாழ்வு கொடுப்பதும்
கயிறுதான்
வாழ்வைப் பறிப்பதும்
கயிறுதான்

உண்மையான கயிறு திரிப்பவன்
பின்னால் போகிறான்
பொய்க் கயிறு திரிப்பவனோ
முன்னேறுகிறான்

என்ன உலகமடா இது!

----

[1]செந்தொடை, எதுகை, மோனை இல்லாத செய்யுள்.

கணக்கு

ஓமலூர், 5.8.1977
கவியரங்கம் நடந்த இடம் செட்டியார் பள்ளி.

- தலைமைக் கவிதை -

கூட்டலிங்கு செய்து
குளிர்தமிழி லேஆசை
காட்டிப் பொழுதைக்
'கழிக்க'வந்த சுவைஞர்களே!

'வகுத்த' தலைப்புகளில்
வரிவரியாய்க் கணக்கிட்டுத்
தொகுத்த தமிழ்ச் சுவைபெருக்கத்
தோன்றியுள்ள கவிஞர்களே!

வணக்கத்தைக் கணக்கின்றி
வழங்குகின்றேன்; ஏனென்றால்
பணக்கத்தை என்றால்தான்
பார்க்கவேண் டும்கணக்கை

கணக்காயன் என்னையின்று
கணக்குப்பிள்ளை ஆக்கிவிட்டார்
கணக்கில்நான் புலியல்லன்
கணக்கென்றால் புலியெனக்கு

வட்டியார் கொடுத்தாலும்
வாங்கி வரவுவைக்கும்
செட்டியார் பள்ளி¹யென்றோ
சிக்கவைத்தார் கணக்கினிலே

பற்று வரவெனக்குப்
பார்க்கத் தெரியாது
பற்றுண்டு தமிழ்மீது
ஆகையினால் வரவுதந்தேன்

எண்ணியெண்ணிக் கவிதை
இயற்றுகின்ற கவிஞனைப்போய்
எண்ணியெண்ணிக் கணக்கை
எழுதயிங்கு அழைத்துவிட்டார்

பெருந்தொகை என்றால்நான்
பின்வாங்கு வேன்;எனினும்
'குறுந்தொகை' அன்போடு
கொடுத்தால் வரவுவைப்பேன்

பாற்கணக்கு நான்பார்க்கும்
பழக்கமில்லை; எனினும்முப்
பாற்கணக்கென் றால்நாளும்
பார்ப்பதற்கு நான்சலியேன்
மேற்கணக்கு, கீழ்க்கணக்கு
மிகவிரும்பி நான்பார்ப்பேன்
நூற்கணக்கு பார்ப்பதென்றால்
நோகாமல் நான்பார்ப்பேன்

புள்ளிக் குதவாது
பள்ளிக் கணக்கென்பார்

கள்ளக் கணக்குத்தான்
'கடை'யர்க்கு உதவிசெய்யும்

வாழ்க்கையென்றாலே
வரவுசெலவு கணக்குத்தான்
ஊழ்ப்பிறப்போ வரவு
உடலிறப்போ செலவு

பிறப்பெல்லாம் கூட்டல்
பெண்சேர்க்கை பெருக்கல்
இறப்பெல்லாம் கழித்தல்
ஈவில்லா வகுத்தலிது

உலகமெனும் சந்தையிலே
உள்ளதெல்லாம் நல்லதில்லை
கலகம்செய் வார்க்குக்
கைநிறையப் பொருள்கிடைக்கும்

உள்ளநாணயம்அங்கே
உதவாது; ஆனால்
கள்ளநாணயத்திற்கே
கௌரவம் மிகஅதிகம்

'மேற்'கணக்கு 'கீழ்'க்கணக்கு
வியாபாரிக் கும்பிடிக்கும்
நாற்கணக்கு இருந்தால்தான்
நாலுகாசு தேறுமென்பார்

குற்றமில்லை அவர்மீது
குழந்தைகளாய்ப் பள்ளியிலே
கற்றுவந்த பாடத்தைக்
காட்டுகின்றார் நடைமுறையில்

வீட்டுக் கணக்கென்றும்
விவரமாய்ப் பள்ளியிலே
போட்ட கணக்கென்றும்
போதித்தோர் நாம்தாமே

காசு பணத்திலும்
கறுப்புண்டு வெளுப்புண்டு
மாசுடைய பணம்வெளுக்கும்
வண்ணான் கணக்காகும்

கணக்கு ஒரு கல்யாணம்

பெற்ற பணமகளைப்
பேரேட்டுப் பந்தலிலே
பற்று வரவென்னும்
பந்திவைத்துப் பரிமாறி

எண்களினால் தாலிகட்டி
இனியமணம் செய்துவைத்தால்
கண்களின்முன் வெளியே
கவுரவமாய் உலாவரலாம்

பிணக்குள்ள அரசியலில்
பிரிவுக்குச் சதிசெய்வோர்
கணக்குகளைக் கேட்டால்
கட்சிகள் இரண்டாகும்

ஆட்டிப் படைக்கின்ற
அரசியல் தலைவரையும்
ஆட்டிப் படைக்கின்ற
அதிகாரி கணக்குத்தான்

ஆக்கும் குடியாட்சி
அரசியலில் தேர்தல்வரும்
வாக்குக் கணக்குத்தான்
வழங்கும் அதிகாரம்

எப்படியும் நாம்தாம்
இருப்போம் எனநினைத்துத்
தப்புக் கணக்கிட்டால்
தரையிலே வீழ்ந்திடுவார்

பள்ளியிலே பிள்ளைகள்
படிப்பதுவோ எண்கணக்கு
கள்ள உறவுகொள்ளும்
காதலர்க்கோ கண்கணக்கு

பகலிரவுப் பொழுதுகளோ
பரந்திருக்கும் விண்கணக்கு
சகலரும் எனக்கென்றே
சாற்றுவது மண்கணக்கு

ஏழு சுரங்களிலே
இயங்குவது பண்கணக்கு
வாழும்நாள் செல்வம்
வளர்ப்பதுதான் பெண்கணக்கு

புகழ்மறவர் போடுவதோ
போர்க்களத்துப் புண்கணக்கு
நிகழும் சுவாசமோ
நிலையில்லா நுண்கணக்கு

ஓமலூர், 5.8.1977
1. கவியரங்கம் நடந்த இடம் செட்டியார் பள்ளி.

சூடெங்கே? சுரணையெங்கே?

இந்த உலகத்தில் இருப்பவை
ஏழு அதிசயங்கள்
என்பார்

எட்டாவது அதிசயம் ஒன்று
இருக்கிறது

தமிழ் இன்னும் இருப்பது

தமிழன் செத்துவிட்ட பின்னும்
தமிழ் இருப்பது
அதிசயம் இல்லையா?

தமிழே!
எனக்கொரு சந்தேகம்
நீ எங்கள் மூச்சு
அப்படியென்றால்
நாம் செத்துப்போன தெப்படி?

உன்னை வாங்கிய நாம்
பிறகு விட்டுவிட்டோமா?
விட்டுவிட்ட பின்
வாங்க மறந்தோமா?

தீயாலே கொஞ்சம்
தீய்ந்தாய்; கடலென்னும்

பேயாலே பேரழிவைப்
பெற்றாய்; கறையானின்
வாயாலே கரைந்தாய்;
வந்தவந்த அயல்மொழியாம்
நோயாலே நலம்கெட்டு
நொந்தாய்; இன்றோஉன்
சேயாலே அந்தோ!நீ
சீரழிந்து நிற்கின்றாய்

தாய்ப்பாலுக் கப்பால்,உன்
தனப்பாலைக் குடித்ததொரு
வாய்ப்பால் வளர்ந்தமகன்
வஞ்சகப் பூதகியின்
நோய்ப்பால் அருந்தி
நுட்பமாய்ச் சாகின்றான்

குறிஞ்சியிலே வாலைக்
குமரியாய் உதித்தவளே!
முல்லையிலே மணந்து
மோகனமாய்ச் சிரித்தவளே!
மருதத்தில் போகத்தால்
மசக்கைகொண்டு நிறைந்தவளே!
நெய்தலிலே நெடும்புகழை
நெய்தவளே! ஈரமற்ற
பாலையிலும் பூத்த
பனிமலரே!

கன்னிநீ; ஆனாலும்
தாயும் நீ!
ஈதெப்படி சாத்தியம்
என்றால்

கன்னி மரியைப்போல்
கன்னித் தாய் நீயலவோ
அவரோ
பிள்ளை ஒன்றே
பெற்றெடுத்தார்

நீயோ
தெலுங்கு, கன்னடம்,
மலையாளம், துளுவென்று

இலங்கும் குழந்தைபல
ஈன்றெடுத்த அன்னை!

தமிழே! எங்கள்
வாயிலே பிறந்ததனால்
சேய்நீ எங்களுக்கு
அப்படியிருந்தும்
தாயென்றோம் உன்னை
ஏன் தெரியுமா?
உன்னை வளர்க்கும் பொறுப்பைத்
தட்டிக் கழிக்கத்தான்

தமிழன், ஒன்று
கும்பகர்ணனாக இருக்கிறான்
இல்லையென்றால்
வீடணனாய் இருக்கிறான்

விற்கொடியை இமயத்தில்
பறக்கவிட்ட வீரன்தான்
வில்லுப்பாட் டிசைபாடி
வீணர்களைப் புகழுகிறான்

கங்கையையும் தன்காதல்
மங்கையெனக் கொண்டவன்தான்
காவிரியை இழந்துவிட்டு
கைபிசைந்து நிற்கின்றான்

அன்று நீ
மங்காத தமிழ்வளர்த்த
சங்கப் பலகையெனும்
அரியா சனத்தில்
அரசியாய் வீற்றிருந்தாய்

இன்றோ, எங்கள்
கடைப்பலகை யில்கூட,நீ
கால்வைக்க இடமில்லை

புறநானூற் றைப்பாடி
புகழ்பெற்றோன் தான்,இன்று
புறம்பேசித் திரிகின்றான்

பத்துப்பாட் டெல்லாம்
பரணிலே போட்டுவிட்டான்

குத்துப்பாட் டென்றால்
குதூகலமாய் ஆடுகிறான்

எட்டுத் தொகைபெற்று
இறுமாந் திருந்தவன்தான்
துட்டுத் தொகைக்கு எல்லாம்
தொலைத்துவிட்டு நிற்கின்றான்

அன்றோ
வேரடி மண்ணாய்
விளங்கிய குறளெனும்உன்
ஈரடியை வணங்கியது
இவ்வுலகம்,

இன்றோ
யாரடி என்ற
விவஸ்தைகூட இல்லாமல்
நூலடிக்கும் இனப்பகைவர்
காலடியில் விழுவதுதான்
தமிழனின் கலாச்சாரம்

உன் காலடிச் சிலம்பும்
அதிகாரம் செய்தது
அன்று
இன்றோ
அதிகாரக் கால்களில்
சிலம்பாகிக் கிடக்கின்றான்
தமிழன்

சிந்தா மணியைச்
செய்தவள் நீ!இன்றோ
சீர்கெட்ட சாக்கடையில்
சிந்திய மணிகளாய்த்
தமிழர்கள்

வளையா பதியைப்
படைத்தவள் நீ!இன்றோ
வளையும் பதிகளாய்
வணங்கிப் பிழைக்கின்றார்
தமிழர்கள்

பரணி பலபடைத்த
பரம்பரை, இன்றுன்னைப்
பரணிலே போட்டுவிட்டுப்
பரதேசி ஆகிவிட்டான்

பிள்ளைத் தமிழ்கேட்டுப்
பேரின்பம் கொண்டவளே!
இன்றுன்
பிள்ளைகள் பேச்சில்
நீயில்லை

அகமிழந்தான் புறமிழந்தான்
ஆன்மாவை விற்றுவிட்டான்
முகமிழந்தான் தன்னுடைய
முகவரியை இழந்துவிட்டான்

தமிழே! உன்னை
மொழிகளுக் கெல்லாம்
முதல்மொழி என்றார்
அதனால் உன்னை
முதலாகப் போட்டு
வியாபாரம் தொடங்கிவிட்டான்

இமயத்தில் கொடியேற்றி
இறுமாந்து நின்றவனோ
சமயக் கொடியேற்றிச்
சகதியிலே விழுந்துவிட்டான்

வில்லேற்றி வென்ற
தமிழரின் வீரத்தைச்
சொல்லேற்றிப் பழித்த
துட்டர்களின் தலையில்
கல்லேற்றி வந்த
கதைமாறி, இன்று
தறுதலைத் தமிழன்
தன்தலையில் கல்சுமந்து
வடக்கே செல்கின்றான்

முப்படையால் நான்கு
திசைகளையும் வென்றவன்
சாதி, சமயம், கட்சியென்ற

முப்படையால் தோற்றுத்
தேதியைப் போல் கிழிந்துவிட்டான்

தமிழே!
கோயிலுக் குள்ளேநீ
குடியேற முடியவில்லை
வாயிலுக்கு வெளியே
உன்னை
வைத்துவிட்டுப் போகின்றார்
செருப்பைப் போல்

வற்றாத நீதிக்கு
வழக்காடும் மன்றத்தில்
குற்றவா ளிக்கும்
கூண்டுண்டு நிற்பதற்கு
உற்ற தமிழே!
உனக்குமட்டும் நுழைவதற்கு
அனுமதி இல்லையாம்
அநியாயம்

'அம்மா, தாயே!' என்று
அழைக்கின்ற பிச்சைக்
காரன்வாயில் மட்டும்தான்
தமிழே!நீ இருக்கின்றாய்

மாடுகூட 'அம்மா'வென்
றழைக்கிறது; இந்தக்
கேடுகெட்ட தமிழனோ
'மம்மி'எனப் பிதற்றுகிறான்

தன்னுடைய தெல்லாம்
தாழ்வென்று ஒதுக்குகிறான்
அந்நியரின் அழுக்கையும்
அழகென்று தொழுகின்றான்

தெருவெங்கும் தமிழ்முழக்கம்
செழிக்கச்செய் வோமென்ற
பாரதியே!
உன்னுடைய கனவைநாம்
நிறைவேற்றி வைத்துவிட்டோம்
வந்துபார் இப்போது

தமிழ்
தெருவில்தான் நிற்கிறது

தமிழே! எனக்கு
ஈடெங்கே? இணையெங்கே?
எனக்கேட்டு நின்றவுன்றன்
பீடெங்கே? நாடாண்ட
பெருமைஎங்கே? புகழ்வளர்த்த
ஏடெங்கே? எழுத்தெங்கே?
இனவுணர்வு பெற்றிருந்த
நாடெங்கே? நகரெங்கே?
நற்றமிழர்க் கன்றிருந்த
சூடெங்கே? சுரணையெங்கே?
சொப்பனமாய்ப் போனதுவோ?

வகுத்தல்

மதுரை 11.6.67; பின்பு சேலம், சென்னையிலும் நிகழ்ந்தது.

தலைவர்: கலைஞர் கருணாநிதி

விதிக்கணக்கை விலக்கிவைத்துப்
பழங்கணக்கைக் கிழித்தெறிந்து
புதுக்கணக்கை வரைந்துவரும்
புரட்சி எரிமலையே!

மதிக்கணக்கால் நாளளந்த
மாநிலத்தில், பகுத்தறியும்
மதிக்கணக்கால் நாடளந்து
வளம்சேர்க்கும் ஆரூரா!

உதிரிகளைக் 'கூட்டு'வதா,
ஊரதிரக் குலைக்கின்ற
எதிரிகளின் வாதத்தை
எடுத்தெறிந்து 'கழிப்ப'தா,

நிதிப்'பெருக்கா' சொற்பெருக்கா
நிலைத்தயிலக் கியப்பெருக்கா
நதிப்பெருக்கைப் போல்தந்து
நற்புகழைப் பெற்றவன்நீ

பகுத்தறிவுப் பகலவன்
பார்போற்றும் பெரியார்
வகுத்த வழிநடந்து
வரலாறு படைத்தவன்நீ

கரும்பெடுத்துத் தந்தாய்
காகிதத்தில்; சேலத்து
இரும்பெடுத்துத் தந்தாய்
இறும்பூதுக் குரியவன்நீ

'கஞ்ச' மலையிடமே
கனப்பொருளைப் பெற்றவன்நீ
பஞ்ச மலைக்காமல்
பாராண்ட மன்னன்நீ

கணக்குக்கு நிதிவேண்டும்
கணக்குக் கவியரங்கம்
இணக்கமுள்ள தலைவன்நீ
எங்கள்கரு ணா'நிதி' நீ!

வகுத்தலும் வல்லதொரு
வல்லரசின் முதல்வன், நீ
வகுத்தலுக்கே சிறப்பளிப்பாய்
என்பதையென் மனமறியும்

வகுத்தலைத் தலையில்வைத்துக்
கொண்டாடும் தலைவன்நீ
வகுப்பெடுத்துத் தலைசீவும்
வழக்கத்தைச் சொல்லுகிறேன்

வரிபோடும் அமைச்சன்நீ
வரிசையுள்ள தமிழ்க்கவிதை
வரிபாட வந்துள்ளாய்
வணக்கம் பலயேற்பாய்!

★

கணக்கறியேன் வழக்கறியேன்
கவியெழுதும் நானுமொரு
கணக்காயன் என்பதனால்
கணக்காய அழைத்தாரோ?

வகுப்பிலே பாடம்
வழங்குபவன் என்பதனால்
வகுத்தலுக்குப் பொருத்தமென
வரவழைத்து விட்டாரோ?

கூட்டிப் பெருக்கிநாம்
கொட்டுவதோ குப்பையைத்தான்
காட்டாமல் கழிப்பதுவோ
கழிவுகள்தாம் இழிவுகள்தாம்

கூட்டி உரைக்கவில்லை
குதர்க்கங்கள் செய்யவில்லை
வீட்டுக்கும் நாட்டுக்கும்
வேண்டியது வகுத்தல்தான்

கூட்டலும் கழித்தலும்
குடும்பத்தைப் பெருக்கலும்
காட்டிலுள் ஐந்தறிவுக்
கால்நடையும் செய்துவரும்

வகுத்தலொன்றே மனித
மனம்கண்ட தனிப்பாதை
பகுத்தறிவால் மாந்தர்
படைத்திருக்கும் பெருநீதி

கூட்டற் குறியோ
கொடுஞ்சிலுவைக் குறியாகும்

கழித்தற் குறியோ
கடுநோயால் படுத்துவிட்ட
இழித்தற் குரியகுறி
எழுச்சி இலாதகுறி

தனிப்பெருக்கற் குறியோ
தப்புக் குறியாகும்

வகுத்தல் குறியோ-
திங்கள் நுதல்பொட்டும்
திருட்டிக்காம் பொட்டுமென
மங்கலப்பொட் டிரண்டுடைய
வனப்புக் குறியாகும்

கூட்டலோ தனக்கென்று
கூட்டுகின்ற தன்னலத்தான்

கழித்தலோ கடன்வாங்கிக்
கழிக்கின்ற குடும்பத்தான்

பெருக்கலோ பொருள்பெருக்கும்
பேராசைக் காரன்

வகுத்தலன்றோ வள்ளல்,தான்
வைத்திருக்கும் பொருளையெல்லாம்
பகுத்துத் தருகின்ற
பொதுவுடைமைக் காரன்

இவர்விடையோ கீழ்த்தரம்
என்விடைதான் மேல்தரம்
இவரிடத்தில் என்னைப்போல்
ஈவு இரக்கமுண்டா?

கூட்டல் கழித்தல்
பெருக்கலென்ற மூவரும்என்
வீட்டில்தான் சந்திப்பார்
வேறிடம் அவர்க்கில்லை

ஆட்சிசெய்ய வருகின்ற
அரசியல் தலைவருக்குக்

கோடிகோடி யாய்ப்பொருளைக்
கூட்டுவதில் பெருமையில்லை

கைப்பொருளைச் செலவுசெய்து
கழிப்பதிலும் பெருமையில்லை

பேணி வளங்களெல்லாம்
பெருக்கலிலும் பெருமையில்லை

தொகுத்த பொருளையெல்லாம்
துறைதோறும் முறையோடு
வகுத்துத் தருவதில்தான்
வாடாத பெருமைவரும்

தொகையென்றும் விரியென்றும்
தொல்லறிவால் செய்கின்ற

வகையென்னும் மூன்றாக
வகைசெய்வார் நூல்வகையை

அன்னவற்றுள்

தொகையேதான் கூட்டல்
விரியேதான் பெருக்கல்
வகையென்று சொல்வதுதான்
வகுத்தலாம்; அத்தகைய

வகுத்தலினால் அறிந்தவற்றை
வகைப்படுத்தி வைத்த
பகுத்தறிவால் புகழ்பெற்ற
பழையயினம் தமிழரினம்

அமைந்திருக்கும் இயற்கையை
அறிவினால் ஆராய்ந்து
நமைவளர்த்த நன்னிலத்தை
நானிலமாய் வகுத்தவர்நாம்

பூத்த மொழிக்கெல்லாம்
புகழுடைய தாயாகி
மூத்த தமிழ்மொழியை
முத்தமிழாய் வகுத்தவர்நாம்

இகமென்றும் புறமென்றும்
இல்வாழ்வை இகழாமல்
அகமென்றும் புறமென்றும்
அகவாழ்வை வகுத்தவர்நாம்

திறமுடைய உறுதிப்
பொருளைத் தெரிந்தாய்ந்து
அறம்பொருள் இன்பமென
அழகாக வகுத்தவர்நாம்

நல்லினமாம் நம்தமிழின்
நெடுங்கணக்கை உயிர்மெய்யாய்
வல்லினமாய் மெல்லினமாய்
இடையினமாய் வகுத்தவர்நாம்

கூறறிவு கொண்டதனால்
குவலயத்தின் உயிரையெலாம்

ஆறறிவு கொண்டதென
அறிவாலே வகுத்தவர்நாம்

முக்காலம் மூவுலகு
மும்மதம் மும்மலம்
முக்குற்றம் மூவாசை
முச்சுடர் முத்தொழில்

முக்கனி, முக்கோல்,
முப்பாழ், முப்பகை
முக்கரணம் எனஎல்லாம்
மூன்றாக வகுத்தவர்நாம்

மூட்டும் சிவப்பு
முக்கோணம் சொல்வதென்ன?
கூட்டலோ கழித்தலோ
கூடாது என்பதன்றோ?

பகுத்தறிவு சொல்லும்
பலகுழந்தை தவறென்று
வகுத்தலன்றோ குடும்ப
வாழ்க்கைக்கு நலம்சேர்க்கும்

தொகுத்தளந்து பார்த்தால்
தொல்லுலகில் எல்லாமே
வகுத்தலாய் இருப்பதை
வையகமே காட்டதோ?

மாரியென்றும் ஆறென்றும்
ஏரியென்றும் குளமென்றும்
வாரியென்றும் இருப்பதெல்லாம்
நீரின் வகுத்தலன்றோ?

காலை பகல்மாலை
காரிரவு, பருவங்கள்
காலக் கணக்கன்தன்
கைசெய்த வகுத்தலன்றோ?

வரையளவு செய்து
மனித உடலில்
அரையளவு இருப்பதனால்
இடுப்பை அரையென்றார்

காலளவு இருப்பதனால்
காலென்றார்; இவையெல்லாம்
நூலளவு கண்டதமிழ்
நுண்ணறிவோர் வகுத்தலன்றோ

கோடுகள் பெருஞ்சுவர்கள்
கோட்டைகள் வேலிகள்
நாடுகளின் எல்லைகள்
நாற்றுவயல் வரப்புகள்

திட்டங்கள் இலக்கணங்கள்
திருத்துகின்ற நீதிகள்
சட்டங்கள் இவையெல்லாம்
சமுதாய வகுத்தலன்றோ?

தலைக்குமேல் பூவையர்கள்
தாங்குவதும் வகுப்புதான்
இலக்கியத்தில் ஆண்டோளை
ஏற்றுவதும் [1]வகுப்புதான்

அறிவுபெற வேண்டுமென்றால்
அதற்கும் வகுப்புதான்
நிறுவுகின்ற கல்வி
நிலையமெலாம் வகுப்பலவோ?

தேர்வுக்கும் வகுப்புதான்
செல்லும் பயணத்தின்
ஊர்தியிலும் வகுப்புதான்
உலகமெலாம் வகுப்புதான்

கூந்தலோ தலைசெய்யும்
'கூட்டல்';அக் கூந்தலினை
ஏந்தி எடுத்துமண
எண்ணெயிட்டு வகுப்பெடுத்துப்

பின்னி முடித்துவிட்டால்
பேரழகாய்க் காட்சிதரும்
தன்னிச்சை யாகப்
'பெருக'விட்டால் தரங்கெட்டுக்

'கழித்தல்' நடக்கும்
கவுரவத்தை விட்ட

இழிந்த மனிதரைப்போல்
எங்கேயோ போய்க்கிடக்கும்

'மழித்தலும் நீட்டலும்
வேண்டா' எனமறையில்
மொழிந்திருக்கும் வள்ளுவனார்
மொழியைநான் ஆராய்ந்தேன்

மழித்தலோ மயிரின்
கழித்தல், தலைவயலின்
கொழித்தலாம் நீட்டலோ
கூட்டல், இவையிரண்டும்

கூடாது எனக்குறளார்
கூறியதால் தலைமயிரை
நாடி வகுப்பதைத்தான்
நல்லதென்று நினைத்திருப்பார்

வாழ்க்கை எனும்கணக்கில்
வரவு செலவுண்டு
ஊழ்தந்த பிறப்போ
உயிர்வரவுக் கூட்டலாம்

இறப்பே கழித்தலாம்
எனவே திருமணந்தான்
சிறப்பான வகுத்தலென்பேன்
சிந்தித்தால் புரியுமிது

கூடுவதால் திருமணத்தைக்
கூட்டலெனக் கூறிடுவார்
ஆடுமாடு கூடத்தான்
கூடும் அதுமணமோ?

இகத்தில் இருவரை
இவனுக்கு இவளென்றே
வகுத்தலினால் திருமணத்தை
வகுத்தலென்றே நான்சொல்வேன்

ஆண்பெண் எனும்பாலின்
அழகான வகுத்தலின்றேல்
காண்பதற்கு இவ்வுலகில்
களிப்பேது? வாழ்வேது?

நாட்டிலுள்ள செல்வமெல்லாம்
நமக்கென்றே தனிமனிதன்
கூட்டுவதும் பெருக்குவதும்
குற்றம்; உலகத்தில்

இருக்கும் பொருளையெல்லாம்
எல்லார்க்கும் பொதுவென்றே
பிரிக்கும் வகுத்தலன்றோ
பெருமைதரும் தத்துவமாம்

வல்லான் வகுத்ததே
வாய்க்கால்; அதனால்தான்
எல்லாம் வகுத்த
இறையவனை, மனிதன்

தொகுத்தவற்றுள் வகைப்படியே
துய்க்கவைக்கும் துய்யவனை
வகுத்தான் எனும்பெயரால்
வள்ளுவனார் அழைக்கின்றார்

படைத்தவனே வகுத்தான்
எனில்அந்த வகுத்தவன்
படைத்ததெலாம் வகுப்பலவோ?
படித்தவர்கள் அறியாரோ?

வகுத்தலின் பெருமையைநான்
வளர்த்துக்கொண் டேபோனால்
வகுப்புவா தம்என்றே
மற்றவர்கள் விமர்சிப்பார்
ஆகையினால்

வணக்கத்தைச் சொல்லியென்
வாழ்த்தையும் கூறியென்
கணக்கை முடிக்கின்றேன்
கவிதைக் கலைவாழ்க!

----
1. புயவகுப்பு

விடியாத இரவுகள்

- தலைமைக் கவிதை -

பாரதி!
'சாதிகள் இல்லையடி பாப்பா!'
என்று குழந்தைகளுக்குப்
போதித்தாயே, ஏன்?

இந்தப் போதனை
தேவைப்படுவது
குழந்தைகளுக்கல்ல
பெரியவர்களுக்கு

சாதி, மத பேதம்
அறியாதவர்கள்
குழந்தைகள்
வேறுபட்ட பூக்களை
ஒன்றாகக் கட்டும்
நாரைப் போன்றவர்கள்
அவர்கள்

நாமோ
பூக்களிலும்
சாதி பார்ப்பவர்கள்
மனிதர்களைக்
கூறுகட்டி விற்பவர்கள்

கவிஞர்கள்
குழந்தை மனம் படைத்தவர்கள்
அதனால்தான்
'காக்கை குருவி
எங்கள் சாதி' என்று
உன்னால் பாடமுடிந்தது

நாங்களோ
சக மனிதர்களையே
சாதியால் பிரித்துச்
சண்டை போடுகிறவர்கள்

காக்கையும் குருவியும்
குழந்தைகளுக்கு
விளையாட்டுத் தோழர்கள்

அவர்களுக்காகக்
காக்கை
கண்ணுக்கு
மை கொண்டுவரும்

குருவி
கொண்டைக்குப்
பூக்கொண்டுவரும்
கிளி
கிண்ணத்தில்
பால் கொண்டுவரும்

நாமோ
காக்கை குருவிகளை
அறுத்துச் சாப்பிடுகிறவர்கள்

'தெய்வம்
உண்மையென்று
தானறிதல் வேண்டும்' என்று
அவர்களுக்குப் போதித்ததேன்?

அந்த போதனை
தேவைப்படுவது
நமக்கல்லவா?

தெய்வம்
உண்மை என்பதை மட்டுமல்ல
உண்மையான தெய்வம்
எது என்பதையும்
அறியாதவர்கள் நாமல்லவா?

தெய்வம்
உண்டு, இல்லையென்று
சச்சரவிட்டுத்
தெய்வத்தை
உண்டு இல்லையென்று
ஆக்கியவர்கள் நாமல்லவா?

ஆயிரம் தெய்வங்கள்
உண்டென்று கூறி
அலையும் அறிவிலிகளும்
நாமல்லவா?

அதனால்
பூசல் வளர்ப்பவர்களும்
நாமல்லவா?

இறைவனுக்கு
வீடு கட்ட
இறைவன் வீட்டை
இடிப்பவர்கள் நாமல்லவா?

மனிதர்களைப் படைத்த
இறைவனை
மனிதர்களை விடக்
கேவலமாகப் படைத்து
அவனுக்கு
மனைவி, மக்களைப் படைத்து,
ஏன், வைப்பாட்டியைக் கூடப்
படைத்து
அசிங்கப்படுத்துவர்கள்
நாமல்லவா?

இறைவா!
ஆயிரம் வேதங்களை
அருளினாய்
பல்லாயிரம் தூதர்களை
அனுப்பினாய்
அப்படியும்
திருந்தாதவர்கள் நாம்

எந்தச் சூரியனுக்கும்
விடியாத
இரவுகள் நாம்

நாங்கள் கெட்டபின்
ஏன் திருத்த முயல்கிறாய்
அடிக்கடி
சலவை செய்வதைவிட

அழுக்குப் படாமல் பார்த்துக்கொள்வது
நல்லதல்லவா?

அதற்கொரு
வழி சொல்கிறேன்
எங்களைக்
குழந்தைகளாக்கி விடு!
குழந்தைகளாகவே
இருக்க விடு!
உனக்கும்
போதிக்கும் சிரமம்
இருக்காது
நாமும்
பாவ அழுக்குப்
படாமலிருப்போம்

தீயை எரியுங்கள்

30.7.2014

- தலைமைக் கவிதை -

கும்பகோணத்திற்கு
என்ன சாபமோ?
ஒன்று
நீர் கொல்கிறது
இல்லையென்றால்
நெருப்புக் கொல்கிறது
இப்போதோ
நீதி மன்றமே
கொலை செய்திருக்கிறது
நீதியை!

உணவுக்காக
மூட்டிய தீ
குழந்தைகளை
உண்டது

திருமகளுக்காகக்
கலைமகளை விற்ற பாவிகள்
ஒளியைக் கற்க வந்த
விளக்குகளையே எரித்துவிட்டார்கள்

நெருப்பு
சாட்சி சொல்லும்
என்கிறார்கள்
இங்கே அது
குற்றவாளியாக
நிற்கிறது

அன்று தீ
குழந்தைகளை எரித்தது
இன்று
அந்தக் குழந்தைகளுடைய
பெற்றோர்களின்
இதயங்களை எரித்துவிட்டது
எரித்தது
நீதி மன்றம்

இது
மறுக்கப்பட்ட தீர்ப்பு
ஏனெனில்
இது
தாமதமாக வந்த தீர்ப்பு

இது தீர்ப்பல்ல
தீ
நீதியையே எரித்த தீ!

வழக்கறிஞர்களின்
கறுப்பு மேலுடைக்கு
இன்று
அர்த்தம் வந்துவிட்டது
அவர்கள்
துக்கம் கொண்டாடுகிறார்கள்
நீதியின் மரணத்திற்காக

யாராவது
நீதி தேவதையின்
கண் கட்டை
எரியுங்கள்

அல்லது
குற்றவாளியான
தீயை எரியுங்கள்

அறிவின் பாடைகள்

சென்னை வானொலி, 12.8.1987

- தலைமைக் கவிதை -

உயிரெழுத்தை மெல்லத்
தொட்டுப் பார்த்தேன்
உயிர் இல்லை

மெய்யெழுத்தோடு
பேசிப் பார்த்தேன்
மெய்யில்லை

ஆயுத எழுத்தோ
கூர்மழுங்கி
ஒடிந்து கிடந்தது

வல்லினம்
எலும்புருக்கி நோயில்
மெல்லினமாகியிருந்தது

பாடப் புத்தகங்கள்
அறிவின்
பாடைகளாக இருந்தன

இந்த ஞானபூமிக்கு
என்ன நோய் வந்துவிட்டது?
இங்கே ஏன்
தீபங்கள் கூட
கறுப்பாய் எரிகின்றன?

இந்த நாட்டுக்குப்
பாரதம் என்று
சரியாகத்தான்
பெயர் வைத்திருக்கிறார்கள்

பாரதக் கதை
இன்றும் தொடர்கிறது

துரோணர்களின் பள்ளியில்
ஏகலைவர்களுக்கு
இடமில்லை.

மானசீகமாகக்
கற்றாலும்
கட்டை விரலைக்
காணிக்கை தரவேண்டும்

எல்லாப் பூட்டுகளையும்
திறக்கும்
சாவியாக வேண்டிய
கல்வி
எந்தச் சாவிக்கும்
திறக்காத
பூட்டாகிவிட்டது

கலைமகள்
வெண்டா மரைமலரில்
வியாபாரம் தொடங்கிவிட்டாள்.

இந்த நாட்டில்
தேர்வுகளும்
தேர்தல்களைப் போலவே
தில்லுமுல்லுகளாகிவிட்டன

வெற்றிகளை இங்கே
விலைகொடுத்துப் பெறமுடியும்

தேர்தலில் வென்றவனுக்காவது
பதவி கிடைக்கிறது

தேர்வில் வென்றவனுக்கோ
வெறும் பட்டம்தான்

மாணவர்கள் அதைப்
பிச்சைப் பாத்திரமாக ஏந்தித்
தெருத்தெருவாய் அலைகின்றார்

தேர்வு வினாக்கெல்லாம்
தெளிவாக விடையளித்தோர்
வாழ்க்கை கேட்கும் வினாக்களுக்கு
வாய்மூடி நிற்கின்றார்.

கையெழுத்துப் போடநாம்
கற்றுக் கொண்டோம்
நம்முடைய தலையெழுத்தை

நாமே எழுதிட
எப்போது நாம்
கற்கப் போகிறோம்?

புத்தகங்களையே
படித்துக்கொண் டிருக்கிறோமே
பாடம் எப்போது
படிக்கப் போகிறோம்?

காகிதப் பூக்களிலே
காலம் கழித்ததினால்
தேன்என்றால் என்னவென்றே
தெரியவில்லை; இந்நிலையில்
மகரந்தச் சேர்க்கையெங்கே?
மலர்கனி ஆவதெங்கே?

சுயப் பிரசவம்

பொள்ளாச்சி, 14.11.1976

- தலைமைக் கவிதை -

மனிதனின்
வயிறு பசித்தது
தொழில்கள் பிறந்தன
இதயம் பசித்தது
கலைகள் பிறந்தன

ஆண்டவன்தான்
ஆதிக் கலைஞன்
அவன்
பிரபஞ்சத்தைக்
கற்பனை செய்தான்
கவிதைக் கலையங்கு
கண்வி ழித்தது

மலைகள் கடல்கள்
மரங்கள் மலர்களென
வகை வகையான
வடிவங்கள் படைத்தான்

சிற்பக் கலையெனும்
அற்புதம் பிறந்தது

சுடரும் சூரியத்
தூரிகை கொண்டு
வனப்பில் மிளிரும்
வண்ணங்கள் தீட்டினான்
ஓவியக் கலையங்கு
உதய மானது

நம்மை உலகில்
நடமாட விட்டான்
நாடகக் கலையின்
நயம் தொடங்கியது

தனைவெளிப் படுத்தவே
தராத லங்களை
பரமன் படைத்தான்

கலைகளை மனிதன்
கண்ட தற்கும்
அதுதான் காரணம்

கலைகள்-
தன்னைத் தானே
பிரசவம் செய்ய
மனிதன் செய்யும்
மகோன்னத முயற்சி

பிறந்தான் இறந்தான்
என்பது
மனிதனின் சரித்திரம்
ஆனால்
பிறந்தது இறக்கவில்லை
என்பது
கலையின் அற்புதம்

அழியும் மனிதனிடமிருந்து
பிறந்தன
அழியாத கலைகள்

ஆண்டவன் படைப்பெலாம்
அழியும் ஒழியுறும்
மனிதனின் படைப்புக்கோ
மரணமே இல்லை

இயற்கையைப் பிரதி
எடுப்பதே கலையெனச்
சொன்னவன் மூடன்

அள்ளித் தெளித்த
அவசரக் கோலமாய்
இருக்கும் இயற்கையின்
எழில்களில் எல்லாம்
தெரியும் குறைகளைத்
திருத்தும் முயற்சியே
கலையின் பிறப்புக்குக்
காரணம்

ஆம், கலை
தெய்வத்தின் படைப்பையே
திருத்தும் வேலை
அழகில் முழுமையை
அடையும் முயற்சி

நீல முற்றத்தில்
புள்ளி வைத்த
இரவுப் பெண்ணுக்குக்
கோடி மூத்துக்
கோலம் முடிக்கத்
தெரிய வில்லையே!

அழகிய வசந்தத்தின்
அரசவைப் பாடகி
தேன்குரல் குயிலுக்குத்
தெரிந்த தெல்லாம்
ஒருசுரம் தானே!

நட்டு வாங்கம்
நடத்தும் மேகக்
குரலுக்கு ஆடும்
கோலமயில் நர்த்தகி

அறிந்த தெலாம்ஒரே
அபிநயம் தானே!

தோன்றிய நாள்முதல்
சூரிய ஓவியன்
வானத் திரையில்
வரைந்து வரைந்து
கிழித்த தென்ன?
முழுசாய்
ஒருபட மாவது
உருவாக்க முடிந்ததா?

பூக்கள் என்ற
பெயரில் தாவரம்
வாசனை இதழ்களின்
வாய்பெற் றிருந்தும்
கவியொன்று பாடக்
கற்ற தில்லையே!

இயற்கையின் நிலையே
இப்படி அரைகுறை
செயல்கை மனிதனின்
செயற்கைக் கலைகளோ
பரிபூ ரணத்தைப்
படைக்கும் முயற்சி

இயற்கை என்பதே
இறைவனின் செயற்கை
செயற்கை என்பதோ
மனிதனின் இயற்கை

இறைவனின் படைப்புக்கு
உயிர்உண்டே என்பார்
உண்மைதான்
உயிருண்டு அதனால்
அற்பு ஆயுளும்
அதற்குண்டு

அவதார இராமனே
இறந்து போனான்
கம்பனின் இராமன்
சாவ துண்டோ?

அடிகளின் கைத்தடி

வாழ்க்கையின்
கடைசிப் பருவத்தில்
கைக்கு வருவது
கைத்தடி

கையில்
மூன்றாவது கால்

பார்வையற்றவர்க்கோ
அது கண்

மனிதன் மரத்தை
வெட்டிச் சாய்க்கிறான்
மரமோ, முதுமையில்
மனிதன் சாயாமல்
தாங்குகிறது
கைத்தடியாய்

உயிரெழுத்துகளில்
கடைசி எழுத்து
ஃ
உயிரின்
கடைசிப் பருவத்தில்
கால் தடத்தோடு
கோல் தடம் சேர
மண்ணில் எழுதப்படுகிறது
ஃ

இருகால் மனிதன்
தொடக்கத்தில் நான்குகால்
முக்கால் வயதைக்
கடந்தபின்
முக்கால்
ஆனால் மூன்றாவது கால்
அவனுடையது அல்ல
அதைத்
தருக்கள் அவனுக்குத்
தருகின்றன

செங்கோல் ஏந்திச்
சிம்மாசனத்தில் இருந்தாலும்
கொடுங்கோல் ஏந்திக்
கூத்தாடினாலும்
எழுதுகோல் ஏந்தி
இறுமாந்திருந்தாலும்
துலாக்கோல் ஏந்தித்
தொகைதொகையாய்க் குவித்தாலும்
கன்னக்கோல் ஏந்திக்
களவாடினாலும்
மந்திரக்கோல் ஏந்தித்
தந்திரங்கள் செய்தாலும்
எந்தக்கோல் ஏந்தி
எப்படி இருந்தாலும்
இறுதியில்
எல்லோரும் ஏந்தும்கோல்
ஒரு கோல்தான்
ஊன்றுகோல்

அடிப்பதற்கும் பயன்படும்
கைத்தடி
அடிகளுக்கும்-
அகிம்சை பேசிய
காந்தியடிகளுக்கும்
தேவைப்பட்டது கைத்தடி

காந்தியடிகளின்
கைத்தடி நான்
பேசுகிறேன்

பூவோடு சேர்ந்த
நாருக்கும்
மணம் கிடைக்கும்
நான் மகாத்மாவோடு
சேர்ந்திருந்ததால்
அவர் சிலையில்
எனக்கும் இடம்

நான் வீழ்ந்தபோது
விறகாகி
எந்த வீட்டில்

எரிவேனோ என்று
விசனப்பட்டேன்

ஆனால்
காந்தியடிகளின்
கைத்தடியாகும்
பாக்கியம் கிடைத்தது

இதற்கு
என்ன புண்ணியம்
செய்தேன் என்று
எண்ணிப் பார்த்தேன்

மரமாக இருந்தபோது
ஒற்றைக் காலில் நின்று
தவம் செய்தேன் அல்லவா?
அதன் பலன்தான்
இது

இறந்ததற்காக
வருத்தப்பட்டேன்
காந்தியடிகளின்
கைக்கு வந்தபின்
புத்துயிர் அடைந்தேன்
சாகா வரமடைந்தேன்
இறந்ததால் அல்லவா
இந்த வாழ்க்கை கிடைத்தது

வாடி விழுந்தால்
மக்கி மண்ணாகிவிடாமல்
கண்ணற்றோர்க்குக்
கண்ணாகிவிட வேண்டும் என்று
ஆசைப்பட்டேன்
ஓ,என்ன புண்ணியம்
செய்தேன்
ஒரு நாட்டிற்கே
கண்ணாக இருப்பவரின்
காலாக ஆகிவிட்டேன்

கிளையாக இருந்தபோது
பழுத்த பழத்தைக்

தாங்கினேன்
இப்போது
ஒரு பழுத்த பழம்
என்னைத் தாங்கியிருக்கிறது

தடியர்கள் கைக்குப்
போயிருந்தால்
நானும்
அடிக்கும் ஆயுதமாய்
ஆகியிருப்பேன்
அகிம்சா மூர்த்தியிடம்
அடைக்கலம் பெற்றதால்
நானும்
அகிம்சாவாதி ஆகிவிட்டேன்

நான்
கிளையாக இருந்தபோது
என் மடியில்
பறவைகள் கூடுகட்டும்
அதற்காகப்
பெருமைப்பட்டவன் நான்
இன்றோ
அதைவிடப் பெருமை
சொந்தக் கூட்டை
அந்நியர்களிடம் பறிகொடுத்த
பறவைகளுக்காகப் போராடும்
ஒரு மாவீரனின்
ஆதரவாளன் நான்

அடிக்கப் பயன்படும் நான்
காந்தியடிகளின்
கைக்கு வந்ததால்
அவருக்கு
மூன்றாவது அடியானேன்
உலகளந்த
அந்த வாமனருக்கு
மூன்றாவது அடியானேன்

காந்தியடிகள்
வித்தியாசமான அரசியல்வாதி
அவரே கொடியாக

உயர்ந்தார்
அவருக்கு நான்
கொடிமரமானேன்
அந்தக் கொடி
தேசியக் கொடியே
வணக்கம் செய்த கொடி

நாடே
அண்ணல் காந்தியின்
அடிகளைப் பின்பற்றியது
அவரோ
என்னைப் பின்பற்றினார்
முன்னாலே நான்
பின்னாலே அவர்

மோகன்தாஸ் க்ாந்தி
இந்திய நாட்டின்
முடிசூடா மன்னர்
நான்அவர் செங்கோல்

நான்
கஸ்தூரிபாவின்
சக்களத்தி
காந்தியடிகள் என்னையும்
கைப்பிடித்த காரணத்தால்

அவர்
வயோதிகப் பருவத்தில்
என்னைக் கைப்பிடித்தார்
அதிலென்ன தவறு ?

வாலிபத்தில்
பெண்துணை வேண்டும்
வயோதிகத்தில்
என் துணைவேண்டும்

மரமாக இருந்தபோது
தாகத்திற்கு
நீர் அருந்துவது
எனக்குப் பிடித்திருந்தது
இப்போதோ

ஒரு தாகமே
என்னைப் பிடித்திருக்கிறது
சுதந்திர தாகம்!

நாங்கள்
மண்ணின் மைந்தர்கள் என்று
மனிதர்கள் சொல்லும்போது
நான் சிரித்துக்கொள்வேன்
உண்மையில்
மண்ணின் மைந்தர்கள்
மரங்களே
அதனால்தான்
இந்த மண்ணின் சுதந்திரத்திற்காகப்
போராடிய மகாத்மா
என் ஆதரவை நாடினார்

தடியெடுத்தவன்
தண்டல்காரன் என்பது
பழமொழி
ஆனால்
தண்டல்காரனை எதிர்த்துத்
தடியெடுத்தவர் மகாத்மா

விதேசிக் கொள்ளையரை
விரட்டிவிட்டார் மகாத்மா
இப்போதோ
சுதேசிக் கொள்ளையர்கள்
சுதந்திரமாய்க்
கொள்ளையடிக்கின்றனர்

இந்தியாவின் உயிர்
கிராமங்களில் இருக்கிறது
என்றார் மகாத்மா
ஆனால் தேநீர்க் கடைகளில்
இன்னும்
இரண்டு குவளைகள் இருப்பதும்
கிராமங்களில்தான்

நெல்லுக்கு இறைத்தநீரைப்
புல்லே குடிக்கிறது

தலைவர்கள்
தாயை-
தாய்நாட்டை
ரகசியமாய்
விற்றுக்கொண்டிருக்கிறார்கள்

கங்கையும் காவிரியும்
பாயும் நாட்டில்
இப்போது
கண்ணீரும் ரத்தமும்
ஓடுகின்றன

ராமும் ரஹீமும்
ஒரே இறைவனின் பெயர்கள்
என்ற ஞானம்
மகாத்மாவுக்கு இருந்தது
இன்றோ
பாபாத்மாக்கள்
ராம் ஆலயத்துக்காக
ரஹீம் ஆலயத்தை
இடிக்கிறார்கள்

ஆம், இப்போதெல்லாம்
பேருக்குத்தான் ஆலயம்
இறைவனுக்கல்ல

சுதந்திர தாகம் கூடத்
தணிந்துவிட்டது
சாதாரணத் தாகம்
தணியத்தான்
வழியில்லை
ஒரே நாடு என்கிறார்
ஒரு மாநிலத்திற்கு
ஒரு மாநிலம்
தண்ணீர் தர மறுக்கிறது

இதையெல்லாம் கண்டு கண்டு
இறந்த என் உடலே
துடிக்கிறது
இயேசு பெருமானைப்போல்
ஒரு நாள்

உயிர்த்தெழுவேன்
அப்போது
'தலைவா! என்னை
மன்னித்துவிடு' என்று
கூறிவிட்டு
நாட்டை மேயும்
மாடுகளை
அடித்து விரட்டுவேன்

அதுதான்
உண்மையான
சுதந்திரப் போராட்டம்.

தாயைப் பெற்ற நாள்
தில்லி, குடியரசு விழா அனைத்திந்தியக் கவியரங்கம் 1973

நட்சத்திரங்களையும் அழுக்காக்கிய
அந்த, அந்தகாரத்தில்
மின்மினிகளைத் திரட்டி
ஒருவிடியலைச் செய்தோமே
அந்த நேரத்தின்
நினைவுநாள் இது

விதிசேர்த்து வைக்கநாம்
சுதிசேர்ந்த நேரத்தில்
நமைநாமே மீட்டி
நயமாக எழுப்பியதோர்
பூபாள ராகத்தின்
புதியதோர் பல்லவியை
மறுபடியும் பாடுவோம்.
சரணமிலாப் பாடலிது
மரணமிலாப் பாடலிது

விலங்குகளில் மலர்ந்த
வினோத வசந்தமது

அந்த அடிமைக் காலம்
அவமான உறக்கம்
இறப்பை விடவும்
இழிவான உறக்கம்

விற்பதற்கு வந்தார்,நம்
நாட்டையே வாங்கிவிட்டார்

துலாக்கோலை ஏந்திவந்தார்
கொடுங்கோலர் ஆகிவிட்டார்

நயவஞ் சகமாக
நடித்த குரங்கினிடம்
நம்,அப்பத்தைப் பறிகொடுத்த
அறிவிலாப் பூனைகள்நாம்

எம்நாட்டை திருடியவர்
எடைபோட்ட போது
இருதராசுத் தட்டாக
இருந்தவர்கள் நாமேதாம்

நம் விலங்குகளை
நாமே தயாரித்தோம்

கௌரவரின் காமக்
கண்களின் முன்னாலே
பாஞ்சாலி யின்துகிலைப்
பாண்டவர்களே உரித்த
கேவலப் படலமது

அன்னையின் தனங்களிலே
அட்டைகளைக் குடிவைத்த
அடிமுட்டாள் பிள்ளைகள்நாம்

அந்த வஞ்சகத் தையலர்கள்
வைத்திருந்த ஊசியிலே
நூலில்லை, ஆனால்
கத்திரிக் கோலைக்
கைகளிலே வைத்திருந்தார்
வெட்டப்பட்டோம்,
கட்டுக் கட்டாய்க்
கட்டப்பட்டோம்

அவர்கள் எங்கள்
கூடுகளையே
கூண்டுகளாய் ஆக்கிவைத்தார்

ஒரு,வெள்ளைக் கிரகணத்தால்
நாங்கள் இருளடைந்தோம்

★

எங்கள் உறக்கம்
சாம்பலைப்போல் இருந்தாலும்
ஊழித்தீப் போலவே
உறக்கம் எரித்தெழுந்தோம்

புரட்சி விடியலின்
பொற்கதிர்கள் எங்கள்
மொட்டுச் சிறைகளைத்
தொட்டுத் திறந்தவுடன்
புதியமண மாகவே
புறப்பட்டு வந்தோம்நாம்

ஆகாயக் கைதிகளாய்
அடைபட்டுக் கிடந்தநாம்
காற்றின் உசுப்பலிலே
கடுமழையாய் விடுபட்டோம்

உறையிலே கிடந்தாலும்
துருப்பிடித்துப் போகாத
வாட்கள்நாம் என்பதை
வாகைகளால் நிரூபித்தோம்

உணர்ச்சிகளின் அடைகாப்பில்
எங்கள் சிறைச்சுவர்கள்
முட்டைஓடு போல்வெடிக்க
முகம்நிமிர்த்தி வெளிப்பட்டோம்

இந்தச் சுதந்திரம்
கண்ணீர், வியர்வை
குருதியென முந்நீர்ப்
பாசனத்தில் விளைந்தபயிர்

எங்கள்
விடுதலைப் போராட்ட
வீரர்கள் சொற்றொடர்போல்
அர்த்தப் படையுடன்தான்
அணிவகுத்து நின்றார்கள்

அந்தத்
தியாகத்தின் சின்னங்கள்
எங்கள் எதிர்கால
அறுவடைக் காகவே
தங்கள் நிகழ்காலத்
தருணங்களை விதைத்தார்கள்

தங்கள் மரணத்தால்
சுதந்திர தேவிக்கு
சுவாசதானம் செய்த
வள்ளல்கள் அவர்கள்

மயங்கிக் கிடந்தோம்நாம்
அவர்களோ தங்கள்
இரத்தத்தையே தெளித்து
எம்மை எழுப்பிவிட்டார்

அன்று
தூக்கு மரங்களிலே
துடிப்போடு ஏறியவை
வீரர்களின் உடல்களல்ல
விடுதலைக் கொடிகளவை

அது ஒரு
முரண்பட்ட குருச்சேத்திரம்
அதிலே அர்ச்சுனர்கள்
ஆயுதம் ஏந்த
ஆவேசம் கொண்டார்கள்

ஆனால் கண்ணனோ
புல்லாங் குழலூதிப்
போரிலே வெற்றிபெற்றான்

ஆயுதங்க ளின்றி
அறுவை சிகிச்சையின்றிச்
சுகமான பிரசவமாய்ச்
சுதந்திரம் பிறந்தது

இந்தநாள் அதிசயநாள்
சேய்களெலாம் கூடியோர்
தாயினைப் பெற்றநாள்

சுதந்திர தேவி!எம்
தவங்களின் வரம்நீ
உதிரிஎழுத் தானயெமை
உலகமகா காவியத்தின்
அழகான வாக்கியமாய்
அச்சுக்கோத் தவள்நீதான்

வெட்டிவந்த இரும்பை
வெள்ளியாய் மாற்றிவிட்டோம்
வேர்வைரச வாதத்தால்
வெள்ளியைப்பொன் னாக்குவோம்
அது
சிலருடைய பெட்டியிலே
சேராமல் காவல்செய்வோம்

இந்தப்
பெருமைக் குரிய
பிறந்த நாளில்
ஊதி அணைக்கும்
மெழுகுத் திரிகளைக்
கொளுத்த வேண்டாம்
கலங்கரை விளக்குகளைக்
கரைகளிலே ஏற்றுங்கள்
இன்னும்சில நாவாய்கள்
இருட்டில்தத் தளிக்கின்றன.

அன்பே அழகு

பேராசிரியர் அன்பழகன் பிறந்த நாள் கவியரங்கம்.

1. வரும் மானம்

பேராசிரியர்களே
பேருக்கு ஆசிரியர்கள்
நீங்களோ
பேராசிரியர் என்றே
பேர்பெற்ற ஆசிரியர்

நாங்கள்
வருமானத்துக்காகப்
பேராசிரியர் வேலை
பார்ப்பவர்

நீங்களும்
[1]வருமானத்திற்குத்தான்
பணியாற்றுகிறீர்கள்
ஆனால்
எவ்வளவு வேறுபாடு

நீங்கள் மட்டும்தான்
நிரந்தரப் பேராசிரியர்
கல்லூரிகளே இல்லையென்றாலும்
நீங்கள் பேராசிரியர்தான்

நாங்கள்
நான்கு சுவர்களுக்குள்
பாடம் நடத்துபவர்கள்
நீங்களோ
பொதுக்கூட்டம் என்ற
திறந்தவெளிப் பல்கலைக் கழகத்தில்
பாடம் நடத்துபவர்

நாங்கள்
மாணவர்களுக்குப்
பாடம் நடத்துபவர்கள்
நீங்களோ
மக்களுக்குப்
பாடம் நடத்துபவர்

மாலை வந்தால்
எங்கள் வகுப்பு
முடிந்துவிடும்
உங்கள் வகுப்போ
அப்போதுதான் தொடங்கும்
ஏனெனில்
இருளைப் போக்குவது
உங்கள் இலட்சியம்

எங்கள் மாணவர்கள்
எங்களை
அறுவை என்பார்கள்
நீங்களும் அறுவைதான்
சமூக உடலில் தோன்றும்
நோய்க் கட்டிகளை
அறுப்பதால்

நாங்கள் பாடம் நடத்தினால்
மாணவர்கள் தூங்குவார்கள்
நீங்கள் பாடம் நடத்தினாலோ
மக்கள்
அறியாமைத் தூக்கத்திலிருந்து
விழித்தெழுவார்கள்

ஆம், எங்கள் பாடம்
தாலாட்டு
உங்கள் பாடம்
பள்ளியெழுச்சி

நாங்கள்
வகுப்புக் கலவரங்களை
அடக்க முடியாமல்
திண்டாடுபவர்

வகுப்புக் கலவரத்தீயை
அணைக்கும் நீர்
உங்கள் பேச்சு

ஓராசிரியர் பள்ளி
கழகம்
அதற்கு ஒரே ஆசிரியர்
நீங்கள்தாம்

இந்தக் கழகம் என்ற
கல்லூரியில்
பேராசிரியர்களும்
உம் மாணவர்களாக
இருந்தார்கள்

எங்கள் தலைவர்கள்
மடத்தலைவர்கள் அல்லர்
மடத்தனத்தை அழிக்கப்
போராடும் தலைவர்கள்

இராமையா உங்கள்
இயற்பெயர்
இராமன் என்றாலே
பிரச்சினை வரும்
என்பதறிந்தோ

அன்றே அதை
அன்பழகன் என்றே
தமிழாக்கிக் கொண்டீர்

அழகுப் போட்டியில்
வென்றவர் நீங்கள்
பூவே அழகென்றார்கள்சிலர்
பூவையே அழகென்றார்கள்சிலர்
நீங்கள் ஒருவர்தாம்
அன்பே அழகு என்றீர்கள்
அதனால் அத்தனை பேரையும்
வென்றீர்கள்

இன்றைக்குக்
காவிகளில் எல்லாம்
கறை
ஒன்று
வெற்றிலை போட்ட
சரசாங்கிகளின்
இதழ்களால் வந்த கறை
இல்லையென்றால்
இரத்தக் கறை
உங்களுக்கும் உண்டு
காவிக் கறை
நீங்கள் போடும்
வெற்றிலைக் கறை

உங்கள் இதழ்
சிவந்திருப்பது
வெற்றிலை போடுவதாலா?
அல்லது
செந்தமிழைப் பேசுவதாலா?
என்று
பட்டி மண்டபம்தான்
வைக்க வேண்டும்.

வெற்றிலையால்
உங்கள் வாய் சிவக்கும்
இரட்டை இலை என்றாலோ
உங்கள் கண் சிவக்கும்

சுயமரியாதை என்பது
சிலருக்கு
வேசியின் சேலையாக
இருந்தது
உங்களிடம்தான் அது
வேட்டியாக இருக்கிறது

புரோகிதத்தை
வெறுப்பவர் நீங்கள்
ஆனாலும் சில நேரங்களில்
நீங்கள்
புரோகிதராய் ஆவதுண்டு
கலைஞர் வீட்டுக்
கல்யாணம் என்றால்
நீங்கள்தாம் புரோகிதர்

ஆனால் நீங்கள்
அம்மி மிதிக்கச்
சொல்வதில்லை
அம்மி மிதிக்கும் சடங்கையே
மிதிக்கச் சொல்வீர்கள்
அருந்ததி பார் என்று
சொல்வதில்லை
நட்சத்திரங்களைப் பார்த்தால்
கெட்டுப் போவீர்கள் என்றே
நீங்கள்
உபதேசம் செய்வீர்கள்.
தீ வளர்த்து வலம் வரச்
சொல்வதில்லை
இதயத்தில் சுயமரியாதைத்
தீ வளர்க்க
நாவால் நெய்வார்ப்பீர்கள்

நீங்கள்
என்று பகுத்தறிவைப்
பத்தினியாக
ஏற்றுக் கொண்டீர்களோ
அன்றிலிருந்து
ஏகபத்தினி விரதனாகவே
இருக்கிறீர்கள்

பகுத்தறிவை
மணந்துகொண்ட சிலர்
'பரத்தையர்க'ளிடம்
சென்ற போதும்
நீங்கள் மட்டும்
கற்போடு இருந்தீர்கள்

கழகத்திற்கு
இலையுதிர்காலம்
வந்தபோதெல்லாம்
சிலர்
இலைகளைப் போல்
உதிர்ந்து போயினர்
நீங்களோ அப்போதும்
வேராக இருந்தீர்கள்

பதவியில் இல்லாதபோதும்
கல்வி அமைச்சராக இருப்பவர்
நீங்கள் ஒருவர்தாம்

நீங்கள்
நாற்காலியில்
அமர்ந்தபோதும்
இருகாலியாகவே
இருந்தீர்கள்
சிலரோ
நாற்காலியில் அமர்ந்தால்
நாற்காலியாகி விடுகிறார்கள்

நீங்கள் தண்ணீர்
உங்களைச் சூடாக்கினாலும்
மீண்டும் குளிர்ந்துவிடுவீர்கள்

கலைஞரும் நீங்களும்
அண்ணா எங்களுக்கு
உயிலெழுதி வைத்த
சொத்துக்கள்
கலைஞர்
அண்ணாவின் மூளை
நீங்களோ
அண்ணாவின் இதயம்

இருவரும்
சிவப்பென்றாலும்
கழகக் கொடியின்
இரு நிறங்கள்
கலைஞரும் நீங்களும்

கழகத்தின் உயிர்
கலைஞர் என்றால்
நீங்கள் உடல்

கழகம் என்ற
குடும்பத்தில்
கலைஞர் தாய்
நீங்கள் தந்தை

கலைஞர்
அறிவாலயம்
நீங்கள்
கலைஞர் கருவூலம்

கலைஞர் அம்பு
நீங்கள் வில்

கழக மரத்தின்
வேர் கலைஞர்
நீர் நீங்கள்

போராட்டங்களில்
கலைஞர் வாள்
நீங்கள் கேடயம்

நீங்கள் இருவரும்
தண்டவாளங்கள் போல்
இணைபிரியாமல் இருப்பதால்
கழகத் தொடர்வண்டி
சுகமாக ஓடுகிறது

உதய சூரியன் சின்னத்தில்
இரண்டு மலைகள் இருக்குமே
அதில் ஒன்று கலைஞர்
மற்றொன்று நீங்கள்

கழகம்
ஒரு பறவையென்றால்
கலைஞரும் நீங்களும்
இரண்டு சிறகுகள்

கழகம்
ஒரு படகென்றால்
கலைஞரும் நீங்களும்
இரண்டு துடுப்புகள்

கொப்புளங்களையெல்லாம்
மார்பகங்கள் என்று நினைக்கும்
பேதைப் பிள்ளையாய் இருக்கிறான்
தமிழன்

அந்நியர்களுக்கே
ஆராதனை செய்கிறான்

தமிழைக் காக்க
தமிழினத்தைக் காக்க
மீண்டும் ஒரு போர்
தேவைப்படுகிறது
அர்ச்சுனனாகக்
கலைஞர் இருக்கிறார்
தேர்ச் சாரதி
கண்ணன் போல
நீங்கள் இருக்கிறீர்கள்

படையாக
நாம் இருக்கிறோம்
களம் நோக்கிப்
புறப்படுவோம்

இருள் இரவு வந்தால்
நட்சத்திரங்கள்
ஆட்சிக்கு வந்துவிடுகின்றன

தமிழர்களின்
மூளையில் இருக்கும்
இருளைப் போக்குவோம்
நட்சத்திரங்களின் ஜொலிப்பு
தானே ஒழிந்துவிடும்

ராப்பிச்சை

- தலைமைக் கவிதை -

யாரது? சுதந்திரமா?
வா, வா
ஆண்டுக்கொருமுறை
வருவதால்
அடையாளம் தெரியவில்லை

உன்னைக் கண்டு
ரொம்ப நாளாச்சு
அதனால்
உன் முகம்
மறந்து போச்சு

ஆமாம் இதுகூட
உன் முகம்தானா.
இல்லை
முகமூடியா?

சுதந்திரமே!
நீ ஒரு கனவோ?
தூங்கிக் கொண்டிருந்தபோது
வந்ததால்
இந்தச் சந்தேகம்

உன்னைத்
தூங்கியே இழந்தோம்
தூங்கிக்கொண்டே வாங்கினோம்
அதனால்
இழந்ததும் தெரியவில்லை
வாங்கியதும் தெரியவில்லை

நள்ளிரவில்
கொடுத்தார்கள்
எனவே
அப்போது விழித்திருந்தவர்கள்
வாங்கிக்கொண்டார்கள்

இரவில்
சுதந்திரம் கொடுத்ததில்

எவ்வளவு பொருத்தம்
இரவில்தானே
மனிதன்
சுதந்திரமாக இருக்கிறான்

இரவில் கொடுத்தால்
இருளுக்குச் சுதந்திரம்

வெள்ளைக்காரன்
'ராப்பிச்சை' போட்டான்
விடிந்தபின் பார்த்தால்
செல்லாத நாணயம்!

இரவில் ஏற்றிவைத்த
விளக்கு
அதனால்
பகலில் பயன்படவில்லை

அன்று
விலங்குகள்
அவிழ்த்துவிடப்பட்டன
என்கிறார்கள்
'விலங்குக'ளுக்குத்தான்
சுதந்திரம் கிடைத்திருக்கிறது

'வெள்ளையனே! வெளியேறு'
என்றோம்
'வெள்ளைக'ளெல்லாம்
வெளியேற
'கறுப்புக' ளெல்லாம்
உள்ளே நுழைந்துவிட்டன

'வெள்ளையனே! வெளியேறு'
என்றோம்
அவன் அந்நியன்
அதனால்
வெளியேறிவிட்டான்

'வறுமையே! வெளியேறு' என்றோம்
அதுவெளியேற மறுக்கிறது
அது நம் வயிற்றில்
பிறந்ததாயிற்றே

அதனால்
உரிமை கொண்டாடுகிறது
'நான் இந்த
மண்ணின் மைந்தன்' என்கிறது.

'பாரதி'
'என்று தணியும்
இந்தச் சுதந்திர தாகம்?'
என்று ஏங்கினாய்
இதோ, கிடைத்துவிட்டது
சுதந்திரம்
ஆனால்
எங்கள் தாகம்தான்
தணியவில்லை
ஆம், சுதந்திரம்
கானல்நீர்.

தலைவர்கள்
'மக்களே! நீங்கள்தாம்
இந்நாட்டு மன்னர்கள்'
என்றார்கள்
அவர்கள்
மகிழ்ச்சியில் திக்குமுக்காடித்
தங்கள் கப்பரைகளை
மகுடங்களாக அணிந்துகொண்டார்கள்

சுதந்திரம் கிடைத்ததால்
என்ன கிடைத்தது?
ஒரு நாள்
விடுமுறை கிடைத்தது
ஏமாற்றங்களின்
கசப்பைக்
கொஞ்சம் மறக்க
மிட்டாய் கிடைத்தது

சுதந்திரத்தைச்
சிறகு என்கிறார்கள்
கோழிக்குச்
சிறகு கிடைத்து
என்ன பயன்
குப்பையைக்

கிளறலாம்
இல்லையென்றால்
காது குடையலாம்

சுதந்திர நாளில்
கந்தல் கோவணம்
கட்டியிருந்தவன்
பெருமூச்சுவிட்டான்
'நான் கொடிக்கம்பமாகப்
பிறந்திருக்கக் கூடாதா?'

'அம்மா! பசிக்குதே!'என்ற
அவலக் குரல்
ஒருபுறம்

'ஐயோ! கொல்லுகிறார்களே!'என்ற
கூக்குரல் ஒருபுறம்
இதில்
'ஜனகணமன' பாடலின் ஓசை
கேட்கவே முடியவில்லை

சுதந்திரமே!
கைகளை அவிழ்த்துவிட்டாய்
இதயங்களைத் திறந்துவிட
மறந்துவிட்டாய்

இரும்புச் சிறைகளைத்
திறந்துவிட்டாய்
இரும்புப் பெட்டிகளைத்
திறக்க மறந்துவிட்டாய்

நாடு
சுதந்திரமடைந்துவிட்டது
நாம்தாம்
அடிமைகளாகவே இருக்கிறோம்

வெள்ளையன் முழுமையாக
வெளியேறிப் போகவில்லை
இன்னும்
நம் மூளையை
அவன்தான் ஆளுகிறான்

தலைநகரம் நம்கையில்
தலைகளெல்லாம் அவன்கையில்

அவன் பூட்டிய விலங்குகளை
ஆபரணங்களாக எண்ணி
இன்னும்
அணிந்துகொண்டிருக்கிறோம்

கூண்டிலேயே பிறந்த
கிளிகள் நாம்
அதனால் நமக்குச்
சிறகே இல்லாமல் போய்விட்டது
நாம் இன்னும்
கூண்டுக்குள்தான் இருக்கிறோம்

ஆகஸ்டு பதினைந்தில்
நம்மீது
சிறகுகள் வரைந்தார்கள்

காம்பிலிருந்து
விடுதலை அடைந்தபிறகு
நாரினால் கட்டப்பட்ட
பூக்கள் நாம்

இதோ, நம்
தேசியக் கொடி
கம்பத்தில்
ஏற்றி வைக்கும்போதெல்லாம்
தூக்கு மரங்களில்
ஏற்றப்பட்ட
அந்தத் தியாகிகளின்
நினைவு வருகிறது

நாம் சுவாசிப்பது
அவர்கள்
விட்ட மூச்சைத்தான்

அவர்கள்
சிறைப்பட்டார்கள்
நாம்
சிறகுகள் பெறுவதற்காக

வேடிக்கைதான்
சுதந்திர நாளென்றால்
கயிற்றால் கட்டப்படுகிறது
கொடி

சுதந்திர விழா
கொண்டாடிவிட்டுத்
தண்ணீர் குடிக்கப் போனேன்
சங்கிலியால் கட்டப்பட்டிருந்தது
குவளை

நம்முடைய சரித்திரமே
வேடிக்கையானது
பிரிந்து கிடந்ததால்
அடிமையானோம்
அடிமையானதால்
ஒற்றுமையானோம்

விடுதலை கிடைத்துத்
தளைகள் அறுந்ததும்
நம் பந்தங்களும்
அறுந்தன

நன்றிசொல்ல வேண்டும்
வெள்ளையனுக்கு
அவன்தான் நம்மை
ஒன்றாகத் தைத்தான்

வெள்ளையன் இட்ட
வெண்டளையால்தான்
நாம்
வெண்பா ஆனோம்

அடிமைத்தனம் என்பது
ஊசிநூலா?
விடுதலை என்பது
கத்திரிக்கோலா?

தமிழென்ன செருப்பா?

சென்னை, பொதிகை புத்தாண்டுக் கவியரங்கம் 14.4.2007

- தலைமைக் கவிதை -

இது
பொதிகைக் கவியரங்கம்
எனவே
பொதி கையில் கொண்டுவந்தோம்
எதுகை மோனையிட்டு
இனிப்பாகச் சமைத்த
கவிதைப் பொதியைத்தான்
சொல்கின்றேன்

வாயால் பரிமாறிச்
செவியால் உண்ணுகின்ற
விருந்து இது
இருந்துண்டு இன்புறுவீர்

சித்திரையில்
என்ன வரும்
சூரியனுக்குக்
கோபம் வரும்
கையில் கத்திரியோடு
கனலெடுத்து வெய்யில்வரும்
அதனால்
உழைக்காதவர்க்கும்
வியர்வை வரும்

சூரியனுக்கே
தாகம் வரும்
அதனால் அவன்
கடல் ஏரி குளத்தண்ணீர்
போதாதென்று
மனிதர்களின் உடலிலும்
ஊற்றுத் தோண்டி
ஊறிவரும் வியர்வையைக்
குடிப்பான்

பகலிலும்
நட்சத்திரம் வரும்

அக்கினி நட்சத்திரம்
சூரியன்
அக்கினி பாணங்கள்
ஏவுவான்
நாம்
அவற்றிலிருந்து தப்பிக்க
குளிர் பானங்களை
எடுப்போம்

பள்ளிகள் என்ற
சிறையில்
அடைபட்டுக்கிடக்கும்
பிள்ளைகள் என்ற
கிள்ளைகளுக்கு
விடுமுறை என்ற பெயரில்
விடுதலை கிடைக்கும்

புத்தாண்டு
ஒவ்வோர் ஆண்டும்
ஓர் அஞ்சல்காரனைப்போல்
வருகிறது
அது தரப்போவது
நல்ல செய்தியா?
கெட்ட செய்தியா?
தெரியாது
எதுவாயிருந்தாலும் அது
அஞ்சல்காரன்
தருவதல்ல

நமக்கான கடிதங்களே
நம்மைத் தேடி
வருகின்றன
அந்தக் கடிதங்கள்
நாம் விதைத்த விதைகளின்
விளைச்சல்

சில நேரங்களில்
நாம் எழுதிய கடிதமே
திரும்பி வருவதுண்டு

சித்திரை
நெருப்புப் படைதிரட்டி
வருகிறது
நாம் அதை
எதிர்கொள்ள
நீர்ப்படையையும்
காற்றுப் படையையும்
திரட்டுகிறோம்

புத்தாண்டு
நாம் புதியவைகளை
எதிர்பார்க்கிறோம்

அரிசி வாங்கப் போனால்
பழையதைக் கேட்கலாம்
செய்தித்தாள் வாங்கப்போனால்
பழையதைக் கேட்போமா?

தமிழர்கள்
இறைவனையே
முன்னாள் ஆக்கிவிட்டார்கள்
ஆம் அவன்
ஆளுகிறவன் இல்லையாம்
ஆண்டவனாம்

மனிதனுக்குக் கூட
நான்கைந்து மொழி
தெரிகிறது
ஆனால்
ஆண்டவனுக்கு
ஒரு மொழிதான்
புரியும் என்கிறார்கள்.

தமிழை
ஆலயத்துக்கு வெளியேயே
விட்டுவிட வேண்டுமாம்
தமிழென்ன
செருப்பா?

நீதி மன்றத்துக்குள்
குற்றவாளிகளுக்கு

அனுமதி உண்டாம்
தமிழுக்குக் கிடையாதாம்

இங்கே
பெண் சிசுக்களுக்கு மட்டும்தான்
கள்ளிப்பால்
புகட்டப்படுகிறது
என்கிறார்கள்
இல்லை
எல்லாக் குழந்தைகளுக்கும்
கள்ளிப்பால் புகட்டப்படுகிறது
தாய்மொழி தாய்ப்பால்
பிறமொழிக் கல்வி
கள்ளிப்பால் அல்லவா?

பிரிவினை கூடாது
என்பவர்களே!
வறுமைக் கோடு போட்டு
இந்தியாவை
இரண்டாகப் பிரித்தது யார்?

அவர்களுக்குத்
தண்டனை இல்லையா?
இந்த இரண்டில்
எந்தப் பகுதி
இந்தியா?

இந்தியர்களுக்கு
நாட்டுப் பற்று
ரொம்பச் சுலபம்
சுதந்திர நாளில்
தேசியக் கொடியை
ஏற்றும்போது
வணங்க வேண்டும்
அவ்வளவுதான்

திரையரங்குகள்
நவீன ஆலயங்களாகிவிட்டன
அங்கே
அரிதார அவதாரங்களுக்கு
ஆராதனை

அர்ச்சனை
அபிஷேகம்

நாடே
நாடகமாகிவிட்டது
இங்கே
ரசிகப் பெருமக்களே
ஆட்சியை அமைக்கிறார்கள்
அவர்கள்
'ராஜபார்ட்டு'களையே
ராஜாவாக
முடிசூட்டுகிறார்கள்

நம் நாடு
முன்னேறாததற்கு
இரண்டு காரணங்கள்
ஒன்று எல்லாம்
விதிப்படிதான் நடக்கும்
என்று
வீட்டுக்குள் தூங்கியது
இரண்டு
உழைக்கும் வர்க்கத்தைக்
தீண்டத் தகாத
கீழ்ச்சாதி என்று
ஒதுக்கி வைத்தது

நாத்திகன்
'கடவுள் இல்லை'
என்கிறான்
ஆத்திகனும்
'கடவுள் இல்லை'
என்கிறான்
மற்ற சமயத்தவர்
வணங்குவது
கடவுள் இல்லை
என்கிறான்
இருவருக்கும்
என்ன வித்தியாசம்?

ஒரு காலத்தில்
தமிழன்

சங்கம் வைத்துத்
தமிழ் வளர்த்தான்
இப்போது
சங்கம் வைத்துச்
சாதி, வளர்க்கிறான்

சாதி
வண்ணான் குறி
ஆடை கிழிந்துவிட்டது
சிலரோ
வண்ணான் குறியையே
உடுத்திக் கொண்டிருக்கிறார்கள்

மனிதா!
நீ மனிதசாதி
சாதிகளில் அதுதான்
உயர்ந்த சாதி
மற்றதெல்லாம்
கீழ்ச்சாதி
நீ ஏன்
கீழ்ச்சாதியாக
விரும்புகிறாய்?

சந்தையில்
எல்லாப் பொருள்களில் விலையும்
ஏறிக் கொண்டேயிருக்கிறது
மனிதனின் விலைமட்டும்
குறைந்துகொண்டே போகிறது

மரம் கூடத்
தன் சொந்தக் காலில்
நின்று
உயர்கிறது
மனிதனோ
நாற்காலி மேல் ஏறி
உயர நினைக்கிறான்

பாம்பு கூடத்
தன் பழைய தோலை
உரித்துக் கழித்துவிட்டுப்
புதிய தோலை
உடுத்திக் கொள்கிறது

மனிதனோ
இறந்த காலத்திலேயே
வசித்துக் கொண்டிருக்கிறான்

புதிய ஆண்டைக்
கொண்டாடுகிற நாம்
பழைய ஆண்டை
இகழ வேண்டாம்
ஏனெனில்
புதிய ஆண்டைப்
பெற்றெடுத்ததே
பழைய ஆண்டுதான்

தமிழாண்டு என்கிறோம்
தமிழாண்டு கொண்டிருக்கிறதா?
இல்லையே
அரசில்
ஆலயங்களில்
அறிவுக் கூடங்களில்
அறங்கூறும் அவைகளில்
எப்போது
தமிழ் ஆண்டுகொண்டிருக்கும்
நிலை வருமோ
அப்போது
தமிழாண்டு என்போம்
அந்த ஆண்டு வர
அயராது உழைப்போம்.

ஆங்கிலப் புத்தாண்டை
விளக்கணைத்து
வரவேற்கிறோம்
தமிழ்ப் புத்தாண்டை
விளக்கேற்றி வரவேற்போம்
இல்லங்களில் மட்டுமல்ல
உள்ளங்களிலும்
விளக்கேற்றி வைப்போம்
வெளிச்சம் எங்கும்
பரவட்டும்.

தீ பரவட்டும்

- தலைமைக் கவிதை -

கண்ணகி!
அன்று நீ
தலைநகரத்தின்
திலகமாக இருந்தாய்
இன்று
அமங்கலமானவர்கள்
உன்னை
அழித்துவிட்டார்கள்

அன்று
சோதிடத்தைப் பொய்யாக்கியவன்
உனக்குச்
சொல்லால் சிலைவடித்தான்
இன்று
சோதிடத்தால் உன்சிலைக்குக்
கெட்ட காலம்

அன்று
அநீதியை எரித்த
அக்கினியாய் நீ
பொங்கி எழுந்தாய்
இன்று
உன் சிலையில்
அந்த நெருப்பின்
எச்சத்தைப் பார்த்து
அஞ்சியவர்கள்
அதை
அணைத்துவிட்டார்கள்

அன்று
மெய்யிற் பொடியும்
விரித்த கருங்குழலும்
கையில் தனிச்சிலம்பும்
கண்களில் நீரும்
கண்டவுடன்
அக்கிரமம் புரிந்தவர்கள்
அஞ்சி நடுங்கினார்கள்

இன்று
உன் சிலையைக் கண்டே
அஞ்சுகிறார்கள்

அன்று
உன்னுடைய
ஒரு கொங்கைத் தீயால்
கொடியோர் ஆட்சி
சாம்ப லானது
இன்று உன்
எஞ்சிய கொங்கைக்கு
வேளை வந்துவிட்டது

அன்று
உன் சிலம்பு
உடைந்த போது
ஓர் அரசு உடைந்தது
இன்று
உன் சிலையையே
உடைத்துவிட்டார்கள்
என்னென்ன
உடையப் போகிறதோ?

அன்று கண்ணகி
வழக்கு மன்றத்துக்கு
வந்தபோது
குற்றம் புரிந்தவர்
கொற்றம் சரிந்தது
ஊரே
தீப்பற்றி எரிந்தது
இன்று கண்ணகி
மீண்டும்

வழக்கு மன்றத்தில்
என்ன நடக்கப்போகிறதோ
தெரியவில்லை

கண்ணகி சிலை
அருங்காட்சி அகத்தில்
இருக்கிறதாம்
தமிழ்ப் பண்பாட்டை

அருங்காட்சி அகத்தில்
வைத்துவிட்டார்கள்
தமிழனையும்
வைத்துவிடுவார்கள்

கண்ணகி
தமிழ்ப் பண்பாட்டின் சின்னம்
அதனால்
தமிழ்ப் பண்பாட்டின் எதிரிகள்
அவளை எடுத்துவிட்டார்கள்

கண்ணகி நின்ற இடத்தில்
மூன்றாவது சமாதி
பகுத்தறிவுக்கு!
தமிழா! உனக்கும்
உன் பண்பாட்டுக்கும்
சமாதி கட்டும் முன்
விழித்துக்கொள்

கண்ணகி!
அன்று நீ
தீயே!
தீயவர்களைத்
தீய்ப்பாயாக!
என்று
தீயை ஏவினாய்
இன்னும்
தீயவர்கள் இருக்கிறார்கள்

எனவே
நீ வைத்த தீ
பரவட்டும்

முன்னை இட்டதீ
முப்பு ரத்திலே
பின்னை இட்டதீ
தென்னி லங்கையில்
அன்னை இட்டதீ
அடிவ யிற்றிலே
சென்னை இட்டதீ
சீறிப் பாய்கவே!

தமிழை வளர்த்த கிறித்தவர்

1. தலைவர்: சீனிவாச ராகவன்

ஏசு மதம்வெறுக்கும்
ஏசு மதம்பரப்ப
ஏசாச் சிறப்புடைய
இத்தமிழ் நாடடைந்து
வலைவீசி மீன்பிடிக்கும்
வழக்கத்தால், அன்புநெறிக்
கலைவீசித் தமிழர்மனம்
கவர்ந்த திறனுடையார்
ஊமையாய் இருந்தவர்க்கு
உரைக்கும் திறன்தந்து
ஆமையாய் இருந்தவர்க்கு
ஆற்றல் நடைதந்த
தோமையர் என்ற
சுடர்விளக்கைப் பாராட்ட
விழாவெடுக்கும் அன்பர்கள்
வெற்றிபெற வாழ்த்துகிறேன்
'விழாத்' தமிழின் கவியரங்க
விருந்தருந்த வந்தவரே!

கவிதை யெனும் பாலைக்
காய்ச்சியவர் அதிலினிப்புச்
சுவைசேர்க்க வேண்டுமென்று
¹'சீனி'வாசா! உன்னைத்
தலைவனாய்த் தேர்ந்தெடுத்தார்
நீயும் இராகவன்தான்; இராகவனோ
²'கவி'ப்படை திரட்டிக்
களவெற்றி கண்டான்
'கவி'ப்படைதான் நாமும்
களவெற்றி காண்போம் நாம்

இளங்குமரி தமிழுக்கு
இளங்கோ சிலம்பளித்தார்
களங்கமிலாச் சாத்தனார்
மேகலையைக் கட்டிவிட்டார்,
சிந்தாப் புகழ்த்தேவர்
சிந்தா மணிதந்தார்
சந்த வளையும்

தனியழகுக் குண்டலமும்
தந்து மகிழ்ந்தார்
தமிழ்ப்புலவர்;ஆனால்
காலத் திருடன்
கைவளையும் குண்டலமும்
ஏலத் திருடிவிட்டான்
எம்முடைய பங்காக
நாம்பா வணிசெய்து
நற்றமிழ்க் கணிவமெனத்
தேம்பா வணியைச்
செய்தளித்தார் மொழிவல்ல
வீரமா முனிவர்
வெளிச்ச உரைநடையில்
ஆரமாய் ஒளிவீசும்
அழகுரை நூல்தந்தார்

இலக்கண நூல்தந்தார்
இலத்தீன் மொழியில்
கலைக்கனத் திருக்குறளை
கவினுற மொழிபெயர்த்தார்

தமிழிலே முதலாகச்
சதுரகராதி தந்தார்
அமிழ்தக் கவிகள்
ஆயிரமாய்ச் செய்தளித்தார்

விருத்தங்கள் புதிய
விதங்களிலே படைத்தளித்தார்
திருத்தங்கள் தமிழெழுத்தில்
செய்தே உதவினார்.

மதம்மாற்ற வந்தவர்கள்
மதுரத் தமிழ்மொழியின்
பதம்மாற்றத் தமிழ்மதமாய்ப்
பதம்பணிந்து நின்றாரோ

கன்னித்தாய் மரியாளைக்
கைதொழுவோர் செந்தமிழும்
கன்னித்தாய் எனஅறிந்து
கடனாற்றி நின்றாரோ
இவரோ -

விவிலியப் பூவின்
விந்தை மகரந்தம்
செவிநயத் தமிழ்ப்பூவில்
சேர்க்கை செயவந்து

மதுரத் தமிழ்ப்பூவின்
மதுவில் மதிமயங்கி
இதுநம் வீடென்றே
இங்குகுடி வைத்தவர்கள்

பற்றெல்லாம் விட்டுவந்து
பைந்தமிழ் மொழியின்மேல்
பற்றுவைத்து அம்மொழிக்கு
வரவுபல வைத்தவர்கள்

விண்ணரசுச் செய்திமழை
வீழ்த்தவந்து இந்நாட்டு
மண்ணிறமாய் மாறிவிட்ட
மேனாட்டு மேகங்கள்

மாதிரிப் பூக்களாய்
மலர்ந்து கனிந்துவந்த
பாதிரிப் பூக்கள்
பழுத்தாலும் காயாதார்

அஞ்ஞான அழுக்குடைய
ஆட்களுக்கு மட்டுமல்ல
மெய்ஞ்ஞான நீராட்டை
மென்மொழிக்கும் செய்துவைத்தோர்

ஓலைக் குடிசையிலே
உட்கார்ந்து துயருற்ற
சீலத் தமிழென்னும்
சேயிழையாள் குடியேறப்
புத்தகங்கள் கட்டிப்
புதுமனை புகவைத்த
வித்தகக் கொற்றர்கள்
விஞ்ஞானச் சிந்தனையார்

ஓலையிலே காயங்கள்
உண்டாக்கும் எழுத்தாணி
வேலையை நிறுத்தி

விழிவண்டு மொய்க்கின்ற
காயிதப்பூஞ் சோலையினைக்
கலையழகோ டமைத்தவர்கள்
ஆயதோர் அச்சிலையேல்
அறிவுத்தேர் ஓடுமா?
அச்சிட்டுச் செந்தமிழ்த்தேர்
அழகாக ஓட
மெச்சும் படியாக
மேலாம் பணிசெய்தோர்

காட்டுக்குள் ஆடும்
களிமயிலைப் போலப்
பாட்டறையில் ஆடிவந்த
பைந்தமிழை அம்பலத்தில்

உரைமேடை யேற்றி
ஊரெல்லாம் காணவைத்துத்
தரையெல்லாம் புகழ்பரப்பித்
தனிச்சிறப்பை அளித்தவர்கள்

நிகண்டுக் குகையிருட்டில்
நின்றிருந்த சொல்லையெல்லாம்
அகர வரிசையிலே
அமரவைத்துப் பொருள்கூறும்
அகராதி நமக்களித்து
அரியபணி செய்தவர்கள்

நில்லாமல் தொடர்ந்தோடும்
நெடுந்தொடர் வண்டியைப்போல்
சொல்லெல்லாம் மூச்சுமுட்டத்
தொடர்ந்தோடும் நிலைமாற்றி
நிறுத்தக் குறிகளினால்
நிறுத்திப் பிரித்துவைத்து
உறுத்தாமல் நாவினுக்கு
ஓய்வளித்த் உத்தமர்கள்

பொட்டில்லாப் பெண்களைப்போல்
பொலிவிழந்த மெய்களுக்குப்
பொட்டிட்டு மங்கலப்
பூவையராய்ச் செய்தவர்கள்

பிறநாட்டுச் சாத்திரங்கள்
பெருந்தமிழில் மொழிபெயர்த்துத்
திறமான புலமையினைத்
தேசமெலாம் காட்டியவர்

மேனாட்டு விதையெனினும்
மேன்மைத் தமிழ்வழங்கும்
தேனாட்டில் விதைத்துச்
செழுங்கனிகள் விளைவித்தோர்

போப்பையர் வந்தார்
புனிதத் தமிழ்மொழியின்
காப்பையர் நானென்றார்
கனித்தமிழ் இலக்கியங்கள்
ஆங்கிலத்தில் ஆக்கினார்
அருந்தமிழ்ப் பெருமையை
ஓங்கி உரைத்தே
உலகறியச் செய்தார்
தன்னுடைய கல்லறையில்
'தமிழ்மாண வன்என்றே
பொன்னெழுத்தால் நன்கு
பொறித்துவைப்பீர் எனவுரைத்தார்

கல்வி பலகற்ற
கால்டுவெல் வந்தார்
அராவிடம் போன்ற
ஆரியம் துடித்தலறத்
திராவிட மொழிகளின்
ஒப்பிலக் கணம்என்ற
ஒப்பிலா நூலை
உலகினுக் களித்தார்
தப்பிலாத் தமிழே
தாய்மொழி திராவிட
மொழிக்கெல்லாம் என்றார்
மூத்ததமிழ் வடமொழிபோல்
வழக்கொழிந்த தல்ல
வாழும் மொழியென்றார்

மேலும்
பண்டித ரிடம் முதலில்
பைந்தமிழைக் கற்றுப்பின்

எண்டிசையும் தொண்டுசெய்த
எண்ட்ரீக்குப் பாதிரியார்

வெற்றிவேற் கையுடைய
வெள்ளையர்க்கும் தென்னாட்டின்
'வெற்றிவேற் கைப்புகழை
விளங்கவைத்த 'தெய்லரையர்'

பக்திரசம் சொட்டப்
பாதரசத் தமிழாலே
சக்திரசப் பிரார்த்தனைநூல்
தந்த'பவு ரீசையர்'

தீர்க்க தரிசன
வியாக்கியா னம்செய்து
மார்க்க தரிசுகளை
வளம்செய்த கிளார்க்ஜயர்

ஆங்கிலத்தில் தமிழ்ச்சொல்லின்
அர்த்தத்தை விளக்குகின்ற
தீங்கிலா அகராதி
செய்தளித்த இராட்டிலர்

கவின்சொல் அணிவகுக்கும்
கனஅக ராதிதந்த
உவின்ஸ்லோ ஐயர்;
உளத்திலே கள்ளத்

துருப்பிடித்து விட்டால்
துடைக்கின்ற திருக்குறளைத்
துருப்புடைய ஆங்கிலர்க்குச்
சொன்ன 'துரு'வையர்;

சொற்களைச் சூல்செயும்
'சூல்சையர்; உயிரற்ற
கற்களையும் சுவாசிக்கக்
கற்பித்த 'சுவார்ச்'ஐயர்

பொருளானந் தம்என்று
புலம்புகின்ற இவ்வுலகில்
அருளானந் தம்என்ற
'அருளானந் த'ப்பெரியார்

வேலியன்நான் தமிழ்க்கென்ற
சூலியன் உவின்சனார்
போலியற்ற மெய்வாக்கர்
புகழுடைய 'வாக்க'ரையர்

கிராதகர்க்கும் கல்விதந்த
'கிராலென்னும் ஆசிரியர்
வராதவரை யும்நெறியில்
வரவழைத்த பிஷப்சார்ஜண்ட்

வித்துவத் தமிழில்முதல்
உரைநடைநூல் விளைவித்த
தத்துவ போதகர்
தனிப்புகழ் நொபிலியென்பார்

'பரமானந்த சாமி'யெனப்
பலர்புகழத் தொண்டுசெய்த
தரமான அந்தாம்
பிரயோன்சா எனும்அறிஞர்

அச்சியந் திரம்வைத்து
அருந்தமிழே முதன்முதலாய்
அச்சே றியமொழியென்
றரும்புகழைத் தந்த
சீகன் பால்கென்னும்
சிறந்த திருத்தொண்டர்
ஏகன் புகழுரைக்கும்
இரு ஏற்பாடுகளை
மூத்த தமிழில்
மொழிபெயர்த்துத் தந்தவர்

யாத்தபல நூல்களால்
இசைபெற்ற இரேனியஸ்

இனித்த திராவிட
மொழிகள் யாவும்
தனித்தவை வடமொழியின்
சம்பந்தம் அற்றவை
என்றே முழங்கிய
எல்லீசர்

ஆறுமுக நாவலரின்
அரிய துணையோடு
தேறுமுக விவிலியத்தைச்
செந்தமிழில் மொழிபெயர்த்த
பெரும்புகழ்த் தொண்டர்
பெர்சிவல் பாதிரியார்

அரும்புகழ் நன்னூலை
ஆங்கிலத்தில் மொழிபெயர்த்து
மெச்சுபுகழ் கொண்ட
பவரையர்; தமிழிலே
அச்சான நூல்களை
அறிவித்த 'மர்தாக்கு'

ஆங்கிலர் தமிழறிய
அரியநூல் செய்தளித்த
தீங்கிலாப் பண்புடைய
இராபட் ஆண்டர்சன்

எங்கெங்கு சென்றாலும்
ஏடுகளைத் திரட்டுகின்ற
பங்க மிலாதஅரும்
பணிசெய்த மெக்கன்ஸி

தமிழ்ச்சொற்கள் அனைத்தையும்
தரமாகத் தொகுத்தே
அமைத்த 'லெக்சிகன்'
அளித்த சாண்ட்லர்

இவரெல்லாம்
இங்குவந்து பைந்தமிழ்ச்
சுவரெல்லாம் அழியாத
சித்திரங்கள் தீட்டியவர்

இனி
ஏசு மதத்தை
இந்நாட்டில் ஏற்றவர்கள்
ஆசைத் தமிழுக்கு
ஆற்றிய பணியுரைப்போம்

தமிழில் முதல்புதினம்
தந்தவர் காலத்தால்

அமிழாத சமரசக்
கீர்த்தனைகள் ஆக்கிய
கீத நாயகர்
கீர்த்தி மிகக்கொண்ட
வேத நாயகர்
வித்தையிலே வித்தகர்

'கிறித்துவக் கம்ப'னெனக்
கீர்த்தி பெற்று இரட்சண்யம்
குறித்ததொரு நூல்தந்த
கிருட்டினப் பிள்ளை

கர்த்தரைத் தாய்மொழியில்
கவிபாடும் முறைகாட்டி
அர்த்தமுள்ள பணிசெய்த
அறிவுடையார் வேத
நாயகசாத் திரிகளெனும்
நற்பெயர் தானுடையார்

தந்தோணி சந்தத்
தமிழ்க்கவியில் ஓட்டிய
அந்தோணிக் குட்டி
அண்ணாவி யார்மற்றும்

தமிழ்க்குக்'கர் ணாமிர்த
சாகரத் திரட்டென்னும்
அமிழ்தநூல் தந்த
ஆபிரகாம் பண்டிதர்

தமிழ்த்தொன்மை ஆராயும்
தமிழாங் கிலயிதழை
சமைத்த பண்டித
சவரிரா யபிள்ளை

சுடரறிவு மிக்க
சுவாமிக்கண் ணுப்பிள்ளை
தடம்பதித்துச் சென்ற
சவரிரா யன்என்பார்

'பாலபா ரதியென்று
பாராட்டப் பெற்ற

‘மாலைப் பா’தந்த
மாஸ்கரனேஸ்; திறனுடைய

தஞ்சைப் புலவர்
தாமஸ் உடையார்
எஞ்சாப் புகழுடைய
எத்தனையோ பேர்இங்கே

ஏசுவுக்குத் தமிழில்
ஏற்றம் தரவந்து
பேசும் தமிழுக்குப்
பெருமை பலசேர்த்தார்

தம்மதத்தை வளர்க்கவந்து
தமிழையும் வளர்த்தார்
அம்மதத்தை வாழ்த்துவோம்
அவர்தொண்டைப் போற்றுவோம்

----

2. குரங்கு

ஏன் நகைத்தான்?

கன்னியாகுமரி, வள்ளுவர் சிலை திறப்பு விழா, 31.12.1999. என் தலைப்பு: ‘பறியா நகும்’

தலைவர் கலைஞர்:

அண்மையில்தான்
அகடமி விருதுபெற்றார்; வாழ்க!
அப்போதே நான்
சொல்லியிருக்கிறேன் - ஒரு
போட்டியிலே நான்
வெற்றி பெற்று வரும்போது
வெகுமானம் என்ன
வேண்டுமெனில் - அப்துர்
ரகுமானைத் தருக என்பேன் என்று
ரகு, மானைத் தேடி ஓடியதால்
இராமாயணம்!
இந்த ரகுமான்
மாரீச மானுமன்று

மயக்கும் பொன்மானுமன்று
மயிர் நீப்பின் வாழாக் கவரிமான்
மானம் வரின்
உயிர்நீக்கத் தயங்காத
தமிழ்மான்! தங்கமான்
'பறியாநகும்' எனும் தலைப்பில்
பாட வருகின்ற
தகுதி படைத்த மான்

தலைவர்: கலைஞர் அவர்களுக்கு

மக்கள் இங்கே
வழக்கமாக
உதய சூரியனைப் பார்க்க
வருவார்கள்
இன்றும்
'உதய சூரிய'னைப் பார்க்கத்தான்
வந்திருக்கிறார்கள்
இங்கே உதிக்கும் சூரியன்
அத்தமனமாகும்
ஆனால்
இந்த 'உதய சூரிய'னோ
அத்தமனமாகாத சூரியன்
இரவிலும்
ஒளிவீசும் சூரியன்
சூடு மட்டுமல்ல
சுரணையும் தரும்
சூரியன்
நட்சத்திர ஆட்சியை
நீக்கிவிட்டு வரும்
சூரியன்

திருவள்ளுவர்க்கும்
திருவாரூருக்கும்
உறவுண்டு என்று
காட்டவோ
வள்ளுவர் கோட்டத்தில்
திருவாரூர்த் தேரை
வைத்தாய்

திருவள்ளுவரை ஏந்தித்
திசையெங்கும்
ஊர்வலம் வருகின்ற
திருவாரூர்த் தேரே!
உனக்கென் வணக்கம்

எங்களுக்கு
முதலாக இருக்கும்
முதல்வா!
எனக்கொரு சந்தேகம்
கோயிலைச்
சென்னையிலே கட்டினாய்
தெய்வத்தைக்
குமரியிலே வைத்தாய்
எதற்காக?
இப்போதெல்லாம்
தெய்வம்
கோயிலிலே இருப்பதில்லை
என்பதைக் காட்டுதற்கோ?

குறளாசான் சிலையைக்
குமரியிலே ஏன்வைத்தாய்?
இது
முக்கடலும் கூடும் இடம்
இதுதான்
முப்பாற் கடலுக்கும்
பொருத்தம் என
நினைத்தாயோ?

இடமும் குமரி
தமிழும் குமரி
குறளும் குமரி
இனி இது
வெறும் குமரி முனையல்ல
முக்குமரி முனை
இங்கே இனி
வெறும் முக்கடலின் கூடலல்ல
முக்குமரிகளின் கூடல்
குமரிகளின் கூட்டம்
என்பதால்தான்
இங்கே இவ்வளவு கூட்டம்

வள்ளுவரின் சிலையைக்
கடற்கரையில் ஏன்வைத்தாய்?
ஆணவத்தால் ஆர்ப்பரிக்கும்
ஆரவாரக் கடலே!
அடக்கி வாசி
இதோ, உன்னைவிடப்
பெரிய சமுத்திரம்
உன்னை விட ஆழம்
உன்னிடம் உள்ள
முத்துக்களை விட
உயர்ந்த முத்துக்கள்
இதுவும் முக்கடலின்
சங்கமம்தான் என்று
கடலுக்குச் சொல்லிஅதன்
கர்வம் அடக்குதற்கோ?

கதிரவன்
எழுசீர் காண
மக்கள் கூடும் இடத்தில்
எழுசீர்க் குறள்
தந்தவனுக்குச் சிலை
உண்மையில் உலகிற்கு
ஒளியாயிருப்பது
சூரியனல்ல
வள்ளுவர்தான் என்பதை
உலகிற்கு உணர்த்துதற்கோ?

யுகம் யுகமாய்த்
தவம் செய்தகுமரிக்கு
வரம் கிடைத்துவிட்டது
இன்று

இரண்டாயிரம் விழா
தொடக்கவுரை ஆற்றி
இயேசு தொடங்கிவைத்தார்
நிறைவுரை ஆற்ற
நிறைந்த தகுதி உடையவர்
வள்ளுவர்தான் என்பதைக்
காட்டுதற்கோ
இரண்டாயிரத் தாண்டின்

இறுதியிலே
வள்ளுவர்க்கு விழாயெடுத்தாய்

இல்லை
வரவிருக்கும் ஆயிரத்தாண்டு
வள்ளுவத்தால் ஒளிபெறட்டும்
என்பதற்கோ
புதிய யுகத்தின்
பிரசவ வேளையில்
வள்ளுவர்க்கு விழாயெடுத்தாய்?

காலக் குழந்தைக்கு
இயேசு
பெற்ற தாயோ?
வள்ளுவர்
முப்பாலூட்டி வளர்க்கும்
செவிலித் தாயோ?

'பிறப்பொக்கும் எல்லா
உயிர்க்கும்' என்ற
வெளிச்ச வரிகளால்
சாதி மதமென்ற
இருட்டு முகவரிகளை
அழித்த வள்ளுவர்க்குச்
சிலைவைக்க இதுதான்
சிறந்த இடம்
ஏனென்றால் இது
இந்துமகா சமுத்திரம்
அரபிக் கடலோடு
சந்தித்து உறவாடி
சங்கமிக்கும் இடமல்லவா.

காஷ்மீர்
இந்தியாவின் தலை
தலையிலோ
தீராத வலி
அந்த வலிக்கு மருந்தோ
கன்னியாகுமரியிலே

உயர்ந்தவர்க்கு
நம்மை

உயர்த்தியவருக்கு
உயரமான சிலை

குறள் என்றால்
குள்ளம்
ஆனால் இந்தக் குள்ளம்தான்
மிக உயரம்
வாமனனைப் போல
வாமனன் புராணம்
வள்ளுவரோ வரலாறு

வள்ளுவரை விடக்
குறள் உயரம்
வள்ளுவர் சிலையே
நூற்று முப்பத்து மூன்றடி
உயரம்தான்
குறள் உயரமோ
2660 அடி
அதன் பெருமையின் உயரமோ
வான் உயரம்

வடக்கே!
உன் இமய உயரத்தால்
கர்வப்படாதே
தெற்கு
உன்னைவிட உயரம்
உன் உயரம்
வெறும் கல்லுயரம்
தெற்கின் உயரமோ
சொல்லுயரம்
வள்ளுவரின்
சொல்லுயரம்

நான்குகால் விலங்கு
ஈரடியால் நடந்தபோது
மனிதன் ஆனது
தமிழ்
குறளென்ற ஈரடியால்
நடந்தபோது
நாகரிகம் பெற்றது

திருக்குறள்
தமிழ்
பருவமடைந்தபோது
வள்ளுவர் நெய்துதந்த
மாராப்பு

திருக்குறள்-
கலைமகளும் மாணவியாய்க்
கற்கின்ற பாடநூல்
விலைமகளிர் வீடுகளை
மூடும் ஒழுக்கநூல்

தமிழென்னும்
மொழிகளின் அரசிக்கு
வள்ளுவர் சூட்டிய
வைர மகுடம்

தமிழினத்து அறிவின்
சிகரம்
பண்பாட்டின் உச்சம்

திருக்குறள்
நம் அகக் கறைகளை
அப்பட்டமாய்க் காட்டும்
அதிசயக் கண்ணாடி

அந்தக் கறைகளை
அகற்றும் சவுக்காரம்

கருத்துச் சரக்கிற்கும்
கடைகள் பலநூறு
ஒவ்வொரு பொருளுக்கும்
ஒவ்வோர் கடையுண்டு
திருக்குறளோ
நம்மை
அங்கோடி இங்கோடி
அலையாமல்
உள்ள பொருள் அத்தனையும்
ஒரே இடத்தில் தருகின்ற
பல்பொருள் அங்காடி

நூலென்றால்
சிக்கல் விழும்
வள்ளுவரின் நூலோ
வாழ்க்கையின் சிக்கல்கள்
அனைத்தையும்
தீர்க்கவந்த நூல்

என்ன அதிசயம்
ஒரு நூலே
தமிழுக்கு
ஆடையானதே!

ஒரு நூலே
ஊசி இல்லாமல்
நம் கிழிசல்களையெல்லாமல்
தைத்துவிட்டதே!

*

திருக்குறளில்
ஒரு வீரநாடகம்

போர்க்களம்
வேலே எழுதுகோலாய்
வீர காவியம்
எழுதும் இடம்

அங்கே-
வீரன் ஒருவன்
அவனோ
விழுப்புண் படாத நாளை
வீணான நாள் என்றே
வெறுக்கின்ற வீரமறவன்

எதிரி
கண்ணிமைத்தாலும்
புறங்கொடுத்தான் என்று
போக விடுபவன்

சமமான மனிதரோடு
சமர் புரிவதைவிடத்
தன்னைவிட வலிமையான

யானையோடு மோதுவதே
ஆண்மை என நினைப்பவன்

ஒரு யானை என்பதே
ஒரு படை
மேலும் அது
இரண்டு கூர்வேலோடும்
நான்கு உரல்களோடும்
ஓர் உலக்கையோடும்
போராடும் படை

எனவே அவன்
மனிதர்களைத் தவிர்த்து
மண்ணின்மேல் நடந்துவரும்
மாமிச மலைகளைத்
தேடினான்

களத்தில்
அவனை நோக்கிக்
களிறொன்று வந்தது
அதன் தந்தங்களிலும்
கால் நகங்களிலும்
குருதி இருந்தது

அவன்
களிப்போடு தன்
கைவேலை அந்தக்
களிற்றின்மேல் எறிந்தான்
களிறு
பிளிறிக்கொண்டு
சாய்ந்தது

அவன்
வெஞ்சமர்க் களத்தில்
வெறுங்கையோடு நின்றான்

அப்போது
யாரோ எறிந்தவேல்
அவன் மார்பில்
தைத்தது
அவன்

வேலைப் பறித்தெடுத்தான்
எடுத்தபோது
நகைத்தான்

அவன் ஏன் நகைத்தான்?

அடிபட்டால் அழுவது
கோழைகளின் குணம்

அவனோ வீரன்
அதனால் நகைத்தானா?

இல்லை
இந்தக் காயத்தால்
என் காயம் சாயாது என்று
எதிரியைப் பார்த்து
நகைத்தானா?

வெறுங்கையோடு நின்றேன்
வீரத்தைக் காட்ட ஒரு
வேல்கிடைத்தது என்று
நகைத்தானா?

எதிரி
தன் மரணத்துக்குத்
தன் ஆயுதத்தையே
கொடுத்ததை நினைத்து
நகைத்தானோ?

இல்லை தன்
காயம் என்ற வாய்
வேலைப் பார்த்து
நகைத்ததைக் கண்டு
நகைத்தானா?

விழுப்புண்ணை
வீரமகளின்
ரத்த முத்தத்தை
வீரத்தின் கையெழுத்தை
விரும்பி வந்தோம்
அது கிடைத்துவிட்டது என்று
நகைத்தானா?

வெறுங்கையோடு நின்ற
என்மேல்
வேலெறிந்தானே
அவனும் ஒரு வீரனோ
என்றெண்ணி நகைத்தானா?

இல்லை
மைக்கூடாய் என்
மெய்யிருக்கிறது
குருதி என்ற
மையிருக்கிறது
வீரகாவியம் எழுதவோ
வேலென்ற எழுதுகோல்
இல்லையே என்று
ஏங்கினேன்
இதோ கிடைத்துவிட்டது
எனநினைத்து நகைத்தானா

இல்லை
வெற்றி அல்லது
வீரமரணம் எனத்
துணிந்து வந்தேன்
இதோ
மரண மாளிகைக்குச் செல்ல
ஒரு வாசல்
திறந்துவிட்டது
என்றெண்ணி நகைத்தானா?

அவன் நகையின் காரணம்
எதுவென்று யாரறிவார்
அது எதுவாயினும்
அந்த நகை
வீரமகள் அவனுக்கு
விருதாகத் தந்த நகை
அந்த நகை வாழ்க!

மனிதர்களாவோம்

சென்னை, 'சன்' தொலைக்காட்சி, 6.4.1997 புத்தாண்டுக் கவியரங்கம்.
தலைப்பு: அன்பு கொள்வோம்; என் தலைப்பு: மனிதர்கள்மீது.

தலைவர்: கலைஞருக்கு

யாரேனும்
தீ மிதித்தால்
திட்டுவாய் நீ
ஆனால் நீ
தீமிதிப்பாய்

நீ நடந்து வந்த பாதையில்
எத்தனை தீக்குழிகள்
ஆனால்
நீ தீமிதித்தால்
தீ உன் பாதத்தைச்
சுடாது
உன் பாதம்தான்
தீயைச் சுடும்

யாரேனும்
வேப்பிலை கட்டினால்
வெறுப்பவன் நீ
ஆனால் நீ
வேப்பிலை கட்டுவாய்
ஈரோட்டு வேப்பிலை
அதுவோ, மூடப்
பேயோட்டும் வேப்பிலை

யாரேனும்
நாக்கில் அலகு குத்தினால்
போக்கில் ஏதோ
கோளாறு என்பாய்

ஆனால் நீயோ
உன் நாக்கில்
அழகு குத்திக்கொண்டுள்ளாய்
தமிழ் என்ற அழகு

ஆலயம் என்றாலும்
ஆண்டவன் என்றாலும்

அருவருப்பவன் நீ
ஆனால்
நீயே கட்டிய
ஆலயம் ஒன்றுண்டு
அறிவாலயம்!
அங்கே
'ஆண்டவ'னாகவும்
ஆளுகின்றவனாகவும்
அமர்ந்திருப்பவன் நீ
உனக்கென் வணக்கம்

★

அன்பு என்பது
நார்
மன மலர்களை
மாலையாகத் தொடுக்கும்
நார்

மனிதர்களிடமோ
மலர்களும் இல்லை
நாரும் இல்லை

மனதில் முளைப்பதோ
மலர்கள் இல்லை
முட்கள்

மனிதர்களிடம்
'பசை' இருக்கிறது

ஆனால் அது
ஒட்டும் பசையல்ல
மனங்களை
ஒட்டவிடாத பசை

அன்பு என்பது
இதயத்தின் சுவாசம்
இதயமோ பெரும்பாலும்
உடல் சமாதிக்குள்
புதைக்கப்பட்ட
பிணமாகத்தான்
கிடக்கிறது

அன்பு என்பது
அந்தியிலும் கூட
அத்தமிக்காத சூரியன்
ஆனால்
பகைமைக் கிரகணத்தால்
பகல்களும் கூட
இரவுகளாகவே இருக்கின்றன

அன்பு என்பது
மனிதனின் முகவரி
இன்று
பெரும்பாலான மனிதர்களுக்கு
முகவரி இல்லை

தூரத்தில் இருக்கும்
நிலாவைத் தொடுவதற்கு
விஞ்ஞான விரலை
நீட்டுகிறான் வெள்ளையன்
ஆனால்
அருகிலேயே இருக்கும்
கறுப்பனின் இதயத்தை
தொடமுடியவில்லை அவனால்
நிறவெறி

நிலாவைத் தொட
விரும்பியது கூட
அது ஒரு
வெள்ளையன் என்பதால்

நிலாவும் ஒருநாள்
நீக்ரோ ஆகிறதே!

வெள்ளையன் என்றாலும்
அவன் நிழலும்
கறுப்புத்தானே

கறுப்பு நிறம்
பிடிக்கவில்லை
ஆனால்
பல வேலைகளுக்கு
இரவு மட்டும்
வேண்டியிருக்கிறது

வெள்ளையனுக்குத்
தோல் மட்டும்தான்
வெள்ளை
உள்ளமோ கறுப்பு

கறுப்பனுக்கோ
தோல் மட்டும்தான்
கறுப்பு
உள்ளமோ
வெள்ளை

இருள் வந்தால்
வர்ணங்கள் மறைந்துவிடும்
ஆனால்
இருளில் இருப்பவனோ
மனிதர்களில்
வர்ணங்களைப் பார்க்கிறான்

'தொட்டால் தீட்டு'
என்கிறான்
தீட்டில் பிறந்த பிறவி
நவீன நந்தன் கேட்டான்:
நான் தொட்டுச் செய்ததெல்லாம்
அனுபவிக்கிறாயே
அப்போது
எங்கே போகிறது
தீட்டு?

உன்னைப் படைத்தவன்தானே
என்னையும் படைத்தான்
அப்படியென்றால்
அவனுமல்லவா தீட்டு?
தீட்டானவனையா
வணங்குகிறாய்?

கல்லைக் கூடத்
தெய்வமாய்ப் பார்க்கிறான்
மனிதனையோ வெறும்
கல்லாய் மதிக்கிறான்

கல்லுக்குப் பூவால்
அர்ச்சனை செய்கிறான்

மெல்லிய பூக்களைக்
கல்லால் அடிக்கிறான்

'அன்பே கடவுள்'
என்கிறான்
ஆனால்
அவனுக்கு நடப்பதோ
ஆயுத பூசை
அபிஷேகத்திற்குச் சொரிவதோ
மனித ரத்தம்
ஆராதனைக்கு
ஏந்தும் தீபமோ
கொளுத்தப்பட்ட வீடுகள்

மனிதனே!
உன் சகமனிதன்
அழும்போது
நீ சிரிப்பது
பாபம்

உன் சகமனிதன்
பசித்திருக்கிறபோது
நீ உண்பது
விஷம்

கிருஷ்ணர்
ஒரு நூல் தந்தார்
இயேசு
ஒரு நூல் தந்தார்
முகமது
ஒரு நூல் தந்தார்
இதயங்களைத் தைப்பதற்கு

ஆனால் இன்று
தையல்காரர்கள் கடையில்
நூல் இல்லை
ஊசி மட்டும் இருக்கிறது
குத்துவதற்கு
கத்திரிக்கோல் இருக்கிறது
வெட்டுவதற்கு

மனிதனுக்கும் மனிதனுக்கும்
இடையில் நிற்கும்
சுவர்களை இடிப்போம்
அந்தக் கற்களால்
இதயங்களுக்கிடையே
பாலங்கள் கட்டுவோம்

ஒவ்வொரு மனிதனும்
எழுத்து
எழுத்துக்கள்
அச்சுக் கோக்கடும்போதுதான்
அர்த்தமுள்ள வாக்கியங்கள்
உருவாகும்

மனிதர்களை
அச்சுக் கோப்பது
அன்புதான்

ஒட்டாதது பசையில்லை
ஒலிக்காதது மணியில்லை
அன்பு இல்லையென்றால்
மனிதனில்லை
வாருங்கள் நண்பர்களே!
நாம் மனிதர்களாவோம்.

'நல்ல காலம் வருகுது'

எட்டயபுரம், பாரதிவிழா. 11.9.1968; தலைப்பு: நல்ல காலம் வருகுது, பாடியோர்: தமிழன்பன், 'சக்தி சரவணன், பக்தவத்சலம், சே.ர. குமாரசாமி, ப. சிவராமகிருட்டிணன், சித்தரஞ்சன்.

-தலைமைக் கவிதை-

புலவனாய் ஆக்கிய
புனிதத் தமிழே!
தலைவனாய் ஆக்கிய
தமிழ்ச்சான் றோரே!

கவிவழி சொப்'பனங்
கள்'வார்ப் பவரே!

செவிவழி அருந்திடச்
சேர்ந்தநற் ‘குடியீர்’!

வணக்கமும் வாழ்த்தும்
வழங்கிக் கவிதை
மணக்கும் அரங்கின்
வாசலைத் திறக்கிறேன்

★

எட்டயபுரம் இது எட்டயபுரம்-புவி
எட்டுத்திசையில்புகழ் எட்டியபுரம்
சிட்டர் உயர்உமறு என்றபுலவர்-சுவைச்
சீறா எனும்தேனைக் கொட்டியபுரம்

நாட்டுக் கொருபுலவர் பாரதியென-வந்த
நாவலருக் கும்பிறப்புப் பட்டயபுரம்
பாட்டுக் கொருபுலவன் என்றுபுகழும் - எங்கள்
பாரதிக்கும் மண்டபத்தைக் கட்டியபுரம்

கலைமறை படைக்கும்
கவிஞரெனில் உடனே
தலைமறை வாகும்
தற்குறி மன்னரைக்
குமணனே என்று
கொடுமையாய்ப் புகழ்ந்தும்

பாதையில் முல்லையைப்
பார்த்தால், பறித்து
வீதியில் கூவி
விற்கும் கயவரைப்
பாரி என்று
பாராட்டித் துதித்தும்

அந்தப் புரத்தில்
அரசர்களை மகிழ்விக்க-
வயிற்றுப் பாட்டுக்
காக - உயர்தமிழ்
பயிற்றும் பாட்டைப்
பரத்தை ஆக்கிய
காசுக் கவிகள்
கவிதையை விற்ற

ஆசு கவிகள்
அலறிடத் - தலைமுண்
டாசுக் கவிஞர்
பாரதி வந்தார்;

நல்ல காலம்,
அவர்வந்த தாலே
நல்ல காலம்
வந்தது நமக்கே.

அவரோ-
பழம்பாட்டை யில்சென்ற
பழம்பாட்டை மாற்றிப்
'பழம்,பாட்டு' எனவுலகம்
பாராட்டப்,
புதுப்பாட்டை தனில்தமது
புதுப்பாட்டைச் செலுத்தியவர்;

பாரத வீதியில்
'பா'ரதம் ஓட்டிய
சாரதி! கவிதைச்
சண்ட மாருதம்;

புரட்டு ஏட்டையே
புரட்டி எழுதும்
வறட்டுக் கவியா?
இல்லை, வரகவி!

புரட்டுக் கவிஞரைப்
புரட்டிப் போட்ட
புரட்சிக் கவிஞர்;
புதுமைப் பண்ணை!

இருட்டுச் சாதி
எண்ணங் களையெல்லாம்
விரட்ட எழுந்த
வெள்ளி நிலாச்சுடர்!

திருட்டுத் தனமாய்
நாட்டினைத் தீண்டிய
'வெள்ளை' வியாதியை
விரட்டிய மருந்து!

திலகத் தமிழாம்
திருமலர் நறுமணம்
உலகெலாம் பரப்ப
உலவிய தென்றல்!

கூலிக்குப் பாடாமல்,
குவலயத்தைத் தன்பாட்டால்
பாலிக்க வந்த
பாட்டுச் சூரியன்!

பழரசக் கவிதையில்
நவரசம் வைத்துச்
சமரசம் காட்டிய
அதிரடிக் கவிஞன்!

★

சாதி என்ற
வியாதியால் அழுகி
நீதி கெட்டு
நேர்மையை இழந்தே
ஆதி உரிமைகள்
அனைத்தையும் தொலைத்து,
வேத புரத்தார்
வேற்றுமை யலே
பேத புரத்தார்
ஆனதைக் கண்டு

பதறித் துடித்த
பாரதி, நாட்டின்
கோணல் அங்கக்
கூனலை நிமிர்த்திடக்
கோணங்கி ஆகிக்
கூறிய கவிதையே
குடுகுடுப் பைக்கவி;

அந்தக் கவியோ-
குடுகுடு எனஉடல்
நடுங்கிடும் முதுமைக்குக்
கடுகடு எனமுகம்
காட்டி விரட்டி,

சடுகுடு இளமைக்குச்
சாமரம் வீசுகவி!

அப்பாட்டில்-
நாசச் சாதி
நச்சர வத்தின்
பற்குறி பட்டுப்
பதைத்துத் துடித்த
தற்குறி களுக்குத்
தம்முயிர் காத்திட
நற்குறி கூறினார்;
நாடே! நமக்கினி
வருங்காலம் இன்பம்
வருங்காலம் என்றார்

நற்காலம் வருமென்றார்;
நமைத்தேடி விரைவில்
பொற்காலம் வருமென்றார்;
பூரிப்புச் சேதிதந்தார்.

★

வித்தைநூ றாக
விளைந்திடச் செய்யும்
வித்தை புரியும்
வேளாள ருக்கோ,
அத்'தை' மாதமே
ஆனந்த காலமாம்

நிழல் நடத்தி
நிறம்நடத்திக், குளிர்ந்தநறும்
பொழில்ந டத்திடும்
பூக்கண் காட்சியால்
எழில்ந டத்திடும்
இளவேனில்- மன்மதன்
தொழில்ந டத்திடத்
தோதான காலமாம்.

அன்பில் லாதவன்[1]
அகன்றத னாலே
துன்பத் தீயில்
துடித்து வாடிய

பூவை யர்க்குக்[2]
காதலன் ஒளிமுகம்
காணும் காலையே[3]
நல்ல காலமாம்

தந்திர மாகத்
'தன'முடை யோரிடம்[4]
கன்னம்[5] வைத்துக்
களவு[6]செய் வோர்க்கோ
நள்ளிராக் காலமே
நல்ல காலமாம்.

ஆனால்
பாட்டு வேந்தன்
பகரும் காலமோ
நாட்டுக்கு வந்த
நல்ல காலமாம்.

அவன்-
பூணங்கி வேண்டும்
போடெனக்கேட்கவோ
கோணங்கி ஆகிக்
'குடுகுடு' என்றான்?

உடுக்கைகேட் டாசிறு
உடுக்கை அடித்தான்?

அரிசிக் காகவா
ஐயமென்றான்; நல்ல
அரசியற் காகவே
ஆரூடம் கூறினான்.

தன்குறட்டை
தனக்குத் தெரியுமா?
அதுபோல்
தன்குறை ஏதும்
தெரியா திருந்த
நாட்டின் குறைகளைக்
காட்டிட வந்தான்;
'தொழு'நோய் பிடித்துத்
தொழும்புகள் செய்தே

அழுநோய் கொண்ட
அன்பரைத் தேற்றினான்.

கொழுநனைத் தொடாத
பெண்ணும், ஏரின்
கொழுமுனை தொடாத
மண்ணும், இங்கே
'சூல்'கொள்வ துண்டோ?
'மணிமணி' யாகப்
பெற்றுத் தருமோ?
'போகம்' உண்டோ?

நிழல்வளம் பெருக்கும்
நெடுமரம் இன்றேல்
பொழிவளம் பெறுமா?
புதிது புதிதாய்த்
தொழில்வளம் நாட்டில்
தோன்றா விட்டால்
எழில்வளம் எப்படி
ஏற்படும்? என்றார்

உழைப்பே நம்மை
உச்சிக்கேகிட
அழைக்கும் ஏணி
ஆகும் என்றார்

எதிர்கா லம்நமக்
கினிமேலேஇலை
உதிர்கா லம்தான்
எனவே உளத்தில்

அஞ்சு தலைக்கொண்
டல்லற் படுவோர்க்கு
ஆறு தலைத்தர
வந்தார் பாரதி.

★

ஆறு தலைக்கவி
வாணர், அரங்கில்
எழுதலைச் செய்வார்;
இயற்றிய பாடல்

எட்டுதலைச் செய்வார்
இங்குஉம் செவிக்கே

இவரோ-

வேட்டு வெடிச்சொல்
வீரபா ரதியாம்
பாட்டுப் பாட்டனின்
பரம்பரைப் பேரர்

மதுவைப் பாட்டில்
வடித்து வைத்த
புதுவைப் புலவரின்
புதிய வார்ப்புகள்.

★

தமிழன்பன்-
'சண்டைகள் தொலையுது
சாத்திரம் வளருது'

தனித்தனி யாகப்
பிரிந்த மனிதனை
நூல்தா னேஒன்
றாக்கும்; அதுபோல்

தனித்தனி யாகப்
பிரிந்த மனிதனை
நூலறி வொன்றே
ஒற்றுமை யாக்கும்.

கற்போர் மிகுந்தால்
'கற்'போர் நடக்குமா?
சாத்திரம் வளர்ந்தால்
சண்டை பெருகுமா?

சண்டையை நிறுத்திச்
சாத்திரம் வளர்க்க
வெள்ளைக் கொடியசைத்
தொருவர் வருகிறார்.

பாராட்டுப் பாட்டுப்
பலபடைத் தளித்த

ஈரோட்டுக் கவிஞர்
இன் 'தமிழ் அன்பர்'பாத்
தேரோட்டி வருகிறார்
திருவிழாக் காண்போம்

பின்னுரை

சண்டை தொலைந்தால்
சாத்திரம் வளரும்
சண்டை பெருகினால்
'சா'த் திறம் பெருகும்

சண்டை நோயெனில்
சாத்திரம் மருந்து
சண்டை பிளவெனில்
சாத்திரம் பசையெனப்
பகைமை தூங்கத்
தாலாட்டுப் பாடிய
கவிஞரைக் கேட்டோம் -

★

சக்தி சரவணன்
தலைப்பு:
நேத்திரம் திறக்குது
நியாயம் தெரியுது

அடுத்தொரு கவிஞர்
பள்ளி எழுச்சி
பாட வருகிறார்
இவரோ-

சீரங் கத்தார்
என்பதால், கண்ணாம்
சீரங் கத்தைத்
திறப்பது பொருத்தமே

நேத்திரம் திறக்கவும்
நியாயம் தெரியவும்
பண்திறக் கின்ற
பாட்டுச் சாவியால்
கண்திறக் கின்ற

கவிஞர் வருகிறார்
காதுகள் திறந்து
காத்திருப் பீரே

பின்னுரை

நேத்திரம் திறந்து
நியாயம் உணர்த்திப்
பாத்திறம் காட்டிய
பாவல ரால்மனப்
பாத்திரம் நிறைந்தது;
பாராட்டு அவர்க்கே!

★

பக்தவத்சலம்
தலைப்பு:
பாவம் தொலையுது
படிப்பு வளருது

அடுத்து

நாஞ்சில் கவிஞர்
நமது நெஞ்சை
வாஞ்சை யுடனே
உழுதிட வருகிறார்
'பக்தியி னாலே
பாவம் தொலையும்-
படிப்பும் வளரும்
என்பார் பெரியோர்
பாவம் தொலைக்கவும்
படிப்பை வளர்க்கவும்
பக்த வத்சலம்
பாட வருகிறார்

பின்னுரை

பாவம் தொலைக்காமல்
படிப்பை வளர்ப்பது
கூவம் நீரைக்
குடிப்பது போன்றதென
நாவும் மணக்க

நற்றமி ழாலே
பாவும் பாடிய
பாவலர் வாழ்கவே!

★

சேர குமாரசாமி
தலைப்பு:
பயம் தொலையுது
ஜெயம் வளருது

அடுத்து-

சோழ நாட்டுக்
காதல் கதையைப்
பாண்டியர் தமிழில்
பாடி அளித்த
சேர குமார
சாமிக் கவிஞர்
அந்தக் குமரனைப்
போல, வெற்றிக்கு
வேலினை எடுத்தா
வருகிறார்? எழுது
கோலினை எடுத்து
வருகிறார்; பாட்டால்
பயத்தால் தொலைப்பார்
ஜெயத்தை வளர்ப்பார்

பின்னுரை

சுயத்தினைக் காட்டும்
சுந்தரக் கவிதையால்
பயத்தினைத் தொலைத்து
ஜெயத்தினை வளர்த்த
நயத்தினைச் சிந்தையால்
நயந்தோம்.

அடுத்து-

★

சிவராம கிருட்டிணன்
தலைப்பு:
தரித்திரம் போகுது
செல்வம் வளருது

தரித்திரம் அகன்று
செல்வம் வளர்ந்தால்
சரித்திரம் நல்லதோர்
சான்றளிக் கும்என
தவறாத கவிதையில்
சாற்ற வருகிறார்
சிவராம கிருட்டிணன்
அவரோ -
அருப்புக் கோட்டை!
அனைவரும் அவரை
முற்றுகை இடுவீர்;
கோட்டை விடாதீர்.

பின்னுரை

வரியினைப் போட்டு
வாட்டினால், மக்கள்
தரித்திரம் தொலையுமா?
இவரோ, பாட்டு
வரியினைப் போட்டுத்
தரித்திரம் தொலைத்தார்;
தரித்திரப் பாஅல்ல
என்பா, கொஞ்சம்
'தரித்திரப் பா'எனத்
தமிழ்ச்சுவை தந்தார்.

★

சித்தரஞ்சன்
தலைப்பு:
'வீரம் வருகுது
மேன்மை கிடைக்குது'

தொடர்வண்டி என்ஜினைத்
தயாரிக்கும் இடப்பேர்
சித்த ரஞ்சன்
என்பதை அறிவீர்

இச்சித்த ரஞ்சனோ
கவித்தொடர் இயக்கிட
'இச்சித்த' ரஞ்சன்
எழுச்சியை ஊட்டும்
வீரம் விளைப்பார்
மேன்மையைத் தருவார்

பின்னுரை

சாரம் விளைத்த
சந்தனக் கவிதையில்
வீரம் விளைத்து
மேன்மையை அளித்த
ஈரக் கவிஞரை
இதயத்தால் வாழ்த்துவோம்.

வாழை அடியிலோர்
வாழை யாகக்
காலங் காலமாய்க்
கவிஞரைப் பெற்ற
பைந்தமிழ்ப் பாவை
பாரதிக் குப்பின்
கருத்தடை செய்து
கொண்டது போலக்
கருத்திலா ஒருசிலர்
கவிபா ரதிக்குப்
பின்னால் கவிஞர்கள்
பிறக்கவே இல்லை
என்பார்; அவர்க்கோ
இந்தக் கவிஞர்தம்
பாட்டடி நல்ல
சாட்டை அடியாம்.

செவிச்சுவை விருந்து
செய்து படைத்துக்
கவிச்சுவை தந்த
கவிஞரை வாழ்த்துவோம்

★

இதுவரை-

பைத்தியப் பழமை
படீலெனத் தெளிய
வைத்திய வார்த்தைகள்
வழங்கிய பாரதி
கருத்தினைக் கவிஞர்கள்
விரித்திடக் கேட்டோம்

அந்தப்
பாரதி கண்ட
பாட்டுக் கனவை
நனவாக் குவதே
நம்தலைக் கடமை.

கள்ளப்போர்க் கழுகின்
கழுத்தினை ஒடிப்போம்
வெள்ளைப் புறாக்களின்
வீடுகள் ஆவோம்

அறிவின் ஆழ
அகலங்கள் அளப்போம்
மூழ்கிச் சென்று
முத்துக்கள் எடுப்போம்

இமைத்திரை திறந்தும்
எண்ணிலா மடமைச்
சுமைத்திரை மூடத்
துயின்றதை விடுவோம்

நேத்திரம் திறப்போம்
நியாயங்கள் காண்போம்
மனிதரைச் சாதி
மடுவினில் தள்ளிப்
பண்ணிய பாவப்
பழிகளை எல்லாம்
கல்விக் கங்கையில்
கரைத்து முடிப்போம்

அச்சச் சொல்லிலா
அகராதி ஆக்குவோம்
மெச்சும் வெற்றி
வித்தைகள் ஆற்றுவோம்

வறுமைக்கு முடிவுரை
வரைவோம்; செல்வ
வளமைகட் கெல்லாம்
வரவேற் பளிப்போம்

வீர விதைகள்
விதைத்து, வளரும்
அளவிலா மேன்மைகள்
அறுவடை செய்வோம்

முதிய உலகின்
முதுகை நிமிர்த்திப்
புதிய உலகமாய்ப்
பொலிந்திடச் செய்வோம்

நாட்டிலே பாரதி
நாட்டிட விரும்பிய
நல்லகா லத்தை
நாம் இனி படைப்போம்

வாழ்க பாரதி!
வாழிய தமிழே!

----

1. அன்பில்லாதவன், அன்பில் ஆதவன். 2. பெண்கள், பூக்கள். 3. காலை, நேரம். 4. பணமுடையோர், முலையுடையோர் 5. கன்னக்கோல், கன்னம் 6. திருட்டு, காதல்

கவிதையை ஆணாக்கியவன்

பல இடங்களில் நிகழ்ந்த பாரதி பற்றிய கவியரங் கங்களில் வாசித்த கவிதைகளின் தொகுப்பு

- தலைமைக் கவிதை -

பாரதி!
கல்லாய்க் கிடந்த கவிதையை
உயிர்ப்பித்த பாத தூசியே!

உன் தீக்குச்சிகளால்
எங்கள் திரிகளில்
சுடர் மகுடம்

அன்று
எட்டயபுரத்தில்
இரட்டைப் பிரசவம்
நீயும் புதிய தமிழும்!
உன் முதல் அழுகையில்
உன் சகோதரி சிரித்தாள்

குருட்டு எழுதுகோல்கள்
இருட்டைத் தொட்டு
எழுதிக் கொண்டிருந்தபோது
உன்னிடம்தான்
சூரிய மைக்கூடு இருந்தது

எழுத்தாணிகளால்
சிலுவையறையப்பட்ட
கவிதைக்கு
நீதான் மறுவுயிர்ப்பளித்தாய்

சிலர்
பாடையாக்கி வைத்திருந்த
யாப்பைக்
கனவுகளின் பூவிமானம் ஆக்கியவன்
நீதான்

உன்
சூரியச் சொற்கள்
தொட்டு எழுப்பிய போது
கண்விழித்தவர்கள்
தூங்கிக் கிடந்தவர்கள்
மட்டும் அல்லர்
செத்துக் கிடந்தவர்களும்தாம்.

இந்த நாட்டின்
'வெண்' தளைகளையும்
'வஞ்சி'த் தளைகளையும்
தகர்ப்பதற்காக
நீ பாடிய போதுதான்
உண்மையான யாப்பு இலக்கணத்தை
நாங்கள் கற்றுக்கொண்டோம்

அன்று நீ அறுத்தது
உன் பூணூலை அல்ல

வருணாசிரமத்தின்
தாலியை!

உன் வாழ்க்கையில்
கவிதையிருந்தது
உன் கவிதையில்
வாழ்க்கை இருந்தது

உன் வாழ்க்கைக்கும்
உன் கவிதைகளுக்கும்
வேறுபாடு இல்லை

சிலர்
பாரிஜாதக் கனவுகள்
பார்த்துக் கொண்டிருந்தபோது
பருத்திப் பூக்களை நீ
பறித்துக் கொண்டிருந்தாய்

நாங்கள் தடுமாறும்போது
ஊன்றுகோலாய் -
அடைக்கலப் புறாக்களுக்குச்
சிபியின் துலாக்கோலாய்
எங்கள் இரும்பைப்
பொன்னாக்குவதில்
மந்திரக்கோலாய்
உன் எழுதுகோலுக்குத்தான்
எத்தனை அவதாரங்கள்

அந்தப் புரங்களில்
ஆடுகின்ற நர்த்தகியாய்
வீணாக்கி வைத்த
விரசக் கவிதையை
ஆணாக்கி வைத்தன்நீ

எங்கள் கண்ணீரைப்
புன்னகையால் துடைத்து
எங்கள் கறைகளைக்
கிரணங்களால் கழுவி,
எங்கள் தளைகளைத்
தழலால் தகர்த்து
நட்சத்திரங்களைத் தொடும்
சிறகுகளைத் தந்தவன்நீ!

நாம்
நடை கற்ற பருவத்தில்
நடைவண்டி உன் கவிதை
படை கற்ற போதும்
பாசறை உன் பாட்டறைதான்

யாப்பு அச்சில்
பொம்மைகளை வார்க்காமல்
பிரசவங்கள் செய்தவன் நீ!

சாம்பல் பூத்த தமிழை
ஊதி உயிர்ப்பித்தவனே!

இறுமாப்புப் புலவர்களின்
இரும்புப் பெட்டிகளில்
சிறைப்பட்டுக் கிடந்த
செந்தமிழை விடுவித்துப்
பொதுவுடைமை ஆக்கிவைத்த
புண்ணியத்தைச் செய்தவன் நீ

பாட்டின் தளைகளுக்கே - அப்
பாவலர்கள் கவலைகொண்டார்
நாட்டின் தளைகளுக்கே - நீ
நாள்தோறும் கவலைகொண்டாய்

பாட்டுக்குச் சீர்தேடிப்
பாவலர்கள் திரிகையிலே
நாட்டுக்குச் சீர்தேடி
நாவசைத்த கவிஞன் நீ

சிலர்
செய்யுளுக்கு அணிதேடிச்
சிங்காரம் செய்கையிலே
செய்யுளிலே அணிவகுப்பைச்
செய்துகொண் டிருந்தவன் நீ!

தமிழ்ப்புலவ ரெல்லாம்
தாலாட்டுப் பாடப்
பள்ளி எழுச்சியைப்
பாடியவன் நீ அல்லவா?

நீ
பள்ளியெழுச்சி
பாடிய போது
விழித்த கண்கள்
வெறும் கண்கள் அல்ல
நெருப்பைக் கக்கும்
நெற்றிக் கண்கள்

சிலர்
புளிச்சேப்பங்களுக்குப்
புராணங்கள் புனைகையிலே
பட்டினிக்கும் பசிக்கும்
பரணி பாட வந்தவன் நீ!

படுக்கையிலே கிடந்த
பாட்டுக்கு உன்னுடைய
எழுதுகோல் அல்லவா
இரத்த தானம் செய்தது

தீபங்களும் கறுத்து எரிந்த
இரவில்
தாரகைத் துளி தெறிக்க
மின்னல் அலைவீசிப்
பொங்கிப் புரண்டு வந்த
வெளிச்சப் பிரளயமே!

விண்மீன்களைப் பிடிக்கப்
புலவர்கள்
வலைவீசிக் கொண்டிருக்கக்
கொசுவலையை எங்களுக்குப்
பின்னிக் கொடுத்தவன் நீ!

சேய்கள் உறங்கினால்
தாய்வந்து எழுப்புவாள்
உறங்கிய தாய் நாட்டை
எழுப்பவந்த சேய் நீ!

அதிசயச் சேவல் நீ - உன்
ஆவேசக் கூவலால்
புதியதொரு வைகறையே
புறப்பட்டு வந்தது

கவிக்கோ கவிதைகள் (இரண்டாம் பாகம்) ❖ 543

வெள்ளையர் ஆதிக்கம்
இங்கே
வியாபித்தபோது
அதை
வீட்டிற்கு அடிக்கப்பட்ட
வெள்ளை என்றனர் சிலர்
நீதான், அதை
தேசதேகத்தில் பரவும்
வெண்குஷ்டம் என்றாய்

சேலை திருடிய கண்ணனைச்
சேலை கட்டும் பெண்ணாய்
ஆக்கியவன் நீதான்

வசந்தம் வந்தால்
குயில் கூவும்
உன் 'குயில்' கூவியபோது
தமிழுக்கு வசந்தம்
ஓடோடி வந்தது

சொற்கள் உன்னிடம்
சுமங்கலி ஆயின
கவிதை உன்னிடம்
கவுரவம் பெற்றது
தமிழ் உன்னிடம்
தன்மானம் பெற்றது
நாமோ உன்னிடம்
நம்மையே பெற்றோம்

தெய்வங்களுக்கு இடம் தராத கோயில்கள்

தமிழ்ப் பல்கலைக் கழகம், தஞ்சை, 3.1.89
தலைமைக் கவிதை, தலைப்பு : பாரதி இன்றிருந்தால்...

– தலைமைக் கவிதை –

பாரதி!
அன்றே நீ
நிலைகெட்ட மனிதரை நினைத்து
'நெஞ்சு பொறுக்குதில்லையே'
என்றாய்
நீ இன்றிருந்தால்
நெஞ்சு வெடித்தே செத்திருப்பாய்

ஆனந்த சுதந்திரம்
என்றாயே
வந்து பார்
இந்த மக்கள்
நடப்பதைப் பார்த்தால்
'ஏனிந்த சுதந்திரம்?'
என்பாய்

'ஒப்பில்லாத சமுதாயம்'
என்றாயே
வந்து பார்
கொப்பிலாத கொடிமரங்கள்
துப்பிலாத தலைவர்கள்
உப்பிலாத திட்டங்கள்
அடடா!
ஒப்பில்லாத சமுதாயம்

முப்பது கோடியை
வாழ்க என வாழ்த்தினாய்
நாம்
எழுபது கோடியாய்ப்
பெருகியே வீழ்ந்து விட்டோம்

எல்லோரும்
பாரதத்தில்

பாஞ்சாலியைப் பார்த்தார்கள்
நீயோ
பாஞ்சாலியில்
பாரதத்தைப் பார்த்தாய்

அன்று பாஞ்சாலி
துச்சாதனனால்
துகிலுரியப்பட்டதற்குத்
துடித்துப்போய்ப் பாடினாய்
இன்று வந்து பார்
பாஞ்சாலியைப்
பாண்டவர்களே துகிலுரியும்
பாதகத்தைக் காண்பாய்

என்று தணியும்
சுதந்திர தாகம் என்றாய்
எங்களுக்குக் கொடுக்கப்பட்டது
கங்கை அல்ல
கூவம்

ஆம், இப்போது
நம் நாட்டில் மட்டும்
ஏப்ரல் ஒன்றை
ஆகஸ்ட் பதினைந்தில்
கொண்டாடுகிறோம்

இதோ பார்
உன் இளைய பாரதத்தினன்
வேலை தேடி அலைந்தே
இளைத்த பாரதத்தினன்
ஆகிவிட்டான்
அவன்
தாள் வாங்கப் பணமின்றித்
தன் பட்டங்களிலேயே
விண்ணப்பம்
எழுதிக் கொண்டிருக்கிறான்

'சாதிகள் இல்லையடி பாப்பா'
என்றாய்
பெரியவர்கள்
கேட்கமாட்டார்கள் என்பதற்காகத்தான்

பாப்பாவுக்குச் சொன்னாய்
யோசித்துத்தான் சொன்னாய்
இங்கே வந்துபார்
படித்தவர்களே இப்போது
சாதிக்குக்
கோயில் கட்டிக்
கும்பாபிஷேகம்
செய்து கொண்டிருக்கிறார்கள்
பணத்துக்காகவும் பதவிக்காகவும்
நீ அறிவுரை கூறியது
ஆண் பாப்பாவுக்கல்ல,
பெண் பாப்பாவுக்கு

முன்பெல்லாம்
ஆண்கள் மட்டும்தான்
சாதி வாலைப்
பேரோடு சேர்த்துக் கொள்வார்கள்
இப்போது
பெண்களும்
அந்த அசிங்கத்தைச்
செய்கிறார்கள்

உண்மையைச் சொல்
மனிதர்களை
ஒரு சாதி என்று சொல்லி
இணைக்க முடியாது
என்பதால் தானே
'காக்கை குருவி
எங்கள் சாதி' என்றாய்

நீ
பெண் விடுதலை
வேண்டும் என்றாய்
இங்கே வந்து பார்
பெண் விடுதலையும்
நம் மண் விடுதலை போலவே
விபரீதமாகப்
போய்க் கொண்டிருக்கிறது

நீ
தேசியத்தைப்

புதிய மதம் என்றாய்
இன்று மதவெறி
உன் புதிய மதத்திற்குச்
சமாதி கட்டிக் கொண்டிருக்கிறது

நீ
அறிவொன்றே தெய்வமென்றாய்
பெரும்பாலோர்
நாத்திகர்கள் ஆகிவிட்டார்கள்

இனத் தேசியமே
மனிதனின்
உண்மையான முகவரி என்று
நீ அறிந்திருந்ததால்தான்
'வாழிய செந்தமிழ்
வாழ்க நற்றமிழர்' என்று
முதலில் கூறிப்
பிறகு
'வாழிய பாரத
மணித்திரு நாடு' என்றாய்
இன்று
'வாழிய செந்தமிழ்
வாழ்க நற்றமிழர்'
என்றால்
பிரிவினைவாதி என்கிறார்கள்
குறுகிய புத்தி என்கிறார்கள்
மூடர்கள்

தமிழினமாதி
இனத் தேசியங்கள்
இல்லையேல்
இந்தியா ஏது?

இந்தியா
இனத் தேசியங்களின்
கூட்டமைப்பு என்பதை
அறியாதிருக்கின்றனர்
அறிவிலிகள்

'தண்ணீர் விட் டோவளர்த்தோம்
சர்வேசா, இப்பயிரைக்

கண்ணீராற் காத்தோம்
கருகத் திருவுளமோ' என்றாய்
இன்று அப்பயிர்
செந்நீரில் அழுகிக்கொண்டிருக்கிறது

பள்ளிகள்
கலைமகளின் கோயில்கள்
என்றாய்
இங்கே வந்து பார்
கலைமகள்
காசுக்கு விற்கப்படுகிறாள்

தாய்நாடு என்பதுதான்
மரபு
நீயோ
தந்தையர் நாடென்றாய்

தாய் செல்லங் கொடுப்பதனால்
பிள்ளைகள் கெட்டுப் போகும்
நாமும் கெட்டுப் போயிருந்தோம்

இந்நாடு
இலவசமாய்க் கிடைத்ததல்ல
இது நம்
பூர்விகச் சொத்து
அதனால்தான்
இதைத்
'தந்தையர் நாடென்றாயோ?'

இதைத்
தாய்நாடு என்று
சொல்ல முடியாதுதான்
ஏனெனில் இது
சிலருக்குப்
பால் கொடுக்கிறது
சிலருக்குக்
கொடுப்பதில்லை

'வள்ளுவன் தன்னை
உலகினுக்கே தந்து
வான்புகழ் கொண்ட
தமிழ்நாடு' என்றாய்

உண்மைதான்
திருக்குறள்
நம் நோய்களுக்கான
மருந்து
அதை நாம் உட்கொள்ளாமல்
உலகத்திற்குக் கொடுத்துவிட்டோம்

உன்னை
உலக மகா கவி என்றோம்
இன்று
'வெள்ளிப் பனிமலையின்
மீதுலவுவோம்' என்று
சீனன் பாடுகிறான்
பாகிஸ்தானி பாடுகிறான்

'பள்ளித் தலமனைத்தும்
கோயில் செய்குவோம்'
என்றாய்
இதோ, இப்போது
பள்ளிகளில்
மதப் பிரச்சாரம்
நடக்கிறது
மதப் பிரச்சாரம் நடந்தாலாவது
மன்னிக்கலாம்
கள்ளங் கபடமற்ற
பிள்ளை உள்ளங்களில்
மதப் பகைமை என்ற
விஷ விதைகள்
விதைக்கப்படுகின்றன

'சிந்து நதியில்
சுந்தரத் தெலுங்கினில்
பாட்டிசைப்போம்'
என்றாய்

இதோ,
சுந்தரத் தெலுங்கில்
தமிழனே
தமிழ்நாட்டில்
பாட்டிசைக்கிறான்
கேட்டால்

இசைக்கு
மொழி வேறுபாடு இல்லை
என்கிறான்

ஆந்திராவில்
கர்நாடகாவில்
தமிழில் பாடிவிட்டு
இப்படிச் சொன்னால்
யோக்கியன் என்று
சொல்லலாம்

தமிழால்
வயிறு வளர்க்கிறான்
தமிழுக்குத்
துரோகம் செய்கிறான்

உண்ட கலத்தில்
ஓட்டை இடுகிறான்

'தேமதுரத் தமிழோசை
உலகமெலாம் பரவும்வகை
செய்தல் வேண்டும்'
என்றாய்

தமிழை
உலகமெலாம் பரப்புவது
இருக்கட்டும்
அதை முதலில்
தமிழ்நாட்டிலேயே
பரப்ப வேண்டிய
அவல நிலை
ஆம்
தமிழன் வாயில்
தமிழ் இல்லை

'மெல்லத் தமிழ்
இனிச் சாகும்' என்று
ஒரு பேதை உரைத்ததாய்ச்
சொன்னாய்
இன்று நீ
இங்கே வந்தால்

அந்த வார்த்தைகளை
நீயே சொல்வாய்

தொழிலாளர்களைத்
தெய்வமென மதித்தாய் நீ
ஆனால் இந்த நாட்டில்
கோயில்களில்
அந்தத் தெய்வங்களுக்கு
இடமில்லை

'தனி யொருவனுக்
குணவில்லை யெனில்
ஜகத்தினை அழித்திடுவோம்'
என்றாய்
நீ அழிப்பதற்குப்
பல ஜகங்களை
இறைவன்
உண்டாக்க வேண்டியிருக்கும்

கவிஞனாய்ப்
பிறந்ததால் அல்லவா
பராசக்தியிடம்
காணி நிலம் கேட்டாய்
அரசியல்வாதியாய்ப் பிறந்திருந்தால்
புறம்போக்கையெல்லாம்
பட்டா போட்டிருக்கலாமே

'ஏழையென்றும் அடிமையென்றும்
எவனுமில்லை, ஜாதியில்
இழிவு கொண்ட மனித ரென்ப
திந்தியாவில் இல்லையே' என்றாய்
ஆனால் இந்நாட்டில்
இன்னும் ஏழை இருக்கிறான்
இன்னும் ஜாதியில் இழிவுகொண்டவன்
இருக்கிறான்

அரசியல் விடுதலை மட்டும்தான்
பெற்றிருக்கிறோம்
பொருளாதார விடுதலையும்
சமூக விடுதலையும்
இன்னும் பெறவில்லை

அதனால்தான்
'விடுதலை, விடுதலை, விடுதலை' என்று
மூன்று முறை சொன்னாயோ?

'மாதர் தம்மை
இழிவு செய்யும்
மடமையைக் கொளுத்துவோம்'
என்றாய்
இங்கே வந்து பார்
மாதர்களையே
கொளுத்திக் கொண்டிருக்கிறார்கள்

'கற்பு நிலையென்று
சொல்லவந்தார்
இரு கட்சிக்கும் அஃதைப்
பொதுவில் வைப்போம்' என்றாய்
இங்கே வந்து பார்
கற்பு என்பது
ஒரு கட்சிக்கும் தேவையில்லை
அதைப் பழம்பொருட் காட்சியில்
வைப்போம்' என்கின்றனர்.

போக வேண்டிய பாரதத்தைச்
சபித்தாயே
அது இன்னும் போகவில்லை

வர வேண்டிய பாரதத்தை
வரவேற்றாயே
அது இன்னும் வரவில்லை

'சூத்திர னுக்கொரு நீதி - தண்டச்
சோறுண்ணும் பார்ப்புக்கு வேறொரு நீதி
சாத்திரம் சொல்லிடு மாயின் - அது
சாத்திரம் அன்று சதியென்று கண்டோம்'
என்று பாடினாயே
அந்தச் சதி
இன்னும் தொடர்கிறது

பண்களைப் பாடிய
பாவலர் எல்லாம்
பெண்களைப் பாடுவர் - நீயோ
பெண்களுக்காகவே பாடினாய்

மெல்லினங்களை
உன் கவிதை
வல்லினமாக்கியது

பெண்களின் கண்களை
வாள் என்றும் வேல் என்றும்
வருணித்துக் கொண்டிருந்த
கவிஞர்களிடையே
நீயோ அவர்களுக்கு
வாளையும் வேலையும்
வடித்துக் கொடுத்தாய்!

முட்டாள்களைப் பார்த்து நீ
முழங்கிய பிறகுதான் - பிறர்
கொட்டிய பாட்டுக்கள்
கொட்டாவி எனக் கண்டோம்

பாரத மாதாவை எழுப்பப்
பள்ளி எழுச்சி பாடியவனே!
இன்னும் அவள்
எழுந்திருக்கவே இல்லை

பாரதி!
நீ இன்றிருந்திருந்தால்
மற்றுமொரு சுதந்திரத்திற்காகப்
பாட வேண்டியிருந்திருக்கும்
ஆம், அது
இந்தியர்களிடமிருந்தே
இந்தியாவைக் காப்பாற்றும்
சுதந்திரம்

தேகமழை

காஞ்சிபுரம், ஸ்ரீ பச்சையம்மன் கல்வி மற்றும் சமூக நல அறக்கட்டளைச் சிறப்புக் கவியரங்கம். தலைப்பு: 'வியர்வை'

- தலைமைக் கவிதை -

மனிதன்
படைப்பின்
மகுடம்
அதில்
வியர்வைத் துளிகள்
கோகினூர் வைரங்கள்

முகத்தில் வரிபோடும்
வியர்வைதான்
உண்மையில்
மனிதனின் முகவரி

பூமி
ஓர் அமுத சுரபி
ஆனால் அதில்
வியர்வை என்னும்
ஆதிரைப் பருக்கைகள்
விழுந்தால்தான்
அது சுரக்கும்

வியர்வை
ஞானப் பால்
மழலை மண்
இதை அருந்தியபின்தான்
பாட ஆரம்பித்தது

உண்மையில் வியர்வை
சுயஞான நீராட்டு
நட்சத்திரங்கள்
சூரியனைப் பிரசவிக்கும்
வலியில்
இருளுக்குத் துளித்த
வியர்வை

மனித உடலில்
எல்லா இடங்களிலும்

வியர்க்கும்
ஆனால்
வியர்க்காத
இடமொன்று உண்டு
உதடுகள்
ஆனால்
வியர்க்கும்
உதடுகளும் உண்டு
பூவின் இதழ்கள்
அவை
மௌனம் என்ற
கடினமான மொழியைப்
பேசுகின்றன
அதனால்
வியர்க்கிறது

மழை
மேகங்களை
மின்னல் சாட்டைகள்
அடிப்பதால்
சுரக்கும் வியர்வை

கண்ணீரும்
வியர்வைதான்
விழிகளின் வியர்வை

குட்டை வாமனன்
தாரை வார்த்ததும்
நெட்டையாய் வளர்ந்து
மூவுலகு அளந்தான்

எளிய மனிதனும்
மண்ணையும் விண்ணையும்
ஆளும் வகையில்
விசுவரூபமெடுக்க வைத்தது
வியர்வை என்னும்
தாரை வார்ப்புதான்

விலக்கப்பட்ட கனியை
உண்ட பாபத்திற்காக
ஆதாம் ஏவாளைச்

சொர்க்கத்திலிருந்து துரத்திய
இறைவன்
'இனி நீங்கள்
நெற்றி வியர்வையால்
ஆகாரம் புசிக்கக் கடவீர்'
என்று சபித்தான்

ஆனால் அது
சாபமல்ல
வரம்
ஏனெனில்
மனிதன்
அந்த வியர்வையால்தான்
இந்த உலகத்தையே
சொர்க்கமாக்கிக் கொண்டான்

மண்ணின் விளைச்சலுக்கு
மேகமழை மட்டும்
போதாது
மனிதனின்
தேகமழையும் வேண்டும்

பிறர் வியர்வையைக்
குடிப்பவன்
நிலப் பெண்ணைப்
பதிவுத் திருமணம்
செய்துகொள்கிறான்
இது அநீதி

கொழுமுனையால்
எவன்
நிலப் பெண்ணோடு
புணர்ச்சி செய்கிறானோ
அவனே
நிலத்தின் கொழுநன்
அவன் வியர்வையே
அவளுக்குத் தாலி

பூவை அர்ச்சிக்கும்
பக்தர்களே!
வியர்வைப் பூவை

அர்ச்சியுங்கள்
வேண்டும் வரம்
கிடைக்கும்

நெற்றியின் எழுத்தைக்
கண்ணீரால்
அழிக்க முடியாது
ஆனால் அதை
வியர்வையால்
அழிக்க முடியும்

மே நாள்
நாட்களில்
மேனாள்
ஏனெனில் அது
வியர்வையைக்
கொண்டாடுகிறது

நீரில் மலரும்
தாமரையில்
'திரு'மகளைத் தேடாதே
வியர்வை நீர்சுரக்கும்
கைத் தாமரையே
அவள் வீடு

பஞ்ச இருட்டா?
பயமில்லை
வெறும் பாலை அகலிலும்
வியர்வை நெய்
வார்த்துவிட்டால்
பச்சைக் கிரணங்கள்
பளிச்சிடத் தொடங்கிவிடும்

நித்திரை கலைக்கும் சித்திரை
சன்தொலைக்காட்சி, 8.4.2006

தலைவர் கலைஞருக்கு

இதோ இங்கே ஓர்
இலக்கிய அரசாங்கம்
முதல்வர் கலைஞர்
இந்தப் பதவியிலிருந்து
அவரை
இறக்க முடியாது
ஏனெனில்
இது
ஐந்தாண்டில்
காலாவதியாகும்
தேர்தல் வாக்குகளால்
கிடைத்த பதவியல்ல
சொந்த வாக்குகளால் -
காலாவதி ஆகாத
வாக்குகளால்
அடைந்த பதவி
தொகுதியில் நின்று
வென்ற பதவியல்ல
கவிதைத் தொகுதி
படைத்தளித்துப்
பெற்ற பதவி
எங்கள்
நிரந்தர முதல்வரே!
உங்களுக்கென் வணக்கம்

அவையிலே வீற்றிருக்கும்
வேட்பாளர்களே!
இதோ எங்கள் வாக்கு
உங்களுக்கெல்லாம்

சூரியன் தானே
நித்திரையைக் கலைப்பான்
அதனால்தான்
நம் 'நித்திரை'யைக் கலைக்கச்
'சூரியத்' தொலைக்காட்சி
சுறுசுறுப்பாய் வந்திருக்கிறது

வானத்துச் சூரியனோ
காலையில்தான்
வேலை தொடங்குவான்
இரவிலே
உறங்கிவிடுவான்
இந்தச் சூரியனோ
இரவிலும் உறங்குவதில்லை
நம்மையும்
உறங்கவிடுவதில்லை

பனிப் போர்வை போர்த்து
உறங்கும் உலகத்தின்
நித்திரையைச்
சித்திரைதான் கலைக்கிறது

சித்திரை
உதய சூரியன்
உச்சிக்கு வந்து
அதிக சக்தியொடு
ஆட்சி செயும் காலம்

தோலிமைக்குள்ளே
தூங்கிக் கிடக்கும்
வியர்வையைக் கூட
விழிக்க வைப்பது
சித்திரை
அதனால்
வெயிலும் துயிலெழும்
வெப்பமும் விழிதிறக்கும்

முதன் முதலில்
மனிதன்
இதழென்னும்
இமை திறக்க
விழித்த மொழி
தமிழ் மொழி

மொழி
ஓர் அதிசயக் குழந்தை
புலவர்கள்
தாலாட்டுப் பாடினால்

அது
விழித்தெழும்

தமிழன்
உறங்கிக் கொண்டிருக்கிறான்
இதிலே வேடிக்கை
அவன் விழித்திருப்பதுபோல்
கனவு கண்டுகொண்டிருக்கிறான்

தமிழன்
வீட்டிலும் நாட்டிலும்
அந்நிய மொழிகளின்
ஆட்சி
தமிழ்
தூங்காமல்
என்ன செய்யும்?

இமை
மூடிக் கொண்டிருக்கும்போதும்
சிலர் விழித்திருப்பர்
இவனோ
இமைதிறந்தே தூங்குகிறான்
தேங்காய்க் கண் போல

பாவம் தமிழன்
எல்லோரும் அவனுக்குத்
தாலாட்டே
பாடுகின்றனர்
பள்ளி எழுச்சி பாடுவோர்
யாருமில்லை

உறங்கியது யார்?
தமிழே! நீயா?
அல்லது தமிழனா?
தமிழன் உறங்கியதால்
தமிழே!
நீயும் உறங்கினையோ?

தமிழ்
உறங்குவதில்லை
தமிழன்தான்

உறங்குகிறான்
பிரச்சினை என்னவென்றால்
தமிழ்
கண்ணாக இருக்கிறது
தமிழன்
இமையாக இருக்கிறான்
இமை கண்ணைக்
காக்கவும் மூடும்
தூங்கவும் மூடும்
தமிழன்
தூங்கவே மூடுகிறான்

ஒல்காப் புகழ்பெற்ற
தொல்காப் பியனார்
சங்க முழக்கமிட்ட
சங்கக் கவிஞர்கள்

உள்ளிய தெல்லாம்
உயர்வுள்ளிய
வள்ளுவனார்

களங்கமில்லாப் புகழ்பெற்ற
இளங்கோ வடிகள்

கம்பமாய் நின்று
தமிழ்க்கொடி ஏற்றிய
கம்பன்

மூடப் பழக்கங்களில்
கண்மூடிப் படுத்திருந்த
தமிழர்களை
சிந்தனையால் எழுப்பிய
சித்தர்கள்

புதிய பாதையில்
தமிழ்த் தேரை ஓட்டிய
சாரதி
பாரதி

தமிழின் போர் முரசாய்ப்
பாரதிர ஒலித்த
பாரதிதாசன்

ஆரிய மாயையில்
மயங்கிக் கிடந்த தமிழனை
வீரிய நாவாலும்
கூரிய பேனாவாலும்
தட்டி எழுப்பிய
பெரியார், அண்ணா, கலைஞர்
என்ற முப்படை

இவர்கள்
எழுப்பியபொதெலாம்
தமிழன் விழித்தான்
பிறகு
என்ன செய்வதென்று
விழித்தான்

முரசு கட்டிலில்
மோசி கீரன் உறங்க
சேரமான் அவருக்கு
விசிறி நின்றானே
அப்போது
தமிழ் விழித்தது

வள்ளுவர்
முப்பால் ஊட்டினாரே
அப்போது
தமிழ் விழித்தது

'யாதும் ஊரே
யாவரும் கேளிர்'
என்றாரே
கணியன் பூங்குன்றனார்
அப்போது
தமிழ் விழித்தது

பார்ப்பனத் தோழி
தேவந்தி
கண்ணகியிடம்
'சோம குண்டம்
சூரிய குண்டம் மூழ்கிக்
காம வேளைக்
கை தொழுதால்

நீ பிரிந்த உன் கணவனைப்
பெறுவாய்' என்றபோது
'அது பீடன்று' என்றாளே
கண்ணகி
அப்போது
தமிழ் விழித்தது

சொல்லேற்றிப் பழித்த
கனக விசயர் தலையில்
கல்லேற்றி வந்தானே
செங்குட்டுவன்
அப்போது
தமிழ் விழித்தது

'நெற்றிக் கண்ணைக்
காட்டினும்
குற்றம் குற்றமே' என்றானே
நக்கீரன்
அப்போது
தமிழ் விழித்தது

இமை திறக்கும்போது
நாம் விழிப்பதில்லை
தமிழ் பேச
இதழ் திறக்கும் போதுதான்
உண்மையில் விழிக்கிறோம்

தமிழ்
தமிழனின் கண்
அவனோ
அதை மூடிவிட்டுப்
பிறமொழி விளக்குகளை
ஏற்றுகிறான்

இமை திறப்பது
விழிப்பல்ல
உணர்வு
விழிக்க வேண்டும்

மனிதன் நின்றால்
ஆச்சரியக் குறி

படுத்து விட்டால்
கழித்தல் குறி

படுத்துக் கொண்டேயிருந்தால்
வரலாறு அவனைக்
கழித்து விடும்

தமிழன்
விழித்திருக்கும் போதும்
இருட்டறைகளிலேயே
இருக்கிறான்
திரைப்பட அரங்குகளென்னும்
இருட்டறைகளில்
அங்கே அவன்
மூளை உறங்கிவிடுகிறது

தமிழனுக்கு
ஒன்றல்ல இரண்டல்ல
பல தூக்கங்கள்
பல படுக்கைகள்
பள்ளி எழுச்சி பாட
யாரேனும் வர வேண்டும்.

ஆயுள் கைதி

எங்கும் சுதந்திரம்
எதிலும் சுதந்திரம்
என்றார்கள்

எல்லாத் தளைகளையும்
தகர்ப்போம் என்றார்கள்

பறக்கும் பட்டம்
நூலிலிருந்து
விடுதலை கேட்கிறது

விளக்குச் சுடர்
சிம்னியைச்
சிறை என்கிறது

நாக்கு
வாயிலிருந்து
விடுதலை கேட்கிறது

சிறையிலும்
சிறகுகள் முளைப்பதுண்டு
சான்று
பட்டாம்பூச்சி

பறவைகளுக்கு மட்டுமல்ல
பறவைகளைக் கொல்லும்
அம்புகளுக்கும்
சிறகுகள் உண்டு

பூவுக்குச் சிறகுண்டு
ஆனால் அது
பறப்பதில்லை
வாசத்திற்குச் சிறகில்லை
ஆனால் அது
பறக்கிறது

கண்ணுக்கும்
சிறகு உண்டு
ஆனால்
பறக்க உதவாது
கண்
அதிசயமான பறவை
கூட்டில் இருந்துகொண்டே
பறந்து போய் வருகிறது

கட்டுப்படுவது
சிறைவாசமா?

சொற்கள்
யாப்புக்குள் அடங்குவது
சிறை வாசமா?
இல்லை, அது
அணிவகுப்பு
வியூகம்

ஆசிரியர்களுக்குத்
தளையிட்டால்

அக்கிரமம்
ஆனால்
ஆசிரியத் தளை
அழகாய் இருக்கிறதே

நாட்டுக்கு வெண்டளை
வியாதியைத் தந்தது
பாட்டுக்கு வெண்டளை
பலத்தையல்லவா தருகிறது

வஞ்சிகளுக்குத் தளையிடுவது
வஞ்சகம்
ஆனால்
வஞ்சித் தளை
வனப்பைத் தருகிறதே

சுதந்திரம் சிறகுதான்
பூவைத் தேடி அடையும் வரை
வண்டு
சிறகை அசைக்கிறது
பூவில் அமர்ந்து
தேன் குடிக்கும்போதோ
சிறகை
ஒடுக்கிக் கொள்கிறது

சிறைப்படுவது
கெட்டதா?
அரும்புக்குள்
சிறைப்பட்ட காற்று
நறுமணமாகிறது
கரும்புக்குள்
சிறைப்பட்ட கழிநீர்
இனிய சாறாகிறது

குழலுக்குள்
சிறைப்படும் காற்றே
இசையாகிறது

அவிழ்த்து விடுவதெல்லாம்
சுதந்திரமல்ல
கட்டுப்படுவதெல்லாம்
அடிமைத்தனமும் அல்ல

அன்றொரு
காதல் நாடகம்
கண்டேன்
காதலன் காதலியிடம்
கெஞ்சினான் :
'அன்பே!
நானுன் அடிமை
என்னை உன்
இதயச் சிறையில்
ஆயுள் கைதியாய்
அடைத்து வை
எப்போதும்
விடுதலை செய்து விடாதே'

குளம்

வேலூர், 28.9.68
பொதுத் தலைப்பு : நீர்க்குடும்பம், தலைப்புகள் : குளம், வேர்வை, ஆறு, கடல், மழை, கிணறு

தலைவர் : கலைஞர்

எங்கள் கண்'ணீரே'
என இளைஞர் பாராட்டும்
தங்கமே! 'வேர்வை'க்கத்
தமிழுக்கங் 'குள'வயலைத்
தருவோரே! தாய்மொழிக்கோர்
தடையென்றால் பொங் 'கட'லேறாய்
வருவோரே! வெற்றி
வரலாறு படைத்தவரே
அண்டிநாம் அன்போடு
'மழை'க்கின்ற கலைஞரே!
எண்ணங்கள் பொங்'கிநறு'ம்
எழுத்துக்கள் படைப்பவரே!
நீர்ப்பா சனத்துறைக்கு
நீர்தலைவர் ஆகையினால்
நீர் பாசம் உடையவர்;
நீர்க்குடும்பத் தலைவரென
வருகஎன அழைத்தவுடன்
வந்தவரே! இவர்களுக்குள்

என்னைக் கவனிக்க
இப்பதவி ஏற்றவரே!
குன்றாப் புகழுடைய
கும்பகோ ணக்குளத்தைச்
சீராக்கிப் பக்தர்கள்
தீர்த்தம் முழுகிவர
நீராக்கித் தந்தவரே!
நெஞ்சார்ந்த வணக்கம்

★

'நீர் குடும்பம் பெருக்காதீர்
நிறுத்தும்' என அரசு
ஊர்க்கெல்லாம் கடுமையாய்
உணர்த்திவரும் காலத்தில்
நீர்க்குடும்பம் பற்றி
நீர் கவிதை பாடுகெனக்
கட்டளைகள் இட்டவரே!
'கட்டுப்பா டுமக்கில்லை
கட்டும்பாட்'டென்றே
கனிவோடு சொன்னவரே!

கருத்தடைக் கொப்பாத
[1]'காரிகை'யைக் கைப்பிடித்துக்
கருத்தடைத்த கவிதைகள்
கட்டிவந்த பாவரே!

யாப்புக் கரைகட்டி
எண்ணப் புனல்நிறைத்து
பூப்போலக் கற்பனைகள்
பூக்க, அழகான
பாட்டுக் குளம் வைத்தேன்,
பண்புடையீர்! நீங்களுமென்
[2]பாட்டுக் குளம் வைக்கப்
பணிவோடு வேண்டுகிறேன்

கடலோ பழங்கிழடு
நரை[3]திரை காட்டுகின்ற
உடலாட ஓயாமல்
ஓலமிடும் வாயாடி.

மேகநோ யாளியின்
வேர்வையன்றோ இம்மழையும்
சாகும் தறுவாயில்
சப்தமிட்டு ஊரூராய்த்
தூற்றிக்கொண் டேதிரியும்
தூர்த்தன்;

பெருகிவரும்
ஆற்றை நினைத்தாலோ
ஆபாசம்; வழியெல்லாம்
அணைக்கட்டு மா?என்போர்க்கு
அகப்பட்டுத் தன்கற்புக்
குணங்கெட்டுத் திரிகின்ற
குடிகேடி; நாடோடி

கிணறோ
கள்ளத் தனத்தொழில்
காரர்போல் தலைமறைவாய்ப்
பள்ளத்திற் குள்ளே
பதுங்கும் திருடன்

மேனி வயலில்
விளையும் கரும்பயிரே
போநீ எனவிரட்டும்
பொல்லாத நீர் வியர்வை

இரத்தமெனும்
செந்நீரோ ஒளிந்தபடி
சீவிக்கும் பெருங்கோழை
கண்ணீரோ கண்ணின்
கழிநீர் இழிநீர்

வாசம்செய் கின்ற
மலர்சூடிப் புக்ககத்தில்
வாசம் செய் கின்றகுல
மங்கைநான்! கெட்டசக
வாசம் எனக்கில்லை
என்குடும்ப வரிசையிலே
'பாசம்' மிகுந்தவள் நான்
பார்த்தாலே தெரியவில்லை?

தண்ணீர்க் குடும்பம்
தனக்குள் நான் ஒருத்திதான்
பெண்ணீர்மை கொண்டவள்
பிறகென்ன? பெண்ணென்றால்
பூப்படைய வேண்டாமோ?
பூமியிலே என்னைப்போல்
பூப்படைந்த புனலுண்டா?
புகலுங்கள் கேட்கின்றேன்

நானோ
கோட்டை கட்டி வாழும்
குளிர் அகழி; வெப்பத்தின்
வேட்டைப் படையுமெனை
வெற்றிகொள்ள முடியாது

அழகிய காயம்நான்
அலங்கரித்த பூமரங்கள்
பழகிய முகம் பார்க்கப்
பதித்தகண் ணாடிநான்

வாச இதழ்களை
வாசிக்கும் வண்டுகளின்
வாசக சாலைநான்

போதைப் பருவம்
புகுந்துவிட்ட காரணத்தால்
பேதைப்பெண் மக்கள்என்
பெரியமகள் கமலமும்
ஏதும் அறியாஎன்
இளையமகள் அல்லியும்
எட்டாத இடத்தில்
இதயம் பறிகொடுத்துக்
கொட்டாவி விடுகின்றார்
கூறினால் கேட்பதில்லை

கொத்திக்கொண் டேபோகக்
கொக்குப் பயல்களங்கு
வைத்தகண் வாங்காமல்
வழிபார்த் திருக்கின்றார்
வெளியில் மினுக்காதீர்
என்றென்மீன் பெண்களை

ஒளிந்திருக்கச் சொல்லுகிறேன்
உட்கார்ந்து தொலைப்பதில்லை

தென்றல் பயல்வந்தால்
சேட்டைதான் எப்போதும்
என்னுடலில் கிச்சுகிச்சு
மூட்டாமல் இருப்பதில்லை

பள்ளன்நான் என்றாலும்
பார்ப்பனரே என்னிடத்தில்
உள்ள அழுக்கெடுத்து
உடல்தூய்மை பெற வருவார்

தெய்வங் களேயென்னைத்
தேடிவந்து தெப்பவிழாச்
செய்வரென்றால் என்னுடைய
சிறப்புக்கோர் மறுப்புண்டோ?

ஆடவரும் அவரொடு நீர்
ஆடவரும் அழகியரும்
நாடிவரு வாரென்னை
நானவரை வரவேற்பேன்
குளிக்கயிடம் என்னைப்போல்
குளிர்ந்தயிடம் வேறுண்டா?
களிக்கயிடம் தருகின்றேன்
காதலர்க்கு; சூடான
கோடையிலே குளிராவேன்
குளிரெடுத்து நடுக்குகின்ற
வாடையிலே வெதுவெதுப்பாய்
வருடுவேன்; நறுமணப்பூ
வாடையிலே அவர்களைநான்
மணம் செய்வேன்; பெண்கள்நீர்
ஆடையிலே அவர் மேனி
ஆடையாய் மாறிடுவேன்

திரைக்காதல் என்றால்
தெரியாதா உமக்கெல்லாம்
அரையாடை அவிழ்ப்பதுவும்
அடிக்கடி குளிப்பதும்தான்
திரையிலே வருகின்ற
செய்திகள்; நானும்

திரையுடையேன்; எனவேஎன்
னிடமும் இதே செய்கின்றார்

இயற்கைகள் மற்றவை
யானோ மனிதன் கைச்
செயற்கை அவன்வேர்வை
செய்த சாதனை

வேற்றுமைகள் எனக்கில்லை
மேனியிலே அழுக்குகளை
ஏற்றுள்ளோர் வந்தால்
இறக்கிவைப்பேன்; சிலபேரோ
பாவத்தையும் கழுவப்
பார்க்கின்றார் என்னிடத்தில்;
பாவம்! அவர்களைப்
பார்த்துநான் சிரிக்கின்றேன்.
----
1. யார்பருங்கலக் காரிகை, பெண் 2. பாட்டக்கு உளம் வைக்க; 3. அலை

மூலதனம்

- தலைமைக் கவிதை -

பெண்ணே!
உனக்கு நாம்
ஒன்றுமே தரவில்லை என்று
சொல்ல முடியாது
நாம்
உனக்கே உனக்கென்று
உரிமையாய்த் தந்தது
ஒன்றா? இரண்டா?

கற்பை
உங்களுக்கென்றே
உரிமையாக்கவில்லையா?
அதில்
பங்கு கேட்டோமா?

பத்தினி
பதிவிரதை என்ற

பட்டங்களெல்லாம்
உங்களுக்கு மட்டும்தானே
அதிலே நாங்கள்
போட்டி போட்டதுண்டா?

தாலியை அணியும் உரிமை
உங்களுக்கு மட்டும்தானே
உண்டு
நாங்கள் அதைக்
கேட்டதுண்டா?

பூவும் பொட்டும்
உங்களுக்கு மட்டும்தான்
எங்களுக்கில்லை
வெள்ளைப் புடவையும்
உங்களுக்கு மட்டும்தான்
எங்களுக்கில்லை

அக்கினிப் பரீட்சைகள்
உங்களுக்கு மட்டும்தான்
எங்களுக்கில்லை

சதி என்ற
தெய்வ பீடம்
உங்களுக்கு மட்டும்தான்
எங்களுக்கில்லை

கண்ணீர் முத்துக்களை
உங்கள் கண்களுக்கென்றே
உயிலெழுதி வைத்தோம்

விளம்பரங்களையும்
பத்திரிகை
அட்டைப் படங்களையும்
உங்களுக்கே
ஏகபோக உரிமையாக
ஒதுக்கீடு செய்துவைத்தோம்

கேவலம்
நாட்டுக்குத்தான் நாம்
அரசர்கள் ஆகிறோம்

கற்புக்கு உங்களைத்தான்
அரசிகள் ஆக்குகிறோம்

உங்கள் ரத்தத்தையே
உலர்த்தி
உங்களுக்குக்
குங்குமம் அளிக்கிறோம்

உங்களுக்கு
நாம் தந்த
இருட்டையே குழைத்து
உங்கள் கண்ணுக்கு
மையாகத் தருகிறோம்

பெண்ணே!
நீ வீட்டு விளக்கு
அதனால்தான் உன்னைக்
கொளுத்துகிறோம்

கல்யாணச் சந்தையில்
வரதட்சணையோடு
இலவச இணைப்பாகக்
கிடைப்பதனால்தான்
உங்களையும் வாங்குகிறோம்

கண்ணீரில் வாழும்
பூக்கள் நீங்கள்
அதனால்தான்
கமலம், அல்லி என்று
பெயர் சூட்டுகிறோம்

நாங்கள்
கல்லாகவும்
புல்லாகவும் இருப்பது
உங்களைப்
பத்தினி ஆக்குவதற்குத்தான்

எந்தத் தனம்
எமக்குப்
பாலூட்டியதோ
அந்தத் தனத்தை

கவிக்கோ கவிதைகள் (இரண்டாம் பாகம்) ❖ 575

மூலதனம்
ஆக்குகிறவர்கள் நாம்

நீங்கள்
எங்களுக்காகவே
கண்ணகிகள் ஆனீர்கள்
எங்களாலேயே
மாதவிகள் ஆனீர்கள்

காசிருந்தால் மாதவி
இல்லையென்றால்
கண்ணகி
இதுதான்
எங்கள் கற்பு

அந்தரங்கத்தில்
மாதவியை
ஆராதனை
செய்துகொண்டு
அம்பலத்தில்
கண்ணகிக்குச்
சிலை வைத்து
வணங்குவதே
எங்கள் மதம்

எங்களை
வேசி வீட்டுக்குத்
தூக்கிச் சென்றால்
உங்களைக்
கற்புக்கரசிகள் என்று
காவியம் பாடுகிறோம்

சூதாட்டங்களில்
தோற்பவர் நாம்
துகிலுரியப்படுபவர்கள்
நீங்கள்

உங்களைச்
சிதையில் ஏற்றி
உயிரோடு
எரித்துவிட்டு

தெய்வம் என்று
துதிப்பவர் நாம்

பால் குடிக்கும் வரை
உங்களைத்
தாய் என்போம்
பிறகு
பேய் என்போம்

எந்த வாய்
எங்களுக்கு
மொழியைக்
கற்றுக் கொடுத்ததோ
அந்த வாய்க்குப்
பூட்டுப் போடுகிறவர்
நாம்

பெண்ணே!
உன்னைப்
'பூவே!' என்போம்
பூரிப்பாய்
நாமோ
தேன் குடித்துவிட்டுப்
பறந்து விடுவோம்

கொடியே! என்போம்
குழைந்துவிடுவாய்
நாமோ
பூக்களைப் பறித்துக்கொண்டு
போய்விடுவோம்

பொன்னே! என்போம்
புளகாங்கிதம் அடைவாய்
நாமோ
உன்னை விற்றுவிட்டுப்
போய்விடுவோம்

மானே! என்போம்
மயங்கிவிடுவாய்
நாமோ
உன் கஸ்தூரிக்காக
உன்னைக் கொல்வோம்

ஏமாறும் பசுவே!
உன் கன்றுகளையே
கொன்று
வைக்கோல் அடைத்து
உன் பாலைக்
கறப்பவர் நாம்

கதாநாயகிகளே!
எங்களைக்
கதாநாயகர்கள் என்று
நம்புகிறீர்கள்
நாமோ
'வில்லன்'களாக இருக்கிறோம்

கல்வியின் தெய்வம்
பெண் என்போம்
ஆனால்
அடுப்பூதும் பெண்ணுக்குப்
படிப்பதற்கு என்போம்

'சேலை கட்டிய மாதரை
நம்பாதே' என்று
நாம் சொல்வதற்குக்
காரணம் தெரியுமா?
சேலை அவிழ்க்கும் மாதரைத்தான்
எங்களுக்குப் பிடிக்கும்
என்பதால்

நகைகள்
நாம் உனக்குப் பூட்டும்
பொன் விலங்குகள்

ஆடைகள் கூட
உனக்கு நாம் விரிக்கும்
வர்ண வலைகள்தாம்

'மாட்டுப் பெண்' என்ற
பட்டம்
மூன்று முடிச்சுப் போட்ட
மூக்கணாங் கயிறு
எங்கள் தொழுவத்தில்

கட்டப்படுவதற்காகவே
ஜன்மம் எடுத்தவள்
நீ

நீ எங்கள் சொத்து
அதனால்தான் நாம்
உனக்குச்
சொத்தை அளிப்பதில்லை
சொத்துக்கே எதற்குச்
சொத்து?

எங்கள் சொத்துகளுக்கு
வாரிசுகளை உருவாக்குவதற்காகவே
உன்னை வைத்திருக்கிறோம்
அதனால்தான் நாம்
உன்னை
வாரிசாக்கவில்லை

மரணமும் அழுதது

தில்லித் தமிழ்ச் சங்கம், 11.9.2016

- தலைமைக் கவிதை -

அப்துல் கலாம்!
நீ பிறந்தபோது
நீ அழுதாய்
ஆனால் நீ
இறந்தபோது
இந்த நாடே அழுதது
இந்த உலகத்தில்
யாருக்கும்
இப்படி
கண்ணீர் சிந்தப்பட்டதில்லை

உன் மரணத்தில்
மரணமும் அழுதது

குர்ஆன்
உன்னைப் பெற்ற தாய்
குறள்

உன்னை வளர்த்த தாய்
அதனால்
நீ சாதித்தாய்

அரசுப் பள்ளியில்
படித்தவன்
உருப்படமாட்டான்
என்றார்கள்
எல்லாப் பள்ளியின்
மாணவர்களும்
இப்போது
உன் பெயரை அல்லவா
உருப்போடுகிறார்கள்

நீ திருமணம்
செய்துகொள்ளவில்லை
அதனால்
நாட்டிலுள்ள பிள்ளைகளெல்லாம்
உன் பிள்ளைகள்
ஆகிவிட்டார்கள்

சாதி மதம்
கடந்தவன் நீ
அதனால்
எல்லாச் சாதியினரும்
உன்னை நேசிக்கிறார்கள்
எல்லா மதத்தவரும்
உன்னை வாசிக்கிறார்கள்

எல்லாச் சாதியினரும்
எல்லா மதத்தினரும்
உன் மரணத்திற்கு
அழுதது போல்
வேறு யார் மரணத்திற்கும்
அழுததில்லை

இராமன்
கணைகளை ஏவினான்
இராமாயணம் பிறந்தது
நீ ஏவு கணைகளைச்
செலுத்தினாய்
புதிய பாரதம் பிறந்தது

எத்தனையோ விருதுகள்
உனைத் தேடி வந்தன
நீயோ
இந்தியாவுக்கே
விருதானாய்

முஸ்லிம்கள்
தேசப் பற்றில்லாதவர்கள்
என்று பழிப்பாருண்டு
அவர்கள் வாயில்
ஆப்படைத்தவன் நீ
நீ தேசத்திற்குப்
பற்றுவைத்தவனில்லை
வரவு வைத்தவன்

இந்த நாட்டில்
நடிப்பவர்களுக்குத்தான்
ரசிகர்கள் உண்டு
என்ற சரித்திரத்தை
உடைத்தெறிந்தவன் நீ
நடிக்கத் தெரியாத
நல்லவர்களுக்கும்
ரசிகர்கள் உண்டு என்பதை
நீ நிரூபித்துக் காட்டினாய்

அரசியல் வாதிகளுக்கும்
நடிகர்களுக்கும்
'கட்-அவுட்' வைத்துப்
பாவம் செய்தவர்கள்
உன் படம் வைத்து
தங்கள் பாவத்திற்குப்
பரிகாரம் செய்துகொண்டார்கள்

குடியரசுத் தலைவர் மாளிகையில்
குடியிருந்தாயே
அதுவல்ல உன் பெருமை
குடிமக்கள் இதயங்களிலெல்லாம்
குடியேறினாயே
அதுதான் உன் பெருமை

பள்ளிக்கூடங்களே
உன், பள்ளிவாசல்கள்
கற்பிப்பதே
உன் தொழுகை
உன் மதம்
இறைவனுக்குச் சம்மதம்

நீ
அக்கினிச் சிறகுகளால்
இந்த நாட்டை
புகழ் வானின்
உச்சிக்குக்
கொண்டு சென்றாய்

உன் உடல்
ஓர் அதிசயமான வீடு
அதற்குள்
ஒரு விஞ்ஞானி
ஒரு மெய்ஞ்ஞானி
ஒரு கவிஞன்
ஒரு மனிதாபிமானி
ஒரு தேசாபிமானி
ஓர் ஆசிரியர்
இத்தனை பேரும்
ஒன்றாகக் குடியிருந்தார்கள்

அரசு மாளிகையில்
இரண்டு பெட்டிகளுடன்
நுழைந்து
அதே இரண்டு பெட்டிகளுடன்
வெளியே வந்த தலைவன்
நீ ஒருவன் மட்டுமே

உன் உடையிலும்
கறையில்லை
உன் கையிலும்
கறையில்லை

நீதான்
உண்மையான 'எந்திரன்'

நீதான்
உண்மையான 'சூப்பர் ஸ்டார்'
நீ திரையில் மட்டும்
இருட்டில் மட்டும்
மின்னியவனில்லை

இந்த உலகமே
கனவு என்றனர் சிலர்
மெய்ஞ்ஞானி நீயோ
கனவால்தான்
புதிய உலகம்
பூக்கும் என்றாய்

கனவில்
நட்சத்திரங்களைக் கண்டு
மகிழ்ந்து கொண்டிருந்த
இளைஞர்களை
நட்சத்திர உயரங்களுக்குப்
பறக்கும் கனவுகளைக்
காணச் சொன்னவன் நீ

உறக்கத்தில் காணும்
கனவல்ல
உறக்கங்களை நீக்கும்
கனவுகளைப்
பரிந்துரைத்தவன் நீ

உன் உலோகப் பறவைகள்
உன் அக்கினிச் சிறகுகளால்
வானத்தில் பறந்தபோது
நீஅடைந்த மகிழ்ச்சியைவிடப்
போலியோவால் முடங்கிய
சிறுவர்களுக்கு
மெல்லிய தகடுகளால்
கால்கள் செய்து கொடுத்து
அவர்கள்
உன் கால்களால்
ஓடியாடுவதைக் கண்டபோது
நீயடைந்த மகிழ்ச்சி
அதிகம்

விண்மீன்களை விற்றவன்

கண்ணதாசன் விழா, வேலூர், 26.7.92 தலைப்பு: நெஞ்சிருக்கும் வரை நினைவிருக்கும்

- தலைமைக் கவிதை -

கண்ணதாசன்
உனக்குப்
பொருத்தமான பெயர்தான்

பெயர்மட்டுமல்ல அது
உன் விலாசமும் அதுதான்

அவனுடைய லீலைகளுக்கும்
உன்னுடைய வேலைகளுக்கும்
அதிக வித்தியாசமில்லை

அவனுக்குப்
புல்லாங்குழல்
உனக்கு
எழுதுகோல்

ஆனால்
அவன் பாட்டுக்குக்
கோபியர்கள் மட்டும்தான்
மயங்கினார்கள்
உன்னுடைய பாட்டுக்கோ
கோவலர்களும் மயங்கினார்கள்

போலியாய்க் காதலித்துப்
போலியாய்த் தாலிகட்டிப்
போலியாய்ப் பிள்ளைபெறும்
போலி உலகத்தில்
உன் பாட்டு மட்டும்தான்
நிஜமாய் இருந்தது

அற்பக் கலைதெரிந்து
அம்மிகொத்தும் கூட்டத்தில்
சிற்பக் கலைதெரிந்த
சிற்பியாய் வந்தவன்நீ

தேன்விற்கும் பூவாகித்
திரையுலகில் வந்தவன்நீ
மீன்விற்கும் சந்தையிலே
விண்மீன்கள் விற்றவன் நீ

உன் கானம் சுமந்த காற்று
கர்ப்பிணிப் பெண்ணைப்போல்
கர்வத்தோடு நடந்தது

பெண்களுக்கு
நினைத்தவுடன் வரும்
கண்ணீர்போல்
உனக்கு
வார்த்தைகள் வந்தன

உன் பாடல்களில்
சந்தம் இருந்தது
அது
முதலிரவு அறையிலிருந்து வரும்
வளையலின்
சிணுங்கலைப் போல்
இருந்தது

உன் பாடலில்
போதை இருந்தது
அது முதன் முதலாக
ஒரு பெண்ணின்
முத்தம் பெற்றவளின்
போதைபோல் இருந்தது

நீ குடித்த
'பாட்டில்' போதையெலாம்
பாட்டில் இறக்கிவைத்தாய்

புதுவிதமாய் நீதமிழில்
புனையும் கவிகேட்டால்
மதுவுக்கும் போதைவரும
மலடிக்கும் பிள்ளைவரும்

உன் பாடலில்
கண்ணீர் இருந்தது
அது சோகப் பூவிலிருந்து

சொட்டும் தேன்போல்
இருந்தது

உன் கண்ணீர்
எல்லோருடைய கண்களிலும்
இருந்தது
எல்லோருடைய கண்ணீரும்
உன் பாட்டில் இருந்தது

நீ கண்ணீரையே
மையாக்கி
எழுதினாயோ?

உன் பாடலில்
சிரிப்பு இருந்தது
அது
மழைபெய்து ஓய்ந்தபின்
எட்டிப் பார்க்கும்
வெயில்போல் இருந்தது

உன் கானங்கள்
எங்கள் காயங்களுக்குக்
களிம்பு தடவின

எங்களால்
அழ முடியாதபோது
எங்களுக்காக
நீ அழுதாய்

வெளியில் சொல்ல
நாங்கள்
வெட்கப்படும் ஆசைகளை
நீ தைரியமாக
வெளிப்படுத்தினாய்
ஆம் நீ
ஊமைகளின் குரலாக
இருந்தாய்.

நீ கட்சி மாறிக்கொண்டே
யிருந்தாய்
இருந்தாலும் யாருமுன்னை
ஏசவில்லை

குழந்தை நீ
பெண்களின்
மடிமாறிக்கொண்டிருந்தாய்
என்றுதான் நினைத்தார்கள்.

அரசியல் உலகத்தில்
நீ ஒரு தவளை
அதனால்தான் உன்னால்
தண்ணீரிலும்
இருக்க முடிந்தது
தரையிலும்
வசிக்க முடிந்தது

இசைத்தட்டு ஊசியாய்
இருந்தவன்நீ; உன்னுடைய
வசைத்திட்டு வார்த்தையிலும்
மதுரசம் இருந்தது

நீ நிலா
உன் கறைகளை
நீ மறைத்ததில்லை

நீ காற்று
உன்னை யாரும்
வெறுத்ததில்லை

நாட்டுக் கோட்டையின்
நாதக் குரல்நீ
அதனால்தான்
பாட்டுக் கோட்டையாய்ப்
பரிணமித்தாய்

செட்டிக் குலத்துச்
செல்வன்நீ; உன்பாட்டைக்
கொட்டிக் கொடுத்தாய்
வட்டியாய் எங்கள்
மனமெலாம் வசூலித்தாய்
முதல்மட்டும் நாங்கள்
முக்காலும் தரமாட்டேட்ம

நாட்டுப் புறத்து
நாவடித்த தேனையுன்

பாட்டிலே ஏந்திப்
பரிமாறிச் சென்றவன்நீ

உன்
தாலாட்டைக் கேட்டால்
தாயர்க்கும் தூக்கம்வரும்
உன் காதல்
கவிதைகளைக்கேட்டால்
துறவிகளுக்கும்
ஏக்கம் வரும்
உன் தத்துவப் பாடல்களைக்
கேட்டாலோ
கண்ணீரும் கள்ளாகும்
கவலையெலாம் கரைந்துவிடும்

இதய வீணைகளில்
நீ மீட்டாத ராகமில்லை
காட்டாத சோகமில்லை

விதையும் பாடினாய்-பூவின்
விலாசமும் பாடினாய்-மனிதக்
கதையும் பாடினாய்
கடவுளையும் பாடினாய்-
சதையும் பாடினாய்-ஆன்மாவின்
சத்தியமும் பாடினாய்
எதையும் நீவிடவில்லை - உன்பாடல்
எதைத்தான் தொடவில்லை.

மஞ்சிருக்கும் வரை-இங்கு
மழை இருக்கும்
நெஞ்சிருக்கும் வரை-உன்
நினைவிருக்கும்

புரட்சிப் பயணம்

சேக்கிழார் விழா, ராணி சீதை ஹால், சென்னை, 1.3.1993 தலைமைக் கவிதை

காவலனே அன்று
கவரி வீசிக்
கௌரவித்த கவிஞருக்குக்
கவிக்கவரி வீச வந்த
பாவலரே!

தாகத்தால் நாவறண்டு
தத்தளிக்கும் சென்னையிலே
கவி, மேகத்தின் மழைநீரில்
நனையவந்த அவையோரே!
என் வணக்கம்.

ஆசா பாசங்கள்
அத்தனையும் விட்டுவிட்டு
ஈசா! உன் பணியே
என்பணியென் றப்பணியில்
ஏசாக்கண் பார்வையையும்
இழந்த இக்காலக்
கண்ணப்பர்
ஆசாவுக் கென்வணக்கம்

சைவத் திருவிழாவில்
சாயபுவா? எனமூக்கில்
கைவைத்து வியப்பவர்கள்
இவ்வவையில் இருக்கலாம்
அவர்க்கோர் வார்த்தை

நான் மதிக்கும் வான்மதியைத்
தான் மதித்துச் சிவபெருமான்
தன்தலையில் வைத்துக்
கொண்டாடும் காரணத்தால்
எனக்கும் சிவனார்க்கும்
இப்படியோர் உறவுண்டு

நானோ
தமிழைக் கற்றுத்
தமிழைக் கற்பித்த
கல்லூரி ஆசிரியன்
அதனால்
பெரிய புராணமும்
எனக்கு
உரிய புராணம்தான்

இன்னுமொரு செய்தி
தெய்வசித் தாந்தமெலாம்
தெரிந்துகொள்ளும் தாகத்தால்
சைவசிந்தாந்தத்தைப்
பாடமாய்க் கற்றவன் நான்

முகர்ந்த மலரின்தேன்
குடிக்கவரும் பொன்வண்டு
மகரந்தச் சேர்க்கைக்கு
உதவுதல்போல்

தெய்வகவி சேக்கிழார்
சைவம் வளர்க்கத்தான்
பத்திக் காவியம்
பாடினார் என்றாலும்
முத்தமிழு மன்றோ
முதிர்ந்து வளர்ந்தது

நறவுமலர்க் கொன்றை
நயப்பவனு கும்எனக்கும்
உறவுண்டு
அராவணிந்த சிவனார்ஓர்
இராவுத்தர்!

அன்று
மதுரை நகரத்தில்
மாணிக்க வாசகர்க்காய்
நரியெல்லாம் பரியாக்கி
நடத்திவந்த போது
இந்தணிந்தோன் கொண்டகோலம்
இராவுத்தர் கோலமன்றோ

பெம்மான் அவனோ
பிறவான் இறவான் என்று
பேசுவது சைவமதம்
எங்கள் கொள்கையும்
இதுதான்

எல்லாம் படைத்த
இறைவன்
ஒரு நாமம் ஓர்உருவம்
ஒன்றுமிலார் என்பதுதான்
உங்கள் விளக்கம்
எங்கள் கோட்பாடும்
இதுதான்

(சிவாயநம என்னும்)
ஐந்தெழுத்தே

மந்திரம் உங்களுக்கு
(அல்லாஹ் என்ற)
ஐந்தெழுத்தே
மந்திரம் எங்களுக்கும்

நாயகனை அடைவதற்கு
(சரியை, கிரியை, யோகம், ஞானம் என)
நான்குநெறி என்பீர்கள்

நாங்களும்
(ஷரீயத், தரீகத், மஅரிபத், ஹகீகத் என)
நான்குநெறி என்போம்.

சிவம் சக்தி என்பீர்கள்
அதையே நாம்
லாஹூத் ஜபறூத்
என்றுரைப்போம்

நாயனார் என்பீர்கள்
நீங்கள். நாமோ
நயினார் என்றே
நாமத்தைச் சூடிடுவோம்

எந்நாட்டவர்க்கும்
இறைவனாய் உள்ளவனைத்
தென்னாட்டில் சிவமென்றே
செப்புகிறீர்
அந்த இறைவனைத்தான்
அல்லாஹ் எனநாம்
அழைக்கின்றோம்
நாமம்தான் வேறுபாடு
நாயகன் ஒருவன்தான்

மொழிகள்பல சொல்லுகின்ற
பொருளோ ஒன்று
விழிகள்பல காண்கின்ற
காட்சி ஒன்று
குழிகள்பல தங்குகின்ற
நீரோ ஒன்று
வழிகள்பல அடைகின்ற
இலக்கோ ஒன்று

மலர்களில்தான் வேறுபாடு
மதுரத்தேன் ஒன்றேதான்

நதிகளோ வெவ்வேறு
ஆனால் அந்நதிகளெல்லாம்
கலக்கும் கடல் ஒன்று

சமயமெல்லாம் பிழிந்தெடுத்தால்
சாரமென்ன?
அன்பலவோ
அன்பென்பதென்ன?
ஆண்டவனை நேசித்தல்
ஆண்டவனை
நேசிப்பதெப்படி?
அவன்
படைப்பையெல்லாம்
நேசித்தல்

வாருங்கள் இருவரும் இந்த
வழிபாட்டைச் செய்வோம்

சேக்கிழார்
தொண்டை மண்டலத்தில்
தோன்றியவர் - அதனால்
தொண்டைச் சிறப்பிக்கத்
தோன்றியது

அவரோ-
ஏரினால் உழுதால்
மண்மட்டும் தானே
பண்படும்
எழுத்தாணி யாலுழுதால்
இதயமன்றோ பண்படும்
என்றெண்ணிக்
கருவிமாற்றிக் கொண்ட
காராளர்

நெற்பயிர் வளர்த்தால்
உடற்பசிதான் தணியும்
சொற்பயிர் வளர்த்தாலோ
உள்ளப் பசிதணியும்

என்று
வேலை மாற்றிக் கொண்ட
வேளாளர்

இருள்மொழிக் கவிதை
எழுதாமல், தூயபரம்
பொருள்மொழிக் கவிதை
புனைந்து மகிழ்ந்த
அருள்மொழித் தேவர்

உத்தம அமைச்சராய்
உயர்ந்து புகழ்பெற்ற
உத்தம சோழப்
பல்லவன்

மாதேவல் கொள்ளாமல்
மாதேவன் அடிபணிந்த
மாதேவ அடிகள்

தமிழ்
கண்டசீர் எல்லாம்
தொண்டர்சீர் பரவுதற்கே
என்ற
தொண்டர்சீர் பரவுவார்

தொகுதியிலே நின்றுவென்று
அமைச்சராய் ஆகாமல்
தகுதியிலே நின்றதனால்
அமைச்சராய் ஆனவர்

வாக்குகுளைப் பெற்றதனால்
வந்த பதவியல்ல
வாக்குகளைத் தந்ததால்
வந்த பதவியிது

மந்திரிக் கழகு
வரும்பொரு ளுரைத்தலென
சுந்தரத் தமிழில்
சொல்லிவைத்தார் அன்று
இன்றோ
மந்திரிக் கழகு
வரும்பொருள் வாங்குதல்

சேக்கிழாரோ
அரும்பொருள் காப்பியம்
ஆக்கியதால், நமக்குப்
பெரும்பொருள் தந்த
ஆச்சரிய அமைச்சர்.

நியாயத் தேர்தலிலே
நிற்கும் அமைச்சர்சிலர்
பரிதாப மாய்த்தோற்றுப்
பதவி இழப்பதுண்டு
சேக்கிழார் தாமும்
தேர்தலிலே தம்முடைய
பதவியை விட்டவர்தாம்
அருந்தமிழ்த் தொண்டா?
அமைச்சர் பதவியா?
என்றதொரு கேள்வி
எழுந்த போது
தன்னிக ரில்லாத
தமிழ்த்தொண்டைத் தேர்ந்தெடுத்தார்
பதிவில்லா அமைச்சர்
பதவியைத் துறந்துவிட்டார்

தமிழ்ப்புலவர் செய்ததெல்லாம்
தலைவர் காப்பியம்
சேக்கிழார் செய்ததொன்றே
தொண்டர் காப்பியம்
தொண்டர் பெருமையே
பெரியது ஆகையினால்
தொண்டர் புராணம்
பெரியபுரா ணமாயிற்று

இக்காலத்தில்
பக்தி வேடமே
பகல்வேடம்; பணம்குவிக்க
யுக்தி வேடம்
அதுதான்

காவிகட்டி அதற்குள்ளே
காசுப் பெட்டியின்
சாவிகட்டி மறைவாகச்
சல்லாபம் செய்வதற்குத்

தேவிகட்டிக் கொள்வதுதான்
தெய்வீகப் பணியின்று

சேக்கிழார் காட்டும்
திருத்தொண்டர் கூட்டமோ
நோக்கிலார் பொருட்செல்வம்
நோக்கமெலாம் அருட்செல்வம்
அவர்களோ
கேடும் ஆக்கமும்
கெட்ட திருவினார்
ஓடும் செம்பொன்னும்
ஒக்கவே நோக்குவார்
கூடும் அன்பினில்
கும்பிட லேயன்றி
வீடும் வேண்டா
விறலினார்

எல்லா மொழிகளையும்
ஈசனே படைத்தான்
என்பதொரு ஞானம்
இல்லாமல், இவ்வுலகில்
தேவமொழி ஒன்றுதான்
மற்ற மொழிகளெல்லாம்
பாவமொழி அதனாலே
ஆண்டவனைக் கோயிலிலே
அர்ச்சனை செய்வதெனில்
தேவமொழி ஒன்றால்தான்
செய்தல் வேண்டுமென
உளறுகின்ற திருநாட்டில்
உரத்த குரலில்
தமிழுக்குத் - தானந்த
தகுதியுண் டெனவுரைத்த
மொழிப் பற்றாளர்
முதிர்ந்தபுகழ் சேக்கிழார்
அதையும்

'சிறப்பின் மிக்க
அர்ச்சனை பாட்டேயாகும்
ஆதலால் மண்மேல் நம்மைச்
சொற்றமிழ்பாடு கென்றான்
தூமறை பாடும் வாயான்' என

வேதம் படைத்த
வேதனின்வாயாலேயே
போதம் படைத்த
புத்திசாலி

புனித இறைவன்
பூமியில்
மனித இனத்தை ஒரே
சாதியாய்ப் படைத்தான்
மனிதன்தான்
ஆயிரம் சாதிகள்படைத்தான்
ஒன்றை உயர்சாதி என்றான்
ஒன்றைக் கீழ்ச் சாதி என்றான்
உழைக்கும் வர்க்கத்தைக்
கீழ்ச்சாதி என்றான்
கோயில் கட்டியவனைக்
கோயிலுக்குள் நுழையாதே
நுழைந்தால் தீட்டென்றான்
அந்த மனிதனையும்
ஆண்டவன்தான் படைத்தான்
அதனால்
ஆண்டவனும் தீட்டோ

பெரிய புராணம்ஒரு
புரட்சிப் புராணம்

சிவன்நாமம் சொல்லித்
திருநீறு பூசுவோர்
எச்சாதி ஆனாலும்
அச்சாதி யெல்லாம்
நீறாகும்

இறைவனுக்கு முன்னால்
எல்லோரும் சமம்
தாழ்ந்த குலத்தவரும்
தலைவனடி யாரானால்
உயர்ந்த குலத்தவரும்
அவரடி வணங்குவார்
நாயனார் என்றே
நாமம் போற்றுவார்

என்ற
சீர்திருத்தக் கருத்தைச்
செய்யுளிலே பாடிப்
பார்திருத்த வந்த
பெரியார் சேக்கிழார்.

காற்று

தலைவர் கலைஞர்

பூதங்களை அடக்கி
ஆள்பவன் நீ
அதனால்
உனக்கிந்தத் தலைமை

மலட்டு நிலமும்
உன் எழுதுகோலால்
கர்ப்பம் அடைகிறது

உன் வியர்வை நீரால்
கொடிக் கம்பங்களும்
பூக்கின்றன

உன் எழுதுகோல்
தீக்குச்சி
அதைத்
தாளில் உரசினால்
தீப் பிறக்கிறது

★

காலில்லா எனக்குக்
'கால்' என்று பெயர்வைத்தார்
தமிழர்

காலில்லை எனக்கு
ஆனால்
ஓரிடத்தில் நில்லாமல்
ஓடிக்கொண் டிருப்பதே
வழக்கம் எனக்கு

கையில்லை
ஆனால்
அணைப்பேன்

வாயில்லை
ஆனால்
பேசுவேன்

கண்ணில்லை
அதனால்
மனிதரைப் போல
பேதம்பா ராமல்
தீண்டாமை என்று
தீயதைச் செய்யாமல்
அனைவரையும் நான்
அன்போடு தழுவுகிறேன்

தீபச் சுடர்களை
ஊதி அணைக்கிறேன்
உங்கள்
உயிர்ச் சுடர்களையோ
ஊதாமல் இருப்பதால்
அணைக்கிறேன்

எனக்கு
வீடில்லை
உயிர்கள் வசிக்கும்
வீடு நான்
வீட்டுக்கு எதற்கு
வீடு?

உயிர்களுக் கெல்லாம்
உயிர் நான்
நானில்லை என்றால்
நானிலமில்லை

சுதந்திரத்தின்
இலக்கணம் நான்
யாரும் என்னை
அடக்கிஆள முடியாது

'யாதும் ஊரே
யாவரும் கேளிர்' என்பது
உங்கள்
ஏட்டு வாசகம்
நானோ அதைக்
கடைப்பிடிப்பவன்

நானோர் நாடோடி
எனக்கென்றோர்
நாடில்லை
அதனால்
அலைந்துகொண்டேயிருக்கிறேன்

எந்த நாட்டுக்காரனும்
என்னைத் தடுப்பதில்லை

அரசனானாலும் சரி
பெருஞ்செல்வ னானாலும் சரி
எல்லோரும் என்னிடம்
பிச்சையெடுத்துப்
பிழைப்பவர்தாம்
நானும்
நல்லவனோ கெட்டவனோ
பாரபட்சம் பாராமல்
இல்லையென்று சொல்லாமல்
ஈந்துகொண்டேயிருக்கிறேன்
என்னைப்போல் வள்ளல்
யாரும் உண்டா?

நான்
வெகுண்டெழுந்து
படையெடுத்து வரும்போது
எதிர்த்து நிற்பவர்களை
வேரோடு சாய்க்கிறேன்
தலைவணங்கிப் பணிவோரை
விட்டு விடுகிறேன்.

எனக்கு
சகவாச தோஷமுண்டு
மலர்களோடு பழகினால்
மணம்பெறு கின்றேன்

குளத்தோடு உறவாடினால்
குளிர்ச்சி அடைகிறேன்
புல்லாங்குழலில் புகுந்தால்
புத்திசை ஆகிறேன்
மனிதர்களிடம் வந்தால்தான்
கெட்டுப் போகிறேன்

வண்ணப் பூக்கள்
வண்டுகளுக் கெழுதும்
காதல் கடிதத்தை
நான்தான் ரகசியமாய்க்
கொண்டுபோய்ச் சேர்க்கிறேன்

உண்மை யான
மண அழைப்பு மடல்
நான்தான்
மணத்தாலேயே
அச்சிடப்படுவது
நான்தானே

கலப்புத் திருமணம்
செய்து கொண்டதாய்ப்
பீற்றிக்கொள் பவர்களே!
திருமணம் செய்துகொண்ட
இருவருமே
மனித சாதிதானே
பிறகெப்படி அது
கலப்புத் திருமணம்
ஆகும்

உண்மையில்
கலப்புத் திருமணம்
செய்து வைக்கும்
சீர்திருத்தவாதி
நான்தான்

மலர்ஒரு சாதி
வண்டுஒரு சாதி
அவையிரண்டுக்கும்
நான்செய்து வைக்கும்
நல்ல திருமணமே
கலப்புத் திருமணமாம்

இளவேனிற் காலத்தில்
மலர்க் கிண்ணங்களில்
மணமதுவைப்
பருகிய போதையால்
தள்ளாடி நடப்பேன்
அப்போது
என்னை நீங்கள்
குடிகாரன் என்று
ஏசுவ தில்லை
'தென்றல்' என்றே
அன்போடு அழைப்பீர்

மலர்க்கொடி களுக்கு
மதன நாட்டியம்
கற்றுக் கொடுக்கும்
நட்டுவ னார்நான்

கடலில்
உறங்கிக் கிடக்கும்
நீரைத்
தட்டி எழுப்பிப்
பேரணி நடத்தச்
செய்வது நான்தான்

மரங்களின்
ஊமை நாவுகளுக்கு
நான்தான் பேசக்
கற்றுக் கொடுக்கிறேன்

நான்
சம்பளம் இல்லாமல்
வேலை செய்யும்
அஞ்சல் காரன்

காதுகளுக்கும் நாசிகளுக்கும்
நான்தான் தபால்களை
விநியோகம் செய்கிறேன்

நான் வேலை நிறுத்தம்
செய்வ தில்லை
செய்தால்
உலகமே நின்றுவிடும்

நான்
போய்வருகிறேன்என்று
உங்களிடம்
விடைகேட்டால்

நீங்கள்
அலறுவீர்கள்
ஏனெனில்
நான் போனால்
நீங்களும்
போய்விடு வீர்கள்
எனவே
எப்போதும் உங்களுடன்
இருப்பேன்

வாரி உண்ட வாரி

கடலே!
உன் அலைகளைச்
சிரிக்கும் பற்கள்
என்று நினைத்தேன்
இப்போதுதான் தெரிகிறது
அவை
மாமிச பட்சிணியின்
பற்கள்

உன் அலைகளை
பூமியைக் காதலோடு
முத்தமிடும் உதடுகள்
என்று நினைத்திருந்தேன்
இப்போதுதான் தெரிகிறது
அவை
பூமியை விழுங்கச்
சுவை பார்த்த நாக்குகள்

உன்னிடத்திலிருந்துதான்
உயிர்கள் பிறந்தன
அதனால் உன்னைக்
கருப்பை என்று

நினைத்திருந்தேன்
இபபோதுதான் தெரிகிறது
நீ சமாதி என்று

நாம் வாழும்/
நிலப் பகுதிக்குக்
கண்டம் என்று
பெயர்வைத்ததேன் என்று
இப்போதுதான் புரிகிறது
எங்கள் கண்டங்களுக்கு
எப்போதும்
நீரில் கண்டம்

அமைதிக் கடலானநீ
ஆவேசம் கொண்டதென்ன?
யார்மீது கோபம் உனக்கு?
நீ இறைவனின் சீற்றமாக
இருந்தால்
தீயவர்களை மட்டுமல்லவா
விழுங்கியிருக்க வேண்டும்
நீயோ
சிறிது கூடக்
கருணையில்லாமல்
எல்லோரையும்
வாரி விழுங்கிவிட்டாயே

சாலையில் படகு
நீரில் கார்
உன் கோர நர்த்தனத்தின்
தடயங்கள்

உன்னை
வாரி என்று
ஏன் அழைத்தார்கள் என்று
இப்போது புரிகிறது
எதையும் யாரையும்
வாரி உண்பதால்
வாரி என
உனை அழைத்தார்

மனிதர்கள்
உன் கரைக்குக்
காற்று வாங்க
வருவார்கள்
அதற்குப் பதிலாக
நீயோ அவர்கள்
மூச்சுக் காற்றையே
வட்டியும் முதலுமாக
வசூலித்துவிட்டாயே

உன் வயிற்றுப் பிள்ளைகளை
மனிதர்கள் தின்பதால்
நீ அவர்களைத் தின்று
பழிதீர்த்துக் கொண்டாயோ?

மண் உனக்குச்
சாப்பாடு
மனிதரென்ன
தொடுகறியோ?

யுகம் யுகமாய்
நதிகளைக் குடித்தும்
உன் தாகம்
தணியவில்லையா?
எங்கள் கண்ணீரையும்
குடிக்கிறாயே

கொடுங் கடலே!
நீ என்ன
தமிழர்களின் பகைவனா?
எங்கள் குமரிக் கண்டத்தை
அள்ளி விழுங்கினாய்
தமிழ்ச் சங்கங்களைச்
சுவைத்து மகிழ்ந்தாய்
புகாரில்லாத புகாரையும்
புசித்துக் களித்தாய்
இன்னும் உன்
பசி அடங்கவில்லையோ?

உப்புக் கடலே!
இனி உன் தண்ணீரை

எப்போது பார்த்தாலும்
அது கண்ணீராகவே தெரியும்
உன் அலைகடலின் பாடலில்
அழுகுரலே கேட்கும்.

நூல்

சென்னை நூலக வார விழா, 18.11.1996 தலைமைக் கவிதை

நூல்
ஊடல் கொள்ளாத
காதலி
துரோகம் செய்யாத
மனைவி
சோதனைக் காலத்தில்
கைவிடாத நண்பன்

நூல்கள்-
கண்ணீர்க் கடலின்
கலங்கரை விளக்குகள்

அறிவுப் பசி தணிக்கும்
அமுத சுரபிகள்

அனுபவக் கடலில்
நீர் முகந்து மழைபெய்யும்
பொய்யாத மேகங்கள்

நமக்காக
யாரோ விதைத்த
வயல்கள்
படிப்பவனெல்லாம்
அதில்
அறுவடை செய்து
அனுபவிக் கின்றான்.

நூல்கள்-
மனநோய் நீக்கும்
மருந்துச் சீட்டுகள்

படிக்கப் படிக்க
மேலே ஏற்றும்
படிகள்

உலகை அளக்க
உதவும் படிகள்

படிந்து நடக்கும்
பக்குவப் பாடத்தைப்
பயிற்றுவிக்கும் பள்ளிகள்.

தட்சணை கேட்காத
குருக்கள்

நூல்கள்
நம்மைச் செதுக்கும்
உளிகள்
நூல்கள்
அதிசயமான
பொதுமகளிர்
அவை
கைப்பிடித்தவர்களுக்கெல்லாம்
கலவிச் சுகமளித்தாலும்
கற்பை இழப்பதில்லை

ஒரு நூலை
வாங்குகிறவன்
ஒரு சூரியனை
வாங்குகிறான்

அறியாமை
நிர்வாணம்
நூல்களே
அதை மறைக்க
ஆடை நெய்கின்றன

நீங்கள் பட்டமாக
உயரே
பறக்க வேண்டுமென்றால்
உங்களுக்கு
நூல் வேண்டும்

ஒவ்வொரு நூலும்
ஒரு விளக்கு
அது அணைவதே இல்லை

ஒவ்வொரு நூலும்
ஓர் உயில்
அதில் அறிஞர்கள்
தங்கள்
சிந்தனைச் செல்வத்தை
மனிதகுலம் முழுமைக்கும்
பொதுச் சொத்தாக
எழுதிவைத் திருக்கிறார்கள்

நூல்களில் சில
நீர்
அவை
தாகம் தீர்க்கும்
சில தேன்
அவை
சுவையாய் இருக்கும்
சில பால்
அவை
வலிமை சேர்க்கும்
சில மது
அவை
மதியை மயக்கும்

சில மருந்து
அவை
நோய்களைத் தீர்க்கும்
சில விஷம்
அவை
கொன்றுவிடும்

ஒவ்வொரு
புத்தகமும்
மனம் குடியேறும்
'புத்தகம்'

கல்லால் கட்டப்பட்ட
புத்தகத்தில் வாழ்பவர்கள்
செத்துப் போகிறார்கள்
சொல்லால் கட்டப்பட்ட
புத்தகத்தில் வாழ்பவர்கள்
சாவதில்லை

உங்களுக்கு
இறந்தவர்கள் ஆவியோடு
பேச விருப்பமா?
நூல்களைப் படியுங்கள்
அவர்கள்
புதையல்கள்
எங்கே இருக்கின்றன
என்று சொல்வார்கள்

உலக மேதைகள்
கவிஞர்கள்
ஞானிகள்
யாரோடு வேண்டுமென்றாலும்
நீங்கள் பேசலாம்

நீ மண் என்றால்
நூல் உனக்குள்
வித்தூன்றும்
நீ வித்தென்றால்
நூல் உனக்கு
நீரூற்றும்

நீ விளக்கென்றால்
நூல்
எண்ணெய் வார்க்கும்
நீ திரியென்றால்
நூல் உன்னில்
சுடர் ஏற்றும்

மார்பில்
நூலணிந்தவன் அல்லன்
மனதில்
நூலணிந்தவனே
உயர்ந்த சாதி

நல்ல நூல்
கிழிசல்களைத் தைக்கும்.

பலரிடம்
ஊசி இருக்கிறது
நூல் இல்லை

ஒவ்வொரு நூலிலும்
ஓர் உயர்ந்த உள்ளம்
பாடம் பண்ணி
வைக்கப்பட்டிருக்கிறது
அது நமக்குப்
பாடம் போதிக்கிறது

நூல்கள்
கால இயந்திரங்கள்
அவை நம்மை
இறந்த காலத்துக்கும்
இட்டுச் செல்லும்
வருங்காலத்துக்கும்
அழைத்துச் செல்லும்

புத்தகங்கள்
காகிதப் பூக்கள்தாம்
ஆனால்
இவற்றில் சுரக்கும்
தேன் போல்
உயர்ந்த தேன்
எந்தப் பூவிலும்
கிடைப்பதில்லை

பனை ஓலையில்
கள்ளை அருந்தினால்
உலகம் பழிக்கும்
ஆனால்
பனை ஓலையில் எழுதப்பட்ட
கவிதை என்ற கள்ளை
அருந்தினால்
உலகம் வாழ்த்தும்

மனிதன்
கல்லால் கட்டிய
கோயில்கள்
அழிந்துபோகின்றன
சொல்லால் கட்டிய
கோயில்களோ
அழிவதில்லை

செங்குட்டுவன்
கண்ணகிக்குக்
கல்லால் கட்டிய
கோயில்
இன்றில்லை
இளங்கோவடிகள்
சொல்லால் கட்டிய
கோயில்
இன்றும்
அழியாமல் நிற்கிறது
நாளையும் இருக்கும்

பணம் வைத்திருப்பவன்
அல்லன்
புத்தகங்கள் வைத்திருப்பவன்தான்
உண்மையான செல்வன்

நூல்களிலும்
வருணங்கள் உண்டு
சில வெள்ளை
சில மஞ்சள்
சில பச்சை
இவை நூல்களில்
தாழ்ந்த வருணங்கள்

எழுத்துக்கள்
வெள்ளை வானத்தில்
கறுப்புத் தாரகைகள்
ஆனால் இந்தத்
தாரகைகள் தரும்
ஒளியைப் போல்
சூரியனும் தருவதில்லை

அறிஞர்களின்
கலையெழுத்து
தலையெழுத்தையும்
மாற்றிவிடும்

செங்கோல் ஏந்தியவன்
குறிப்பிட்ட எல்லைக்குள்தான்
ஆட்சி செய்கிறான்

எழுதுகோல் ஏந்தியவனோ
உலகையே ஆளுகிறான்

தச்சர்களின் நூல்
மரத்தின் கோணலை
நீக்குவது போல்
மனத்தின் கோணலை
நீக்குவதே
நன்னூல் என்றார்
நன்னூலார்
ஆனால்
கோணலை உண்டாக்கும்
நூல்களும் உண்டு

நூல்களில்
நதிகளும் உண்டு
சாக்கடைகளும் உண்டு

நூற்கடல்
ஒரு பாற்கடல்
அதிலும்
அமுதமும் உண்டு
ஆலகாலமும் உண்டு

வீடுகளில்
பூஜை அறை
இல்லாமல் இருக்கலாம்
புத்தக அறை
இல்லாமலிருக்கக் கூடாது

கலப்படம்

ஆனந்த விகடன்' பொன்விழா

இத்தனை கவிஞர்களில்
ஏமாறி நான்தானா?

எல்லோர்க்கும் நல்லபொருள்
எனக்கு மட்டும் 'கலப்படமா?'

கடைப்பொருள்தான் எல்லாம்
கலப்படமாய்க் கிடைக்குதென்றால்

கவிப்பொருளும் எனக்குக்
கலப்படமா?

என்கடையின்
மொத்தச் சரக்கும்
முதல்தரந்தான்;
தந்ததெல்லாம்
சுத்தச் சரக்கன்றிச்
சொத்தைச் சரக்கல்ல

ஏனிந்த விழாக்காரர்
இந்தச் சதிசெய்தார்
ஆனந்த விகடமோ?

எழுதலாம் என்றே
எழுதுகோல் எடுத்தேன்
மையே இறங்கவில்லை
மையில் கலப்படம்

கலப்படம் என்பதுநாம்
கண்டு பிடித்துள்ள
அறுபத்து ஐந்தாவது
அற்புதக் கலையாகும்

அங்கிங் கெனாதபடி
எங்கும் இருப்பது
கடவுளுக்கு அடுத்தபடி
கலப்படம்தான்!
எங்கும் கலப்படம்
எதிலும் கலப்படம்

வான்கோழிகள்
வர்ணம் அடித்துக்கொண்டு
தோகைச் சவுரி
கட்டிக் கொண்டு
மயில்க ளோடு
நடனமாடு கின்றன

காகங்கள்
இரவல் குரலோடு
குயில்க ளோடு
உலாவு கின்றன

புகையோ
மேகம்போல்
வானில் திரிகிறது

மின்மினிகள்
விண்மீன்களோடு
மினுக்கு கின்றன

'பூவோடு சேர்ந்த நாரும்
மணக்கிறது' என்பது
பழமொழி
விற்பனையும் ஆகிவிடுகிறது
என்பது புதுமொழி

நம்முடைய முன்னோர்கள்
தீர்க்க தரிசிகள்

கடைகெட்ட வேலை ஒரு
காலத்தில் நடக்குமென்று
'கடை' என்று பேரிட்டார்

ஏமாற்றிப் பொருள்சேர்த்தல்
இழிவான செயலென்று
கல்லாத பெட்டியைக்
'கல்லாப்' பெட்டியென்றார்

முன்பெல்லாம்
கண்கட்டு வித்தை
கடைத்தெருவில் நடக்கும்
இன்றோ
கடையிலேயே நடக்கிறது
வணிகரின் கையில்
மந்திரக் கோலுக்குப்
பதிலாகத்
துலாக்கோல் இருக்கிறது

நகலெல்லாம் இவர்கையில்
அசலாகிவிடுகிறது

வணிகர்கள் ஒருவகையில்
கவிஞர்கள்
கவிஞர்கள்

உவமைக் காக
ஒன்றைப்போலிருக்கும்
மற்றொன்றைத் தேடுவார்
வணிகர்களும் அப்படியே

அன்னமென ஒரு பறவை
அக்காலம் இருந்ததாம்
அது
நீர்கலந்த பாலை
முன்னாலே வைத்தால்

பாலையும் நீரையும்
தனித்தனியாய்ப் பிரித்து
பாலைமட்டும்
பருகிவிடுமாம் - அந்தப்
பறவை இன்றில்லை
ஏனென்று தெரியுமா?
தங்கள்
தொழிலுக்குப் பகையான
பறவையென்ற காரணத்தால்
பால்காரர் அந்தப்
பறவையைக் கொன்றுவிட்டார்

போலியைக் கண்டு
ஏமாறா தேயென்று
எச்சரிக்கை செய்கின்றார்
நகலையே அசலென்று
நம்பிப் பழகிவிட்டோம்
அசலைக் கண்டாலும்
ஐயம்தான் எழுகிறது

சுண்ணாம்பை வெண்ணெயாய்ச்
சுவைத்துப் பழகிவிட்டோம்
வெண்ணெய் கிடைத்தாலும்
வெற்றிலையில்தான் தடவுவோம்

போலி நளன்களுக்கே
பூமாலை சூட்டித்
தட்டழிந்து போன
தமயந்திக் கூட்டம்நாம்

என்னை அனுமதித்தால்
இங்குள்ள வியாபார
வீதிகளில் சிவப்பு
விளக்குகளை ஏற்றிவைப்பேன்

ஏனென்றால் இங்கே
வியாபாரம் அல்ல
விபச்சாரம் நடக்கிறது

அணுக்குண்டு செய்யநாம்
அறியாமல் இருக்கலாம்
ஆனால்
அதைப்போலச் செய்வதென்றால்
அழகாகச் செய்வோம் நாம்

படமுண்ட பாம்பு
படுத்திருக்கும் சடையுடையார்
விடமுண்டும் வாழ்கின்ற
வியப்புக் கதைசொல்வார்
அதிலேதும் வியப்பில்லை
அவர்கடவுள் நாமோ
விடம்கலந்த பொருள்களையே
அன்றாடம் உண்டும்
அழியாமல் இருக்கிறோமே
அதுதான் அதிசயம்

கூட்டிக் கொடுப்பவனைக்
குறைசொல்லித் தூற்றுகிறோம்
அசலோடு நகலைக்
கூட்டிக் கொடுப்பவனைக்
கூண்டிலேற்ற வேண்டாமோ?

லாபத்திற்காகப்
பாபம் புரிவோர்க்குச்
சாபம்தர வேண்டாமோ?

கடவுளும் கூடக்
கலப்படம் செய்கின்றார்
மனிதர்க ளோடு
மனிதர்களைப் போலவே
இருப்போரைப் படைக்கின்றார்.

கலப்படம்
கூடா தென்றுநான்
கூற மாட்டேன்

ஆணும் பெண்ணும்
ஆசையுடன் கலக்கும்
மன்மதக் கலப்படம்
மனிதர்க்குப் பேரின்பம்
இனப்பெருக்கம் கூட
இதனாலே உண்டாகும்

மெய்யோடு மெய்கலந்தால்
மேன்மையுண்டு ஆனால்
மெய்யோடு பொய்கலந்தால்
விபரீதம் உண்டாகும்

சாதிகளாய்ப் பிரிந்து
சண்டையிடும் மனிதயினம்
கலப்புத் திருமணத்தால்
கலந்தால் நலமாகும்

சுவாச தானம்

சென்னை வானொலி, 14.7.1999

(கார்கில் போர் பற்றி)

அந்தக் காலத்தில்
நாட்டுக்கு அரணாக
மலை இருந்தது
இன்றோ
மலைக்கு அரணாக
மனிதர்கள்

அன்று
மேரு மலையில்
விநாயகர்
மகாபாரதத்தை
எழுதினாராம்
போர்வீரர்களே!
இன்று நீங்களோ

இமய மலையில்
புதிய மகாபாரதக்கதை
எழுதுகிறீர்கள்

விநாயகர்
தம் தந்தத்தால்
எழுதினார்
நீங்களோ
உங்கள் உடல்களையே
எழுதுகோலாக்கி
ரத்தத்தையே மையாக்கி
எழுதுகிறீர்கள்

இந்த பாரதத்திலும்
துச்சாதனன் உண்டு
அவன் நம் தாயின்
முந்தானையையைப்
பற்றி இழுக்கிறான்
நீங்களோ
உங்கள் உயிர்களையே
ஆடைகளாகத்
தந்துகொண்டிருக்கிறீர்கள்

துறவிகள்
தவம் செய்ய
மலைக்குச் செல்வார்கள்
அவர்களும்
வீடு துறந்து
செல்கிறார்கள்
நீங்களும்
வீடு துறந்து
செல்கிறீர்கள்
ஆனால்
எவ்வளவு வித்தியாசம்!
அவர்கள்
தங்களைக் காப்பாற்றச்
செல்கிறார்கள்
நீங்களோ
எங்களைக் காப்பாற்றச்
செல்கிறீர்கள்.

பயிரைக் காக்கத்தான்
நீர் பாய்ச்சுவார்கள்
புதுமையான உழவர்களே!
நீங்களோ
வரப்பைக் காக்க
ரத்தத்தைப் பாய்ச்சுகிறீர்கள்

உணர்ச்சியுடைய எழுதுகோல்களே!
எல்லைக் கோடு என்ற
வாக்கியத்தின் கீழ்
உங்கள் ரத்தத்தால்
அடிக்கோடு
இடுகிறீர்கள்

உங்களுக்கு எப்படி
நன்றி சொல்வது?
எங்கள் பயிர்கள்
பத்திரமாக இருக்க
நீங்கள்
உங்கள் உடல்களையே
வேலி ஆக்குகிறீர்கள்

நாங்கள் உயிர்வாழ
நீங்கள் சாகிறீர்கள்

உங்களுக்கு எப்படி
நன்றி சொல்வது?

உங்கள் தியாகத்தைப்
புகழ
எந்த மொழியிலும்
வார்த்தை இல்லை

எங்கள்
தேசியக் கொடியை
ஏற்றுவதறகு
உங்கள் மனைவிகளின்
தாலிக் கொடியை அல்லவா
தானமாகத் தருகிறீர்கள்.

தாய்நாடு உயிர்வாழ
நீங்கள்

சுவாச தானம் அல்லவா
செய்கிறீர்கள்

உங்கள் பீரங்கிகள்
நாதஸ்வரம் ஊதுவதால் அல்லவா
எங்கள் வீடுகளில்
மணமேளம் முழங்குகிறது

நீங்கள்
வாய்க்கரிசி
பெறுவதால் அல்லவா
எங்கள் மணமேடைகளில்
அட்சதை
தூவ முடிகிறது

போர்க் களத்திலிருந்து
உங்கள் உடை மட்டும்
திரும்பி வருகிறது
தாயின் மானம் காக்க
நீங்கள்
ஆடையாகிவிட்டீர்கள் என்று
அறிவிப்பதற்கா?

வெண்பனி மூடிய
அந்த மலை
ஒரு வெள்ளாடை அணிந்த
விதவை என்றோ
உங்கள் ரத்தத்தால்
குங்குமத் திலகம்
இடுகிறீர்கள்?
ஓ! இது ஒரு
அதிசயமான திருமணம்
மணமகனின் மரணத்தால்
மணமகள்
மங்கலம் பெறுகிறாள்

போர் தீமைதான்
ஆனால்
இந்தத் தீமையிலும்
ஒரு நன்மை இருக்கிறது
இந்தப் போரால் அல்லவா

நாங்கள்
எங்கள் சண்டைகளை
மறந்துவிட்டு
ஒன்றுபட்டு நிற்கிறோம்

இப்போது
எங்கள் சாதி
இந்தியச் சாதி
எங்கள் மதம்
தேசியம்

எங்கள் முகம் கூட
உங்களுக்குத் தெரியாது
ஆனால் எங்களுக்காக
உங்கள் ரத்தத்தையே
சிந்துகிறீர்கள்
அதனால்
இப்போது நாம்
ரத்த சம்பந்தம்
உடையவர்களாகிவிட்டோம்

எங்கள் வெளிச்சத்திற்காக
எரியும்
தியாக தீபங்களே!
உங்களுக்கு மரணமில்லை
ஏனெனில்
மரணத்தால்தான்
நீங்கள்
வாழ்வையே பெற்றீர்கள்

உங்களைப் புகழ
எந்த மொழியிலும்
வார்த்தை இல்லை
அதனால் இதோ
என் கண்ணீரால்
உங்களைப் புகழுகிறேன்

பிறை பேசுகிறது

சென்னை, தூரதர்ஷன், 'ரமளான் கவியரங்கம்', 15.10.06

- தலைமைக் கவிதை -

பிறையே! இரவின்
பிள்ளையே!

நீ
நீலவான் கடலில்
நீந்துகின்ற ஒளிப்படகோ?

தாரகை எழுத்தை
எழுதுகின்ற பேனாவோ?

இரவுப் பெண்ணின்
இன்பக் கலவியில்
உடைந்து விழுந்த
வளையலின் துண்டோ?

ஆகாயத் தோட்டத்தின்
அகத்திப் பூவோ?

இருள ரக்கனின்
கோரப் பல்லோ

இரவின் மேனியில்
இரவியின் நகக்குறியோ?

இரவெனும் யானையின்
ஒற்றைத் தந்தமோ?

இருட்சேற்றில் புதைந்த
வெள்ளிக் காசோ?

சங்கிலியின்றித் தொங்கும்
சலவைக்கல் தொட்டிலோ

விண்மீன் வயலில்
அறுவடை அரிவாளோ?

ஒற்றையாய் நிற்கும்
அடைப்புக் குறியோ?

நாட்பட்ட வானத்தின்
நரைத்த புருவமோ?

நீ நீலவான் முற்றத்தில்
தவழும் பிள்ளையோ?
நட்சத்திரங்கள்
நீ சிந்திய
சோற்றுப் பருக்கைகளோ?

பிறையே!
அதிசய அகல்நீ
சுடரில்லை
ஆனால் நீயே
சுடர்போல் ஒளிர்கிறாய்

வளர்கிறாய்
பின்னர்
தளர்கிறாய்
ஆனால்
மீண்டும் உதிக்கிறாய்
வாழ்க்கை
இப்படித்தான் என்று
எங்களுக்குப்
பாடம் போதிக்கிறாயா?

சூரியனிடமிருந்து
ஒளிப்பிச்சை வாங்கும்
இரவின்
பிச்சைப் பாத்திரம் நீ
ஆனால் என்ன வியப்பு!
பிச்சை பெற்ற பாத்திரம்
வளர்கிறது
அதைவிடப் பெருவியப்பு
சூரியனிடமிருந்து
பெறும் நெருப்பை
நீ பனியாக மாற்றுவது

நாட்காட்டி
நாளாக நாளாகக்
கொஞ்சம் கொஞ்சமாய்க்
குறையும் பின்

மறையும்
நீயோ
அதிசயமான நாட்காட்டி
நீயும்
நாளாக நாளாகக்
குறைகிறாய் பின்
மறைகிறாய்
ஆனால் மீண்டும்
வந்துவிடுகிறாய்

மதியே! நீ
முகமதியப் பெண்
அதனால்தான்
முகத்திரை அணிகிறாய்
ஆனால்
உனக்குத்தான்
எத்தனை சோம்பல்
திரை விலக்கப்
பதினான்கு நாள்
மூடப் பதினான்கு நாள்.

நீ முகமதியப் பெண்
என்பதால்
காதலர்களுக்குக் கூட
முகம் காட்ட நாணி
மேகப் 'பர்தா'வில்
மறைந்துகொள்கிறாய்

பூமியில் எல்லோரும்
பூரண நிலவைத்தான்
ஆசையோடு பார்ப்பார்கள்
ஆனால்
ரமளான் பிறையே!
நீ பூரண நிலவைவிடப்
புண்ணியம் செய்தவள்
அதனால்தான்
முஸ்லிம்கள் எல்லோரும்
உன் முகம் காண
ஆவலோடு காத்திருக்கிறார்கள்

பிறையே!
பெரும் பேறு
பெற்றவள் நீ
ரமளான் என்னும்
புனித நூலின்
முன்னுரையும் நீதான்
முடிவுரையும் நீதான்

பிறை பேசியது:

நோன்பின்
மாண்பினை அறிய
எனக்குப்
பதினைந்து நாளாயிற்று
குறை'மதி' என்பதால்
அதனால்தான்
நீங்களெல்லாம்
உண்ணாமலிருந்து
இளைத்துக் கொண்டிருந்தபோது
நான் உண்டு
பெருத்துக் கொண்டிருந்தேன்
நிறைமதி ஆனதும்
புத்தி வந்தது
நோன்பு நோற்று
இளைத்தேன்

பசிக்குப்
பிச்சைப் பாத்திரம்
ஏந்துவார்
பசியையே
பிச்சைப் பாத்திரம்
ஆக்கினால்
ஓ! இறைவனே
பிச்சையாய்க்
கிடைத்துவிடுகிறான்

சாத்தான்
நெருப்பில் பிறந்தவன்
நோன்பும் நெருப்பு
இதுவோ
சாத்தான் எனும்

நெருப்பையே எரிக்கும்
நெருப்பு

அதுமட்டுமல்ல
இந்த நெருப்பு
நரக நெருப்பை
அணைக்கும் நெருப்பு

பசி
ஆண்களும் அடையும்
கர்ப்பம்
அதிலே பிறக்கிறது
சகோதரத்துவம்

பொதுவுடைமை
பணக்காரர்களின் செல்வத்தை
ஏழைகளுக்குப்
பகிர்ந்தளிக்கிறது
உண்ணா நோன்போ
ஏழைகளின் பசியைப்
பணக்காரர்களுக்குப்
பகிர்ந்தளிக்கிறது

அதனால் பிறக்கிறது
சமத்துவம்

ரமளான்
செல்வ ஏரிகளின்
மடையைத் திறக்கிறது
வறண்ட வயல்களில்
தண்ணீர் பாய்கிறது

காதல் நோய்

சென்னை, ஸ்டான்லி மருத்துவக் கல்லூரி, 16.11.1906

- தலைமைக் கவிதை -

நான் கவிஞன்
நீங்கள் மருத்துவர்கள்
ஆனாலும்
எனக்கும் உங்களுக்கும்

ஓர் ஒற்றுமை உண்டு
நாமிருவருமே
'மாத்திரை' எண்ணி
எழுதுபவர்கள்

நீங்கள்
உடல் நோயைத்
தீர்ப்பவர்கள்
நானோ
மனநோயைத் தீர்ப்பவன்

நீங்கள்
நோயாளியின் நாடியைப்
பார்ப்பவர்
நான்
காலத்தின் நாடியைப்
பார்ப்பவன்

இருவருமே
நலம் நாடுபவர்கள்
அதற்காக இருவருமே
'பாட்டில்'
மருந்து தருபவர்கள்

நீங்கள்
மனிதனின் உடலுக்குள்ளே
என்ன இருக்கிறது
என்பதை அறி
'எக்ஸ்ரே' எடுப்பீர்கள்
நானோ
மனிதனின் இதயத்திற்குள்
என்ன இருக்கிறது
என்பதை அறிய
'எக்ஸ்ரே' எடுப்பவன்

நீங்கள்
ஊசி போடுவீர்கள்
நானும் போடுவேன்

இப்போது இங்கே
ஓர் அதிசயம் நடந்தது

சமுதாய நோய்களுக்கு
மருத்துவர்கள்
மருந்தெழுதிக் கொடுத்தார்கள்
ஆனால்
காசு வாங்கவில்லை

சமுதாய நோய்களைப்
பட்டியலிட்டவர்கள்
அவற்றில்
காதலைச் சேர்க்கவில்லை
காதல்
ஒரு கொடிய நோய்
என்றாலும்
யாரும்
அதை நீக்க
மருந்து கேட்பதில்லை
அதை அதிகமாக்கவே
விரும்புகிறார்கள்

தமிழர்களிடம் தமிழில்லை

இந்த உலகத்தில் இருப்பது
ஏழு அதிசயங்கள் என்பார்
எட்டாவது அதிசயம்
ஒன்று உண்டு
தமிழ் இன்னும் இருப்பது
தமிழன்
செத்துவிட்ட பின்னும்
தமிழ் இருப்பது
அதிசயம் இல்லையா?
தமிழே! நீ

தீயாலே கொஞ்சம்
தீய்ந்தாய்; கடலென்னும்
பேயாலே பேரழிவைப்
பெற்றாய்; கறையானின்
வாயாலே கரைந்தாய்
வந்தவந்த அயல்மொழியாம்
நோயாலே நலம்கெட்டு

நொந்தாய்; இன்றோஉன்
சேயாலே சீரழிந்து
தேம்பி அழுகின்றாய்

தாய்ப்பாலுக் கப்பால்உன்
தனப்பாலைக் குடித்ததொரு
வாய்ப்பால் வளர்ந்தமகன்
வஞ்சகப் பூதகியின்
நோய்ப்பால் அருந்தி
நுட்பமாய்ச் சாகின்றான்

தமிழே!
எங்கள்
வாயில் பிறந்ததனால்
எங்கள் சேய்நீ
அப்படியிருந்தும் உன்னைத்
தாயென்றோம்

ஏன் தெரியுமா?
உன்னை
வளர்க்கும் பொறுப்பைத்
தட்டிக் கழிக்கத்தான்

அன்று நீ
சங்கப் பலகையெனும்
சிங்கா சனமீது
அரசியாய் வீற்றிருந்தாய்
இன்றோ எங்கள்
கடைப்பல கையில்கூட
உனக்குக்
கால்வைக்க இடமில்லை

தமிழன்
பத்துப் பாட்டைப்
பரணிலே போட்டுவிட்டான்
குத்துப்பாட் டென்றால்
குதூகலமாய் ஆடுகிறான்

எட்டுத் தொகைபெற்று
இறுமாந் திருந்தஇனம்
துட்டுத் தொகைக்கெல்லாம்
தொலைத்துவிட்டு நிற்கிறது

புறநா னூறென்னும்
புரட்சிநூல் செய்தவன்
இன்று
புறமுதுகிட் டோடுகிறான்

தமிழே! அன்றோ
குறள் என்ற உன்
ஈரடியை வணங்கியது
இவ்வுலகம், இன்றோ
யாரடி என்ற
விவஸ்தை கூட
இல்லாமல், இனப்பகைவர்
காலடியில் விழுகின்றான்
கண்ணியம் இழந்துவிட்டான்

எப்போதும் நிமிர்ந்துநிற்கும்
இமய மலைமீது
விற்கொடியைப் பறக்கவிட்ட
வீரன்தான். இன்று
வில்லுப்பாட் டிசைபாடி
வீணர்களைப் புகழுகிறான்

கங்கையைக் கொண்ட
களவீரன் தானின்று
காவிரியும் இழந்துவிட்டுக்
கைபிசைந்து நிற்கின்றான்

உன்
அடிச்சிலம்பும் கூட
அதிகாரம் செய்ததுஅன்று
இன்றோ தமிழன்
அதிகாரக் கால்களிலே
சிலம்பாகிக் கிடக்கின்றான்

உன்னை
மொழிகளுக் கெல்லாம்
முதல்மொழி என்றுரைத்தார்
அதனால் தமிழன் உன்னை
முதலாகப் போட்டு
வியாபாரம் தொடங்கிவிட்டான்

முப்படையால் நான்கு
திசைகளையும் வென்றமகன்

சாதி மதம் கட்சியென்ற
முப்படையால் தோற்று
முழுமோச மாகிவிட்டான்

தமிழன்
விழித்திருக்கும்போது
திரைப்பட அரங்கென்னும்
இருட்டறை களிலேயே
இருக்கின்றான்
இவனுக்குப்
பெரிய திரை
பெரிய வீடு
சின்னத் திரை
சின்ன வீடு
இந்த
வீடுபேற்றிற்காக அவன்
அறத்தையும் இழந்தான்
பொருளையும் இழந்தான்
யாருடைய இன்பத்திற்கோ
இவன்
தன்னின்பம் இழந்துவிட்டான்

திரையரங்குகளே அவனுக்கு
நவீன ஆலயங்கள்
நடிகர்களே அவனுக்கு
நவீன தெய்வங்கள்
பாலுக்கு வீட்டில்
பாலகர்கள் அழுதிருக்கப்
பரமமுட்டாள் பக்தர்கள்
படதெய்வங் களுக்குப்
பாலாபி ஷேகம்செய்து
பரவசம் அடைகின்றார்

இந்தமூட ரசிகர்கள்
ராத்திரி நாடகத்தின்
'ராஜபார்ட்'டுகளை
ராஜா வாகத்
தேர்ந்தெடுத்துத் தொலைக்கின்றார்.

தமிழன் ஒன்று
திரையரங்கில் இருக்கின்றான்
இல்லையென்றால்

மதுக்கடையில் கிடக்கின்றான்
இரண்டிலும்
போதை தலைக்கேறி
புத்தியிழந்து கிடக்கின்றான்

'தெருவெங்கும் தமிழ்முழக்கம்
செழிக்கச்செய் வோம்'என்ற
பாரதியே! உன்னுடைய
கவிக்கனவை நாமின்று
நிறைவேற்றி வைத்துவிட்டோம்
வந்துபார் தமிழ் இன்று
தெருவில்தான் நிற்கிறது

தமிழே!
எல்லையிழாப் புகழால்
ஏற்றமிகப் பெற்றவள்நீ
உன்
எல்லைகளைக் கூடக்
காவாத கோழைகள்நாம்

கொப்புளங் களைத்தாயின்
கொங்கைக ளாய்நினைத்துச்
சப்புகின்ற பேதைகள்
தமிழர்கள்

பிள்ளைத் தமிழ்பாடப்
பேரின்பம் கொண்டவளே!
இன்றுன்
பிள்ளைகள் பேசுகின்ற
பேச்சிலே நீ இல்லை

தமிழே!
எனக்கொரு சந்தேகம்
நீ எங்கள் மூச்சு
அப்படியென்றால் நாம்
செத்துப்போனதெப்படி?
உன்னை வாங்கிய நாம்
பிறகு
விட்டுவிட்டோமா?
விட்டபின்திரும்பி
வாங்கவில்லையா?

மனிதனின் முகவரி

- தலைமைக் கவிதை -

நீர் என்றாலே
ஒன்று அது
விண்ணிலிருந்து
பெய்ய வேண்டும்
அல்லது
மண்ணிலிருந்து
சுரக்க வேண்டும்
ஆனால் இந்த
இரண்டிடங்களிலிருந்தும்
பிறக்காத நீர் உண்டு
ஒன்று கண்ணீர்
மற்றொன்று வியர்வை

கண்ணீர்
மனிதனின் 'முகவரி'
இரக்கத்தின் மொழி
இரக்கமில்லாதவன்
மனிதனில்லை

கண்ணீர்
ஒரு மௌன ஊர்வலம்

விண்ணிலிருந்து
நட்சத்திரங்கள்
உதிர்வது போல்
கண்ணிலிருந்து
நீர்த்துளிகள்
சிந்துகின்றன

கண்ணீர்
பாவத்தைக் கழுவும்
புனித நீர்

காதல்
விரும்பி அருந்தும்
பானம்

கவிஞர்களின் மை

கண்ணில்லாதவர்க்கும்
கண்ணீர் உண்டு

கண்ணீர்
முத்துப்போல்
இருக்கிறது
ஆனால் அது
ஒரு கடல்

உலகத்திலேயே
மிகுந்த சக்திவாய்ந்த
ஆயுதம் ஒன்று உண்டு
பெண்ணின் கண்ணீர்.

கண்ணீர்
விழிகளின் வியர்வை
வியர்வை
மேனியின் கண்ணீர்.

பனித் துளி
பூவின் கண்ணீர்

மழை
மேகத்தின் கண்ணீர்

கண்ணீர் வளமுள்ள நாடு
நாடல்ல

புத்தாண்டே! வா!
சென்னை, மெகா தொலைக்காட்சி, 15.12.07

சென்ற ஆண்டும்
இப்படித்தான்
நள்ளிரவில்
விழித்திருந்து வரவேற்றோம்
குடித்தோம் கூத்தடித்தோம்
உறங்கிவிட்டோம்
விடிந்தபின்
அதே கண்ணீர்
அதே காயங்கள்
அதே பழைய
கிழிந்த வாழ்க்கை

ஆண்டு என்ன
அஞ்சல்காரனா
பணவிடை கொண்டுவர?
அல்லது
காதல் கடிதம்
கொண்டுவர?

புத்தாண்டு
பிறக்கும் நாள்
முதல் தேதி மாதிரி
மாதம் முழுதும்
வேலை செய்திருந்தால்
அன்று
சம்பளம் கிடைக்கும்
இல்லையென்றால்
இல்லை

புத்தாண்டுப் பிறப்பு
அறுவடை நாள்
நீ விதைத்திருந்தால்
அரிவாளோடு வா!

இந்த நாட்டின்
முன்னேற்றத்திற்கு
வேர்வையாக வேண்டிய
ரத்தம்
வீதிகளில் சிந்துகிறது
வீணாக
மதக் கலவரங்களில்
சாதிச் சண்டைகளில்

ஆங்கிலேயன் ஆண்டபோதும்
பசித்திருந்தோம்
இப்போதும்
பசித்திருக்கிறோம்
வித்தியாசம்,
இப்போது
சுதந்திரமாகப்
பசித்திருக்கிறோம்

புத்தாண்டும்
மூடிய கைகளோடு

பிறக்கும்
குழந்தையைப் போலவே
பிறக்கிறது
அதன் மூடிய கைகளில்
என்ன இருக்கிறது
யாருக்கும் தெரியாது

எல்லாம் இருக்கிறது
என்பதுதான்
வளம் என்கிறார்கள்
நான் சொல்கிறேன்
இல்லை என்பதுதான் வளம்
நம் நாட்டில்
பசி இல்லை
கண்ணீர் இல்லை
வறுமை இல்லை

சாதி இல்லை
அநீதி இல்லை
என்று சொல்லும் காலத்தை
உருவாக்குவோம்

சென்ற ஆண்டு
மோசம் என்று
ஏசாதே
நிலைப்படியில்
நீ மோதிக்கொண்டு
நிலைப்படி
மோதிவிட்டதாய்ச்
சொல்லிப் பழகியவன் நீ
உன் குறையைக்
காலத்தின் மீது
சுமத்தாதே

புத்தாண்டைப் பார்த்து
நாம் பயப்படுகிறோம்
நம்மைப் பார்த்துப்
புத்தாண்டு பயப்படுகிறது

புத்தாண்டும்
நள்ளிரவில் வருகிறது
சுதந்திரம் போலவே

அதனால்
பயமாகியிருக்கிறது

ஒவ்வோர் ஆண்டும்
ஒரு புதிய பூவாய்
பூக்கிறது
நாம் தேனீயாக இருந்தால்
தேன் அருந்தலாம்
வெறும் ஈயாக இருந்தால்?

நாடு வளர்கிறதாம்
கூடவே
வறுமைக் கோடும்
வளர்கிறது

நம் கண்ணீரைத் துடைக்க
எவர் கையையும்
எதிர்பார்க்க வேண்டாம்
நம் கண்ணீரை
வியர்வை ஆக்குவோம்
சொர்க்கம்
நம்மைத் தேடி வரும்

புதியதோர் உலகம் செய்வோம்

கோவை, உலகச் செம்மொழித் தமிழ் மாநாடு, 24.6.2010.

- தலைமைக் கவிதை -

கோவை, இது
பாட்டாளிகளின் பட்டறை
நாமும்
பாட்டாளிகள்தாம்
பாட்டை ஆள்பவர்கள்

கோவை
நூல் நகரம்
நாமும்
நூல் நூற்பவர்தாம்
நாவால்

நூல்தானே மலர்களைக்
கோவையாய்க் கோக்கும்

நாமும்
கோக்கத்தான் வந்துள்ளோம்
மலர்களை அல்ல
மனங்களை

கோவையில் பாடவந்தோம்
இதிலென்ன வியப்பு
கோவை பாடுதல்
எங்கள் குலத்தொழில்

கோவை என்ற பெயருக்கு
இன்றுதான்
பொருள் உண்டாகியிருக்கிறது
கோவை என்றால்
கோப்பது

ஒன்று கூட்டுவது
இதோ, இங்கே
உலகத் தமிழினமே
ஒன்று கூடியிருக்கிறது

நீர் கூட்டும் ஆறுகளின்
சங்கமச் சமுத்திரமா?
கார்கூட்டும் நீலவான்
முகில்களின் ஊர்வலமா?
யார் கூட்ட முடியும்
இப்படியோர் கூட்டத்தை
நீர் கூட்ட முடியும்
கலைஞரே!
நீர் கூட்ட முடியும்

நார் கூட்ட முடியும்
நறுமண மலர்களை
கலைஞரே!
தமிழென்னும் நாரெடுத்தீர்
உலகத் தமிழர்களை
ஒன்றாகத் தொடுத்துவிட்டீர்

★

'தமிழே!
வயதைப் பார்த்தால்

நீ படுகிழம்
வனப்பைப் பார்த்தால்
பதினாறு வயசுப் பாவை
உன் இளமையின் ரகசியம்
என்ன?' என்று கேட்டேன்
அவள் சொன்னாள்:
நான் சுவாசித்து வாழும்
பிராணி அல்லன்
சுவாசம் நான்
செவியின் சுவாசம்

சுவாசத்திற்கு
வயதாகாது

தமிழ்
வித்தியாசமான
தாய்
சேய்களால்
வளர்க்கப்பட்டதாய்

தமிழே!
முதன் முதலில் மனிதன்
இதழ் என்னும்
இமை திறக்க
விழித்த மொழியே

மனிதனை விட
உயர்ந்தது மொழி
மனிதன்
கீழ்வாயில் பிறக்கிறான்
மொழியோ
மேல்வாயில் பிறக்கிறது

உலக மொழிகளில்
முதல் மொழியைப்
பேசியவன்
அந்நிய மொழிகளின்
அடிமையாகிவிட்டான்

தாய்மொழியைக்
கற்றுக்கொடுக்க வேண்டிய
தாய்

குழந்தை
'அம்மா' என்றால்
அடிக்கிறாள்
'மம்மி' என்றால்
மகிழ்கிறாள்

'மம்மி' என்றால்
'பாடம் செய்யப்பட்ட
பிணம்' என்று
அவள் அறியாள்

தமிழ்நாட்டில்
மார்வாடி
மார்வாடியாக இருக்கிறான்
பஞ்சாபி
பஞ்சாபியாக இருக்கிறான்
மலையாளி
மலையாளியாக இருக்கிறான்
தெலுங்கன்
தெலுங்கனாக இருக்கிறான்
தமிழன் மட்டும்தான்
தமிழனாக இல்லை

இறைவன்
ஒரே பூமியைத்தான்
படைத்தான்
மனிதன்தான்
அதைப் பலநாடுகளாகப்
பிரித்தான்

இறைவன்
மனிதன் என்ற
ஒரே சாதியைத்தான்
படைத்தான்
மனிதன்தான்
மனிதர்களைப்
பல சாதிகளாகப்
பிரித்தான்

மனிதன் தோன்றும்வரை
பூமி

அழகாக இருந்தது
அமைதியாக இருந்தது

மனிதன் தோன்றினான்
எல்லாம் கெட்டுப்போய்விட்டது

மற்ற உயிரினங்களைத்
திருத்த
இறைவன்
தூதர்களையும்
வேதங்களையும்
அனுப்ப வேண்டிய
அவசியம் வரவில்லை

மனிதனைத் திருத்தத்தான்
ஆயிரம் தூதர்கள்
ஆயிரம் வேதங்கள்
அப்படியும்
அவன் திருந்தவில்லை

நல்ல மாட்டுக்கு
ஒரு சூடு
மனிதன்
நல்ல மாடில்லை

பெண்
உடலை விற்றால்
விபச்சாரமாம்
ஆண்
உடலை விற்றால்
வரதட்சணையாம்
ஆண் விபச்சாரம்
அதிகரித்துக்கொண்டே போகிறது
ஆனால்
சிவப்பு விளக்கில்லை
பச்சை விளக்கில்

விசித்திரமானவர்கள்
இந்த மேனாட்டுக்காரர்கள்
திருமணம் செய்யாமல்
சேர்ந்து வாழ்கிறார்கள்
திருமணத்திற்குப் பிறகு

பிரிந்து வாழ்கிறார்கள்
இங்கேயும் பரவுகிறது
இந்தக் கலாச்சாரம்

ஆபாசமாக எழுதினால்
சிறையில் போடுகிறார்கள்
உண்மையை எழுதினாலும்
சிறையில் போடுகிறார்கள்
உண்மை
ஆபாசமோ?

இந்தியா
ஒரேதேசம்
என்கிறார்கள்
தேசத்தில் ஓடும்
நதிகள்
தேகத்தில் ஓடும்
ரத்தம் போன்றவை

தமிழ்நாடு
தண்ணீர் கேட்டால்
கருநாடகம் மறுக்கிறது
காவிரி
தனக்குத்தான்
சொந்தம் என்கிறது
இரத்தம்
எனக்கு மட்டுமே
சொந்தம் என்று
இதயம் சொன்னால்
தேகம் என்னவாகும்
இதயமும் அல்லவா
நின்று போகும்

பால்
எனக்கே சொந்தம்என்று
மார்பகம் கூறலாமா?
கூறுகிறதே

வாழ்வதைப்
பிழைத்தல் என்று
சொன்னவன்
ஞானி

மனிதன்
ஒவ்வொரு கணமும்
மரணத்திலிருந்து
தப்பிப் பிழைத்துக்கொண்டிருக்கிறான்

உழைக்கும் வர்க்கமே
சாதிகளாகப் பிரிந்து
சண்டையிட்டு மடிகிறது
வில்லுக்கும் அம்புக்கும்
சண்டையென்றால்
விரோதியை எப்படி
வீழ்த்துவது?

போலிச் சாமியார்கள்
பெருகுகிறார்களே என்று
புலம்புகிறோம்
அதற்குக் காரணம்
போலி பக்தர்கள்
போலி பக்தர்கள்
ஒழிந்தால்
போலிச் சாமியார்களின்
வியாபாரமும் படுத்துவிடும்

புத்தர்
தவமிருந்து
நிர்வாணமடைந்தார்
இவர்களோ
நிர்வாணமே
தவம் என்கிறார்கள்

முன்பெல்லாம்
பெண்ணால்
சாமியார் ஆனார்கள்
இப்போதோ
பெண்ணுக்காகச்
சாமியார் ஆகிறார்கள்

இப்போதெல்லாம்
சாமியார்களுக்குத்தான்
மாமியார்கள் அதிகம்

தேடினால்
மனிதனுக்காவது
இறைவன்
கிடைத்துவிடுகிறான்
இறைவனுக்குத்தான்
மனிதன் கிடைப்பதில்லை

இணைப்பில் இருக்கிறது
இன்பம் என்பதை
இருளில் அறிகிறவன்
பகல் வெளிச்சத்தில் ஏன்
பகைத்துச் சண்டையிடுகிறான்

பல நாடுகளிலிருந்து வரும்
பலவகைப் பறவைகள்
வேடந்தாங்கலில்
வேற்றுமை மறந்து
ஒன்றாய் வசிக்கின்றன
மனித வேடந்தாங்கலில்
வெற்றி பெறும் நாமோ
ஒரேநாட்டிலிருந்தும்
ஒன்றாய் இருக்கத்
தெரியவில்லை

'எல்லோர்க்கும் எல்லாம்'
இதுதான்
நல்லோர்கள் வகுத்த
நாட்டுநீதி
இப்படித்தான் இருக்கிறதா
இவ்வுலகம்
பண்ணைகளோ
சிலருக்குப் பட்டா
பசி மட்டும் பலருக்குப்
பரம்பரைச் சொத்து

ஏழைகளுக்கு
இந்த மண்ணில்
ஏதேனும் உரிமை
இருக்கிறதென்றால்
இந்த மண்ணில்
திருவோடு செய்யலாம்
அவ்வளவுதான்.

மனிதன் வசிக்க
வீடில்லை
சில மடையர்கள்
இறைவனுக்கு
வீடு கட்டுகிறோமென்று
சண்டை செய்கிறார்கள்
இறைவனுக்கு எதற்கு
வீடு?

டார்வின்
பொய் சொன்னார்
மிருகம்
மனிதன் ஆனதாய்
இல்லை
மனிதன் இன்னும்
மிருகமாகத்தான் இருக்கிறான்

ஒட்டாதது பசையில்லை
ஒலிக்காதது மணியில்லை
அன்பில்லாதவன்
மனிதனில்லை

வாருங்கள் தோழர்களே!
நாம் மனிதர்கள் ஆவோம்
அன்பால்
புதியதோர் உலகம் செய்வோம்

இரைப்பைக்கு மேல் இதயம் ஏன்?

- தலைமைக் கவிதை -

இரைப்பையை விட
இதயம் உயர்ந்தது

இரைப்பையை விட
இதயம் உயர்ந்தது
என்பதைக் காட்ட

இதயத்துக்குக் கீழே
இரைப்பை ஏன்?
இதயத்துக்கு அடிப்படை

இரைப்பை
என்பதைக் காட்ட

எல்லா உயிரினங்களுக்கும்
இதயமும் இருக்கிறது
இரைப்பையும் இருக்கிறது
ஆனால்
மனிதனுக்கு மட்டும்தான்
மனம் இருக்கிறது
மனத்தைத்தான் பொதுவாய்
இதயம் என்றும்
அழைக்கிறோம்

அந்த இதயம்
மேலேயும் இல்லை
கீழேயும் இல்லை
மறைவாக இருக்கிறது
அது கண்ணுக்குத் தெரியாது
அதனால்தான்
கண்ணுக்குத் தெரியாத
கடவுளும்
இதயத்தில் இருக்கிறார்

மனிதன்
பிறந்ததிலிருந்து
இறக்கும் வரை
இரைப்பைக்காகவே
வாழ்கிறான்
கடைசியில்
இரைப்பைக்கே
இரையாகிவிடுகிறான்
இது மிருக வாழ்வு

சில மனிதர்களுடைய
இரைப்பை
இதயத்தையே
தின்றுவிடுகிறது

இதயத்துக்கு
ஒன்பது சுவை
இரைப்பைக்கு
அறுசுவை

அதனால்தான்
அது கீழே

அறுசுவை தெவிட்டும்
நவரசம் தெவிட்டாது
அதனால்தான்
இதயம் மேலே

இரைப்பை
உணவு சுவையானதென்று
அதிகமாக உண்டால்
நோயுண்டாகும்
இதய உணவை
எவ்வளவு உண்டாலும்
நன்மையின்றித்
தீமையில்லை
அதனால்தான்

இதயம் மேலே
இரைப்பை கீழே

இரைப்பை உணவை
உண்பது வாய்
இதய உணவை
உண்பவை செவிகள்
இரைப்பை உணவை விட
உயர்ந்தது
இதய உணவு
இதய உணவு வாய்
மேலே
இரைப்பை உணவுவாய்
கீழே

இரைப்பை உணவுவாய்
ஒன்று
இதய உணவு வாய்
இரண்டு

இரைப்பை உணவு வாய்க்குக்
கதவு உண்டு
இதய உணவு வாய்க்குக்
கதவுகள் இல்லை

இரைப்பைக்குக்
கொள்ளளவு உண்டு
இதயத்துக்கு இல்லை
அண்ட சராசரங்களையும்
அதற்குள் அடக்கலாம்
அதனால்தான்
இரைப்பை கீழே
இதயம் மேலே

இரைப்பை
சாத்தானின் சத்திரம்
இதயமோ
இறைவனின் ஆலயம்
அதனால்தான்
இரைப்பை கீழே
இதயம் மேலே

இரைப்பைக்கு
உணவில்லையென்று
பிச்சையெடுத்தால்
அவமானம்
இதயத்திற்கு
உணவில்லையென்று
பிச்சையெடுத்தால்
பெருமை
அதனால்தான்
இரைப்பை கீழே
இதயம் மேலே

இரைப்பைக்காக வாழ்பவன்
இறப்புக்கு இரையாவான்
இதயத்துக்காக வாழ்வான்
மக்கள் இதயத்தில்
இறக்காமல் வாழ்பவன்

இரைப்பை உணவில்
கழிவு உண்டு
இதய உணவில்
கழிவு இல்லை

அதனால்தான்
இரைப்பை கீழே
இதயம் மேலே

காட்டில் தேர்தல் நடந்தால்...

- தலைமைக் கவிதை -

காட்டில்
தேர்தல் நடந்தால்
நடிகர்கள்
முதலமைச்சராக முடியாது
ஏனென்றால் - அங்கே
சினிமாவும் இல்லை
குழந்தைகள்
பாலுக்கழும் நாட்டில்
கட்-அவுட்டுக்குப்
பாலாபிஷேகம் செய்யும்
மூட ரசிகர் கூட்டமும் இல்லை

காட்டில்
தேர்தல் நடந்தால்
சாதியைச் சொல்லி
ஓட்டு வாங்கமுடியாது
ஏனென்றால், அங்கே
சாதியே இல்லை

காட்டில்
தேர்தல் நடந்தால்
நோட்டுக்கு
ஓட்டு வாங்க முடியாது
ஏனெனில்
காட்டில்
எந்த நோட்டும்
செல்லாது

காட்டில்
தேர்தல் நடந்தால்
கள்ள ஓட்டு
இருக்காது
ஏனென்றால், அங்கே
அயோக்கியர்கள் இல்லை

காட்டில்
தேர்தல் நடந்தால்

அடிதடி நடக்காது
கலவரம் இருக்காது
ஏனென்றால், அங்கே
மிருகங்கள் மட்டுமே
வசிக்கின்றன
மனிதர்கள் இல்லை

காட்டில்
தேர்தல் நடந்தால்
வேட்பாளர்கள்
அதைச் செய்கிறேன்
இதைச் செய்கிறேன்
என்று
பொய் வாக்குறுதிகள்
தர முடியாது
ஏனெனில், அங்கே
எந்தக் குறையும் இல்லை

பாவம், காடு!
அங்கே
தேர்தல் நடத்தி
அதைக் கெடுக்க வேண்டாம்
அதாவது
அமைதியாக இருக்கட்டும்

ஜனநாயகத்திற்குத்தான்
தேர்தல் தேவை
ஜனநாயகம் என்றால்
முட்டாள்கள் பலர்கூடி
அயோக்கியர்களைத்
தேர்ந்தெடுப்பது
அதற்குக் காட்டில்
வாய்ப்பே இல்லை.

○

கவிக்கோ அப்துல் ரகுமான்

கவிதை ஓர் ஆராதனை

முன்னுரை

பூமிக்கு ஈர்ப்பாற்றல் இருப்பதுபோல்
அழகுக்கும் ஈர்ப்பாற்றல் இருக்கிறது

அழகு அனைவரையும் ஈர்க்கிறது.

அது படித்தவனையும் ஈர்க்கிறது;
படிக்காதவனையும் ஈர்க்கிறது.

நல்லவனையும் ஈர்க்கிறது;
கெட்டவனையும் ஈர்க்கிறது.

பணக்காரனையும் ஈர்க்கிறது;
ஏழையையும் ஈர்க்கிறது.

அதுமட்டுமல்ல,
அழகு ஆனந்தம் தருகிறது.

'ஓர் அழகான பொருள்
என்றென்றும் ஆனந்தம்'
என்கிறான் கீட்ஸ்.

அழகு என்றால்
நீங்கள் 'அழகிப் போட்டி'யை
நினைத்துக்கொள்ளக் கூடாது

அது மேலழகு.
நான் சொல்வது மேலான அழகு

பெண்ணின் உடலழகு
காம உணர்வைத் தூண்டக்கூடியது.

ஒரு பூவில்,
நிலாவில்,
வானவில்லில்,
சூரியோதயத்தில்,
மலையில்,
கடலில்,
குழந்தையில்,
தாய்மையில்,
நாம் காணும் அழகு
மகிழ்ச்சியை மட்டுமல்ல;
மன அமைதியையும் தருவது.

அழகு ஈர்ப்பதேன்?
அது ஆனந்தத்தையும், அமைதியையும்
தருவதேன்?

அழகே இறைமை.
இறைமையே அழகு.

இறைமையிலிருந்து
வந்தவர்கள் நாம்

பரமான்மாவிலிருந்து வந்ததே
ஜீவான்மா

பிரிந்தவர்கள்
சேரத் துடிப்பார்கள்

அதனால்தான்
அழகு ஈர்க்கிறது

இறைமையை
அழகிய பெண்ணாகக் காட்டுகிறது
சூஃபித்துவம்

அந்தத் தெய்வீகப் பேரழகி
தன் அழகைக் தான் காண
ஒரு கண்ணாடி செய்தாள்

அதுதான் படைப்பு

ஒவ்வொரு படைப்பிலும்

கவிக்கோ கவிதைகள் (இரண்டாம் பாகம்) ❖ 653

அந்தப் பேரழகியின் முகம்
பிரதிபலிக்கிறது

அழகு காதலைத் தூண்டும்

அதனால்தான் இறைமை
ஜீவான்மாக்களின் காதலியாக
இருக்கிறது

அதனால்தான் ஈர்ப்பு

இறைமை 'சத்தியம் சிவம் சுந்தரம்'
என்று சொல்லப்பட்டிருக்கிறது

அதுமட்டுமல்ல,
அந்த இறைமை
'சத் சித் ஆனந்தம்' (சச்சிதானந்தம்)
என்றும் சொல்லப்பட்டிருக்கிறது.

அதனால்தான் அழகு
ஆனந்தம் தருகிறது

காதலியின் முக தரிசனம்
ஆனந்தம் தராதா என்ன?

மனிதக் காதல்
மன அமைதியைக் கெடுக்கும்

தெய்வீகக் காதல்
மன அமைதியைக் கொடுக்கும்

மனிதக் காதல் என்பது
தெய்வீகக் காதலைக் கற்றுத்தரும்
பள்ளிக்கூடம்.

அழகை இறைமையாகக் காணும் பார்வை
ஞானப் பார்வை

அந்தப் பார்வை
பழந்தமிழரிடம் இருந்தது

அதனால்தான் அவர்கள்
இறைமையை 'முருகு' என்று
அழைத்தார்கள்

'முருகு' என்றால்
அழகு என்று பொருள்

மேலே நீலவானம்
கீழே நீலக்கடல்
இரண்டுக்கும் இடையில்
செக்கச் சேவேல் என்று உதிக்கும்
சூரியன்போலப்
பிரகாசிக்கிறான் முருகன் என்கிறார்
'திருமுருகாற்றுப்படை'யில் நக்கீரர்.

இந்த சூரியோதயக் காட்சியை
ரசித்த கவிதை உள்ளம்தான்
முருகனை மயில்மேல் எழுந்தருளும்
இறைமையாக உருவகித்திருக்குமோ?

மேலே நீலவானம்
கீழே நீலக்கடல்

இடையில் செக்கச் செவேல் என்று
சூரியன்

மேலே தோகை
கீழே மயிலுடன்
இடையில் செக்கச் செவேல் என்று
முருகன்

அடடா! என்ன பொருத்தம்!

சூரியோதயம் ஒரு பேரழகு.

அதுவும் கடலில் உதயம் என்றால்
கண்கொள்ளாக் காட்சி!

அதனால்தான் கன்னியாகுமரியில்
கூட்டம் கூடுகிறது.

உதய சூரிய ரசனைதான்
சூரிய நமஸ்காரமாக
சந்தியாவந்தனமாகப்
பரிணமித்திருக்க வேண்டும்.

கம்பன் தன் கவிதையில்
இந்த ரகசியத்தை
வெளிப்படுத்தியிருக்கிறான்.

அந்தி நேரம்.

குரங்குகள், யானைகள், பறவைகள் எல்லாம்
தங்கள் தங்கள் வசிப்பிடங்களுக்குத்
திரும்பிக்கொண்டிருக்கின்றன.

இராமன் சந்தியாவந்தனம் செய்ய
அந்திச் சூரியனை நோக்கியபடி
அமர்ந்திருக்கிறான்.

இராமன் சூரியனையா நோக்குகிறான்?

இல்லை; வேறு எதை நோக்குகிறான்?

கம்பன் கூறுகிறான்;

மந்தியும் கடுவனும்
மரங்கள் நோக்கின
தந்தியும் பிடிகளும்
தடங்கள் நோக்கின
நிந்தையில் சகுந்தங்கள்
நீளம் நோக்கின
அந்தியை நோக்கினான்
அழகை நோக்கினான்

ஆம். இராமன் அந்திச் சூரியனை
நோக்கவில்லை.

அவன் நோக்கியது அந்திச் சூரியன்
வழியாகப் பீறிடும் பேரழகை!

அந்தப் பேரழகு
சூரியனுடையதா?

இல்லை. சூரியன் ஒரு துளைதான்.

அதன் வழியாகப் பீறிடும் பேரழகு
இறைமையின் பேரழகு.

அழகை ரசிப்பது
ஆண்டவனை ஆராதிப்பதாகும்.

இராமன் அழகை ரசித்ததன்மூலம்
ஆனந்தத்தையும், அமைதியையும்
அனுபவித்திருப்பான்.

இன்று சூரிய நமஸ்காரம்
வெறும் சமயச் சடங்காகிவிட்டது.

அதனால் கிடைக்க வேண்டிய
ஆனந்தமும் இல்லை;
அமைதியும் இல்லை.

அழகு எப்படி உண்டாகும்?

ஒரு பொருளில் குறை ஏதுமின்றி
எல்லாம் நிரம்பியிருந்தால்
அதில் அழகு உண்டாகும்.

எதில் ஒழுங்கு இருக்கிறதோ
அதில் அழகு இருக்கும்.

இந்தப் பிரபஞ்சம் படைக்கப்பட்டபொழுது
ஒழுங்கற்றிருந்தது.

அது மெல்ல மெல்ல மாறி
ஒழுங்கு பெற்றபோதே
அழகு பெற்றது.

ஆதியில் பூமி
ஒழுங்கின்மையும் வெறுமையுமாய்
இருந்தது என்று கூறம் விவிலியம்

எல்லாப் படைப்புகளும்
படைக்கப்பட்டபின்
மிகவும் நன்றாயிருந்தது
என்று கூறுகிறது.

கிரேக்க மொழியில் பிரபஞ்சத்தைக் குறிக்க
'காஸ்மோஸ்' (Cosmos) என்ற சொல்
பயன்படுத்தப்படுகிறது.

'காஸ்மோஸ்' என்ற சொல்லின்
அசல் பொருள் 'ஒழுங்கு'.
மற்றொரு பொருள் 'அழகு'.

எனவே ஒழுங்காயிருப்பது
அழகாயிருக்கும் என்று
தெரிந்து கொள்ளலாம்.

இறைவனுக்குப் பல
அழகிய திருநாமங்கள் உண்டு
என்கிறது இஸ்லாம்.
அவற்றுள் 'ஜமால்' என்பது ஒன்று.
அதற்கு 'அழகன்' என்று பொருள்.

'இறைவன் அழகானவன்
அவன் அழகையே விரும்புகிறான்'
என்கிறார் நபிகள் நாயகம் (ஸல்).

இறைவனால் படைக்கப்பட்ட மனிதனும்
அழகானவனே.

ஆனால் அந்த அழகு
பரிபூரணமானதல்ல.
மனிதனிடம் ஒழுங்கின்மை இருக்கிறது.

அவன் ஒழுங்கானவனானால்
அழகானவனாய்விடுவான்.

கவிதை மனிதனை
ஒழுங்கானவனாக்குகிறது;
அழகனாக்குகிறது.

அழகே இறைவன்;
இறைவனே அழகு.
கவிதை
அழகை ஆராதிக்கிறது;
அதாவது
ஆண்டவனை ஆராதிக்கிறது.

'இனிய உதயம்'
இதழில் தொடராக

வெளிவந்த கவிதைகளை 'நேஷனல் பப்ளிஷர்ஸ் எஸ்.எஸ். ஷாஜஹான் அழகிய நூலாக வெளியிடுகிறார். அவருக்கும், 'இனிய உதயம்' இதழுக்கும் என் நன்றி.

- அப்துல் ரகுமான்

கவிதை ஓர் ஆராதனை

அணைந்த ஊதுவத்தியின்
புகை நான்

பாவ மன்னிப்புக்
கேட்பதா?
இன்னும்
செய்ய
வேண்டிய பாவங்களைச்
செய்து முடிக்கவில்லையே

என்னைப் பற்றி
ஒரு ரகசியம் உண்டு
அது
எனக்கே தெரியாது

காட்டுக்குள்
யாருக்கும் தெரியாமல்
மலர்ந்த பூவைப்போல்
மலர்ந்தது என் காதல்

ஆனால்
அதன் வாசனையாக எழுந்த
கவிதை என் காதலை
அம்பலப்படுத்தி விட்டது

நட்சத்திரங்கள்கூட
கறுப்புச் சந்தையில்தான்
கிடைக்கின்றன

கிழக்கு
மேற்குக்கு
அனுப்பும் காதல் கடிதம்தான்
சூரியன்

உன்னைப் பற்றிக்
கவிதை புனைய
நினைக்கும் போதெல்லாம்
மண் மாசற்ற
வானொளிச் சொற்களைத்
தேட வேண்டியிருக்கிறது

பறவைக்கும்
சிறகு இருக்கிறது
பறவையை
அடித்து வீழ்த்தும்
அம்புக்கும்
சிறகு இருக்கிறது

மரணம்
ஒரு கடல்
மூழ்குகிறவனே
கடலை அறிவான்

துன்பம் அதிகரித்தாலும்
கண்ணீர் சுரக்கிறது
இன்பம் அதிகரித்தாலும்
கண்ணீர் சுரக்கிறது

கவிதையும் அப்படித்தான்

பகலெல்லாம்
என் நிழல்
கள்ளக் காதலிபோல்
அந்நியமாய்
இருக்கிறது
இரவானால்
என்னுடன்
ஒன்றாகக் கலந்துவிடுகிறது

உன்னுடன்
உறவுகொண்ட பாவத்திற்கு

என்னை
என்னிடமிருந்தே
பிரித்துவிட்டாயே

இதோ பார் கனவே!
வந்தால்
தனியாக வா
அவளைக்
கூட்டிக்கொண்டு வராதே

பிறந்தவுடன்
குழந்தை அழுகிறது
இந்த உலகம்
எப்படிப்பட்டதென்று
அதற்கு
எப்படித் தெரிந்தது?

மேகத்தைப்போல்
பிறருக்காகக்
கண்ணீர் வடித்துக்
கரைந்துபோக முடிந்தால்
நானும்
அமரனாவேன்

மெழுகுவர்த்தி
அழுதுகொண்டே
சிரிக்கிறது
வாழ்க்கையின் அர்த்தம்
அதற்குப்
புரிந்துவிட்டது போலும்

சண்டாளி!
உன் வசந்தத்தால்
எனக்கு
இலையுதிர் காலம்

மஞ்சள் நீர் தெளிக்கப்பட்டு
மாலை அணிவிக்கப்பட்டு
கத்திக்குக் காத்திருக்கிறது
என் சொல்

சவக் குழி தோண்டும்
மண்வெட்டியாய் இறங்குகிறது
உன் சொல்

கலைந்த பிரமைகளில்
மூழ்கிச் செத்து
மிதக்கிறேன் நான்

வாழ்க்கையால்
உயிர் வாழ்கிறது
மரணம்;
இல்லையென்றால்
செத்துப்போயிருக்கும்

நரகத்திற்குப் போகும்
பாதையில்
பூக்கள் கிடக்கின்றன
சொர்க்கத்திற்குப் போகும்
பாதையில்
முட்கள் கிடக்கின்றன

கவிதையின்
உள்ளாடைகள்
என் படுக்கையில் கிடக்கின்றன
எல்லோரும் காண

வாழ்க்கை
போதையென்றால்
மது எது?

வெயிலே
நிழலில்
ஒதுங்குவதுபோல்
நான்
உன்னிடம்
ஒதுங்குகிறேன்

என்னை மறக்கும்போது
நீ தெரிகிறாய்
உன்னை மறக்கும்போது
நான் தெரிகிறேன்

ஒன்றாயிருந்து
பிரிந்தோம்
வா, ஒன்றாவோம்

பாம்பைப்போல்
அடிக்கடி
சட்டை உரிக்கிறது
என் கவிதை

மழையில் நனைந்தால்
எனக்குள்ளிருக்கும்
விதைகளும்
முளைக்கின்றன

உதிர்ந்த
நட்சத்திரங்களையெல்லாம்
என் கவிதையில்
சேமித்து வைத்திருக்கிறேன்

சாலையோரக்
கோவில் நீ
உண்டியல் நான்

ஊர் போய்ச் சேர
விருப்பமில்லை
பயணமே இனிக்கிறது

நேற்று
யாரைத் திட்டினேனோ
அவனாக ஆக்கினான் என்னை
இறைவன் இன்று

நீ 'உண்டி'ல் இல்லை
'இல்லை'யில் உண்டு

திரைச் சீலையின்மேல்
நிர்வாணப் பெண்

பாற்கடல் கடைந்தேன்
நீ வந்தாய்
ஆலகாலமா
அமுதமா

உண்டு பார்த்தால்தான்
தெரியும்

காதலே
பரிசுதான்
காதலிக்கு எதற்குப்
பரிசு?

அவள் நாணத்தால்
தலை குனிகிறாள்
அய்யய்யோ!
ஒரு வில்
நாண் பூட்டிக்கொள்கிறது

கண்ணீரின்
நெரிசலிலிருந்து
பூக்கள்
தப்பித்துச் செல்கின்றன

கண்ணீரால்தான்
கவிதை எழுத முடியும்
என் புன்னகைகளையெல்லாம்
கொடுத்துவிடுகிறேன்
யாராவது
கண்ணீர்த் துளிகளைக்
கொடுங்களேன்

வார்த்தைக் காட்டில்
தொலைந்துபோகிறது
கவிதை

புன்னகைகள்
கண்ணீர்த் துளிகள்
காயங்கள்
இவற்றைப்
பொறுக்கிக்கொள்வதுதான்
வாழ்க்கை

விழிகளுக்கு
விவஸ்தையே இல்லை
எதையும்

மறைக்காமல்
பேசிவிடுகின்றன

நீ என்னை
மறந்தாய்
நன்றி
அது மன்னிப்பானது
ஏனென்றால்
என் காதல்
ஒரு தவறு

மனிதன்
இறந்த நட்சத்திரங்களின்
சாம்பலில் பிறந்தவன்

முதலும் இருள்
முடிவும் இருள்
நடுவில்
ஒரு மின்னல்போல்
வாழ்க்கை

நினைவுச் சருகுகள்
இறந்தகாலம் பற்றிப்
பிரலாபிக்கின்றன

என் கப்பல்
அவள்மீது
மோதியதால்தான்
உடைந்து மூழ்கியது

எனக்குள் இருக்கும்
ஏழு வர்ணங்களை
எனக்குக் காட்டியதே
நீதான்

நீ கோவில்
நான் நந்தன்

பூக்களோடு
பேரம் படியாததால்
நட்சத்திரங்களோடு
சோகமாகச் செல்கிறது
இரவு

ஏழைகளுக்கு
எப்படி
மரணம் வரும்?
அவர்கள்தாம்
வாழவே இல்லையே

இயேசுவாவது
இறந்து
பின் எழுந்தார்
அவரைப் பெற்றதால்
மரியாள்
என்றும் மரியாள்

இரவல் ஒளியை விடச்
சொந்த இருள்
மேலானது

வாழ்க்கையைச் சீவி
பல்லுடைந்த சீப்பு நான்

இதயத்தின் காயங்களைக்
கண்ணீர்த் துளிகளால்
எண்ணிக்கொண்டிருக்கிறேன்

மனக் கடற்கரையில்
வந்து சென்ற நினைவுகளின்
காலடிச் சுவடுகள்

வேட்டைக்குப் புறப்பட்ட
கவிதை
அவற்றை
மோப்பம் பிடிக்கிறது

எண்ணங்கள்
போய்விட்ட பிறகும்
அவற்றின் நிழல்கள்
தங்கியிருக்கின்றன

குகைகளில் உறங்கும்
எதிரொலிகளிலிருந்து
மூலக் குரல்களின் முகங்களை
வரைய முயல்கிறது
கவிதை

சொற்களுக்கிடையே
அதல பாதாளம்
அர்த்தம்
ஒவ்வொரு முறையும்
உயிரைப் பிடித்துக்கொண்டு
தாவுகிறது

பெயர்கள்
தங்கள் பொருள்களைத் தேடிச்
சந்தையில் அலைகின்றன

நான் கழித்துப் போட்ட
சொற்களின்மேல்
நிலா நடந்துபோகிறது

நான் எப்போதோ
மோகித்து மறந்துபோன பெண்
என் கபாலத்தைத் திறந்து
எட்டிப் பார்க்கிறாள்

கற்பனைகள்
என்னிடமிருந்து என்னை
இழுத்துச் செல்கின்றன

வாக்கிய நதி
அரைப்புள்ளி

முற்றுப்புள்ளிகளில்
இடறி முறையிட்டுவிட்டு
நிற்காமல் ஓடுகிறது

காட்டில் இருளில்
பயங்கரமாக மின்னும்
புலியின் கண்கள்போல்
சொற்கள் ஒளிர்கின்றன

பழைய மொழி மண்ணிலிருந்து
புதுவகைப் பூக்கள்
மலர்கின்றன

புராதன ஆலமரத்தின் விழுது
நிகழில் இறங்குகிறது

மறதியின்மேல்
திரண்டு இருண்ட
மேகங்களிலிருந்து
தெரிந்தவர்களும்
தெரியாதவர்களும்
துளிகளாய் விழுகிறார்கள்

பயந்து போய் நான்
சில விதைகளைத்
தோண்டி எடுத்துவிட்டேன்

அசுர வேகத்தில் வீசிய
சூறாவளியில்
சில பழைய மரங்கள்
வேரோடு சாய்ந்து விட்டன

பனைமர உயரத்திற்குப்
பொங்கி எழுந்த அலைகளில்
கப்பல் உடைந்து
மூழ்கிச் செத்தவர்கள்
கானல் நீரோடும்
உடைந்த தாகங்களோடும்
அணிவகுத்து வருகிறார்கள்

தெருக்கூத்து இராவணன்
மனம் திருந்தி
சீதையை இராமனிடம்
ஒப்படைத்துவிட்டுத்
தீயில் குதிக்கிறான்

சீதையின் வசவுகளில்
ஹெலன் எரிகிறாள்

நான்
என்னை நோக்கி
நீந்தி வருகிறேன்

பக்தர்களின்
சித்திரவதைகளிலிருந்து தப்பிக்க
இறைவன்
நாத்திகனின் இதயத்தில்
ஒளிகிறான்

நீச்சல் உடைக்கு
வெட்கப்படாத
உவமைகள் மட்டும்
அழகிப் போட்டியில்
கலந்து கொள்கின்றன

நிழற்படம் எடுத்தபோது
இறைவன்
சிரித்தபடி
நின்றுகொண்டிருந்தான்
கழுவிப் பார்த்தபோது
அவன் படத்தில் இல்லை

ஆதாமும் ஏவாளும்
வெளியேற்றப்பட்ட பிறகு
விலக்கப்பட்ட கனி மரமும்
அவர்களோடு
வெளியேறிவிட்டது

இராவணனும்
துரியோதனனும்
முன்ஜாமீன் வாங்கி
வைத்திருக்கிறார்கள்

ஆசிரமம் ஒன்று
உண்மையாகத் துறவு பூண்டு
கங்கை நோக்கிச்
சென்று கொண்டிருக்கிறது

யாராவது
தவறுசெய்ய மாட்டார்களா
என்று
பத்திரிகைகள்
பேனாவைக் கூர்தீட்டிக்
காத்திருக்கின்றன

பாவ மன்னிப்புகள்
வேசியின்
உடைகளாகின்றன

ஆயிரத்து இரண்டாம் இரவின்
கதைகளுக்குத்

தாலாட்டுப் பாடிக்கொண்டிருந்தது
இரக்கமுள்ள நிலா

எனக்குள்
தேடிப் பார்த்தேன்
நான் இல்லை

என் கவிதை
வாழ்க்கைக் கடலில்
வலை வீசுகிறது
எதிர்பாராதது அகப்பட்டால்
மகிழ்ச்சியால் துள்ளுகிறது

எதுகையும் மோனையும்
வேலைவாய்ப்பு அலுவலகத்தின்முன்
காத்திருக்கின்றன

இரு விதிகளின் மோதலில்
மிகப்பெரும் விபத்து
நிகழ்ந்தது
விதிகள் தப்பித்துக்கொண்டன
மனிதர்கள் பலர் மரணம்

மூச்சுச் சாவி
உடையும்போது
மரணக் கதவு
திறக்கிறது

ரத்த வெள்ளத்தில்
மூழ்குகின்றன
ஆலயங்கள்

ஒரு கன்னியாஸ்திரீயின்
கண்களில்
நீர்த்துளி கண்டேன்
மோனாலிஸாவின்
புன்னகை போலவே
அர்த்தம் புரியவில்லை

கண்ணாடியில் தெரிந்த
என் பிம்பம்
'நீ யார்?' என்று

கேட்டது
என்னால்
பதில் சொல்ல
முடியவில்லை

காதல் காதல் காதல்
காதல் போயின் காதல் போயின்
சாதல் சாதல் சாதல்
என்றான் பாரதி
அது தவறு

காதல் காதல் காதல்
காதல் வந்தால் காதல் வந்தால்
சாதல் சாதல் சாதல்
என்பதுதான் சரி

காதல் ஒரு ரத்தக் காட்டேரி
அது காதலர்களின் ரத்தத்தைக் குடித்து
உயிர்வாழ்கிறது

என்னைத் துடிக்கவைத்தவளே!
நன்றி
அதனாலல்லவோ
நான் கவிஞன் ஆனேன்

நீ என்னோடிருந்த நாட்களையெல்லாம்
சேமித்து வைத்திருக்கிறேன்
அதைச் செலவு செய்யமாட்டேன்

கவிதை
ஒரு வினோதப் பூதக் கண்ணாடி
அது பெண்ணை மட்டும்
பெரிதாக்கிக் காட்டுகிறது

என் நிலை
பரிதாபமானது
நான் தேடலில்
தொலைந்துபோனவன்

இந்த நட்சத்திரங்கள்
யாருடைய கண்ணீர்த் துளிகள்?

இரவினுடையதா?
வானத்தினுடையதா?

எதைப் பாட நான்
எழுதுகோல் எடுத்தாலும்
என்னைப் பாடென்றே
சொல்கிறாய்
எதைப் பாடினாலும்
நான் உன்னைத்தான் பாடுகிறேன்

நீ காதலிக்காவிட்டால் என்ன?
ஒரு பக்கம் பற்றினாலும்
அது நெருப்புதான்

நான் எப்படி ஓடினாலும்
நீ
கரையாக வந்துவிடுகிறாய்

பெண்ணே!
நீயொரு புதுக்கவிதை
புரியாமையின் கவர்ச்சியால்
நீ ஆழமாகிறாய்

நேற்று நான்
செத்துக் கிடந்தேன்
காற்றில் நீ விட்ட
மூச்சு வந்தது
சுவாசித்தேன்
உயிர்பெற்றெழுந்தேன்

நான்
ஓர் அச்சுப் பிழை
நான்
புத்தகத்தில் இருப்பதுபற்றி
வருந்தவில்லை
என்னால்
இல்லாமல் போனதுபற்றி
வருந்துகிறேன்

புறாக்கள்
பிறந்த காலத்திலிருந்தே
விவாதம் செய்துகொண்டேயிருக்கின்றன

முடியாத விவாதம்;
கடவுளைப் பற்றி இருக்கும்
தயவு தாட்சண்யம் இல்லாத
விமர்சகன்
நிலைக் கண்ணாடிதான்

கடற்கரையிலிருந்து
எழுந்து நடந்தேன்
'என்னை
விட்டுவிட்டுப் போகிறாயே'
என்ற புலம்பல் கேட்டது
திரும்பிப் பார்த்தேன்
என் காலடிச் சுவடுகள்

உனக்கு நீயே
சிறையாக இருக்கிறாய்
உன்னிடத்திலிருந்து
நீ விடுதலையடைவாயாக

பிறருடைய
துன்பம் துடைக்கிறபோது
இன்பம் பிறக்கிறது

மஜ்னூ!
உனக்கு நீயே
லைலாவாக இருக்கிறாய்
இந்தக் காதல் பித்தத்தை
உன் சட்டையைப்போலவே
கிழித்தெறி
உண்மையான லைலா
தோன்றுவாள்

என்னைப்போல்
யாருக்கும் நேர வேண்டாம்
கஷ்டப்பட்டுக்
கரைவரை வந்தேன்
கரையே மூழ்கிவிட்டது

பெருவெள்ளத்தில்
சிக்கிக்கொண்டவன்
''தெய்வமே!

என்னைக் காப்பாற்று'
என்று பிரார்த்தனை செய்தான்

தெய்வம் புலம்பியது
'என்னைக் காப்பாற்றிக்கொள்ள
முடியுமா என்பதே
சந்தேகமாக இருக்கிறது;
இதில் இவன் வேறே'

வெள்ளத்தில்
ஊரே மூழ்கிவிட்டது
பெரிய சேதம்
கண்ணீர்த் துளிகள்
தெரியாமல் போனதுதான்

உன்னை நெருங்கினால்
இடையில்
தூரம் உண்டாகிறது
உன்னை விட்டு விலகினால்
நெருக்கம் அதிகமாகிறது

ஆச்சரியம்
ஒன்பது ஓட்டை
பலூனுக்குள்
நீ ஊதிய காற்று
எப்படி நிற்கிறது?

நீயே என் கவிதைக்கு
அடியெடுத்துக் கொடுத்தாய்
நீயே என் கவிதையில்
அடியெடுத்து வைக்கிறாய்

தட்டினேன்
கதவு திறக்கவில்லை
'கதவே நீதான்' என்று
அசரீரி கேட்டது

எல்லாரையும்
'யார்?' என்று கேட்டேன்
பதில் சொன்னார்கள்
என்னையே கேட்டேன்
பதிலில்லை

பூக்களும்
உன் வேதங்களே
மேகங்களும்
உன் தூதர்களே!

மெழுகுவர்த்திபோல்
உன்னையே உருக்கு
ஒளி கிடைக்கும்

கற்க வேண்டியதைக்
கற்க
அதை விட
எப்படிக் கற்பதென்று
கற்க

கர்ப்பிணியைப் பார்த்து
வெட்கப்பட்டது
சுமைதாங்கி

போதி மரத்தை வெட்டிப்
புத்தருக்குச் சிலை செய்தார்

தன்னை வெட்டியவனைச்
சபித்த மரக்கிளை,
பார்வையற்றவனின்
ஊன்றுகோலானபோது
வாழ்த்தியது

யாரும்
வருவதாகச் சொல்லவில்லை
ஆனாலும்
காத்திருக்கிறேன்

நதியில் இரு
நனையாமல் இரு
கரையோர மரங்களின்
நிழல்களைப்போல

ஓவியன் வரைந்த பூ
உதிர்ந்து விழுந்த
பூவைப் பார்த்து,
"அற்ப ஆயுள் படைத்தவளே!

என்னைப் பார்
நான் உதிரவே மாட்டேன்''
என்றது
உதிர்ந்த பூ கேட்டது
''உன்னைத் தேடி
வண்டுகள் வருமா?''

உயிர்ப் பறவையை
வீழ்த்திவிடுகிறது
அம்பிலிருக்கும்
செத்த பறவையின் சிறகு

உன் கண் கடலுக்குள்
மூழ்கிப் பார்த்தேன்
மிக ஆழத்தில்
ஒரு ரகசிய சிப்பிக்குள்
நீ என்மீது கொண்ட
காதல்
முத்தாக ஒளிந்துகொண்டிருந்தது

இந்தக் கண்ணீர்
ஒரு தாகத்திலிருந்து
சுரக்கிறது

எனக்கும்
காதலிக்க வேண்டும் என்று
ஆசையாகத்தான் இருக்கிறது
ஆனால்
இந்தப் பெண்களைப் பார்த்தால்
அந்த ஆசை
போய்விடுகிறது

போகிறேன் என்கிறாய்
என் உயிர் நீ
நான் இருக்காமல்
நீ எப்படி போகமுடியும்

ஞாயிற்றுக்கிழமைகள் மட்டும்
இதயங்களிலிருந்து
கிழிக்கப்படுவதில்லை

நீண்ட ஆயுள்
வாழ்த்தல்ல
சாபம்
நலமாக இருக்கும்போதே
இறந்துவிட வேண்டும்

நாட்களில் இல்லை
நன்மையும் தீமையும்
நீ நல்லது செய்தால்
அது நல்ல நாள்
கெட்டது செய்தால்
அது கெட்ட நாள்

காதலர்களின்
கண்ணீர்த் துளிகளைக்
கொண்டுதான்
இறைவன்
நட்சத்திரங்களைச் செய்தான்

மீன் குழம்பு வாசனை
வீட்டுக்கு வெளியே போவது
சங்கடமாக இருக்கிறது
எத்தனை பேர்
பசித்திருப்பார்களோ?

எப்போதும்
தனித்திருக்க
முடிவதில்லை
கூடவே இருக்கிறது
தனிமை

எல்லாருமே
மேற்பார்வை முகவரியிலேயே
இருக்கிறோம்
ஏனென்றால்
நமக்கென்று
முகவரி இல்லை

காதல்கடையில்
கண்ணீர்த் துளிகளும்
காயங்களும் தவிர

வேறெதுவும்
கிடைப்பதில்லை

என்னுடைய ஒரு சொல்
திடீரென்று
சிறகுபெற்று
மேலே பறந்துசென்றது
அது சில நேரங்களில்
இராப்பாடி போல்

எங்கோ
இருண்ட உயரங்களில்
கண்ணுக்குத் தெரியாமல்
உயிர் உருகப்
பாடுகிறது
சில நேரம்
செத்த எலியைப் பார்க்கும்
பருந்துபோல்
என்னைப் பார்க்கிறது

என் அந்தப்புரத்தில்
கன்னி கழியாத
கனவுகள்

மனிதன் வளர்ந்தது
உணவால் அல்ல
பசியால்

என் சோகத்தைக் கேட்டாய்
கொடுத்தேன்
அதை மையாக்கி
உன் கண்களில் தீட்டிக்கொண்டாய்

எல்லோருடைய
கண்ணீர் நதிகளுக்கும்
மூலம் ஒன்றுதான்

இறைவனை
எப்படியாவது
தங்கள் மதத்தில்
சேர்த்துவிட வேண்டுமென்று
ரொம்ப நாளாக

முயன்றுகொண்டேயிருக்கிறார்கள்
மதவாதிகள்
இதற்காகவே இறைவன்
ஒளிந்து திரிகிறான்

மலைக்குமேல்
இறைவன் இருக்கிறான்
என்றார்கள்
படாத பாடுபட்டு
ஏறினேன்
பார்த்தேன்
அங்கே ஒன்றுமில்லை
எனக்கு
ஞானம் பிறந்தது

யாரும் இல்லாத
இடத்திற்குப்
போக வேண்டும்
அங்கே
நான்கூட
இருக்கக் கூடாது

'உன் நேரம் என்ன?' என்று
என்னைக் கேட்டது
கடிகாரம்

என் எழுதுகோலே!
நான் இறந்தபின்
எனக்காக அழுவாயா?

கண்ணாடியில்
முகம் பார்த்தேன்
நல்ல வேளை
இதயத்தின் கறைகள்
தெரியவில்லை

என்னிலே இருப்பதுதான்
உன்னிலே இருக்கிறது
பிறகேன்
வித்தியாச விலாசங்கள்?

உன்னைக்
காதலிக்கக்கூடாது என்றுதான்
இருந்தேன்
ஆனால் என் இதயம்
என்னை ஏமாற்றிவிட்டது

இந்துக்களும் முஸ்லிம்களும்
மோதிக்கொண்டு அழிகிறார்கள்
இந்துமதமும் இஸ்லாமும்
கட்டிப்பிடித்து அழுகின்றன

படாதபாடுபட்டு
மலையின்மீது ஏறினேன்
உயரத்தை எட்டவேண்டும்
என்று ஆசை
ஓர் அருவி
குதூகலமாகக்
கீழே இறங்கிக்கொண்டிருந்தது

எந்தப் பூவிலிருந்து
எழுந்த வாசம் நீ
எந்தக் குழலிலிருந்து
எழுந்த ராகம் நீ

சந்திப்பு என்றாலே
பயமாக இருக்கிறது
பிரியவேண்டியிருக்குமே

கண் இருந்ததால்
தடுக்கி விழுந்தேன்
உன் அழகில்

என் இதயம்
வெள்ளைக் காகிதமாக
இருக்கிறது
உன் கண்ணால்
எதையும்
கிறுக்கிவிடாதே

உணவு
மனிதனைச்
சாப்பிடுகிறது

விண்ணிலும் நீர்
மண்ணிலும் நீர்
என் கண்ணிலும் நீர்
மூன்றும் ஒன்றோ?

இரண்டு மௌனங்கள்
பேசிக்கொண்டிருந்தன
"எதைப் பற்றிப்
பேசுகிறீர்கள்?" என்று
கேட்டேன்
"மௌனம் பற்றித்தான்"
என்றன

பூமி கொடுத்துவைத்தது
பகலில்
தங்கத் தட்டில்
சாப்பிடுகிறது
இரவில்
வெள்ளித் தட்டில்
சாப்பிடுகிறது

பெண்ணே!
நீ சாதாரணமானவள்தான்
ஆனால்
இந்தக் கிறுக்குப்பிடித்த கவிதை
உன்னைத் தலையில் தூக்கிவைத்துக்
கொண்டாடுகிறது

விமர்சகர்களே!
ரோஜாப் பூச்செடிக்கு
முன்னால் நின்று
"நீ கருவாடுபோல் இல்லை"
என்று சொல்லாதீர்கள்
உங்களுக்குக்
கருவாடு வேண்டுமென்றால்
கருவாட்டுக் கடைக்குப்
போங்கள்.

பிய்த்து வீசிய பூக்களாய்
நட்சத்திரங்கள்

உடைத்துப் போட்ட வளையலாய்
பிறைநிலா
இரவு
விதவையாகிவிட்டதா?

கண் கதவு
திறக்கிறது
வெளியே போவது
யார்?
உள்ளே செல்வது
யார்?

வாழ்க்கை நோய்க்கு
மரணமே மருந்து

கண்ணீர் நதிக்குக்
கரைகள் இல்லை

என்னை அறிந்தால்
உன்னை அறியலாம்
என்கிறார்கள்
உன்னையாவது
அறிந்து விடலாம்
என்னை அறிய
முடியவில்லையே

பெண்ணையும்
வாழ்க்கையையும்
அறிய முயலாதே!
அனுபவி!
அது போதும்

மழை பெய்யும்போது
மண்ணாகிறேன்
வெயிலடிக்கும்போது
மரமாகிறேன்

'தூக்கமே!'
ஏன் நீ வருவதேயில்லை?
"நானிருந்த வீட்டில்
யாரையோ குடிவைத்திருக்கிறாய்
நானெப்படி வருவேன்?"

நான் அழைத்தால்
என் உடம்பே
வர மறுக்கிறது
உன்னை எப்படி
அழைப்பேன்?

தன்னை மறைக்கும்
மேகத்தைக்கூடப்
பொன்னால் அலங்கரிக்கிறான்
சூரியன்

பார்வை
அழகாயிருந்தால்
எல்லாம்
அழகாயிருக்கும்

இயற்கையின் முகத்திரையை
விலக்கிக் காட்டுகிறது
கவிதை

எந்தப் பெயரும் உன்னழகை
எடுத்துச் சொல்லப்போவதில்லை
இந்த நிலையில் நானுன்னை
என்ன சொல்லிக் கூப்பிடட்டும்

பூ ஏதோ கனமான மொழியில்
பேச முயல்கிறது
அதனால்தான்
அதன் இதழ்கள்
உதிர்ந்துவிடுகின்றன

ஆணாதிக்கம் என்கிறார்கள்
ஆனால் பெண்தான்
ஆணை
எல்லா வகையிலும்
ஆதிக்கம் செய்கிறாள்

எல்லாம் பழசு
நான் மட்டும் புதுசு

உலகம்
ஒரு சிலந்தி வலை

நான் சிலந்தியா
இரையா?
தெரியவில்லை

கால நதி
எங்கே சுரக்கிறது
எதிலே கலக்கிறது
தெரியவில்லை
அது என்னை
அடித்துக்கொண்டு போகிறது
கரையும் இல்லை
ஓடமும் இல்லை

ஒவ்வொரு கணமும்
தேனீயாய்
என்னில்
தேன் சேகரிக்கிறது
எந்தப் பூவின் தேன்
என்பது
எனக்குத் தெரியாது

பாவங்களைச்
சொர்க்கமாக்கி வைத்தாய்
ஆனால்
அவற்றைச் செய்தால்
நரகம் என்கிறாய்

நீ ஒளியில்லாத
நெருப்பு
உன்னில்
வெப்பம் மட்டுமே
இருக்கிறது

இன்னும்
நெடுஞ்செழியர்களும்
மதுரைகளும்
இருக்கின்றன
கண்ணகியைத்தான்
காணோம்

நேற்று
என்னைப் பார்த்துச்

சிரித்த பூ
இன்றில்லை
ஆனால்
குத்தியமுள் மட்டும்
இருக்கிறது

வாழ்க்கை என்பது
மனிதனைப்போல் பிறப்பவன்
சாவதற்குள்
மனிதனாவதற்குத் தரப்படும்
வாய்ப்பு

நட்சத்திரங்களை எழுதிக் கற்கும்
இரவுக்குச்
சூரியப் பட்டம் கிடைக்கிறது

ஊசிக்காகக்
காத்திருக்கும்
இசைத் தட்டு நான்

இரவு போட்ட
குப்பைகளைக்
கூட்டித் தள்ளுகிறான்
சூரியன்

அலையைப் போலவே
திரும்பிச் செல்கிறாய்
ஆனால்
மீண்டும் வருவாய் என்று
எனக்குத் தெரியும்

ஆற்றங்கரை மணலில்
மரத்தடியில்
கிடக்கும் தோடு
ஆயிரம் கதை சொல்கிறது

ஒவ்வோர் ஆணும் பெண்ணும்
விரும்பிக்கொண்டே
வெறுக்கிறார்கள்

நிலாப் பிச்சைக்காரியின்முன்
விரிக்கப்பட்ட

கறுப்புத் துணியில்
போடப்பட்ட சில்லறையாய்
நட்சத்திரங்கள்

புதுமணத் தம்பதிகளின்
படுக்கையில்
சிந்திக் கிடக்கும்
பூக்களைப்போல்
என் ஆசைகள்

கரைகளை
அடித்துச் செல்லும்
வெள்ளம்
உன் காதல்

இந்த உலகத்தில்
எல்லாமே
வருவதும் போவதும்தான்

இந்தக் கிண்ணத்தில்
நான் நிரப்பப்பட்டிருக்கிறேன்
நான் நஞ்சா? அமுதமா?
தெரியவில்லை
அருந்தப் போவது யார்?
அதுவும் தெரியவில்லை

உன் பாடல்
முதலில்
என்னை
உன்னிடம்
அழைத்துச் சென்றது
இப்போது
உன்னிடமிருந்து விலக்கி
வேறெங்கோ
கொண்டுபோகிறது

பேச்சு
முன்னாலேயே இருந்தது
நாவு
பிறகுதான் உருவானது

நான் உனக்காக
என் இதயத்தில் தொட்டில் கட்டினேன்
இப்போது அதையே உடைத்துப்
பாடை கட்டிக்கொண்டிருக்கிறேன்

நான்
இரும்பாக இருந்தேன்
கண்ணீரின் ரசவாதம்
என்னைப் பொன்னாக்கியது

"பிறைப் பிள்ளையே!
உன் தாய்
உனக்குச் சோறூட்டும்போது
யாரைக் காட்டிச்
சோறூட்டுவாள்?"
"பூமியில் உள்ள
குழந்தைகளை"

சொல்ல ஒன்றும்
இல்லாதவனும்
மௌனமாய் இருக்கிறான்
சொல்
சுமக்க முடியாத
விஷயங்கள் உள்ளவனும்
மௌனமாய் இருக்கிறான்

உண்மையான கவிதை
இன்னும்
எழுதப்படவில்லை
அதனால்தான்
கவிஞர்கள்
இன்னும்
எழுதிக்கொண்டேயிருக்கிறார்கள்

வாழ்க்கை என்ற
பயணம்
ஒருவழிப் பாதை

உன்னைத்
தேடி அலைகிறேன்

உன்னை நான்
பார்த்ததே இல்லை
ஒரு வேளை
நீ எதிரில் வந்தாலும்
உன்னை நான்
எப்படி அறிவேன்?

என் கவிதைகள்
வேறொன்றுமில்லை
உலகத்திடமிருந்து பெற்றதை
வட்டியுடன்
செலுத்திக் கொண்டிருக்கிறேன்

இந்தக் கறை நிலா
யாரோ ஒரு காதலனின்
காயம்பட்ட இதயம்

வசந்தம் வந்தாலென்ன
வராவிட்டல் என்ன
நானோ பாலைவனம்

உனக்காக
நான் எழுதிய கவிதைகளை
உலகம் படித்து மகிழ்கிறதே
எப்படி?

அமைதியைத்
தோண்டிப் பார்த்தேன்
சப்தங்களின்
எலும்புக் கூடுகள்

நீ பேரழகு
நீ என்னில்
நிரம்பியிருப்பதால்
நானும் பேரழகு

குயில்
வசந்தத்தில்
பாடுகிறது
என்கிறார்கள்
அது

இலையுதிர் காலத்துச்
சோகத்தைத்தான்
பாடுகிறது

வாழ்க்கைக் கடலில்
நான் வலை வீசுகிறேன்
மீன்களுக்காக அல்ல
நீருக்காக

உன்னை அழைத்தேன்
நீ வரவில்லை
கவிதை வந்தது

ஒரு கரையும்
எனதில்லை
நான் படகு

மனிதன் வருவதற்கு முன்
உலகம் இருந்தது
ஆனால்
அவன் வந்த பிறகுதான்
உலகத்திற்கு
உயிர் வந்தது

இரவு வானத்தில்
பந்து இருக்கிறது
பார்வையாளர்கள்
இருக்கிறார்கள்
ஆடுபவர்களைத்தான்
காணோம்

உலகப் போரில்
மனித குலம் அழிந்தால்
கவலை இல்லை
ஏனென்றால்
தொடங்கியவனே
அவன்தானே
பட்டாம் பூச்சிகள்
ஆனால் எதிலே அமரும்?
அதுதான் என் கவலை

வழிபாட்டுத் தலங்களுக்காக
மனிதர்கள்
சண்டை போட்டுக்கொண்டனர்
வழிபாட்டுத் தலங்கள்
இருக்கின்றன
மனிதர்கள்தாம் இல்லை

வாழ்க்கை
ஒரு வினா
மரணம்
அதன் விடை

மனிதன்
இறைவனைத்
தேடிக்கொண்டிருக்கிறான்
இறைவன்
மனிதனைத்
தேடிக் கொண்டிருக்கிறான்

ஊர்வலத்தில்
நிர்வாண மனிதர்கள்
கைகளில்
கொடிகள்

ஆட்சி மாறுகிறது
பேனா மாறினால்
பிழைகள் மாறுமா?

காதலர்களைப் பார்த்து
நிலா வளர்கிறது
காதலர்களைப் பார்த்து
நிலா தேய்கிறது

சிலர்
சாவதற்காக
வாழ்கிறார்கள்
சிலர்
வாழ்வதற்காகச்
சாகிறார்கள்

மனிதன்
எந்த நிறமாக

இருந்தால் என்ன?
எல்லோருடைய நிழலும்
கறுப்புதான்

காக்கா
கண்ணுக்கு
மை கொண்டுவந்தது
குருவி
கொண்டைக்குப்
பூக் கொண்டுவந்தது
தாய் கூறினாள்:
இவையெல்லாம் வேண்டாம்
வயிற்றுக்குச்
சோறுகொண்டு வாருங்கள்

என் பறவைகள்
காலையில்
பறந்து செல்கின்றன
மாலையில்
அலகுகளில்
கண்ணீர்த் துளிகளுடன்
திரும்பி வருகின்றன

விண்மீன்கள்
இரவெல்லாம் விழித்திருந்து
தவம் செய்கின்றன
நீரில்
துள்ளி விளையாடும்
மீன்களாவதற்காக

ஒரு புத்தகம்
திறக்கப்படும்போது
ஒரு சிறைச்சாலை
மூடப்படுகிறது

இறைவன் கூறினான்
என்னை
வணங்கும் கைகளைவிட
இல்லாதவர்களுக்கு
ஈயும் கைகளையே
நான் விரும்புகிறேன்

நாட்காட்டியில்
தேதித் தாளைக் கிழித்தேன்
ஆனால் உண்மையில்
நாள் எப்போதோ
பிறந்துவிட்டது
ஆனால் நாட்கள்
நம் கையாலேயே
உதிப்பதாக
நாம்
மடத்தனமாக நினைக்கிறோம்

என்னிலே நீ
உன்னிலே நான்
அப்புறம்
நான் எங்கே?
நீ எங்கே?

பகல் பிறர்க்கு
இரவு நமக்கு

மானுடம்
ஓர் உடல்
ஒவ்வொரு மனிதனும்
ஓர் உறுப்பு
ஓர் உறுப்புக்குப்
பாதிப்பு என்றால்
அது உடல் முழுவதையும்
பாதிக்கும்.

கடல் காதலன்
கரை காதலி
அப்படி என்ன
காதலோ?

எல்லாரும்
பார்க்கிறார்களே
என்ற கூச்சமே இல்லாமல்
ஓயாமல்
முத்தமிட்டுக்கொண்டேயிருக்கிறார்கள்

கடற்கரை மணலில் உன்
காலடிச் சுவட்டால்
கவிதைகள் எழுதுகிறாய்

உடலிலென் பார்வை
தொடும்பொழு தெல்லாம்
உணர்விசை எழுப்புகிறாய்

கோபித்துக்கொண்ட காதலியை
எப்படிச் சமாதானப்படுத்துவது
என்பது எனக்குத் தெரியும்
ஆனால்
கோபித்துக்கொண்ட விதியை
எப்படிச் சமாதானப்படுத்துவது
என்பதுதான் தெரியவில்லை

மற்றவர்கள் அவள்
கோலம் போடுவதாக
நினைக்கிறார்கள்
எனக்கு மட்டும்தான்
தெரியும்
அது அவள்
எனக்கெழுதும்
காதல் கடிதம்

பெண்ணே!
நீயும் நானும்
இறைவனின் தீக்கடைகோல்கள்

அவனுக்கு
நெருப்புத் தேவைப்படும்போதெல்லாம்
நம்மைக் கடைகிறான்
நாம் அதை
காதல் என்று எண்ணி
ஏமாறுகிறோம்

மடையர்கள்
கறை
முகத்திலிருக்கக்
கண்ணாடியைத் துடைக்கிறார்கள்

விமர்சகர்களே!
கவிதைகள் மலர்கள்
அவற்றை
உங்கள் முரட்டுக் கரங்களால்
பிய்த்துப் போடாதீர்கள்

இறைவன்
பொழுதுபோக்குவதற்காக
ஊதிவிட்ட
சோப்புக் குமிழிகளோ
இந்த அண்ட கோளங்கள்?

உளறுவதெல்லாம் காவியம்
கிறுக்குவதெல்லாம் ஓவியம்
தத்தக்கா பித்தக்கா
நடையோ நடனம்
சிரிப்போ சொர்க்கப்பூ
அழுகையோ ராகம்
குழந்தை ஒவ்வொன்றும்
அதிசயக் கலைஞன்

நல்ல வேளை
நீ பார்க்கவில்லை
நீ மட்டும் பார்த்திருந்தால்
பனித்துளி
மதுவாகியிருக்கும்

யாரைப் பார்த்துச்
சிரிக்கின்றன
பூக்கள்

தண்ணீர் இல்லையென்று
வயல்களில்
வீடுகள் கட்டினார்கள்
இப்போது
வீடுகளுக்குத்
தண்ணீர் வேண்டுமாம்

நான் என்னை
எங்கேயோ வைத்துவிட்டேன்
யாராவது

கண்டுபிடித்துக்
கொடுங்களேன்

உன் பார்வை
மீட்டிய போதுதான்
நான்
வீணை என்பதை
அறிந்தேன்

என் ரத்தத்தைக்
கிளறிப் பார்த்தேன்
நல்லவர்களும் இருந்தார்கள்
கெட்டவர்களும் இருந்தார்கள்

உன்னிடம் ஏதோ
சொல்ல வந்தேன்
இல்லை
ஒன்றுமில்லை

"என் பாதச் சுவடுகளை
ஏன் அழிக்கிறாய்"
என்று கேட்டேன்

"நீ மட்டும்
என் பாதச் சுவடுகளை
அழிக்கலாமோ?"
என்று கேட்டது அலை

தினந்தோறும்
தாரகை மெழுகுவர்த்திகளை
ஊதி அணைத்து
பிறந்தநாள் கொண்டாடுகிறான்
சூரியன்

மேகங்களுக்குத்
தங்கள் வடிவம்
பிடிக்கவில்லை போலிருக்கிறது
மாற்றிக்கொண்டேயிருக்கின்றன

தனியாக வந்தாய்
தனியாகவே போவாய்
இருக்கும் போதாவது

உறவுகளைக்
கொண்டாடு

எங்கோ போகிறோம் என்று
தெரியாத நதிபோலவே
நான் அலைந்தேன்
பிறகுதான் தெரிந்தது
பசித்த வாய்கள்
எனக்காகக்
காத்திருக்கின்றன என்பது

இப்போது
என் படைப்பின் நோக்கம்
புரிந்துவிட்டது

மது
கிண்ணத்தில்
நிரம்பி
வழிவதுபோல்
பருவம்
உன்னில்
நிரம்பி
வழிகிறது

இறந்துபோனவன்தான்
அதிகமாக
நேசிக்கப்படுகிறான்

பௌர்ணமி நிலா ஒளியால்
என்ன பயன்
அது தன் இருளையே
போக்கமுடியவில்லையே

பாதையும் நானே
பயணியும் நானே
போய்ச்சேரும் ஊரும் நானே

இறைவனும் படைக்கிறான்
மனிதனும் படைக்கிறான்
எவ்வளவு வித்தியாசம்

நான் கனவு கண்டேன்
அந்தக் கனவிலும்

நான் கனவு கண்டுகொண்டிருந்தேன்
அந்தக் கனவிலும்...

காலம்
என்மீது நடக்கிறது
நான்
காலத்தின்மீது
நடக்கிறேன்

காதல் நூல்
காலங்காலமாக
மனித மணிகளைக்
கோத்தபடியே
இருக்கிறது

இறைவா!
அறிவென்னும்
அழுக்கை நீக்கி
அறியாமை என்னும்
தூய்மையை
அருள்வாயாக

நீ
முதல் காலையின்
முதல் ஒளிக் கிரணம்போல்
என் வாழ்க்கையில்
வந்தாய்

நெருப்பும் நீரும்
கள்ளக் காதலர்கள்

மேலே ஏறிச்செல்லும்
நீரை விட
மேலிருந்து கீழே
இறங்கிவரும் நீருக்கே
மதிப்பு அதிகம்

மரத்தின் ரகசியம்
கனியில் அல்ல
உதிரும் இலையில்
இருக்கிறது

போர் வீரன்
பூக்களையே
கனவு காண்கிறான்

யாரும் இறப்பதில்லை
அவர்கள்
மீண்டும் வருகிறார்கள்
வேறு வடிவில்

இறைவன்
இருளைப் பற்றிக்
கவிதை எழுதினான்
அதுதான்
ஒளி

நன்றி கெட்ட உயிர்
காலமெல்லாம் சுமந்துகொண்டிருந்த
உடலைச்
சொல்லாமல் கொள்ளாமல்
விட்டுவிட்டுச்
சென்றுவிடுகிறது

எல்லாக் காதல் கதைகளிலும்
காதலியாக இருந்தது
நீதான்
காதலனாக இருந்ததும்
நான்தான்
இனி வருங்காலத்திலும்
அப்படித்தான்

மல்லிகை பற்றி
கவிதை எழுதினேன்
அது வாடிவிட்டது
ஆனால் என்
கவிதை மல்லிகை
வாடவில்லை
வாடாது

ரோஜாவில்
முள் இருக்கிறதே என்று
வருத்தப்படாதே

முள்ளில்
ரோஜா இருக்கிறதே என்று
மகிழ்ச்சி அடை

நூலகத்தில்
நுழைந்தபோது
இருந்த நான் வேறு
வெளியே வந்தபோது
இருந்த நான் வேறு

எழுதும்போது
பிறக்கிறேன்
நிறுத்தும்போது
இறந்துபோகிறேன்

யார் யாருடைய
வாழ்க்கையை எல்லாம்
வாழ்ந்து கொண்டிருக்கிறேன்
என்னுடைய வாழ்க்கையை
விட்டுவிட்டு

ஜனநாயகம் என்பது
மூடர்களின் சொர்க்கம்
அறிஞர்களின் நரகம்

மனிதன்
பார்க்க முடியாததைக்
காட்டுபவன்தான்
கவிஞன்

நீ சந்திக்க வரும்போது
பிரிந்து போவாய்
என்று நினைத்துக்
கவலைப்படுகிறேன்
பிரிந்து போகும்போது
சந்திக்க வருவாய்
என்று நினைத்து
மகிழ்ச்சி அடைகிறேன்

காலம்
பயணம் செய்துகொண்டே
இருக்கிறது

அதற்கு
வீடு இல்லை போலும்

நான்
என்னோடிருந்த
நேரத்தைவிட
உன்னோடிருந்த நேரம்
அதிகம்

தனிமையில்
இரவின் இருளில்
இருக்கும்போது
தாயின் கருப்பையில்
இருப்பதுபோல் இருக்கிறது

நேரில் வரும்போது
நினைவில் வரும்போதும்
நீ
வெவ்வேறாக இருக்கிறாய்

ஆதிவாசிகளின்
மகத்தான கண்டுபிடிப்பு
மொழி

நான்
உன் புன்னகையின் கீழ்
இளைப்பாறுகிறேன்

வாழ்வு என்னும் நதி
மரணம் என்ற சமுத்திரத்தில்
சங்கமமாகிறது

மனிதர்களில் பலர்
இறக்கவே முடியாது
ஏனென்றால்
அவர்கள்
பிறக்கவே இல்லை

மனிதர்களைவிட
அவர்கள் வசிக்கும்
வீடுகளுக்கு
ஆயுள் அதிகம்

இறைவன் என்ற
மூலத்தின்
மோசமான மொழிபெயர்ப்பு
மனிதன்

காதலில் விழும்போதுதான்
மனிதன்
எழுகிறான்

எதையும் நான்
தள்ளிப்போட்டுக்கொண்டே
இருப்பேன்
ஒரு நாள்
உலகம் என்னைத்
தள்ளிப்போட்டுவிட்டது

நான்
சிலை செதுக்கினேன்
அது
என்னைச்
செதுக்கியது

காலம்
நாம் சம்பாதிக்காத
வரவு
நாம் செலவழிக்காத
செலவு

ஒவ்வொன்றிலும்
கவிதை இருக்கிறது
அதைப் பார்ப்பதற்கு
தனிக் கண் வேண்டும்

மரணம் மட்டும்தான்
நான்
வாசிக்க முடியாத
புத்தகமாக இருக்கும்

மனிதர்கள் எல்லாரும்
ஒரே செயலைத்தான்
செய்துகொண்டிருக்கிறார்கள்

வாழ்க்கையில் அர்த்தம்
இசையில் இருக்கிறது

நான் எழுதும்போது
என் பேனா
என் தலைவிதியையும்
எழுதுகிறது.

கவிஞனாய் இருப்பதில்
ஒரு சிரமம்
மனிதனாகவும்
இருக்க வேண்டியிருக்கிறது

சிரிப்புதான்
கனமடைந்து
கண்ணீராகிறது

மனிதன்
காலால் மிதித்துப்
புற்களை அழித்தான்
அவன் செத்துப்போனபின்
அவன் சமாதியில் முளைத்தன
புற்கள்

கீழால்
மேல் உண்டாகிறது

வேர்கள்
அகழெலிகளைப் பார்த்து
இவை என்ன மாதிரி
வேர்கள்
இவற்றின் மேலே
ஏன்
மரங்களே இல்லை என்று
நினைக்கின்றன

நாடக அரங்கில்
மேலே ஒரு நாடகம்
நடக்கிறது
கீழே ஒரு நாடகம்
நடக்கிறது

கவிக்கோ கவிதைகள் (இரண்டாம் பாகம்)

நியூட்டன்
புவியீர்ப்பாற்றலைக்
கண்டுபிடித்தது
மரத்தடியில்
புத்தர்
ஞானம் பெற்றது
மரத்தடியில்

மற்ற எல்லோருக்கும்
கிடைத்தது
கிடைப்பது
தூக்கம்

நான்
காலத்தைக்
கண்ணீர்த் துளிகளால்
கணக்கிடுறேன்

கலவரங்களில்
இந்த நாட்டில்
சிந்தப்பட்ட ரத்தம்
வியர்வையாகச்
சிந்தியிருந்தால்
இந்த நாடு
சொர்க்கமாகியிருக்கும்

சிவப்புப் புரட்சி
பசுமைப் புரட்சி
வெண்மைப் புரட்சி
நிறங்கள் மட்டுமே
புரட்சி செய்வதால்
என்ன கிடைத்துவிடப் போகிறது?

மத வழிபாட்டுத் தலங்களில்
கூட்டம்
அதிகமாகிக் கொண்டேயிருக்கிறது
குற்றவாளிகளும்
அதிகமாகிக் கொண்டேயிருக்கிறார்கள்
எப்படி?

இறைவனுக்கு
இன்னும் நம்பிக்கையிருக்கிறது

குழந்தைகள்
பிறந்து கொண்டிருக்கின்றன

பக்தனும்
போலி
தெய்வமும்
போலி
இதுதான்
நவீன மதம்

பாலைவனத்துக்
கானல்நீர் என்பது
வேறொன்றுமில்லை
செத்துப்போன நீரின்
ஆவி

ஒரு விஷயம்
சொல்ல முடியாதபோது
நான் கவிதை எழுதுகிறேன்

'காதலர் தினத்தில்
காதலிப்போம்
இப்போது வேண்டாம்'

நான் யார்?
உடலா?
உயிரா?
ஆன்மாவா?
மனமா?
தெரியவில்லை

என் கனவிலேயே
நான் என் இஷ்டப்படி
இருக்க முடியவில்லை

கல்லறையிலிருந்து
பிணங்கள்
உயிர் பெற்றெழுந்து
வரும்போது
சொற்களிலிருந்து
அர்த்தங்கள்
வெளியேறும்போது

நீ உன் காதலை
என்னிடம்
சொல்வாய் போலும்

புல்லாங்குழலின்
துளைகளிலிருந்து
வருவது போலவே
நீ செய்த காயங்களிலிருந்து
இசை வருகிறது

வெட்டப்பட்ட
மரங்களின் நிழல்கள்
அழுதுகொண்டு திரிவதைக்
கண்டேன்

நாம் முதன் முதலாகச்
சந்தித்த இடத்தைப்
புண்ணியத் தலமாகக் கருதித்
தேவதைகள்
வலம் வருகின்றனவாம்

பிரியும்போது
'இனிய இரவு' என்று
வாழ்த்தாதே
நீயில்லாத இரவு
எப்படி
இனிய இரவாகும்

எந்தக் காலத்திலும்
மனிதன்
ஒரே மாதிரிதான்
இருக்கிறான்

யாக நெருப்பு
சீதையின்
அக்னிப்ரவேச நெருப்பு
நீரோவின் நெருப்பு
கண்ணகியின்
முலை நெருப்பு
கீழ்வெண்மணி நெருப்பு
நெருப்புக்குத்தான்
எத்தனை அவதாரங்கள்

இது
வேலியைப்
பயிர்கள் மேயும் காலம்

உடல்
பிரிக்கிறது
உயிர்
இணைக்கிறது

அந்தக் காலத்தில்
அறுபதடி மனிதர்கள்
இருந்தார்கள்
அவர்கள்
உயரம் குறைந்துகொண்டே வந்து
இந்தக் கால மனிதர்கள்
ஆனார்கள்

வாழ்க்கை
ஒரு மர்மப் பயணம்
எங்கேயிருந்து
புறப்பட்டோம்
எங்கே போகிறோம்
எதுவும் தெரிவதில்லை

உடலும் நிழலும் போன்றது
நம் நட்பு என்று
நினைத்திருந்தேன்
ஆனால் அதை
தரையும் நிழலும் போன்றது
என்று ஆக்கிவிட்டாய்

உடல் எனது
உயிர் உனது
கண் எனது
கனவு உனது

விளக்கில் எரியாவிட்டால்
அது விட்டில் அல்ல

உன்னை
நினைத்திடாத
நேரமில்லை

கண்ணீர்
நனைத்திடாத
நேரமில்லை

முதல் சந்திப்பே
பிரிந்து
சந்திப்பதுதான்

அந்தப் பக்கம்
மரணம் இழுக்கிறது
இந்தப் பக்கம்
வாழ்க்கை
இடையில்
தேய்புரிப் பழங்கயிறாய்
நான்

கன்னங்கரு இரவு
தன்னந்தனி நிலவு
தாரகையெல்லாம்
கண்ணீர்த் துளிகளோ?

நீ சந்திக்க
வரவேண்டாம்
அதற்குப் பின்னால் வரும்
பிரிவை
என்னால் தாங்க முடியவில்லை

நதியைப்போல்
ஆனந்தமாக
ஓடிக் கொண்டிருந்தேன்
அணை கட்டித்
தேக்கிவிட்டாயே

இலையுதிர்த்த மரமாய்
நிற்கிறேன்
இளவேனிற் காலமே!
எனக்கும்
மலர்களைத் தரமாட்டாயா?

வாழ்க்கையை
மரணத்தால்தான்
நிறைவு செய்ய முடியும்

தாகம்
உன் வடிவத்தில்
பானமாகியிருக்கிறது

மது அருந்தியவள்
நீ
ஆனால் மதுக்கிண்ணம்
போதை கொண்டுவிட்டது

நான் மரணத்தின் கையில்
ஒரு ஜெபமாலை
அது என் மூச்சுகளை
எண்ணிக் கொண்டிருக்கிறது

நீயே விளக்குதான்
பிறகு ஏன்
விளக்கேற்றிக் கொண்டிருக்கிறாய்

நீ பிரிந்து சென்றாலும்
தூக்கமில்லை
அருகில் இருந்தாலும்
தூக்கமில்லை

யாரைத்தான்
நம்புவது?
என்னையே நான்
நம்ப முடியவில்லை

காதல்
ஓர் அழகிய ரசவாதம்
அது கண்ணீர்த் துளிகளையே
பூக்களாய் மாற்றிவிடுகிறது

மின்னலாய்மாறி
உன் கைரேகை
என்னை அழைக்கிறது

கண்ணீரின் குரலை
இறைவன் கேட்பான்

வராமலிருப்பது
உன் உரிமை

ஆனால் நீ
வராவிட்டாலும்
காத்திருப்பது
என் கடமை

உனக்காகச்
சாவதில்தான்
என் வாழ்க்கை இருக்கிறது

திரை விலகிய பிறகும்
உன் முகத்தில் திரை
நாணம்

எரிகின்ற விளக்குநான்
இருந்தாலும் வெளிச்சமில்லை

கண்ணீரை வாங்கினால்
கொசுறாய்க் கிடைக்கிறது
புன்னகை

நீ
நிலாவைப் பார்
நானுன்
முகத்தைப்
பார்க்கிறேன்

அவளைக் காதலித்த
இதயத்தை
அவள் நினைவுகளால்
தண்டிக்கிறேன்

சுவாச ஊஞ்சலில்
ஆடுகிறது
வாழ்க்கை

பூமியைப் போல்தான்
வாழ்க்கையும்
முக்கால் பாகம்
கண்ணீர்
ஒரு பாகம்
இன்பம்

கண்ணாடியால்
செய்யப்பட்டதோ
இதயம்
என்னதான் பாதுகாத்தாலும்
உடைந்துபோய் விடுகிறது

காதலில்லையென்றால்
உன்னை நீ அறியாய்
என்னை நான் அறியேன்

காதல் பிறந்த நாளைக்
கொண்டாடுவோம்
இதழ்களால்
இனிப்பைப் பரிமாறி

என் மாளிகையைக்
கொடுத்து விடுகிறேன்
யாராவது
நான் கட்டிய
அந்த மணல் வீட்டைக்
கொடுக்க முடியுமா?

நீரினால் அல்ல
நெருப்பினால் அல்ல
காதலால் நடக்கிறது
உலகம்

நீ கிடைத்தாய்
வாழ்வதற்கு
ஒரு சாக்குக் கிடைத்துவிட்டது

கண்ணால் மீட்டப்படும்
வீணை நீ

என் விளக்கே
தொலைந்து விட்டது
எப்படி அதை நான்
தேடுவது?

இரவெல்லாம்
மழை பெய்து கொண்டேயிருந்தது
ஆனால் நானோ

தாகத்தால்
தவித்துக் கொண்டேயிருந்தேன்

என் கதையைச்
சொன்னேன்
விதி
அழுது விட்டது

காற்றின் சிறகுகளில்
என் கூடு

என்னடி மந்திரம்
போட்டாய்
என்னிடம் இருந்தவரை
அடங்காமல் இருந்த நெஞ்சம்
உன்னிடம் வந்ததும்
உன் அடிமை ஆனதென்ன?

சோகத்தைப்
புன்னகைகளால்
அலங்கரித்தேன்

வாழ்க்கை
எப்போதும் என்னோடு
ஊடல் கொண்டிருக்கிறது

உன் காதலை
ஒளித்துவைத்திருந்தேன்
அதுவோ
கண்ணீரைப் போல்
வெளிப்பட்டுவிட்டது

நீ என்னோடிருந்தால்
மரணத்திற்கும்
வாழக் கற்றுக்கொடுத்திருப்பேன்

இருள் வருகிறதே என்று
கவலைப்படாதே
அப்போதுதான்
நட்சத்திரங்கள்
வெளிப்படும்

மரணம்
வாழ்க்கையால்
பிழைத்திருக்கிறது

காற்றில் கலந்து மறையும்
பூமணம்போல்
நான் உன்னில் கலந்து
மறைய வேண்டும்

மேகம் தோணி
மின்னல் துடுப்பு
பயணம் புறப்பட்டேன்
ஆனால் எந்த ஊரிலிருந்து
புறப்பட்டேனோ
அந்த ஊருக்கே
போய்ச் சேர்ந்தேன்

சாதிக் கலவரம்
ஒருவரை ஒருவர்
வெட்டிக்கொண்டனர்
ஒன்றாகக் கலந்தது
ரத்தம்

நான் உன் விளக்கு
வேண்டும்போது
ஏற்றுகிறாய்
வேண்டாதபோது
அணைக்கிறாய்

நீ கிடைத்தாய்
எல்லாம் கிடைத்துவிட்டது
இப்போது நான்
இறைவனிடம்
கையேந்துவதில்லை

நடப்பதுதான் வாழ்க்கை
நிற்பதுதான் மரணம்

பிரிவால் நான்
எத்தனை இரவுகள்
துடித்தேனோ
அத்தனை இரவுகளுக்கும்

வட்டியோடு
இழப்பீடு கொடுத்துவிட்டுப்
போ

என்னால்
சிந்த முடியாத கண்ணீரை
நான்
மேகங்களுக்குக்
கொடுத்துவிடுகிறேன்

அந்நியம் ஆனவளே!
நினைவில்
அடிக்கடி வருவதென்ன?

இருள் சூழும்போது
நம் நிழல் கூட
நம்மை விட்டுப்
போய்விடுகிறது

இதயத்தில்
உன் எண்ணங்களின்
திருவிழா

நான்
பானக் கிண்ணம்
காலம் என்னைக்
குடித்துக் கொண்டேயிருக்கிறது

தனித்தனியாக
ஓடிவந்த
நதிகள் நாம்
இதோ,
இந்தக் கடலில்
சங்கமம்

எனக்காகப்
பூக்களைப் பறிக்காதே
என் கூந்தல்
பாடை இல்லை

மேகம் போல்
அலைவது

மின்னலாய்ச்
சிரிப்பது
கண்ணீர்
சிந்துவது
பின்னர்
அடையாளம் இன்றிக்
கரைந்து போவது
இதுதான்
வாழ்க்கை

நீ சூடிய
பூக்களுக்கு மட்டும்தான்
ஜன்ம சாபல்யம்
கிடைக்கிறது

வாழ்கிறோம்
வாழ்க்கை
என்னவென்றே
அறியாமல்

எனக்கு நான்
என்ன உறவு?
தெரியவில்லை

என் கதையின்
தலைப்பு நீ

வாழ்க்கை என்பது
இன்பமும் துன்பமும்
விளையாடும்
கண்ணாமூச்சி

உண்ண முடியவில்லை
உறங்க முடியவில்லை
எனக்கு
'அது'
வந்துவிட்டதோ?

என்னை மறக்கலாம்
அந்த நிலா இரவை
அந்த முதல் முத்தத்தை

மறக்க முடியுமா
உன்னால்?

காதல் என்பது
ஈதல்

சொல்லாமல் இருப்பதனாலயே
சொல்லப்படுவதுதான்
காதல்

உண்டியலில்
சேமித்த பணத்தை
அடிக்கடி எண்ணிப் பார்க்கும்
சிறுவனைப் போல்
நான் உன் புன்னகைகளை
எண்ணிப் பார்க்கிறேன்

இரவில்
என்னைப் போலவே
மெழுகுவர்த்தியும்
அழுகிறது
உன்னைப் போலவே
அதற்கும்
இரக்கமற்ற காதலி
இருப்பாள் போலும்

பறவை
பறந்துவிடும்
கூண்டு மட்டும்தான்
இங்கிருக்கும்

என்னை
இரவில் மலரவிடுங்கள்
நான்
ஒளியின் ரகசியங்களைப்
பேச வேண்டும்

சேவலுமில்லாமல்
கோழியுமில்லாமல்
ஒரு முட்டை பிறந்தது
அந்த முட்டையின்
வெள்ளைக் கருவில்

ஆண் பிறந்தான்
மஞ்சள் கருவில்
பெண் பிறந்தாள்

பாறைகளுக்கும்
இரக்கம் உண்டு
அதுதான்
சுனைநீர் ஆகிறது

மனிதனுக்கு
மரமே தொட்டில்
மரமே வீடு
மரமே பாடை

வழிபாட்டுத் தலங்களில்
காணாமல் போனவர்கள்
ஒன்று கூடுகிறார்கள்.

வெட்டப்பட்ட மரங்களில்
ஒன்றே ஒன்றுதான்
உயிர்த்தெழுந்தது
இயேசு பெருமான்
அறையப்பட்ட
சிலுவை மரம்

நீரைப் போலிருக்கிறார்கள்
பெண்கள்
எல்லா வகையிலும்

காதலில்
முத்தம்
மொழியாகிவிடுகிறது

எலும்புகள்
பேசிக்கொள்ள
சதை உதவுகிறது

பிறக்கும்போது
மர்மப் பொட்டலங்களைக்
கொண்டு வருகிறோம்
வாழ்க்கையில்
அவற்றை
அவிழ்த்துப் பார்க்கிறோம்

கவிஞனுக்கு
'எக்ஸ்ரே' கண்கள்
அவன் எல்லாவற்றையும்
ஊடுருவிப் பார்க்கிறான்

ஒவ்வொரு கூழாங்கல்லிலும்
ஓர் இதிகாசம் இருக்கிறது

கவிதையில்
சொற்கள்
அர்த்தங்களை இழந்துவிட்டு
வீணையின் தந்திகளாக
மாறிவிடுகின்றன

உன் கண்கள்
நான் காண
உன் இதழ்கள்
நான் உண்ண

ஒவ்வொருவனுடைய
மூளையிலும்
யார் யாரோ
புதைந்து கிடக்கிறார்கள்
உயிரோடு

மலைகள்
உட்கார்ந்தே இருக்கின்றன
எவ்வளவு காலம்
நடந்த களைப்போ?

முக்கோணம்
தனது நான்காவது கோணத்தைத்
தேடுகிறது

மனித வாகனங்கள்
செல்லும் சாலைகளில்
எப்போதாவதுதான் எரிகிறது
பச்சை விளக்கு

காற்று
தான் திருடும்
மணத்தை

ஒலிகளை
சுடர்களை
எங்கே ஒளித்துவைக்கும்?

எண்ணங்களையே
சம்பாதிக்கிறோம்
எண்ணங்களையே
செலவு செய்கிறோம்

என் சவப்பெட்டிக்குள்
நான்
இருக்கமாட்டேன்

அமைதியான குளத்தில்
சொற்கள்
அலை வட்டங்களை
உண்டாக்குகின்றன
பிறகு
சொற்களும்
வட்டங்களும்
காணாமல் போய்விடுகின்றன

ஒன்று மட்டும்
தனியே இருந்தபோது
கூட்டலும் கழித்தலும்
பெருக்கலும் வகுத்தலும்
என்ன செய்திருக்கும்?

கல்லறைகள்
மண்ணின்மீது
எழுதப்படும்
எழுத்துக்கள்

என் கவிதைகளை
உனக்கு
வாசித்துக் காட்ட
ஆசை
ஆனால்
உன்னையே
வாசித்துக் கொண்டிருப்பதால்
அதற்கு நேரமே கிடைப்பதில்லை.

★

குறிப்புகளுக்காக...

குறிப்புகளுக்காக...